ஜெர்ரி பிண்டோ

மும்பையை மையமாகக் கொண்ட ஜெர்ரி பிண்டோ ஒரு கவிஞர், கதாசிரியர், மொழிபெயர்ப்பாளர் மற்றும் பத்திரிக்கையாளராக இருக்கிறார். அவர் எழுதிய நூல்கள் *எம் அண்ட் தி பிக் ஹூம்* ஹிந்து இலக்கிய விருதும் கிராஸ்வேர்ட் புத்தக விருதும் பெற்றது. இவரது *ஹெலன்: தி லைஃப் அண்ட் டைம்ஸ் ஆஃப் எ எச்-பாம்ப்* நூல் திரைப்படம் பற்றிய சிறந்த நூலுக்குரிய தேசிய விருது பெற்றது. இவரது இதர படைப்புகளில் மராத்திய மொழிபெயர்ப்பு நூல்கள் பெரிதும் கவனத்திற்குரியவனாக அமைந்துள்ளன. அவற்றில் தயா பவரின் சுயசரிதை *(பலூடா)*, பாபுராவ் பாகுலின் முதல் மற்றும் செவ்வியல் கதைகளின் தொகுப்பு *(நான் என் சாதியை மறைத்தபோது)*, சச்சின் குண்டுல்கர் எழுதிய *(கோபால்ட் ப்ளூ)* ஆகியவை முக்கியமானவை.

ஜெர்ரி பிண்டோவிற்கு 2016ஆம் ஆண்டிற்கான சாகித்ய அகாதெமி விருதும் யேல் பல்கலைக்கழகத்தின் விந்தாம்–கேம்ப்பெல் விருதும் வழங்கப்பட்டிருக்கிறது.

லியோ ஜோசப்
மொழிபெயர்ப்பாளர்

மதுரையைச் சேர்ந்தவர். இவரது மொழிபெயர்ப்பில் இதுவரை *எழில் மரம்*, *ஆதிவாசிகள் இனி நடனம் ஆடமாட்டார்கள்*, *போர்ப்பறவைகள்* ஆகிய மூன்று நூல்கள் வெளிவந்துள்ளன.

மாஹிம் நகர் மர்மம்

ஜெர்ரி பிண்டோ

தமிழில்

லியோ ஜோசப்

எதிர்
வெளியீடு

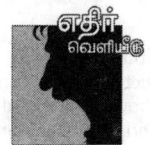

மாஹிம் நகர் மர்மம்
ஜெர்ரி பிண்டோ
தமிழில்: லியோ ஜோசப்

முதல் பதிப்பு: ஜூலை 2024
எதிர் வெளியீடு,
96, நியூ ஸ்கீம் ரோடு, பொள்ளாச்சி – 642 002
தொலைபேசி: 04259 226012, 99425 11302

விலை: ரூ. 399

Mahim Nakar Marmam
Murder in Mahim
Jerry Pinto
Translated by Leo Joseph

Copyright © Jerry Pinto
First Edition: July 2024

Published by
Ethir Veliyeedu, 96, New Scheme Road, Pollachi – 2
email: ethirveliyedu@gmail.com
www.ethirveliyeedu.com

ISBN: 978-81-19576-73-9
Cover Design: Lark Bhaskaran
Printed at Jothy Enterprises, Chennai.

All rights reserved. No part of this book may be reprinted or reproduced or utilised in any form or by any electronic, mechanical or other means, now known or hereafter invented, including Photocopying and recording, or in any information storage or retrieval system, without permission in writing from the Publisher.

மொழிபெயர்ப்பாளர் உரை

நேர்க்கோட்டில் செல்ல வேண்டிய மானுட நெறிகள் ஆங்காங்கே பிறழ்வுகளுக்கு உள்ளாக்கப்பட்டு வருவதாகச் செய்திகளில் வாசிக்கிறோம். மானுட நெறிகள் மாறுபடாமல் செல்லவும், காவல் துறை சீராகச் செயல்படவும் இந்நாவல் ஒரு சிறு கல்லை எடுத்துப் போடுமானால் இந்நூலும், இதன் மொழிபெயர்ப்பும் பெருமையடையும்.

முன்னுரை

மும்பை நகருக்கு இரவு என்பதே கிடையாது. சூரியன் மேலைக்கடலில் மறைகிறது. ஆனாலும் இருட்டுக்கு அங்கே எந்த வேலையும் இல்லை. இருள் இந்நகரை விழுங்கும் வேளைகளில், ஒளிபடைத்த நியான் கண்கள் அகலத் திறந்து ஒளியை உமிழ்கின்றன. கிழக்குத் துறைமுகத்துக்கு அப்பால், இயற்கை வாயு எரியும் பிரகாசத்தில் 'அரக்கர்களின் குகை' என்று சிறுவர்களால் அழைக்கப்படும் அந்த மலை ஒளிர்கின்றது. இரவு தொடங்கியதும் இருள் மறைவிடம் தேடி மறைந்துகொள்ளப் போராடுகிறது.

ஆகவே அதற்கான புகலிடம் என்பது மேற்கு இரயில்பாதையில் மாதுங்கா சாலை இரயில் நிலையத்தின் பாலத்திற்கடியில் அமைந்துள்ள கழிப்பறைதான் அது. அந்நிலைய அதிகாரிகள் அந்த இடத்திற்கு மின்விளக்கு அமைக்க எவ்வளவோ முயற்சித்திருக்கிறார்கள். ஆனால், அந்த மின்விளக்கை அடித்துச் சிதறவிட சிலருக்குச் சிறு கல் ஒன்று போதும். அந்த இடத்திற்கு விளக்கு போடுவதற்கான பரிசீலனைகள் நடைபெற்று, கோரிக்கைகள் ஏற்றுக்கொள்ளப்பட்டு, புது மின் விளக்குகள் வழங்கப்படும் முன் அந்தக் கழிப்பறையெங்கும் இருள் கவ்வியிருக்கும். அங்கு வரும் ஆண்களைத் தழுவி சுகம் பெறவும், இன்னொரு ஆணின் உடலை உரசுவதன் மூலம் கதகதப்பு அடைந்து, அதன்மூலம் வடிகால் தேடவும் வரும் ஆண்களுக்கு இந்த இருள் மிகுந்த பாதுகாப்பு அளிக்கிறது.

இரவு வேளைகளில் இருட்டுதான் வேட்டையாடுபவர்களுக்கு ஆதரவளிக்கிறது. இரயில் நிலைய நடைமேடையில் நடமாடுபவர்களின் கூட்டம் குறையத் தொடங்கினால் கூட வேட்டையாடுபவர்களுக்கு இரையாகப் போகும் ஆண்களைக் கண்டறிவது மிகவும் சிரமம். ஓர் அறிகுறி தென்படுகிறபோது அவன் புயலாகச் செயல்பட வேண்டும். வேட்டையாடுபவனுக்கு இரையாகப் போகும் ஆண் இன்னும் கழிப்பறைக்குச் செல்லாமலிருக்கலாம். அடுத்த இரயிலைப் பிடிப்பதற்காகக் காத்திருப்பவனைப் போல நடைமேடையில் நடமாடிக்கொண்டு பாசாங்கு செய்யலாம். ஏன், இரயிலைப் பிடித்து தாதர்வரை

சென்றுகூடத் திரும்பி வரலாம். ஆனால் அவன் அதிர்ஷ்டம் அந்த இடம் காலியாக இருக்க வேண்டும். இந்த நேரத்தில் கூட அதன் உள்ளே ஆண்கள் இருக்கலாம். ஆனால் அவர்களை மிரட்டிப் பணிய வைப்பது எளிதான விஷயமென்று வேட்டையாடுபவனுக்குத் தெரியும். இவன் செய்ய வேண்டியது வேறொன்றுமில்லை. அந்தக் கழிப்பறையின் இரு வழிகளில் ஒரு வழியில் போய் நின்றுகொண்டு, 'ஏய் இங்கே நின்றுகொண்டு என்ன செய்துகொண்டிருக்கிறீர்கள்?' என்று குரலை உயர்த்தி எவ்வளவு இழிவாகக் கத்த முடியுமோ அவ்வளவு இழிவாகக் கத்த வேண்டும். அந்த இருளில், என்ன செய்வது என்று அறியாது நிலவும் நிசப்தத்தில் இங்கே என்ன செய்து கொண்டிருக்கிறாய் என்று கேட்பதை யாரும் விரும்பமாட்டார்கள். இப்போது கழிப்பறை முற்றிலும் காலியாகிவிடும்.

அந்த வேட்டையாடுபவன் அங்கிருந்த தண்டவாளத்திற்கு அருகில் நகர்ந்து வந்து அவனுக்கே உரிய தனித்துவ வார்த்தைகளால் கத்தி அவர்களை அப்புறப்படுத்துவான். அதன்பிறகு மீண்டும் அவன் அந்த இடத்திற்குப் போய் அவனுக்குப் பழியாகப் போகிறவன் இவனைப் பார்க்கும் இடமாகப் பார்த்து நின்றுகொள்வான். இப்போது அவர்களது கண்கள் சந்தித்துக்கொள்கின்றன. ஒரு கணநேரத்தில் உண்டாகும் அந்த உணர்வு ஒளி அடுத்தவர் முகத்திலும் பற்றி எரியத் தொடங்குகிறது.

அவர்களை வேறு யாரேனும் பார்க்கிறார்களா என்று வேட்டையாடுபவன் சுற்றிலும் கவனித்துப் பார்க்கிறான். வயதான ஆண்கள் சிலர் அவனைத் தாபத்துடன் பார்க்கிறார்கள். அவன் கண்களை அகலத்திறந்து புருவங்களை உயர்த்திப் பார்க்கிறான். அவர்கள் சட்டென்று தங்கள் பார்வையை விலக்கிக் கொள்கிறார்கள்.

அவன் கண்களைத் திருப்பி மீண்டும் அந்த இளைஞனைப் பார்க்கிறான். கண்கள் சந்தித்துக்கொள்ளும் அந்தப் பார்வை உறுதியாகவும், உள் அர்த்தத்துடனும் தெளிவாகவும் இருக்கிறது.

சில நிமிடங்கள் கழித்து, அந்த ஆண் அதை நோக்கி நடந்து கொண்டிருக்கிறான். வேட்டையாடுபவன் அந்த ஆணைப் பின் தொடர்கிறான். அந்த நாற்றமெடுத்த கழிப்பறையைச் சூழ்ந்துள்ள இருள் வளையத்திற்குள் அந்த ஆண் அடியெடுத்து வைப்பதற்கு முன்பாகவே, அவன் எதிர்பார்த்த அந்தத் தருணம் வந்துவிட்டது என்று அவன் அறிந்து கொள்கிறான்.

★★★

1

அவர்களது படுக்கை அறையில் ஒரு மெல்லிய குயில் சத்தம் தொடர்ந்து ஒலித்துக்கொண்டிருந்தது. தூக்கத்திற்காக பீட்டர் புரண்டு புரண்டு படுத்துப் போராடிக்கொண்டிருந்தார். கடைசியில் அந்தக் குயில் சத்தம், தன்னுடைய அலைபேசிக்காக மில்லி தேர்ந்தெடுத்து வைத்திருக்கிற அழைப்புச் சத்தம் என்று பீட்டர் புரிந்துகொண்டார்.

அவர் தொடர்ந்து தூங்குவதற்கு முயற்சி எடுத்தார். 53 வயது நிரம்பிய அவருக்கு 'சிறுநீர் அவசரம்' விடியல் நேரம் வந்துவிட்டது என்பதைக் காட்டியது. மில்லி கைகளை நீட்டி அலைபேசியைத் தேடியபோது, பீட்டர் கட்டிலிலிருந்து நழுவி குளியலறையைத் திறந்தார். அவர் கண்களிலிருந்த தூக்கம் கொஞ்சம் கொஞ்சமாகக் கலைந்தது. அவர் திரும்பி வந்து படுத்தபோது தூக்கம் முற்றிலும் மறைந்தது.

"உங்கள் மகனிடம் நீங்கள் ஏதாவது சொல்லி இருக்க வேண்டும்" என்றாள் மில்லி.

"இப்போது அவன் என்ன செய்துவிட்டான்?" என்று கேட்ட பீட்டர், வீட்டிற்குள் அணியும் ஆடைகளைக் களைந்துவிட்டு, 'வாக்' போகும் போது அணியும் ஆடைகளுக்கு மாறினார்.

"நேற்றிரவு அவன் வீட்டிற்கு வரவில்லை. இப்போதும் அவன் வேறு எங்கோ கொஞ்சம் வெளியில் செல்வதாகச் சொல்கிறான்" என்று மில்லி தன்னுடைய அலைபேசியை அவன் முகத்திற்கெதிரே ஆட்டியவாறு கூறினாள்.

"அலைபேசியில் உன்னிடம் பேசினானா?"

"குறுஞ்செய்தி மட்டும் வந்தது" என்று முணுமுணுத்தாள்.

ஆமாம். அந்தக் குயில் சத்தம் குறுஞ்செய்தி வருவதற்கான சத்தம். வாத்து சத்தம்தான் அடுத்தவர் அழைக்கும் சத்தம். ஆரம்பத்தில் கொஞ்ச நாள் அது வேடிக்கையாக இருந்தது. பிறகு அது

எரிச்சலூட்டுவதாக மாறியது. இப்போது அதில் வேறொரு சத்தம் கேட்கிறது.

"இப்போதாவது உன்னிடம் சொன்னானே" என்று தன் தவப்புதல்வனுக்காக பீட்டர் வக்காலத்து வாங்கினார். சுனில் அடிக்கடி காணாமல் போகும் வரலாறுகள் எல்லாம் நிறைய உண்டு. இரகசியமான அந்தப் பயணங்கள் எல்லாம், டாடா நிறுவனச் சமூக அறிவியல் கல்வி தொடர்பான காரணங்களாகவே அதிகபட்சமாக அமையும். இப்படிப்பட்ட இந்த அறப் பயணங்கள், இயற்கைச் சீற்றத்தால் பாதிக்கப்பட்ட மக்களுக்காக உதவும் நிவாரண முகாம்கள் தொடங்கி, பட்டாம் பூச்சிகளின் கணக்கெடுப்பு வரை நீண்டுகொண்டே போகும்.

மில்லி தலையணையிலிருந்து தலையைத் தூக்கி அவரைப் பார்த்தாள்.

"அவன் கொஞ்சம் வெளியில் செல்வதாகச் சொன்னாயே, அதன் அர்த்தம் என்ன? அப்படியென்றால் அது சில மணி நேரங்களா? சில நாள்களா? அல்லது வாரக் கணக்கிலா? அதைச் சரியாகச் சொல்வதற்கு நீ அவனுக்குச் சொல்லிக் கொடுக்கக் கூடாதா?"

குடும்பத்தலைவன் என்ற நினைப்பில் "அவன் வீட்டிற்கு வருகிறபோது அவனோடு கொஞ்சம் பேச வேண்டும்" என்றார் பீட்டர்.

மில்லி தனது மறுப்பைக் காட்டிக்கொண்டாள். அவர் பல முறை இவ்வாறு செயல்படுவதை மில்லி கண்டிருக்கிறாள். ஆகவே இதை அவள் பெரிதாக எடுத்துக்கொள்ளவில்லை. அப்படியே அதை விட்டுவிட்டாள். அவர் காலையில் 'வாக்' போகும் சாக்கில் அங்கிருந்து நழுவினார்.

***

அந்த அதிகாலைக் காற்று அவர்களை உற்சாகத்தில் மிதக்க வைத்தது. அந்த அதிகாலை வேளையில் வெளியே நடந்து செல்லும் யாரேனும் ஒருவர், அந்த நாளின் உன்னதமான நேரம் இதுவே என்று உணர்ந்துகொள்வார்கள். கடற்காற்று அந்நகரைக் கடந்து சென்று அதற்கு இதமூட்டியது.

உடற்பயிற்சிக் கூடத்திற்கு பீட்டர் எவ்வளவுதான் பணம் செலுத்தினாலும், வாய்ப்பு கிடைக்கிறபோது சிவாஜி பூங்காவில் நடந்து செல்வதுதான் அவருக்கு உற்சாகத்தைத் தரும். அந்தத்

திறந்தவெளித் தென்றலும், பரந்து விரிந்து கிடக்கும் செம்மண்ணும், காலடித் தடமெங்கும் கொட்டிக் கிடக்கும் செண்பகப் பூக்களும், அந்தக் காலை வேளையில் அவரைச் சிலிர்க்க வைத்துவிடும். இந்த நேரத்தில் பூங்காவின் மையப் பகுதியில் கூட்ட நெரிசல் கொஞ்சம் குறைந்து காணப்படும். 'நாய்க்கு வேலையில்லை; உட்கார நேரமில்லை' என்பது போலச் சில நாய்கள் ஓடிக் கொண்டிருக்கும். சில வயோதிகர்கள் தங்களின் தேய்ந்த முட்டிகளுக்குப் பயிற்சி கொடுத்துக்கொண்டிருப்பார்கள். இன்னும் சிறிது நேரத்தில் நூற்றுக்கணக்கான கிரிக்கெட் போட்டிகள் இங்கே தொடங்கிவிடும். இங்கு பேஸ் பால் விளையாடும் வீரர்களுக்குக் குளிர்காலம் என்பது ஒரு பொருட்டே அல்ல. மராட்டியப் பழமைவாதிகளின் இதயம் போன்ற இந்த மையப் பகுதியான சிவாஜி பூங்கா இப்போது மெல்ல மெல்ல மாறிக்கொண்டிருந்தது.

தெற்குப் பகுதியில் நின்ற மரத்தில் கட்டப்பட்டிருந்த தேன் கூட்டிலிருந்து இரண்டு மலை வாழ் சிறுவர்கள் தேனைப் பிழிந்து ஒரு பாட்டிலில் நிரப்பிக்கொண்டிருந்தார்கள். ஒரு பாட்டில் நிறைய இருந்த தேனை, வெறும் நூறு ரூபாய்க்கு பீட்டரிடம் விற்றுவிட விரும்பினார்கள். பீட்டருக்கு அதை வாங்கிவிட வேண்டுமென்ற ஆவல் இருந்தது. ஆனாலும் அவரிடம் அப்போது பணம் இல்லை. அங்கு அவர் தொடர்ந்து நானா நனிப் பூங்காவைக் கடந்து நடந்தபோது, இதற்கு முன்பு அந்த இடத்தில் காலையில் எப்போதும் கூடும் நகைச்சுவை மன்றம் மட்டும் அங்கு இருந்தது. ஆனால் இப்போது அங்கு யாரும் இல்லை. அங்கிருந்த ஆசாமிகளால் அவர்கள் விரட்டியடிக்கப்பட்டிருக்கலாமோ என்று எண்ணினார்.

கேடல் சாலை வாகனங்களின் அலறல் சத்தம் விண்ணைக் கிழித்தது. ஆனால் ஆற்றுநீர் மாசுபடுத்தப்படுவதைப்போல இந்தச் சத்தம் அவ்வளவு மாசுபாடு இல்லை. பீட்டர் மேயர் பங்களாவைக் கடந்து நடந்தபோது ஒற்றைக் கண் நாய் ஒன்று அவரைப் பார்த்துக் கொட்டாவி விட்டது. சோர்வுற்றிருந்த அவருக்கும் அதைப் பார்த்துக் கொட்டாவி வந்தது.

இரண்டாவது சுற்று வாக் முடிந்தபோது, வீட்டிற்குத் திரும்ப வேண்டும் என்று களைப்படைந்த கால்கள் அவருக்கு அறிவுறுத்தின. வயிறு காலியாகிவிட்டதால், ஒரு வாழைப்பழத்தை விழுங்கினால் நன்றாக இருக்கும் என்று அவர் எண்ணினார். அதனால் வீட்டிற்கு விரைந்தார்.

அவர் வீட்டிற்குள் நுழைந்தபோது, அன்றைய தினத்திற்குரிய கலகக் குரல் எதுவுமே கேட்காமல் வீடு அமைதியாக இருந்தது.

சாப்பாட்டு மேஜையில் மில்லி அமர்ந்திருந்தாள். செய்தித்தாளை வாசித்துக் கொண்டிருந்த அவள், அப்படியே அவரை நிமிர்ந்து பார்த்தாள். அவளது முகம் கோபத்தால் கொப்பளித்தது.

"இதற்காகத்தான் நீங்கள் அவனைச் சமூக சேவைக்கு அனுப்பி வைத்தீர்களா?"

வழக்கத்திற்கு மாறாக, பீட்டருக்கு மன்னிப்புக் கோர வேண்டும் போல் இருந்தது. ஏதோ சில காரணங்களை முன்னிட்டு சுனிலுடைய தவறுகள் பெரிதாக எடுத்துக்கொள்ளப்படவில்லை. வழக்கம்போல இந்தத் தடவையும் பீட்டர் தன்னை நியாயப்படுத்திக்கொண்டார். "நான் அவனை எங்கும் அனுப்பவில்லை. அவனாகத்தான் எங்கோ சென்றிருக்கிறான்" என்றார். தன்னுடைய நியாயமான கருத்தை எடுத்துரைக்க பீட்டரை அனுமதிக்க வேண்டுமென்பது மில்லியின் குரலில் எதிரொலித்தது. இப்போது மேஜையின் மீது கிடந்த மாலை மலரை அவருக்கு முன்பாகத் தூக்கிப்போட்டாள். அதை எடுத்து அவர் புரட்டிப் பார்த்தார். அதில் தன் மகன் ஒரு திருநங்கையோடு கை கோர்த்து நிற்பதையும், இன்னொரு பக்கம் ஒரு தடியனோடு சேர்ந்து நிற்பதையும் புகைப்படமாக வெளியிட்டிருப்பதைக் கண்டார். அந்தத் தடியன் அணிந்திருந்த பனியனில் "தன்பாலினச் சேர்க்கையாளன் என்பதில் பெருமைப்படுகிறேன்" என்ற வாசகம் பொறிக்கப்பட்டிருந்தது. சுனில் கழுத்தைச் சுற்றி வானவில் கோடு போட்ட கைக்குட்டையைக் கட்டியிருந்தான். அந்தத் திருநங்கை நீல நிறத்தில் வெள்ளி ஜரிகை கலந்த புடவையை அணிந்திருந்தாள்.

"இதில் ஒன்றுமில்லையே..." என்று பீட்டர் தொடங்கினார்.

"கீழே உள்ள விஷயத்தை வாசித்துப் பாருங்கள்" என்று வெடித்தாள் மில்லி.

அதில் காணப்பட்ட செய்தி:

இந்தியத் தண்டனைச் சட்டப் பிரிவு 377-இன்படி, டெல்லி உயர் நீதிமன்றம் அளித்த தீர்ப்புக்கு எதிராக நேற்று உச்ச நீதிமன்றம் அளித்த தீர்ப்பைக் கண்டித்து, தன்பாலினச் சேர்க்கைப் போராளி சுனில் பெர்னாண்டஸ் என்பவர் மகேஸ்வரி உதயன் என்னுமிடத்தில் போராட்டம் நடத்தினார்.

“எனக்குத் தெரியாது” என்று சொல்ல வந்த பீட்டரால் அதற்கு மேல் அந்த வாக்கியத்தை நிறைவு செய்ய முடியவில்லை.

இதை ஜீரணித்துக்கொள்ள முடியாத பீட்டர், வழக்கமாக கழிப்பறைக்குள் எடுத்துச் செல்லும் கவிதைப் புத்தகத்தை எடுக்காமல் அந்தச் செய்தித்தாளை எடுத்துக்கொண்டு கழிப்பறைக்குள் நுழைந்தார்.

தன்பாலினச் சேர்க்கை செயல்பாட்டாளர் சுனில் பெர்ணாண்டஸ்.

‘தன்பாலின சேர்க்கையாளன்’ என்பது அவரது மகன் ஈடுபட்டுள்ள செயல்பாட்டைக் குறிக்கும் சொல். வேறு வகையில் குறிக்கும் என்றால் அது அவனது...

அவரது மனநிலை “இல்லை. என் மகன் சுனில் இல்லை” என்று கூறியது.

செய்தித்தாளில் ஏதேனும் விபரங்கள் தென்படுகிறதா என்று தேடிப் பார்த்தார். அப்படி ஏதும் காணப்படவில்லை. இப்பொழுதெல்லாம் ஒரு சிறிய படத்தை வைத்துக்கொண்டு ஒரு பெரிய கதையைக் கட்டிவிடுகிறார்கள். இந்திய குற்றப் பிரிவு 377-இன் கீழ், ஒத்த இணக்கம் கொண்ட இளைஞர்களிடையே ஏற்படும் தன்பாலினச் சேர்க்கையில் குற்றம் சுமத்தப்பட்டவர்கள் தவறாகப் பார்க்கப்படவில்லை. நான்கு ஆண்டுகள் கழித்து, தன்பாலினச் சேர்க்கையாளர்களின் சந்தோஷத்தைப் பறிக்க வந்த இந்திய உச்ச நீதிமன்றம் வடகொரியா, ஈராக், சிரியா போன்ற நாடுகளில் உள்ளதைப் போல மீண்டும் தன்பாலினச் சேர்க்கையைத் தண்டனைக்குரிய குற்றமாக ஆக்கிவிட்டது. இதனால் நாட்டின் பல இடங்களில் இச்சட்டத்தை எதிர்த்துக் கிளர்ச்சி செய்யப்பட்டது.

வெளிப்படையாகப் பார்க்கப் போனால், ஒருமைப்பாட்டை நிலை நிறுத்த வேண்டுமென்ற நோக்கத்தில்தான் சுனில் இந்தக் கிளர்ச்சியில் ஈடுபட்டான். அவன் செய்ய வேண்டிய ஒரு செயல்பாடுதான் இது. அவன் செய்தே ஆகவேண்டிய ஒரு செயல்பாடுதான் இது.

சாப்பாட்டு மேஜைக்கு வந்தபோதுகூட பீட்டர் அதையே அசைபோட்டுக் கொண்டிருந்தார். ஏதோ ஓர் எந்திரம் போலச் சாப்பாட்டில் அமர்ந்தார். அவர் சாப்பாடு முடிந்து எழுந்து சென்றபிறகும் மில்லி அப்படியே அமர்ந்திருந்தாள். பீட்டர்

திரும்பிவந்து அவளைப் பார்த்தபோதுதான் அவளும் அவரை நிமிர்ந்து பார்த்தாள். அவரிடம் ஏதோ சொல்ல வேண்டுமென்று அவருக்காகக் காத்துக்கொண்டிருந்தாள். பீட்டர் எல்லாவற்றையும் சரிசெய்து கொடுத்துவிடுவார் என்று மில்லி நம்பினாள்.

"எங்கோ தவறு நடந்திருக்க வேண்டும். மரண தண்டனையை எதிர்த்துப் போராடத்தான் அவன் சென்றான். போராட்டத்திற்குத்தான் சென்றானே தவிர, அவன் கொலைக் குற்றவாளி இல்லையே."

மில்லி அவரிடமிருந்த செய்தித்தாளை வாங்கி மீண்டும் ஒருமுறை வாசித்துப் பார்த்தாள். அதை ஏற்க முடியாமல் தலையாட்டினாள்.

"அதற்கு இதுவா வழி" என்று சொல்லிவிட்டுச் சமையற்கட்டுக்குள் புகுந்தாள்.

இதுவா வழியா? அவள் என்ன சொல்கிறாள்? அவனது சிற்றின்பத் தவறை இந்த வகையில் அவர்களுக்கு வெளிப்படுத்தியிருக்கக் கூடாது என்கிறாளா? மீண்டும் பீட்டரின் எண்ணங்களில் தோன்றியது. "இல்லை, சுனில் இல்லை."

அவரது எண்ணம் இப்போது மாறியது: ஏன் சுனிலாக இருக்கக் கூடாது? இந்தப் பல்லவியையே அவர் திரும்பத் திரும்பப் பாடிக் கொண்டிருந்தார். பிறகு அந்த எண்ணத்தை நிதானப்படுத்திவிட்டு செய்தித்தாளை வாசித்துப் பார்க்கத் தொடங்கினார்.

தன்பாலினச் சேர்க்கைப் போராளி சுனில் பெர்ணான்டஸ்...

உண்மையாகவே இதன் பொருள் என்னவாக இருக்கும்? இதில் என்ன செய்ய வேண்டும் என்றால், சுனிலை அழைத்துப் பேசி உண்மையைக் கண்டறிய வேண்டும்.

மகனின் அலைபேசி எண்களைச் சுழற்றினார்.

பதிவு செய்யப்பட்ட பெண் குரல் ஒன்று தொடர்பு எல்லைக்கு அப்பால் இருப்பதாகக் கூறியது. அந்தக் குரல் அதே தகவலை மறுபடியும் கூறத் தொடங்கியபோது அலைபேசியை அணைத்துவிட்டு, முடிவு ஒன்றை மேற்கொண்டார்.

நேரில் சந்திக்க வேண்டும். அதுபற்றி யோசிக்க வேண்டும்.

தன்பாலினச் சேர்க்கையாளன்.

இந்த விபரம் மட்டுமே அவரது மூளைக்குள் ஓடிக்கொண்டிருந்தது. 'சுனில் ஒரு தன்பாலினச் சேர்க்கையாளன்.' அந்த வார்த்தை அவருக்கு அனர்த்தமாகப்பட்டது. அந்த வார்த்தையில் அவருக்கு இணக்கமே ஏற்படவில்லை. அவரது காதுகள் பிடுங்கப்பட்டு, கண்கள் பறிக்கப்பட்டு ஒரு நீர்க்குமிழுக்குள் அடைக்கப்பட்டது போல உணர்ந்தார்.

மீண்டும் மீண்டும் சொல்லிப் பார்த்துக்கொண்டார்: என் மகன் ஒரு தன்பாலினச் சேர்க்கையாளன். ஆனால் மீண்டும் அங்கே உணர்ச்சிப் பூர்வமான எதிர்வினை எதுவும் ஏற்படவில்லை. அதற்கு அவர் 'ஆகாயம் நீல நிறத்தில் உள்ளது' என்றும் அவர் சொல்லியிருக்க வேண்டும். இருப்பினும் அன்றைய தினம் முற்றிலும் முரண்பட்டுவிட்டது. சுற்றிலும் காணப்படும் காட்சி, கையில் உள்ள பெரிய கைக்குட்டைத் துணி, அவரது மகனின் நோக்கு, சுவாசப் பைகளுக்கு மேல் அமைந்துள்ள தோற்பட்டைகளில் பத்திரிகைச் செய்திகள் உண்டாக்கிய வலி என எல்லாமே முரண்பட்டவைதான். ஆக, முரண்பாட்டை ஏற்படுத்தியது அந்த நாள் அல்ல; முரண்பட்டது நீதான் என்று தனக்குள்ளே சொல்லிக் கொண்டார்.

மீண்டும் அவர் சுனில் எண்ணைத் தொடர்பு கொண்டபோது, அது பழைய பல்லவியையே பாடியது.

மில்லி சமையல் அறையை விட்டு வெளியே வந்தாள். அவள் முகத்திலிருந்து எந்தச் சலனத்தையும் காட்டிக்கொண்டு விடக்கூடாது என்று தன் முகத்தை இறுக்கமாக வைத்துக் கொண்டாள். பீட்டரால் அதைப் பார்க்கமுடியவில்லை. அவள் அருகில் சென்று பீட்டர் அவளை மெல்லக் கட்டி அணைத்தார். வழக்கம் போல முதலில் அவரைத் தடுத்து விட்டு, பின் அவரது கரங்களுக்குள் அடைக்கலம் ஆனாள். அவரது கரங்களிலிருந்து விடுபட்ட அவள் ஓ வென்று சத்தமாக அழத் தொடங்கினாள். அவள் உடல் நடுங்கியது. அவருக்கும் அழ வேண்டும் போல இருந்தது. அடுத்து என்ன செய்ய வேண்டும், என்ன சொல்ல வேண்டும் என்பதறியாது இருவரும் விழிகள் பிதுங்கிப் போய் நின்றார்கள்.

என் மகன் ஒரு தன்பாலினச் சேர்க்கையாளன். என் மனைவி அந்த வேதனையில் பித்துப் பிடித்தவள் போல புலம்புகிறாள். நானும் செய்வதறியாது கையைப் பிசைந்துகொண்டு நிற்கிறேன். என் மனைவி புலம்புவதால் நானும் புலம்புகிறேனா? அல்லது என்

மகன் தன்பாலினச் சேர்க்கையாளன் ஆகிவிட்டானே என்கிற வேதனையில் நான் புலம்புகிறேனா?

தன்பாலினச் சேர்க்கையாளர்களுடன் பீட்டர் பணியாற்றி இருக்கிறார். ஒருபோதும் அவர்கள் மீது அவர் வெறுப்பு கொண்டதில்லை. அவர்களில் சிலர் மொடாக் குடிகாரர்கள் என்றும், ஆபாசமான தகவல்களைப் பரப்புபவர்கள் என்றும் கேள்விப்பட்டிருக்கிறார். மேலும் சிலர் கூடாரம் அடித்துத் தங்குவார்கள். சிறுமிகள் சிறுநீர் கழிக்கப் போவதைப் பின்னாடியே சென்றவாறு பார்ப்பதாகவும் பேசிக்கொள்வார்கள். அரசியல் கொள்கைகள் பற்றிப் பேசுவார்கள், கண்ட கண்ட நிறங்களில் வரி வரியாக உடைகளை அணிந்துகொண்டு வரும் நபர்கள் அவர்கள். பீட்டருக்கு அவர்களில் சிலரைப் பிடிக்கும். சிலரைப் பிடிக்காது. அவர்கள் மீது அவருக்கு ஓர் ஈடுபாடு இல்லாவிட்டாலும், வெறுப்பு எப்போதுமே கொண்டதில்லை.

வீட்டில் அணிந்துகொள்ளும் ஆடையின் சட்டைப் பையிலிருந்த கைக்குட்டையை வெளியே எடுத்து அதை உதறினாள்.

“கொஞ்சம் தேநீர் அருந்திவிட்டு யோசிக்கலாமா?” என்று பீட்டர் கேட்டார்.

“உங்களுக்கு வேண்டுமானால் போட்டுக் குடியுங்கள்.”

“உனக்குத் தேனீர் வேண்டாமா?”

“வேண்டாம். தேனீர் குடித்து என்ன ஆகப் போகிறது? அவனுடைய ஒட்டு மொத்த வாழ்க்கையே...” என்று தொடங்கிய அவளால் அதை முடிக்க முடியவில்லை. எனவே அவள் மீண்டும் சொல்லத் தொடங்கினாள். “நான் என்னதான் நினைத்தேன் என்றால்...” இதையும் அவளால் முடிக்க இயலவில்லை. “நாம் என்ன செய்து...” அதற்கு மேல் அங்கே வார்த்தைகள் வரவில்லை. சரியான எண்ணங்கள் கூட எழவில்லை.

“நான் தேனீர் போட்டுக்கொள்ளப் போகிறேன்” என்று பீட்டர் எழுந்தார்.

“வேண்டாம், வேண்டாம். நீங்கள் வேண்டாம். நீங்கள் சூப் தயாரித்து விட்டுத் தேனீர் என்று சொல்வீர்கள். நீங்கள் உட்காருங்கள். நான் போட்டுத் தருகிறேன். இது எப்போதும் நடக்கிறதுதானே.”

இது பழகிப்போன சண்டை. அவளைத் தொடர்ந்து சமையல் அறைக்குச் சென்ற அவர் சப்பாட்டு மேசையில் அமர்ந்தார்.

"இங்கே பார், மில்லி..."

"அந்தத் தோரணையில் எல்லாம் பேசாதீர்கள்" என்று அவர் மீது சீறிப் பாய்ந்தாள்.

"எந்தத் தோரணையில்?"

"நான் ஏதோ குழந்தை மாதிரியும், நீங்கள் ஏதோ வாத்தியார் மாதிரியும் பீற்றிக்கொள்ள வேண்டாம்."

"சரி. அவன் அப்படி... அந்த மாதிரி இல்லை."

"இங்கே பாருங்கள். அதை நீங்கள் சொல்லக் கூட முடியாது."

"சரி. அவனை நான் தன்பாலினச் சேர்க்கையாளன் என்று கருதவில்லை. அந்த இலட்சியத்திற்காகப் போராடுகிறான் என்று நினைக்கிறேன்."

"அவன் போராடுவதற்கு இதுதான் கிடைத்ததா?"

"ஆம். அசிங்கமாகத்தான் இருக்கிறது."

"எப்படிச் சொல்கிறீர்கள்?"

பீட்டர் அமைதியில் ஆழ்ந்தார். தன்பாலினச் சேர்க்கையாளனாக இருப்பது மிகவும் கேவலமான விஷயம் என்று இதற்கு முன்பு பேசியிருக்கிறார். பாத்திரத்தில் வெந்நீரை ஊற்றி, மில்லி நன்கு கழுவி அதை அலசி ஊற்றினாள். இரசவாதம் செய்யப் போவது போல அளவோடு தேநீர் இலைகளைக் கிள்ளிப்போட்டுத் தேநீரைக் கொதிக்க வைத்தாள். அந்தத் திடுக்கிடும் செய்தியிலிருந்து அவள் மனநிலையை மாற்ற வேண்டும் என்பதை பீட்டர் கண்டுகொண்டார்.

இருவரும் அருகருகே அமர்ந்துகொண்டு தேநீரை உறிஞ்சிக் குடித்துக்கொண்டிருந்த போது மில்லி திடீரென்று! "நான் பாட்டியாக வேண்டும்" என்று ஒரு குண்டைத் தூக்கிப்போட்டாள்.

'அப்படியே ஆகட்டும்' என்று சொல்ல நினைத்தார். ஏனென்றால், அவளை அவர் மிகவும் நேசித்தார். அந்த எண்ணம் அவரை ஆச்சரியத்தில் ஆழ்த்தியது. அவள் சொன்னதை மீண்டும் அவர் உறுதிப்படுத்திக்கொள்ள விரும்பினார். ஆனால் அவரால் அப்படிக் கேட்க முடியவில்லை.

"இங்கே பாருங்கள் பீட்டர், சில நேரங்களில், அதாவது சில நேரங்களில் ஒரு விஷயம் உண்மை இல்லை என்றால்கூட அதை ஆறுதலாகச் சொல்லி ஆற்றுப்படுத்த முடியும் என்பது உங்களுக்குத் தெரியும்தானே" என்றாள் மில்லி.

"ஆனால் இதை எப்படிக் கையாள்வது என்று எனக்குத் தெரியவில்லையே" என்றார்.

"முடியும். மிக எளிதாக முடியும். ஒரே ஒரு பொய் - ஒரே ஒரு பொய்."

அவர் ஒரு புன்னகையைச் சிந்தினார். இருவரும் இன்னும் கொஞ்சம் தேநீரை உறிஞ்சினார்கள். யுன்னன் நகரத்துத் தேநீரை ருசித்தார்கள். ஆனால் அதன்பிறகு அது ருசிக்கவில்லை.

"அவனிடம் பேசிப் பாருங்கள். அவன் உங்கள் பையன்" என்றாள் மில்லி.

"நான் பேச வேண்டுமா? நீ பேசக் கூடாதா? உனக்கும் அவன் மகன்தானே?" என்று சொல்ல வந்தவர், சொல்லாமல் நிறுத்திக் கொண்டார். ஆண் இனத்திற்கென்று ஒரு தனித்துவம் உண்டு. அந்தத் தனித்துவங்களில் ஒன்று, எந்த மாதிரியான முட்டுக்கட்டையாக அது இருந்தாலும், நாம் அதை முதலில் சீர்திருத்த வேண்டும். அல்லது அந்தச் சீர்திருத்தம் செய்யக்கூடிய நபரைக் கண்டறிய வேண்டும். கால, நேரம் மட்டுமே அதைச் சீர்திருத்தம் செய்யக் கூடியது. மீண்டும் சுனிலை அலைபேசியில் அழைத்தார். அதே கீச்சுக் குரல்தான் தன் இயலாமைக்கு வருத்தம் தெரிவித்தது.

"சுனில் அலைபேசியை அணைத்துவைத்துள்ளான்" என்றார்.

"அது ஒன்றும் ஆச்சரியம் இல்லையே" என்று புலம்பிவிட்டுத் தேநீரைக் கொஞ்சம் உறிஞ்சினாள். பிறகு அவள், "என்ன சொல்லப் போகிறீர்கள்?" என்று கேட்டாள்.

"ஒன்றும் புரியவில்லையே?"

"பிறகு ஏன் பேசுகிறீர்கள்?"

பீட்டர் முகம் சுளித்தார். மில்லி மூச்சை இழுத்து விட்டாள்.

அலைபேசி மணி ஒலித்தது. ஜெண்டே பேசினார்.

"வருகிறேன்" என்றார் இவர்.

***

ஒரு பத்திரிகை நிறுவனத்திலிருந்து பீட்டர் காலா காலத்தில் விருப்ப ஓய்வு பெற்றுக்கொண்டார். அந்நிறுவனத்திற்கும், தொழிற் சங்கத்திற்கு உட்பட்ட பணியாளர்களுக்கும் ஒத்து வரவில்லை. அதனால், விருப்ப ஓய்வு மூலம் பெற்ற ஒரு கணிசமான தொகையை அரைகுறை மனதுடன் பெற்றுக்கொண்ட பீட்டர், அந்தத் தொகையிலிருந்து கிடைக்கும் வட்டியைக் கொண்டு வாழ்க்கையை நடத்தி வருகிறார். உடல் பருமனைக் குறைப்பதற்கு பீட்டர் ஓர் உடற்பயிற்சிக் கூடத்திற்குச் செல்வதை வழக்கமாகக் கொண்டிருந்தார். ஓய்வுபெற்ற சில மாதங்கள் கழித்து, ஒரு நாள் உடற்பயிற்சிக் கூடத்தில் சிவா என்னும் பள்ளித் தோழர் ஒருவரைத் தற்செயலாகச் சந்தித்தார். இப்பொழுது அவர் ஜெண்டே என்னும் பெயரில் மாஹிம் நகர் காவல்நிலையத்தில் இன்ஸ்பெக்டராகப் பணியாற்றி வருகிறார். இந்தச் சமயத்தில் அந்த உடற்பயிற்சிக் கூடத்தில் ஒரு கொலை நடந்ததாகச் செய்தி வருகிறது. அவர் வாழ்ந்த காலம் வேறு; இந்தக் காலம் வேறு. இந்தக் கால விநோதம் எதுவென்றால், சட்டத்தைப் போற்றி மதிக்கும் ஒரு நேர்மையான குடிமகன் குற்றவாளியாகத் தண்டிக்கப்படுவதுதான். முன்பின் தெரியாத நேர்மையான மனிதர்களோடு உரையாடுவது பீட்டருக்கு எளிதான காரியமாக இருந்ததாலும், ஜெண்டே என்பவருக்குக் காவல்துறை நபர்களைவிட பீட்டரின் தோழமை கூடுதலாக இருந்ததாலும், சின்னச் சின்னத் துப்புத்துலங்கல்களில் பீட்டரையும் ஜெண்டே ஈடுபடுத்திக்கொண்டார்.

ஜெண்டேயின் குரலில் கண்ட தொனியை வைத்துப் பார்த்தபோது இது ஒரு கொலை என்று பீட்டர் புரிந்துகொண்டார்.

வீட்டை விட்டு வெளியே செல்ல ஓர் அருமையான வாய்ப்பு கிடைத்த மகிழ்ச்சியில் "எங்கே" என்று கேட்டார்.

"மாதுங்கா சாலை காவல் நிலைய பாலத்தில்."

பீட்டர் நாற்காலியை விட்டு எழுந்தார்.

"இப்பொழுது எங்கே கிளம்பிவிட்டீர்கள்?" என்று மில்லி இடை மறித்துக் கேட்டாள்.

"சிவா வரச் சொல்லி இருக்கிறார்."

"ஓ! அப்படியானால், போய்த்தான் ஆக வேண்டும்."

பீட்டருக்கு ஜெண்டேயுடன் உண்டான தோழமை, தனக்குத் திருப்தியளிக்கிறதா என்பதை மில்லியால் தெளிவுபடுத்திக்

கொள்ள முடியவில்லை. ஆனால் ஒரு மனிதனுக்கு இன்னொரு நபரோடு சேர்ந்து வீட்டை விட்டு வெளியே செல்வதில் ஒரு மகிழ்ச்சி உண்டு என்பதை மில்லி தெரிந்து வைத்திருந்தாள். இருப்பினும் காவல் துறையினரோடு நட்பு வைத்திருப்பது வாழ்க்கைக்கு மிக முக்கியமானது.

"நான் அவரிடம் சொல்லி..."

"வேண்டாம். வேண்டாம். நீங்கள் சென்று வாருங்கள்" என்றாள் அவள்.

அவள் பெருமூச்சு விட்டாள். அது கோபத்தால் விடப்பட்ட பெருமூச்சு அல்ல; கணவனோடு காதல் வயப்பட்ட ஓர் இளம் மனைவியின் பெருமூச்சு; அதுவும் தத்துவ இயலைப் பாடமாக எடுத்துப் படித்த இளம் மனைவியின் பெருமூச்சு. அவள் அந்தப் பாடத்தை ஆத்திரத்துடன் படித்தாள். ஏனென்றால், மில்லி மிகவும் நேசித்த சிந்தனையாளர்கள் பலர், அவள் விரும்பிய தெய்வத்திற்கான வழிகாட்டல் முறையில் அவர்கள் தவறிவிட்டார்கள். திருப்பலிக்குச் சென்றுகொண்டிருக்கும் நீ எப்படி நீட்ஷேவின் படைப்புகளை வாசிக்கப் போகிறாய் என்று பீட்டர் கேட்டார். அவளோ, "பல்கலைக்கழகத்திற்குரியதை பல்கலைக்கழகத்திற்கும், கடவுளுக்குரியதைக் கடவுளுக்கும் கொடுங்கள்" என்று கூறினாள்.

அப்போது அது சிரிப்பதற்குரிய விஷயமாக இருந்ததால், அவர் சிரித்தார். ஒரு பல்கலைக்கழக வளாகத்தில் உள்ள திண்டு ஒன்றில், எடுப்பான உடையை அணிந்துகொண்டு வந்திருந்த அந்த அழகான பெண், குழந்தை ஏசு ஆலய மன்றாட்டு முடிந்து, நாசிக் என்னுமிடத்திலிருந்து வாங்கி வந்திருந்த திராட்சைப் பழத்தைத் தன்னோடு அமர்ந்து தின்றுகொண்டிருக்கும் வேளையில், அவள் பேசுவதை ரசிக்காமல் என்ன செய்ய முடியும்?

ஒருவேளை அவளுக்கு யோசிக்க நேரம் தேவைப்பட்டிருக்கலாம். அல்லது இன்னும் கொஞ்சம் அழுவதற்கு நேரம் தேவைப்பட்டிருக்கலாம். அவருக்கும் அதேபோன்று அந்த நேரம் தேவைப்பட்டிருக்கலாம். ஆனால் அவரைத் திசை திருப்புவதற்கு ஜெண்டே எதை வைத்திருக்கிறாரோ.

2

மாதுங்கா இரயில் நிலையத்திற்குச் செல்லும் சாலை வழியாக பீட்டர் மெதுவாக நடந்துகொண்டிருந்தார். அவர் பணியாற்றிய அச்சு ஊடக அலுவலகத்திற்கு அந்த வழியாகத்தான் எப்போதும் செல்வார். பணி ஓய்விற்குப் பிறகு எப்போதாவதுதான் இந்தப் பாதை வழியாக வருவார். ஏனென்றால், இங்கு காற்றில் கலந்து வரும் நறுமணம் அவரை மிகவும் ஈர்க்கும். மங்களூர் கடையிலிருந்து வரும் கரும்பு வெல்லம் வாசனையும், முந்திரிக் கொட்டை வறுவல் வாசனையும் அவருக்குப் பிடிக்கும். பீஹார் வியாபாரி பலாப்பழத்தை வெட்டிப் பிளந்து வைத்திருக்கும்போது உண்டாகும் நறுமணம் நன்றாக இருக்கும். சப்த கோடீஸ்வரர் கோயிலிலிருந்து நைவேத்தியப் பொருள்களின் வாசனையும், மரிக்கொழுந்து வாசனையும், மூக்கைத் துளைக்கும். கௌரி என்று அழைக்கப்படும் பசு ஒன்று கோவிலுக்கு வெளிய கட்டப்பட்டிருக்கும்.

கௌரியைத் தடவிக் கொடுப்பதற்காக அதனருகே கொஞ்ச நேரம் நிற்பார். அதைச் சுற்றிச் சுற்றி வருவார். அவ்வாறு செய்து அந்தப் பசுவின் இணக்கத்தைப் பெற முயற்சிப்பார். ஆனால் அவர் அங்கிருந்து இப்போது கிளம்ப வேண்டுமே. சிவா அவருக்காகக் காத்துக்கொண்டிருப்பாரே.

சிவா இவரை ஏன் அழைத்திருக்கிறார்? இவர் ஏன் போக வேண்டும்? யாருமே காவல்துறை விவகாரங்களோடு தொடர்பு வைத்துக் கொள்ள விரும்பமாட்டார்கள். அது ஏன் என்று இவருக்கு நன்றாகத் தெரியும். அவர்களோடு கொஞ்சம் நெருக்கமான தொடர்பையும் ஏற்படுத்திக்கொண்டு பார்த்தால், அந்தத் தொடர்பு உங்களைக் கொண்டு போய் சாட்சிக் கூண்டில் நிறுத்திவிடும். அல்லது வேறு ஏதாவது ஒரு பேராபத்தில் தள்ளிவிடும். நான் இப்போது கொஞ்சம் அவசரமான வேலையில் ஈடுபட்டிருக்கிறேனே என்று சாதுரியமாக இவர் சிவாவிடம் சொல்லியிருக்க வேண்டாமா? அப்படிச் சொல்லியிருந்தால் என்ன நடந்திருக்கும்? "நீ எப்போது வேண்டுமானாலும் கிளம்பிப் போகலாம். இது உன் பணி அல்ல; அல்லது உன் வாழ்வாதாரமும்

அல்ல" என்று அவரே சுதந்திர உணர்வோடு, அவருக்குச் சொல்லிக்கொண்டார்.

ஒருவேளை, அதனால்தான் இவர் சிவாவின் அழைப்பிற்கு ஓடோடி வந்தாரா? இல்லையென்றால், மறுத்திருக்கக் கூடுமா?

திடீரென்று ஒரு வாகனச் சத்தம் அவருக்கு அருகே அலறியது. காலை வேளையிலும், வாகன நெரிசல் ஏற்படாத நேரத்தில் கூட சில வாகன ஓட்டுநர்களுக்கு ஒலி எழுப்ப வேண்டுமென்ற உந்துதல் ஏற்படும். கோபி டேங் சாலையும், கட்டாரியா மார்க் சாலையும் சந்திக்கும் இடத்தில் தான் இருப்பதாக பீட்டர் உணர்ந்துகொண்டார். அவர் சிறுவனாக இருந்தபோது, இங்குள்ள மண் மாலாதேவி கோயிலிலுள்ள கிணற்றின் சுவரில் தொங்கி விளையாடிக்கொண்டும், கிணற்றின் ஆழத்தை எட்டிப் பார்த்துக்கொண்டும், ஒன்றிரண்டு ஆமைகள் கிணற்றில் மூழ்கி விளையாடுவதையும், அதில் விழும் ஆல இலைகளையும், மா இலைகளையும் பீட்டர் பல மணி நேரம் பார்த்துக் கொண்டிருந்திருக்கிறார். ரயில் பாதையும் தார்ச்சாலையும் சந்திக்கும் இடத்தில் ஒரு லெவல் கிராஸிங் இருந்திருக்க வேண்டும். ஆனால் அவருக்கு அது இப்போது நினைவுக்கு வரவில்லை. அந்த இடத்தில் இரயில் தடத்தின் குறுக்கே இப்போது ஒரு மேம்பாலம் கட்டப்பட்டுள்ளது.

அந்த நடைபாலத்தின் மத்தியில் வியாபாரிகளின் கூட்டம் நெருக்கடியாக இருந்தது. பீட்டர் எங்கே செல்ல வேண்டும் என்று அங்கே நின்று கவனித்தார். பாலத்தின் கீழே ஏராளமான காவல் துறையினர் நின்று கொண்டிருப்பதைக் கண்டார். ஒரு நுழைவுச் சீட்டு வாங்கிக்கொள்ள வேண்டுமென்று எண்ணினார். காவல்துறை பணித்த வேலையின் நிமித்தமாகத்தானே வந்திருக்கிறேன் என்று நுழைவுச் சீட்டு வாங்கும் முடிவை மாற்றிக்கொண்டார். மேம்பாலத்திலிருந்து கீழே இறங்கும் சாய்தளத்தின் அடியில் காவல்துறை ஆய்வாளர் ஜெண்டே நின்று கொண்டிருப்பதை பீட்டர் பார்த்துவிட்டார்.

"பீட்டரோ" என்று அழைத்தார் ஜெண்டே. பீட்டரை அவர் அப்படித்தான் வரவேற்பது வழக்கம்.

"ஓ! நீங்கள் இங்கேதான் இருக்கிறீர்களா?"

அங்கே ஒரு கருப்பு மேலாடை அணிந்த இரயில்வே அதிகாரி ஒருவர், சமாளிக்க முடியாத சூழலில் மனிதர்கள் அவசரம்

காட்டுவது போல, அவர் அவசரமாக ஏதோ சொல்லிக் கொண்டிருந்தார்.

"இந்த நடைமேடையின் தெற்குக் கடைசியில் பெண்கள் வசதிக்காக ஒரு கழிப்பறையும், ஆண்கள் வசதிக்காக ஒரு கழிப்பறையும் கட்டப்பட்டுள்ளன. ஆண்கள் வசதிக்காக ஒரு சிறுநீர்ப் பிறையும் கட்டப்பட்டுள்ளது" என்று அந்த அதிகாரி ஆங்கிலத்திலும், மராத்தியிலும் மாறி மாறிச் சொல்லிக்கொண்டிருந்தார்.

இந்தத் தகவலை ஜெண்டே கவனமுடன் கேட்டுக்கொண்டே வந்தார். "இதுவும் இரவெல்லாம் பயன்பாட்டில்தான் இருக்குமா?"

"ஆமாம். திறந்தும் இருக்கும்; மூடியும் இருக்கும்."

ஜெண்டே புருவத்தை உயர்த்திப் பார்த்தார்.

"அப்படியென்றால், பூட்டு திறப்போடு கூடிய கதவு போடப்பட்டு பூட்டப்பட்டிருக்கும். ஆனால் எப்போதும் அப்படி பூட்டப்பட்டிருக்காது. நேற்றிரவு பூட்டப்படவில்லை."

"அங்கு சடலம் ஏதும் கிடந்ததா?"

அங்கே எங்கோ ஒரு சடலம் கிடந்தது, இரயில் நிலையக் கடைசியில் பாலத்தின் அடியிலுள்ள கழிப்பறையில் கிடந்திருக்கலாம். பீட்டர் இந்தக் கழிப்பறையை இரண்டு முறை பயன்படுத்தியிருக்கிறார். அதுவும் வீடு செல்லும்வரை அவசரம் தாளாமல் அதன் உள்ளே நுழைந்திருக்கிறார். அந்த ஆண்கள் கழிப்பறைக்குக் கதவு இல்லை.

அதற்குள் அந்த இரயில் நிலைய அதிகாரிக்கு அடுத்த அதிர்ச்சித் தகவல் அலுவலகத்திலிருந்து வந்தது: இரயில் நிலைய கழிப்பறையில் இன்னொரு சடலம் கிடக்கிறது.

"அப்படி எதையும் பார்க்கவில்லையே."

"எதற்கும் தேடிப் பாருங்கள்."

இதெல்லாம் ஏதும் விளையாட்டாக இருக்குமோ என்று இரயில்வே அதிகாரி ஜெண்டேயை கவனித்துப் பார்த்தார். பிறகு அந்த அதிகாரி இதை விளையாட்டாக எடுத்துக்கொள்ள வேண்டாம் என்று ரயில் நிலையத்திற்கு விரைந்தார். பீட்டர் குழப்பத்தோடு ஜெண்டேயைப் பார்த்தார். அவர் தனக்கு ஒன்றும் புரியவில்லை என்பது போலத் தோள்பட்டையைக் குலுக்கினார்.

“நிலைமையைப் பார்த்தீர்களா?” என்று நகரத்தை நோக்கிக் கையை ஆட்டிய ஜெண்டே, தனக்கு வசதியான இந்தி கலந்த மராட்டிய மொழியில் பேசினார். அவர் கோபப்பட்டதாகத் தெரியவில்லை. ஆனால் ஒரு குழப்பத்தினால் ஏற்பட்ட எரிச்சல் தெரிந்தது. “இந்த இரயில் நிலையம் இரவு முழுவதும் திறந்தே இருக்கிறது. எங்கேயும் கதவு என்பதே இல்லை. யார் வேண்டுமானாலும் வரலாம்; போகலாம். ஒருவர் அந்தச் சுவர் மீது ஏறி உள்ளே குதிக்க விரும்பினால்...” என்று சொல்லி கிழக்குத் திசையிலுள்ள அரசாங்கக் குடியிருப்புகளின் குட்டைச் சுவர்களைச் சுட்டிக் காட்டினார். அவை வெள்ளை மற்றும் நீல நிறங்களில் வர்ணம் அடிக்கப்பட்டிருந்தன. இரயில் தண்டவாளங்களுக்கு இணையாகச் சென்றுகொண்டிருந்த துளசிப் பைப் சாலையைக் காண்பித்து, “நீங்கள் வரலாம்; போகலாம் அல்லது எதையும் செய்யலாம் யார் பார்க்கப் போகிறார்கள்?

“காலை உணவை முடித்துவிட்டீர்களா?”

“ஏதோ ஆச்சு.”

“நல்லது. இனிமேல்தான் எல்லாமே...”

பிறகு அந்தச் சாய்தளம் வழியாக நடைமேடையிலிருந்து இரயில் பாதைக்கு வந்தார்கள். சிறுநீர் நாற்றம் பீட்டருக்குக் குமட்டிக் கொண்டு வந்தது. இரயில்வேயின் நாற்றமும் கூடவே சேர்ந்து கொண்டது. என்ன அது? இரும்பின் துரு நாற்றமா? ஒவ்வொரு பயணத்தின் போதும் இரயில் பெட்டியில் தொங்கும் இரும்பு வளையத்தைப் பற்றிக்கொண்டு நின்று பயணம் செய்ததால், கையில் ஒட்டிக் கொண்ட துருவின் நாற்றமா? அது மட்டுமல்லாது, அங்கே சிந்திக் கிடந்த இரத்தக் கவிச்சையின் நாற்றமும் அதில் சேர்ந்து வீசியது. ஹீமோகுளோபின் கெட்டுப்போன நிலையில் துருப்பிடிக்கிறது. இரயில்வே இலாகா துருப்பிடிப்பது போல இரத்தமும் துருப்பிடிக்கிறது.

பாலத்திற்கு அடியில் அறைபோலக் கட்டப்பட்டிருந்த ஒன்றைக் கடந்து சென்றார்கள். அதன் உள்ளே காணப்பட்ட ஒட்டடை மற்றும் இடிமானப் பொருள்களிலிருந்து, அது பல வருடங்களாகப் பயன்படுத்தப்படாமல் கிடந்தது போலத் தெரிந்தது. அடுத்து வருவதுதான் கழிப்பறை. அதில் ஓர் இளைஞன் கால்களையும், கைகளையும் அருவருக்கத்தக்க வகையில் பரப்பியபடி நனைந்த தரையில் மல்லாந்து சடலமாகக் கிடந்தான்.

“இங்கே பாருங்கள், யார் வேண்டுமானாலும் இந்த வழியாக உள்ளே வந்து அந்த வழியாக வெளியே போகலாம். அடைப்பு திறப்பு எதுவும் இல்லை. எல்லாமே திறந்த வெளிதான்” என்றார் ஜெண்டே.

அவர் எதைக் குறிப்பிடுகிறார் என்று பீட்டர் கவனித்துப் பார்த்தார். மாதுங்கா சாலை நிலையம் என்பது காவல்துறையால் கண்காணிப்பில் இருந்து வரும், காணக்கூடாத காட்சிகள் நிறைந்த இடம். இப்போதும் இங்கே இரயில்வே கழிப்பறை மரணம், காண்பதற்குக் கொடுமையான காட்சி. அந்த நேரத்தில், அவன் கால் மேல் கால் போட்டபடி, ஒரு கையைத் தலையில் வைத்தபடி, அவனைப் பார்க்க மிக இயல்பாகத் தெரிந்தது. அவன் ஒல்லியான தேகம் உடையவன். வினோதமான ஆடைகளை அணிந்திருந்தான். அவன் தலைமுடி உச்சிக் குடுமி வைத்து வெட்டப்பட்டிருந்தது. ஒரு காதில் பளிச்சென்று மின்னிக் கொண்டிருக்கும் தோடு அணிந்திருந்தான். அவனைக் கொன்றது எந்த ஆயுதம் என்று எளிதில் தெரிந்துகொள்ள முடிந்தது. ஒரு கத்தி அவனது சட்டையையும், உள்ளே அணிந்திருந்த பனியனையும் கிழித்திருந்தது. அப்போது வெள்ளை நிறத்தில் இருந்த பனியன், இப்போது இரத்தக் கறை படிந்து கருப்பு நிறத்தில் காணப்பட்டது. அவனது உடலில் வெளியே தெரிந்த வயிற்றுப் பகுதி உறுப்புகள் எல்லாம் கத்தியால் குத்தி கிழிக்கப்பட்டிருந்தன. தரையில் கிடந்த அவனது உடலைச் சுற்றி வெள்ளைக் கோடு வரையப்பட்டிருந்தது. ஒரு புகைப்படக்காரன், அதைக் கண்ட வெளிறிய முகத்துடன் அங்கிருந்து நகர்ந்துகொண்டிருந்தான்.

“சாவதற்கு இப்படி ஒரு கண்றாவியான இடமா?” என்று பீட்டர் ஆதங்கப்பட்டார்.

“மரணம் எப்படி வேண்டுமானாலும் நடக்கலாம்” என்றார் ஜெண்டே.

இரண்டு ஜமதார்கள் (அடிப்படைப் பணியாளர்கள்) இப்பொழுது அவர்களுக்கு என்ன பெயரென்று தெரியவில்லையே என பீட்டர் யோசித்தார். நான்காம் நிலை பணியாளர்களா? அவர்கள் இருவரும் ஒரு ஸ்டெச்சரைத் தள்ளிக்கொண்டு வந்தார்கள். எந்தக் கேள்வியும் கேட்காமல், முகத்தில் எந்தச் சலனமும் இல்லாமல் அந்த உடலை ஸ்டெச்சரில் கிடத்தினார்கள். இறந்த உடல்களைப் பார்த்துப் பார்த்து மறத்துப் போய்விட்ட மனிதர்கள் அவர்கள். அந்த உடலின் ஒரு கை ஸ்டெச்சரிலிருந்து நழுவிக் கீழே தொங்கியது. எதையும் யோசிக்காமல் பீட்டர் முன்னே சென்று

அந்தக் கையை எடுத்து மேலே வைத்தார். உடல் ஜில்லிட்டிருந்தது. மனித உணர்ச்சி அதற்கு இப்போது இல்லை.

"தொட வேண்டாம்" ஜெண்டே சத்தமிட்டார்.

"ஆமாம். நான் அதைத் தொட்டு அதனால் ஏதாவது குழப்பம் வந்துவிடப் போகிறது."

"அவனை வந்து யார் கவனிக்கப் போகிறார்கள்?"

பீட்டர் அவரது நண்பரை உன்னிப்பாகப் பார்த்தார்.

"நான் எதற்கு இருக்கிறேன்?"

"அதே காரணத்திற்காகத்தான் நான் இங்கிருக்கிறேன். அவன், அவனது நேரம் வரும் முன்பே இறந்துவிட்டான். இந்தக் கொடுமையை அவனுக்கிழைத்த கொடியவனை நான் கண்டுபிடிக்க வேண்டும்."

அந்த இளம் வயது முகத்தை பீட்டர் கவனித்துப் பார்த்தார். அது ஏதோ ஒரு வகையில் அவருக்கு ஒரு நிம்மதியைக் கொடுத்தது. உடலின் வீராப்பு இறப்பில்தான் முடிவடைகிறது? காயப்பட்டுக் கலங்கியிருந்த அந்த விழித்திரை பாதிமூடியும், பாதி திறந்தும் இருந்தது கூட அதனால்தானா?

காவல் துறையினர் பாதுகாப்பு என்ற பெயரில் அங்கு சூழ்ந்து நின்ற பார்வையாளர்களை அப்புறப்படுத்திக் கொண்டிருந்தபோது, சடலத்தை எடுக்கும் முயற்சி மேற்கொள்ளப்பட்டது. இரண்டு ஆட்கள் அங்கு வந்தார்கள். ஒரு கணநேரம், அந்த இருவர் முகத்திலும் ஒரு கலவரம் தெரிந்தது.

பக்மத்தா? துர்ராவா?

ஜெண்டேக்கு எதிரே வந்த அவர்கள் இருவர் முகத்திலும் இப்போது ஓர் அசட்டுத்தனம் தெரிந்தது. அவர்கள் இருவரும் காவல்துறையைச் சார்ந்தவர்கள்; பணி முடிந்து வீடு திரும்பி இருப்பவர்கள் என்று பீட்டர் ஊகித்தார். அவர்கள் கோடு இல்லாத பாலிஸ்டர் சட்டையை அணிந்திருந்தார்கள். அவர்கள் நகரக் காவல் துறையினர் என்று அவர்களது முகம் காட்டிக் கொடுத்தது. அவர்களைப் பார்த்தால் கான்ஸ்டபிளாகவும் தெரியவில்லை; இன்ஸ்பெக்டராகவும் தெரியவில்லை. அவர்கள் இருவரும் முப்பதுகளில் இருக்கலாம் என்பது மட்டும் தெரிந்தது. அதில் மூத்தவர் நாற்பதை நெருங்கிக்கொண்டிருக்கலாம்.

அப்படி வயதை வைத்துப் பார்த்தாலும் சப்-இன்ஸ்பெக்டராக வந்திருக்க முடியுமா? அப்படியே அவர்கள் காவல்துறையினராக இருந்தால், இதுபோன்ற இறப்புகள் எல்லாம் அவர்களுக்குப் பழகிப்போனதுதானே? பின் ஏன் அவர்கள் கலவரப்பட்டது போலக் காணப்பட வேண்டும்? ஒருவேளை அவர்கள் சீருடையில் இல்லாததால் இவருக்கு இந்தக் குழப்பமா? மாறி, மாறி இதையே சிந்தித்துக் கொண்டிருந்ததால், பீட்டர் தன்னைத்தானே திட்டிக் கொண்டார்.

அதில் ஒருவர் "பிணமா?" என்று கேட்டார். ஜெண்டே "ஆம்" என்று தலையாட்டினார். பிறகு அவர்கள் இருவரையும் ஜெண்டே மாறி மாறிப் பார்த்தார்.

"நீங்கள், இங்கே என்ன செய்கிறீர்கள்?" என்று கேட்டார்.

"சும்மாதான்" என்று அவர்களில் இளையவன் கூறினான். ஆனால் அவன் ஏதோ குழப்புகிறான் என்று தெரிந்தது. ஜெண்டே அந்தப் பிணத்தை முன்னும் பின்னும் சுற்றிச் சுற்றிப் பார்த்தார். அவர் அதை அப்படிப் பார்ப்பது முறையல்ல என்பது போலவும் பார்த்தார்.

பீட்டருக்கு இது வினோதமாகத் தெரிந்தது. ஜெண்டே, "இது உன்னுடைய உறவினரா, பக்மத்?" என்று அழுத்தமான குரலில் கேட்டார்.

பக்மத் கண் சிமிட்டினான்.

"என்ன கேட்டீர்கள், ஐயா? இவன் ஒரு அலி."

மூத்த போலீஸ்காரரின் தலை வேகமாகச் சுழன்றது. பக்மத் அவனை ஓரக் கண்ணால் பார்த்து கண் அடித்தான்.

"துர்ராவின் உறவினரா?" என்று ஜெண்டே கேட்டார். துர்ரா இல்லை என்று தலையை மட்டும் ஆட்டினான்.

அலி. இறந்த மனிதன் தன்னுடைய இச்சையைத் தீர்த்துக் கொள்ள ஒரு பெண் துணையைத் தேடியதில்லை என்ற விபரத்தை விளக்குவதுதான் அந்த வார்த்தை. அவன் ஒரு தன்பாலினச் சேர்க்கையாளன் என்றோ, அல்லது ஈரினச் சேர்க்கையாளன் என்றோ அல்லது வேறு ரகத்தினன் என்றோ அவர்கள் எப்படித் தெரிந்துகொள்வார்கள்? பீட்டர் நடந்து செல்கின்றபோது நகரில் தான் பார்த்த இலட்சக்கணக்கான இளைஞர்களில்

ஒருவனாகத்தான் அவருக்குப் பட்டது. ஆனால் பயங்கரமான ஆயுதத்தால் கொடூரமாகக் கொல்லப்பட்டிருக்கிறான்.

ஜெண்டேயும் இந்தக் கேள்வியைத்தான் கேட்டுக்கொண்டிருந்தார்.

"உனக்கு எப்படித் தெரியும்?"

நியாயமின்றி தன்மீது குற்றம் சுமத்தப்படுவது போல பக்மத்தின் முகபாவனை தெரிந்தது.

"மாதுங்கா சாலை, ஐயா. புகழ் பெற்றது."

"எதற்குப் புகழ் பெற்றது?" என்று பீட்டர் கேட்டார்.

இந்தக் கேள்விக்கு எப்படிப் பதில் சொல்வது என்று இருவரும் திணறினார்கள். பிறகு பக்மத்,

"ஓர் ஆண் இன்னொரு ஆணைப் புணர்வதற்காக வருகிறார்கள். அதற்கு அந்த இடம் புகழ்பெற்றது."

"அவனுடைய சட்டையைப் பார்த்தீர்களா?" என்று துர்ரா கேட்டான்.

சடலமாக வீழ்ந்து கிடக்கும் அவனது சட்டையைக் கவனிக்க பீட்டரும், ஜெண்டேயும் சடலத்தின் மீது பார்வையைச் செலுத்தினார்கள். அவன் இறுக்கமான கருப்பு நிற டி-ஷர்ட் அணிந்திருந்தான். அந்தச் சட்டையின் கைகள் மடித்து மேலே ஏற்றி விடப்பட்டிருந்தன. கீழே இறங்கிய ஜீன்ஸ் பேண்ட் அணிந்திருந்தான். நகரின் பாதிக்கும் மேலுள்ள இளைஞர்கள் இப்படித்தான் உடுத்திக்கொண்டு வருகிறார்கள் போல என்று பீட்டர் நினைத்துக் கொண்டார்.

அவர்கள் சொல்வது சரியென்று ஜெண்டே தலையாட்டினாலும், அவர்கள் கூறுவதில் தனக்கு நிறைவு இல்லை என்ற நிலைப்பாட்டில் தான் பீட்டர் இருந்தார்.

"பிணத்தை எடுத்துச் செல்லுங்கள்" என்று அவர்கள் இருவரிடமும் சொன்னார்கள்.

"அவனுடைய மொபைலைக் கண்டு எடுத்தீர்களா?" என்று துர்ரா கேட்டான். அப்போது பக்மத்தின் முகத்தை பீட்டர் பார்க்க நேரிட்டபோது, அதில் ஒரு கொலை வெறி குறுக்கிட்டதைக்

கண்டார். சில கட்டுப்பாடுகள் மீறப்பட்டுள்ளன. சில கொள்கைகள் சிதைக்கப்பட்டுள்ளன.

சடலத்தைத் தூக்கிச் செல்லும் அவர்களைச் சற்று நிறுத்தி வைத்து விட்டு, ஜெண்டே தன் கைகளுக்கு உறைகளை மாட்டிக்கொண்டு, இரத்தம் தோய்ந்திருந்த ஏதோ ஒரு பொருளைச் சடலத்தின் சட்டைப் பையிலிருந்து எடுத்தார்.

அதைப் பார்த்ததும் பீட்டர் வாயடைத்துப் போனார். ஏனென்றால், அந்த அலைபேசி அவ்வளவு விலை உயர்ந்தது.

ஜெண்டே அவ்வளவு அதிர்ச்சியடையவில்லை. ஏனென்றால், அது சீன நாட்டுத் தயாரிப்பு. தன்னைப் பார்த்துக்கொண்டிருந்த அவர்கள் இருவரது கண்களையும் கவனித்த ஜெண்டே தன் புருவங்களை உயர்த்தினார். துர்ரா பக்மத்தைப் பார்த்து வருத்தமாகக் கண் அடித்துவிட்டு, பிணத்தைத் தூக்கிக்கொண்டு நகர்ந்தார்கள்.

எந்த உணர்ச்சியையும் முகத்தில் காட்டிக்கொள்ளாமல், அவர்கள் செல்வதையே ஜெண்டே கவனித்துக்கொண்டிருந்தார். பிறகு அவர் பீட்டரை அழைத்துக்கொண்டு நடைபாதை வழியாக நடந்தார்கள். அங்கு குழாயில் வந்த தண்ணீரில் அந்த அலைபேசியைக் கழுவிச் சுத்தம் செய்தார். ஓர் இரயில் பயணி அதிர்ச்சியுற்று, "இறந்து விட்டானா" என்று கேட்டார். ஆனால் ஜெஸ்டிங் பிலாத் ஆளுநர் போல பதிலுக்காகக் காத்திராமல் போய்க்கொண்டே இருந்தான். "வெட்டு ஒன்று துண்டு இரண்டு" என்பது போலவே வெட்டிவிட்டார்களா என்று கேட்டுக்கொண்டே சென்றான். காந்திக் குல்லாய் அணிந்திருந்த இன்னொரு நபர் வந்து, இரத்தம் வழிந்திருந்ததைக் கண்டு அப்படியே உறைந்து போய் நின்றான். இவர்கள் யாரையும் கண்டு கொள்ளாத ஜெண்டே, அந்த அலைபேசியை இயக்கும் முயற்சியிலேயே கவனமாக இருந்தார். ஆனால் அது இயங்குவதாகத் தெரியவில்லை.

உறைந்து போய் நின்ற அந்த மனிதன் நிதானத்திற்கு வந்து "அதை ஒரு வாளி அரிசியில் போட்டுப் பாருங்கள்" என்றான். அப்போது தட தடவென்று பாய்ந்து வந்த இரயிலைக் கண்டு பயந்து விலகி ஓடினான்.

முயற்சியைக் கைவிட்ட ஜெண்டே, "போ, தொழில் தெரிந்தவனிடம் தான் காட்ட வேண்டும்" என்றார்.

தொழில் தெரிந்த திறமைசாலிகளை ஜெண்டேக்குப் பிடிக்காது. இந்தத் திறமை உள்ளவர்களில், குறிப்பாக மின்னணுத் தொழில் திறமை உள்ளவர்களை, அதிலும் குறிப்பாக அலைபேசி தொழில் திறமை உள்ளவர்களை அவர் விரும்புவதில்லை. இந்தத் தொழில் விற்பனர்கள் வருகைக்குப் பிறகுதான் காவல்துறையினரின் கைது நடவடிக்கை அதிகரித்துள்ளது. அவர்கள் எவ்வளவுதான் திறமையாக இருந்தாலும், இணையத் தகவல் பரிமாற்ற விஷயத்தில் எப்படியும் விசாரணைக்கு உட்பட்டுவிடுகிறார்கள்.

"இறந்தவன் யார் என்று நமக்குத் தெரிய வருமா?"

"வாய்ப்பில்லை" என்றார் ஜெண்டே.

"அவனது பர்ஸ்?"

"அவன் அதை எடுத்து வரவில்லை"

"அவனது அலைபேசி அவனை நமக்குக் காட்டிக்கொடுத்து விடாதா?"

"அது அவனுடையதாக இருந்தால் சரி. வேறு எங்காவது அவன் திருடியிருந்தால்..."

பீட்டர் இந்த விஷயத்தை யோசித்துப் பார்த்ததால், சிறிது நேரம் அங்கு அமைதி நிலவியது.

"மருத்துவ ஆய்வு நிறுவனங்கள் போன்ற பல நிறுவனங்களில் கண்காணிப்புக் கருவிகள் பொருத்தப்பட்டுள்ளன."

"அப்படியா? எப்போதிலிருந்து?"

"குண்டு வெடிப்புக்குப் பிறகு இந்தச் சாதனங்களையெல்லாம் பொருத்தியிருக்கிறார்கள்"

2006 ஜூலை மாதம் நகருக்குள் செல்லும் இரயில்களில் தீவிரவாதிகள் நடத்திய தொடர் குண்டுவெடிப்பு நடந்த அந்த நாள் பீட்டரின் நினைவுக்கு வந்தது. செய்தி அறையில், மும்பை குண்டுவெடிப்புச் சம்பவத்தை அடுத்த நாள் வெளியிடலாமா என்ற விவாதம் நடைபெற்றது. செய்தி சேகரித்தவருக்கு இதில் ஆர்வம் இல்லாமலிருந்தும், ஏனோதானோவென்று தயாரிக்கப் பட்டிருந்தும், ஒரு வழியாகச் செய்தி வெளி வந்தது. ஆனால் அந்தப் பயங்கர நாளின் செய்தி நல்லபடியாக வெளியானதால், சேதமடைந்த இரயில் பராமரிப்புக்கு மத்திய அரசால் பணம்

ஒதுக்கப்பட்டது. இதில் கண்காணிப்புக் கருவிகள்தாம் முக்கியப் பங்கினை வகித்திருக்க வேண்டும்.

“அதற்குக் கூடத் தொழில்நுட்ப வல்லுநர்கள்தான் தேவைப்படுகிறார்கள். எதற்கும் நான் போய் அவர்களிடம் பேசிப் பார்க்கிறேன். முதலில் நீங்கள் வந்து இதைப் பாருங்கள்!”

அவர்கள் கழிவறைக்குள் நுழைந்து பார்த்தார்கள். சடலம் கிடந்த இடத்திற்கு எதிரே இருந்த சுவரை ஜெண்டே சுட்டிக் காண்பித்தார். ஏதோ ஓர் அடர்த்தியான நிறத்தில், ‘1’ என்று எழுதப்பட்டிருந்ததை பீட்டர் கவனித்தார். அது எதுவால் எழுதப்பட்டிருந்தது என்பதைக் கவனிக்க எவ்வளவு முடியுமோ அவ்வளவு நெருக்கத்தில் சென்று பார்த்தார். அப்படியும் கண்டுபிடிக்க முடியவில்லை.

“இரத்தமா அது?” என்று பீட்டர் கேட்டார்.

“பார்ப்போம்!” என்றார் ஜெண்டே. “இதை அவர்கள் ஒரு ‘மாதிரிக்காக’ செய்திருக்கிறார்கள்” என்றார்.

“இதைச் செய்தவன் இன்னும் அதிகமாகத் திட்டமிட்டுக் கொண்டிருப்பான்.”

ஜெண்டே ஆம் என்று தலையாட்டினார். “யாரேனும் ஒருவருக்காவது இது தெரியட்டும் என்று செய்திருக்கிறான். இதை யார் தெரிந்துகொள்ள வேண்டுமென்று அவன் விரும்புகிறான் என்பதை நான் தெரிந்துகொள்ள வேண்டும்.”

கழிவறையை விட்டு வெளியேறினார்கள். “நான் போய் என்னுடைய அறிக்கையைத் தயார் செய்கிறேன்” என்றார் ஜெண்டே.

இருவரும் விடை பெற்றனர். பீட்டர் வீட்டை நோக்கி நடந்து கொண்டிருந்தபோது, இறந்தவனின் நினைவு கொஞ்சம் கொஞ்சமாகக் குறையத் தொடங்கி, அவரது குடும்பத்தாரின் நினைவு கூடத் தொடங்கியது. அந்தக் கொலையில் தன் மனதைச் செலுத்த முயற்சி செய்தும், அதனால் பலன் இல்லாமல் போயிற்று. ஒரு மனிதனது உயிர் பறிக்கப்பட்டுள்ளது. அதனால், இவர் தன் மகன் ‘தன்பாலினச் சேர்க்கையாளன்’ என்ற தலைப்பில் நாளைய செய்தித்தாளில் வந்துவிடுமோ என்ற கவலையில் இருந்தார்.

வரும் வழியில் சில மனிதர்கள் கடந்து செல்வதை பீட்டர் பார்த்தார். இவர்களில் யாரேனும் ஒருவன் தன்பாலினச் சேர்க்கையாளனாக இருப்பானோ? இந்தியாவில் பத்து சதவிகிதத்தினர் தன்பாலினச் சேர்க்கையாளர்கள் என்று கூறி, தன்பாலினச் சேர்க்கையாளர்களுக்காக முதன்முதலாகக் கொடிபிடித்த அசோக் ராவ் கவி என்ற மனிதனை மறக்க முடியுமா? அதாவது, அவ்வளவு எண்ணிக்கையில் அவர்கள் இருந்தார்கள். ஆனால் அந்த ஆள், எதன் அடிப்படையில் அப்படி ஒரு சதவிகிதத்தை அளவெடுத்தார்? இப்போது சொல்ல வேண்டுமென்றால், அந்த எண்ணிக்கை மிகக் குறைவு. அவரது மகன் நூறு மில்லியனில் ஒருவனாக இருப்பானோ, அல்லது நூறு ஆயிரத்தில் ஒருவனாக இருப்பானோ... அதிர்ச்சியில் "என்ன?" என்று வாய்விட்டுக் கத்திவிட்டார். எதிரே வந்து கொண்டிருந்த ஒரு பெண்மணி அதைக்கேட்டு அதிர்ச்சியில் அப்படியே சிலையாக நின்றுவிட்டாள். தர்ம சங்கடத்தில் அவர் தொடர்ந்து நடந்தார். "சுனில் எந்த வகை நபராக இருப்பான்" என்று அமைதியாக அவருக்குள்ளே கேட்டுக்கொண்டார். இந்தக் கேள்விக்கு அவர் பதில் தேட முயன்றபோது அவருக்கு நெஞ்சு அடைத்தது. அவரது உடல்நலம் பாதிக்கப்படும் என்ற நிலையில் அந்தச் சிந்தனையை மாற்றிக்கொண்டார். இல்லை. சுனில் தனி மனிதன் இல்லை. அவனுக்காக மில்லி இருக்கிறாள்; நான் இருக்கிறேன்.

இப்படியெல்லாம் இருக்குமோ என்று மில்லியும் வீட்டில் தனியே தவித்துக்கொண்டிருந்தாள்.

"என்ன ஆச்சு" என்று பீட்டர் கேட்டார்.

"அவன் இப்போது போய் விட்டான்."

"யார்?"

"யாரா? நீங்கள் யாரைக் கேட்கிறீர்கள்?"

அவள் வெடித்துவிடுவாளோ என்று பீட்டர் கண நேரம் பயந்து விட்டார்.

"சுனிலையா சொல்கிறாய்?"

"ஆம்" என்று தன்னுடைய பழைய நோக்கியா ஃபோனை ஆட்டிக் காட்டினாள். ஃபோனை வாங்கி, அதில் சுனில் அனுப்பியிருந்த செய்தியை வாசித்துப் பார்த்தார். "வடகிழக்கு மாநிலத்திற்கு நான்கு நாள் பயணம் செல்கிறேன். மிக அவசரம். இது என்னுடைய

தனிப்பட்ட விஷயம். கூப்பிட்டுப் பேச முயற்சிக்கிறேன். தொடர்பு கிடைக்காமலும் போகலாம். கவலைப்பட வேண்டாம். இது ஓர் உத்தரவு. ஆமாம்."

"சரி" என்றார்.

"இது மட்டும்தான் உங்களால் சொல்ல முடியுமா?" என்று மில்லி வெடித்தாள்.

ஆனால் அவருக்குள் எரிமலை வெடித்துக்கொண்டிருந்தது. "நான் என்ன செய்ய வேண்டும் என்று நீ எதிர்பார்க்கிறாய்? அவனைப் போய் கண்டுபிடித்து இழுத்து வர வேண்டுமா? அவன் வயது வந்தவன், மில்லி. அவனது இந்தச் செயல்களை நாம் ஏற்று, பழகிக் கொள்ள வேண்டும்."

"ஏன் கத்துகிறீர்கள்?" இப்பொழுது அவளின் குரலில் ஒரு நிதானம் தெரிந்தது.

"நீதான்..." என்று அவர் சொல்ல வந்த வார்த்தை தொண்டைக்குள்ளேயே அடங்கிவிட்டது. ஏனென்றால், அவர்களுக்குள்ளே நடக்கும் வேண்டாத வாக்குவாதம் வேறு யாருக்கும் தெரியாது என்று அவரது நீண்ட காலக் குடும்ப வாழ்க்கையில் தெரிந்துகொண்டார். அதற்காக வருத்தம் தெரிவிக்க வந்தவர், அந்த வார்த்தைகளை அப்படியே விழுங்கிக் கொண்டார். அவளும் மூக்கைச் சிந்தியபடி அடுப்பங்கரைக்குள் அடைக்கலம் ஆனாள்.

அங்கிருந்து "தேநீர் வேண்டுமா?" என்று கேட்டாள். கொஞ்சம் சத்தமாகப் பேசினால் கூட அடுத்த வீட்டிற்குக் கேட்டுவிடும் அளவு உள்ள சிறிய வீட்டில் குடியிருப்பதால், அமைதியைக் கையாள்வது அவருக்குக் கை வந்த கலையாக இருந்தது.

"குடித்தால் நன்றாகத்தான் இருக்கும்" என்று சமாதானக் கொடியைப் பறக்க விட்டபடி அடுப்படிக்குள் நுழைந்தார்.

"அவன் தன்பாலினச் சேர்க்கையாளனாக இருந்தால்தான் என்ன?" அவள் முதுகைப் பார்த்துக் கேட்டார். அவள் முதுகைப் பார்த்துக் கேட்பது என்னவோ அவருக்கு ஒரு வசதியாகப் போய்விட்டது.

"அந்த வார்த்தையைப் பயன்படுத்த வேண்டாம். அப்படி ஒரு நல்ல வார்த்தை அது" என்று ஏளனமாகச் சொன்னாள்.

யோசித்து அவள் பதில் சொல்வதற்குள், அவள் சொன்னது சரி என்பதுபோல அதை ஏற்றுக்கொண்டார்.

"தன்பாலினச் சேர்க்கையாளன். சுனில் தன்பாலினச் சேர்க்கையாளனாகவே இருந்து விட்டுப் போகட்டுமே. அதனால் என்ன?"

"இந்த மக்குப் பயல் இதற்காகத்தான் இப்படி வளர்ந்தானா?" என்று மில்லி கேட்டாள். வில்ஃப்ரட் ஓவன் எழுதிய கவிதை வரிகள் இப்போது அவர் நினைவுக்கு வந்தது. 1971ஆம் ஆண்டு நடந்த யுத்தத்தில் பீட்டரின் தாய்மாமா சவப்பெட்டியில் சடலமாக வீட்டிற்குக் கொண்டுவரப்பட்டபோது அவரின் அம்மா கதறி அழுத அழுகையையும், அவள் வாசித்த கவிதை வரிகளின் சோகத்தையும் இப்போது நினைத்துப் பார்த்தார்.

"இல்லை" என்று ஆங்காரமாகக் கூறிய அவளின் குரலில் ஒரு சுய வருத்தம் தொனித்தது. "நான் அப்படிச் சொல்லக் கூடாது. உலகத்தில் செக்ஸ் மட்டும்தான் இருக்கிறதா?"

அவளையே அவள் சமாதானப்படுத்திக்கொள்வது போலப் பேசினாள். பீட்டரும் அவளோடு இணைந்து மகனைப் பற்றி நல்லதாகப் பேச வேண்டுமென்று விரும்பினார். "அவன் நல்லவன். அடுத்தவர்களின் உரிமைக்காகப் போராடுகிறான்."

"போராடுவதற்கு வேறு விஷயங்களே கிடைக்கவில்லையா?"

"நாம் எல்லோரும் நமக்கான போராட்டங்களை நாமே தேர்வு செய்துகொள்கிறோம்" என்றார் பீட்டர்.

"ஆம். அவனுக்குப் பிடித்தமானதை அவனே தேர்வு செய்து கொண்டிருக்கிறான்."

ஒரு தகர டப்பாவை எடுத்து அவர் முன்னே 'டக்' என்று வைத்தாள்.

அந்த டப்பாவை அவர் திறந்து பார்த்தார்;. அதில் கட்டி கட்டியாக வெல்லம் இருந்தது. ஜீனி இல்லை. ஜீனி என்பது புற்றுநோயை உண்டாக்கக் கூடிய ஒரு பண்டமென்று சுனில் சொன்னதாக அவர் சொன்னார். இப்போதெல்லாம் எல்லாப் பண்டங்களுமே புற்றுநோயை உண்டாக்கக் கூடியதுதான் என்று ஆத்திரத்துடன் சொல்லிவிட்டு வெல்லத்தை நோக்கி அவள் கை நீண்டது. வெல்லக் கட்டியைத் தூள் ஆக்கி, கெட்டுவிடாமல் பாதுகாத்து

வைத்துக்கொள்ள, பலவிதமான இரசாயனக் கலவைகள் சேர்க்கப்படுவதாகச் சுனில் சொல்லி இருக்கிறான். இதனால் யார் இறந்தது? இந்த மருத்துவ அறிவை யார் கொடுத்தது?

அவர்கள் தேநீர்க் கோப்பைகளை எடுத்துக்கொண்டு ஹாலில் கிடந்த நாற்காலியில் அமர்ந்தார்கள். பீட்டரின் தேநீரில் ஒரு பட்டாணி மிதந்துகொண்டிருந்தது. மராட்டிய மாநிலத்தில் எல்லா உணவுப் பொருள்களிலும் பட்டாணி இரண்டறக் கலந்திருக்கும். தேநீரில் மிதக்கும் பட்டாணியை மில்லியிடம் சாய்த்துக் காண்பித்தார். ஆனால் மில்லியிடமிருந்து அவருக்குக் கிடைத்ததோ ஒரு வறண்ட சிரிப்பு. பீட்டர் தேநீரை ஆழ்ந்து உறிஞ்சினார். அதன்பிறகு அதில் பட்டாணியைக் காணவில்லை. தேநீரை உறிஞ்சியபடியே யோசித்தார்கள். யோசிக்காமல் இருக்க மீண்டும் தேநீரை உறிஞ்சினார்கள். சிந்திப்பதும் கடினமானது. சிந்திக்காமல் இருப்பதும் கடினமானது.

"பேரக் குழந்தைகள் இல்லாமலும் ஒருவரால் வாழ முடியும் என்பது என் கருத்து" என்று எதிர்பாராத நேரத்தில் மில்லி கூறினாள். பிறகு அவள் பீட்டரைக் கூர்ந்து நோக்கினாள்.

"பீட்டர்?"

"என்ன?" என்று கேட்டார்.

"உங்களுக்குப் பேரக் குழந்தைகள் வேண்டும் என்பதில் ஆர்வம் இல்லையா?"

கவனமாகப் பதில் சொல்ல வேண்டிய கட்டம் இது.

"ஆமாம். எல்லோரையும் போல எனக்கும் ஆர்வம் இருக்கத்தானே செய்யும்."

"உங்களுக்குப் பேரக் குழந்தைகள் என்றால் ஆகாது" என்று அவள் இடைமறித்துச் சொன்னாள்.

அவள் தவறாகப் பேசுகிறாள் என்று பீட்டர் சொல்ல நினைத்தார். அப்படிச் சொன்னால் அது பொய் என்று அவருக்கே தெரியும். காரணம் இன்றி அவளிடம் பொய் சொல்லக் கூடாது என்று ஏற்கெனவே தீர்மானம் செய்து வைத்திருந்தார். அது பற்றியெல்லாம் அவரால் இப்போது நினைத்துப் பார்க்க முடியவில்லை.

"ஏன் பிடிக்கவில்லை?" அவள் வியப்படைந்ததிலும் ஓர் ஏமாற்றம் தெரிந்தது.

"அதைப் பற்றி நான் யோசித்துப் பார்க்கவில்லை."

"யோசித்துப் பார்க்கவில்லையா?" அவள் பெருமூச்சு விட்டுத் தன் பொறுமையின்மையை வெளிப்படுத்திக்கொண்டாள்.

"இது வயதாகிக்கொண்டு வருவதைக் காட்டுகிறதா?"

அவர் அதை அப்படி எடுத்துக்கொள்ளவில்லை. அவளும் அப்படி எண்ணவில்லை என்பது அவளது பார்வையில் தெளிவாகத் தெரிந்தது. அவரிடமிருந்து எதையோ அவள் எதிர்பார்த்துக் கொண்டிருந்தாள். அவரோ வியப்பாக ஏதோ ஒன்றைச் சொல்ல முனைந்தபோது, இறந்துபோன அந்த இளைஞனின் நினைவு மட்டுமே அவர் கண்முன்னே வந்தது. ஒரு காலகட்டத்தில் அவரும் ஒரு குழந்தையாகத்தானே இருந்திருக்க வேண்டும். கவிஞர் கெகி தருவல்லாவின் கவிதை வரிகள் அவரின் நினைவில் வந்து சென்றன.

> குதிரைக் குட்டி பிறந்தவுடன்
> இரவு முடிவடைகிறது
> விடியல் தொடங்குகிறது.

ஒரு குழந்தை என்பது ஒரு நம்பிக்கை வெள்ளம் போன்றது. இதை எப்படி மில்லியிடம் கூறுவது என்று குழம்பினார். அவளுக்குக் கவிதையின்மீது உள்ள காதலை அவரோடு பகிர்ந்துகொள்வாள். ஏதோ தவிர்க்க முடியாத காரணங்களால், அவர்கள் இருவரும் கவிதை வரிகளைப் பகிர்ந்துகொள்ள முடியாமல் போய்விட்டது. திருமண பந்தத்தால் ஏற்பட்ட ஒரு பாதிப்பு: பெற்றோர் என்னும் இன்னொரு பந்தத்தால் ஏற்பட்ட இன்னொரு பாதிப்பு. சுனில் அதைவிட அதிகமான பாதிப்பைக் கொடுத்தான். அதைவிட ஆனந்தத்தையும் கொடுத்தான். சுனிலை முதன்முதலில் அவர் கைகளில் தூக்கிக் கொடுத்தபோது தோன்றிய எண்ணங்கள் இன்றுவரை அவர் நினைவில் அப்படியே இருக்கிறது. எப்படி அவனது தோற்றம் முழுவதும் தன்னைப் போலவே அவனுக்கு உள்ளது? அவரது தோற்றம் முழுவதும் எப்படி சுனிலுக்குள் சென்றது? இது ஓர் அதிசய நிகழ்வு. அவரது பண்புகளும், உருத்தோற்றமும் சுனிலுக்கு மாறியது அதிசயமான, அதேசமயம் ஒற்றுமையான தோற்றம்.

இதுபோன்ற இயலாமையான சூழலுக்கு சுனில் தன்னை ஆட்படுத்திக்கொண்டால், மீண்டும் அந்த ஆபத்தைத் தன்னால் எதிர்கொள்ள இயலாது என்பதை எப்படி மில்லியிடம்

தெரிவிப்பது என்று அவர் குழம்பினார். செய்தித் தாள்கள் தினந்தோறும் திடுக்கிடும் சம்பவங்களை வெளியிட்டுக் கொண்டிருந்தன. ஓடும் பேருந்தில் பெண் குழந்தைகளுக்கு இழைக்கப்படும் மானபங்கம், மூடாமல் விடப்பட்டிருந்த பாதாளச் சாக்கடைகளில், ஆழ்குழாய்க் கிணறுகளில் விழுந்த குழந்தைகள், அதிகாரத் திமிர்கொண்ட ஆசிரியர்களால் கழிவறைக்குள் தள்ளி அடைக்கப்பட்டு இறந்த குழந்தைகள் - இப்படி எத்தனையோ செய்திகள். தவறான செயல்கள் தவறான முடிவைக் கொண்டு வந்துள்ளன. இவையெல்லாம் அதிகமாகக் குழந்தைகள் மீதே நடத்தப்பட்டிருக்கின்றன.

"கவலைப்படாதீர்கள். நமக்குச் சம்மந்தமில்லாத விஷயங்களைப் போட்டு ஏன் குழப்பிக்கொள்கிறீர்கள்?" என்று மில்லி கேட்டுக் கொண்டாள்.

கொஞ்ச நேரத்தில் அவள் தேம்பித் தேம்பி அழ ஆரம்பித்தாள். பீட்டர் அவளை மென்மையாக அணைத்து, தன் கைகளுக்குள்ளேயே சிறிது நேரம் அப்படியே வைத்துக்கொண்டார்.

"என்ன இது?"

"அது ஒரு...."

"நல்லவேளை. என்னை நீங்கள் கிழவி என்று எண்ணிவிடவில்லை" என்று சொல்லி ஒரு வாய் தேநீரை உறிஞ்சினாள். இது அவர்களுக்கிடையே நடைபெறும் ஒரு சிறிய ஊடல். அவர்கள் காதல் வாழ்க்கையில், தன்னோடு பணியாற்றிய ஓர் ஆங்கிலோ-இந்திய ஆசிரியையான செல்வி பெர்த் என்பவள் பற்றி அவரிடம் கூறும்போது, வெற்றி பெற முடியாமல் தோல்வியைத் தழுவியவர்களிடம் "மனம் தளர்ந்துவிடாதே, தோழியே" என்று அவள் அழகாக ஆற்றுப்படுத்துவதைப் பெருமையாகச் சொல்லிக் கொள்வாள். ஆகவே அவர்களிடையே இது நெருக்கத்திற்கான அடைமொழி ஆகி விட்டது. அவர் மில்லி மீது அக்கறை எடுத்துக் கொள்பவராக, ஆரம்பத்தில் கிண்டலாகச் சொல்வதற்கு இந்த அடைமொழியைப் பயன்படுத்துவார். அவள் அவரிடம் கூறிய உருப்படாத விஷயங்களை நினைவுபடுத்தும்போதும், அவர் இவ்வாறு கூறுவார்.

"யாராவது இதுபற்றிக் கேட்டால், உங்கள் வேலையைப் பாருங்கள் என்று சொல்வேன்" என இப்போது சொன்னாள்.

பீட்டர் இதை இன்னொரு கோணத்தில் வைத்துப் பார்த்தார். அதாவது அடுத்தவர்கள். அவன் எப்படி அடுத்தவர்கள் முகத்தில் விழிப்பான்? எப்படித் தன் இன மக்கள் முகத்தில் விழிப்பான்? அவனுடைய நண்பர்கள் முகத்தில் எப்படி விழிப்பான். முறையாகச் சொல்லப் போனால், இது அவர்கள் அக்கறை எடுக்க வேண்டிய விஷயம் அல்ல; ஆனால் இது முறையற்றதும் அல்ல. இது உன் மகன் படுக்கை அறையில் என்ன செய்தான் என்பது பற்றியது. ஆனால் இது இப்போது பொது ஊடகங்களில் பேசப்படுகிறது. பீட்டரைவிட மில்லிதான் இதுபோன்ற தளங்களில் அதிக தொடர்புகொண்டிருப்பவள். எனவே அவர்களுக்கு ஏற்படும் பாதிப்புகளுக்கு அவளே அதிகப் பொறுப்பேற்க வேண்டியிருக்கும்.

மதிய உணவு முடிந்ததும் மில்லி உடலைச் சுருட்டிக்கொண்டு ஒரு குட்டித் தூக்கம் போட்டாள். ஆனால் பீட்டர் மன உலைச்சலில் உழன்று கொண்டிருந்தார். கொஞ்ச தூரம் மனம் போன போக்கில் நடந்து செல்லலாம் என்று எண்ணினார். மனம் போன போக்கில் நடந்து சென்ற அவரது கால்கள் ஒரு காவல் நிலையத்தில் போய் நின்றன.

அப்போது பேசிக்கொண்டிருந்த அலைபேசியை அணைத்துக் கீழே வைத்தார் ஜெண்டே. அவரது முகம் இறுக்கமாகக் காணப்பட்டது.

"ஏதாவது...?"

"சிறுநீரகம். இறந்தவனின் சிறுநீரகத்தை எடுத்திருக்கிறார்கள்."

"உடல் உறுப்புகளைத் திருடி விற்கும் திருட்டுக் கும்பல் போல் அல்லவா தெரிகிறது."

"அதற்கு வாய்ப்புகள் இல்லை என்று தடயவியல் நிபுணர்கள் கருதுகிறார்கள். கழிவறையின் மத்தியில் யாராலும் சிறுநீரகத்தை எடுக்க முடியாது. அப்படிச் செய்தால் தொற்று நோய் அபாயம் அதிகமாக இருக்கும்."

"இவர்கள் இதை பற்றியெல்லாமா கவலைப்படுவார்கள்?"

ஜெண்டே மறுத்தார். "இது தேவையும் வழங்கலும் சார்ந்த விஷயம். கழிவறையில் வைத்து எடுக்கப்பட்ட சிறுநீரகத்தை தேவைப்படுவோர்க்கு விநியோகம் செய்தால், எப்படி வந்தது என்று யார் கேட்கப் போகிறார்கள்?"

அது யோசிக்க வேண்டிய விஷயம். பீட்டர் மேலும் தேடிக் கண்டு பிடிக்க முயன்றார்.

“ஒருவேளை அவர்கள் வேறு எங்காவது வைத்து அதை எடுத்திருக்கலாம்.”

இல்லை அப்படிச் செய்திருக்க முடியாது. ஆனால் ஜெண்டே இவற்றையெல்லாம் முன்கூட்டியே யோசித்துவிட்டார்.

“ஒரு நவீன வசதி கொண்ட விடுதி அறை ஒன்றில் வைத்து அவனைக் கொன்று அவனது சிறுநீரகத்தை எடுத்திருக்கிறார்கள். இரத்தத்தைச் சிந்தாமல் பிடித்து வைத்து, இரத்தத்தையும், அவனது உடலையும் கழிப்பறையில் போட்டுவிட்டுப் போயிருக்கிறார்கள்.”

“இது சுத்த அபத்தம்” என்று பீட்டர் கையை உயர்த்திச் சொன்னார்.

அப்படியானால், அவர்கள் ஒரு தொடர் கொலைகாரனோடு தொடர்புகொள்ள வேண்டுமா? அவன் ஒரு காமக் கொடூரனா? வெகுமதிக்காக வேலை செய்பவனா? தொலைக்காட்சிகளில் பார்த்து அச்சப்படும் நிகழ்வுகளை நிஜ வாழ்க்கையில் சந்திக்க நேரிடுகிறது. தன்னுடைய அனுபவமற்ற செயலுக்காக அவமானப்பட்டு, அதனால் எச்சரிக்கையோடு இருப்பவனா? பீட்டர் வாயைத் திறக்காமல் இருந்தார். ஆய்ந்த, ஆழ்ந்த அறிவு கொண்டு ஜெண்டே உரத்த சத்தத்துடன் பேசினார்.

“இது ஒரு தொழில் திறமை உள்ளவர்கள் செய்த வேலையில்லை என்று தடயவியல் கூறுகிறது.”

“அப்படியென்றால்...?”

ஜெண்டே பின்னால் சாய்ந்துகொண்டார்.

“நீங்கள் வெட்டுவதிலோ, அல்லது அறுப்பதிலோ தொழில் திறமை உள்ளவர்களாக இருந்தால் நீங்கள் இப்படித்தான் செய்திருப்பீர்கள்.” கையில் ஆயுதம் வைத்துக்கொண்டு வெட்ட முயற்சிப்பதுபோலச் செய்து காட்டினார். “நீங்கள் எதை வெட்டி அல்லது அறுத்து எடுக்கப் போகிறீர்கள் என்று உங்களுக்குத் தெரியும். அப்போது அங்கே எந்தெந்த உறுப்புகள் எதிர்ப்படும் என்பதும் உங்களுக்குத் தெரியும். ஒட்டுமொத்த உடம்பின் உட்புறத்தில் எந்த எலும்பு இருக்கிறது, எந்தத் தசை இருக்கிறது, எந்த அவயம் இருக்கிறது, எங்கெங்கே இருக்கிறது என்று

தெரிகிறபோது, வேகமாகச் செயல்பட வேண்டுமென்று தெரியும். கத்தியை எடுத்து அவசர அவசரமாகச் செயல்பட வேண்டும். முழுமையாகச் செயல்பட வேண்டும். ஆனால் அதற்கு நீங்கள் உறுதியுடன் இருக்க வேண்டும். அங்கே இருப்பனவற்றை நீங்கள் தெரிந்துகொள்ள வேண்டும். அதன் உள்ளே இதயம் இருக்கிறது. இது அவனுக்கு முதல் கொலை. முதல்முறையாகக் கொலை செய்ய அறுப்பது, அல்லது வெட்டுவது எல்லாம் நடக்கிறது. அறுத்துவிட்டுப் 'போதும்' என்று நினைக்கிறான். பிறகு மீண்டும் அறுக்கிறான். மீண்டும் மீண்டும் வெட்டி, அறுப்பதால் அது அவனுக்குப் பழக்கமாகிவிடுகிறது.

ஜெண்டேயின் முகத்தில் ஆழ்ந்த சிந்தனை தெரிந்தது. ஆகவே இரத்தத்தால் சுவரில் எழுதியிருக்கிறவன் முதல்முறைக் கொலையாளி எனத் தெரிகிறது. இரத்தம், அந்த இளைஞனின் இரத்தம்.

முதல்முறைக் கொலைகாரன். அந்தக் கொலை எப்படி அவனுக்கு அவ்வளவு தைரியத்தைக் கொடுத்தது? அவர் வாசித்துத் தெரிந்து கொண்ட எல்லாமே அவருக்குச் சொல்வது என்னவென்றால், முதல் கொலை அப்படித்தான் படபடப்பாக இருக்கும். அதன்பிறகு போகப் போகக் கொலை என்பது சாதாரணமாக ஆகிவிடும். அதை அவர் எதிலிருந்து வாசித்தார்? நிச்சயமாக அவர் அகதா கிறிஸ்டி எழுதியதிலிருந்து வாசிக்கவில்லை. அந்த ஆள் மீண்டும் நினைவுக்கு வருவானா? அந்தக் கொலையாளியை ஏன் ஓர் ஆண் என்று சொல்ல வேண்டும்? இவரே இதைக் கேட்டுக்கொண்டார். ஒரு பெண்ணாகவும் இருந்திருக்கலாமே? ஆனால் இதற்கான விடை மிக எளிதானது. அது ஆண்கள் கழிப்பறை.

"சிறுநீரகம் எடுக்கும் இந்த வேலை குறிப்பிடத்தக்க ஒன்றெனவே நான் கருதுகிறேன்" என்றார்.

"தொலைக்காட்சியில் காட்டப்படுவது போலவா? ஒருவன் மன நோயாளியாக இருக்கிறான். உடலிலிருந்து சிலவற்றை எடுக்க விரும்புகிறான், அப்படியா?"

"அந்த வகையிலா?"

"அந்த வகையாக இது எனக்குப் படவில்லை" என்றார் ஜெண்டே. "மனநிலை தடுமாறிய ஒரு கணம் அது. அந்த ஒரு கணத்தில் வெட்டுகிறான். இரத்தம் பெருகி வருகிறது. 'அதை எடுத்து

வெளியே போடுவோம்' என்று எண்ணி, கையை உள்ளே விட்டு அதைப் பிடுங்கி வெளியே போடுகிறான்."

என்ன மனநிலை கொண்ட மனிதன் இவன்? முதல் முறையாகச் செய்யும் ஒரு கொலையாளி, எப்படிச் சடலத்தின் உள்ளே கையை விட்டுச் சிறுநீரகத்தை எடுக்க முடியும்? அவனது கைகள் அதை நோக்கி எப்படி நீளும்? அவனது கத்தியின் வேகம் எவ்வளவு இருக்கும்? சிறுநீரகத்தைத் தேடிக் கண்டுபிடிக்க அவன் எப்படித் தெரிந்துகொண்டான்? அதை அவன் வெட்டி வெளியே எடுத்தானா? அல்லது மிருகத்தைப் போலக் கால் நகத்தாலும், பற்களாலும் கிழித்து வெளியே எடுத்துப் போட்டானா? அவரது நண்பர் இதையெல்லாம் கவனித்தது போலத் தெரியவில்லையே என்று பீட்டர் கருதினார்.

"சிறுநீரகம் கண்டுபிடிக்கப்பட்டதா?"

"இல்லை."

"அதைத் தேடும் முயற்சியாவது நடந்ததா?"

"நீங்கள் கண்டுபிடிப்பது போலத்தான் அதுவும் இருக்கும். அது ஒரு தசைத் தொகுதி, பீட்டர். அது ஒரு மானுடச் சிறுநீரகம் என்று உங்களுக்குத் தெரியும். அது ஒரு மானுடச் சிறுநீரகம் என்று கொலைகாரனுக்கும் தெரியும். அது ஒரு தெரு நாய்க்குத் தெரியுமா? ஒரு காக்கைக்குத் தெரியுமா? பள்ளி இடைவேளை நேரத்தில், நம் கைகளிலிருந்த வடையைக் கவ்விச் சென்ற அந்தப் பறவைக்குத் தெரியுமா, அது ஒரு மனிதனின் சிறுநீரகம் என்று?"

அவர் சொல்லட்டும் என்று பீட்டர் காத்திருந்தார்.

"நாய்களுக்கும், எலிகளுக்கும், கழுகுகளுக்கும் அதுவொரு சான்றாதாரம் என்று எங்கே தெரியப்போகிறது? ஏதோ ஒன்றை இந்நகரின் ஒரு மூலையில் வீசி எறிந்துவிட்டுப் போகிறீர்கள். அதுவும் காணாமல் போய்விடுகிறது. அவன் அதைக் கழிப்பறையில் வீசி எறிந்துவிட்டுப் போயிருக்கலாம். அல்லது வழியோரத்தில் வீசி விட்டுப் போயிருக்கலாம். அதைக் கையில் வைத்துக்கொண்டே மாஹிம் நகர் ஓடை வரை அவன் நடந்து சென்றிருக்கலாம்; அல்லது அதைக் கையில் பிடித்துக்கொண்டு இரவு முழுவதும் வழி எங்கும் நடந்து திரிந்திருக்கலாம். அதை யார் கவனிக்கப் போகிறார்கள்?"

பீட்டர் அவரைக் கூர்ந்து நோக்கினார்.

“சரி, வேடிக்கையாகச் சொன்னேன். அது மாஹிம் நகர் ஓடையாக இல்லாமல் இருக்கலாம்.”

“ஆனால், ஏதோ ஒன்று சரியாகத் தெரியவில்லையே...” என்று பீட்டர் ஆரம்பித்தார்.

“அவனை நீங்கள் கிறுக்கன் என்கிறீர்களா?”

“அவன் கிறுக்கன் இல்லையென்றால், வக்கிரச் சிந்தனை உள்ளவனாக இருக்க வேண்டும். ஏதோ ஒன்று அவனை மீட்டு இயல்பு நிலைக்குக் கொண்டு வந்திருக்க வேண்டும். இதோ, இவன் கத்தியைக் கையில் எடுத்துக்கொண்டு வந்த முதல் முறைக் கொலைகாரன் என்கிறீர்கள். அவன் கத்தியால் அறுத்ததால், பீறிட்டு வந்த இரத்தத்தைப் பார்த்ததும், அவன் பயத்தால் நடுங்கியிருக்க வேண்டும் என்கிறீர்கள். நீங்கள் நினைப்பதற்கெல்லாம் மாறாக அந்தச் சடலத்தை, அறுத்து சிறுநீரகத்தை எடுத்திருக்கிறான்.”

“எனக்குத் தெரியவில்லை, பீட்டர். இது ஏதோ படம் பார்ப்பது போல் இருக்கிறது. நீங்கள் சொல்வது சரியாகக் கூட இருக்கலாம். இந்த உலகம் வினோதமானது. எல்லாமே தெளிவாக இருக்கிறது; எல்லாமே குழப்பமாகவும் இருக்கிறது. நம்மால் இயன்றதைச் செய்வோம். இது விஷயமாக யாரையாவது பார்த்துப் பேச வேண்டுமென்று நீங்கள் விரும்பினால், டாக்டர் அஜீத் பித்தாலேயைப் போய்ப் பாருங்கள். அவரது முகவரி தருகிறேன். அவர் ஒரு மனோ தத்துவ மருத்துவர். இதுபோன்ற மனநலம் குன்றியவர்களின் வழக்கு நீதிமன்ற விசாரணைக்கு வருகின்றபோது, இவர் அங்கு சென்று ஆலோசனைகள் வழங்குவார்.”

ஜெண்டே தனது மேஜையில் தோண்டித் துருவி ஒரு கார்டை எடுத்தார். அதைப் பீட்டரிடம் கொடுத்து, “நீங்கள் உங்கள் நேரத்தை வீணடிக்கப் போவதற்கு என் வாழ்த்துகளைத் தெரிவித்துக்கொள்கிறேன்.” பீட்டர் அந்தக் கார்டை வாங்கித் தன் சட்டைப் பையில் திணித்துக்கொண்டார்.

“கொலையுண்டவனைப் பற்றி நாம் என்னவெல்லாம் தெரிந்து கொண்டிருக்கிறோம்?”

“எல்.எஸ்.பார்துஸ்டா. வயது 24: முகவரி: இரயில்வே குடியிருப்பு, எல்ஃபின்ஸ்டோன் சாலை.”

“வேறு ஏதாவது?”

"வேறு ஒன்றும் நமக்குத் தெரியவில்லை. ஆனால் சிலவற்றை யூகம் செய்துகொள்ள முடிகிறது. அவன் கழிப்பறைக்குள் நுழைகிறான்; அதிலிருந்து வெளியே வருகிறான். இப்படியாக ஒரு மணி நேரத்தில் பத்து தடவை உள்ளே சென்று வெளியே வருகிறான். இதைத்தான் கண்காணிப்புக் கருவி காட்டுகிறது."

"அப்படியானால் அவன் ஒரு..."

"செக்ஸ் குற்றவாளி."

பாலுறவுக் குற்றமுடையவன். சிவாவும் பீட்டரும் பள்ளியில் படிக்கும் காலத்தில் இந்த வார்த்தையைக் கேள்விப்பட்டதில்லை. 'அலி' போன்ற வார்த்தைதாம் அதிகமாகப் பேசப்பட்டு வந்தன. இந்த மாதிரி எதுவும் கேள்விப்பட்டதில்லை. ஆனால் உண்மை நிலையைக் கண்டறிவதற்கு இந்த வார்த்தை கொஞ்சம் உதவிகரமாக இருக்கும் போலத் தெரிகிறதே என்று கருதினார். சுனில் ஒரு செக்ஸ் குற்றவாளி என்று எழும்பி வரும் எண்ணத்தைத் தடுத்து நிறுத்தினார். அதற்குப் பிறகு அவருள் தோன்றிய உடனடிச் சிந்தனை: இதுதான் அவன் உலகமா? இப்படித்தானா அவன்...

"அநேகமாக இந்தத் தொழில் செய்பவன்" என்று ஜெண்டே கூறினார்.

"தொழிலா?"

"தன்பாலினச் சேர்க்கைத் தொழில். நாம் இப்போது இதைப் பாலுறவுத் தொழில் என்கிறோம். நான் இப்போது அவன் இருக்கும் இடத்திற்குச் செல்கிறேன். நீங்களும் வருகிறீர்களா?"

"இதைவிட வேறென்ன முக்கியமான வேலை?"

"போகலாம்" என்றார் பீட்டர்.

3

பழைய, பெரிய தொழிற்சாலை வீடுகள் போல இந்த வீடு இல்லை. அவை பெரும்பாலும் காற்றோட்டமான வராந்தாவும், கூர்மையான விளிம்புகளை உடைய மாடிப் படிகளையும் கொண்ட எஸ்ச்சரின் வரைபடக் கலை போல அமைந்திருக்கும். இது 1960களை ஒட்டிய ஓர் ஆண்டில் பொதுப் பணித்துறையால் கட்டப்பட்ட ஓர் அரசாங்கக் கட்டடம். இதில் வாழும் மக்கள் அனைவரும், பொதுக் கழிப்பறைக்கு வரிசையாக நிற்பது போன்று பல இன்னல்களை அனுபவித்து வந்தார்கள்.

எஸ்.எஸ். பார்த்துஸ்டா மூன்றாம் தளத்தில் வாழ்ந்து வந்தான். இறப்பினால் ஏற்பட்ட சோகம் அந்த வீட்டைச் சூழ்ந்திருந்ததால், அந்த இடத்தைக் கண்டுபிடிப்பது அவர்களுக்கு எளிதாக இருந்தது. பெண்கள் அவ்வீட்டிற்கு வெளியே கூடி அமர்ந்து அழுதுகொண்டிருந்தார்கள். ஜெண்டே அவருடைய அடையாள அட்டையை எடுத்து அவர்கள் முன்னே நீட்டினார். அந்தச் சூழலில் அந்த அடையாள அட்டைக்கான அவசியம் இல்லாமலிருந்தும், அதை எடுத்து அவர் நீட்டினார்.

அவ்வீட்டில் சுவரோடு இணைத்து கட்டில் போலக் கட்டப்பட்டிருந்த மேடை போன்ற உயரத்தில் ஒரு வயதானவர் படுத்திருந்தார்.

“யாரது? என் மகனா? என்னுடைய வாரிசு என்னிடம் வந்து விட்டதா?”

படம் தயாரிக்கும் பணக்காரப் பாலிவுட்டுக்கு வெளியே இந்தக் குடியிருப்பு அமைந்திருந்தது. ஆனால், அதுவும், எப்படிப்பட்ட கலையாக இருந்தாலும் ஒன்றை நமக்குச் சொல்லிக் கொண்டிருந்தது; ‘உணர்ச்சியை வெளிப்படுத்து’ - இது பீட்டருக்கு நினைவுக்கு வந்தது. மருத்துவமனையில் இருந்த கிரெயம் கிரீன், குழந்தையை இழந்து புலம்பிக்கொண்டிருந்த ஒரு பெற்றோரைக் கவனித்துக்கொண்டிருந்தார். அவள் சொன்னதையே சொல்லி அர்த்தமில்லாமல் அழுதுகொண்டிருந்ததை எண்ணிப்பார்த்தார். ஆனால் இந்த வயதான மனிதனின் உண்மையான

துயரத்தை மறுக்க முடியாது. என்றாலும் இந்தப் புலம்பல் பாலிவுட்டின் சினிமாத்தனத்திலிருந்து காப்பி அடிக்கப்பட்டது. சினிமாத்தனத்தின் சாயல் என்பதுவும் உண்மை.

ஜெண்டே 'காவல்துறை' என்று தங்களை அறிமுகப்படுத்திக் கொண்டு எதையோ தேடி சுற்றும் முற்றும் பார்த்தார். "அவன் பயன்படுத்தும் பொருள்கள் எல்லாம் எங்கே இருக்கின்றன?"

அந்த வயதானவர் 'மேலே' என்பது போல கையை உயர்த்திக் காட்டினார். "தயவுசெய்து தத்துவம் எல்லாம் வேண்டாம். இப்போது அது தேவையில்லை" என்று பீட்டர் எண்ணினார்.

அந்தப் பெரியவர் சைகை காட்டுவதைத் தவிர வேறெதையும் குறிப்பிடுவதாகத் தெரியவில்லை. அந்த வீட்டில் பரண் அமைக்கப்பட்டிருந்தது. ஓர் ஏணி கொண்டு வரப்பட்டு சுவரின் மீது சாத்தப்பட்டது. அதை நீட்டி விரித்தபோது மாடிக் கதவு வரை நீண்டது.

ஜெண்டே கதவை இழுத்துப் பார்த்தார். கதவு பூட்டப்பட்டிருந்தது.

"அவன் வெளியே செல்கின்றபோது கதவைப் பூட்டிவிட்டுத்தான் செல்வான்."

ஜெண்டே மீண்டும் பெரியவரைப் பார்த்தார்.

"வாடகை கொடுக்கிறானா?"

இதைக் கேட்டுப் பெரியவர் அதிர்ச்சியடைந்தார்.

"என் இரத்தம். அவன் என் இரத்தம். என் இரத்தமான அவனிடமிருந்து வாடகை வசூல் செய்யலாமா?" என்று மிகுந்த சிரமத்துடன் தலையை உயர்த்திக் கேட்டார்.

"உங்கள் இரத்தம் அவனது அறையைப் பூட்டிவிட்டுப் போய் இருக்கிறதே, அதனால்தான் கேட்டேன். அவன் யார் உங்களுக்கு?" என்று ஜெண்டே கேட்டார்.

அவரது உடலை இரண்டாகக் கிழித்துப் போட்டது போன்ற வலி அவரது முகத்தில் தோன்றி மறைந்தது.

"என்னுடைய பேரன்" என்றார்.

ஜெண்டே அமைதியான குரலில் கேட்டார். "சாவி எங்கே?"

சாவி எங்கே இருக்குமென்று யாருக்கும் தெரியவில்லை.

"ஒரு சுத்தியல் கிடைக்குமா?"

ஒருவர் சுத்தியல் எடுத்து வரச் சென்றார்.

"அவன் எங்கே வேலை செய்தான்?"

"அவன் வேலை தேடிக்கொண்டிருந்தான். வேலை தேடுவது எப்படி என்று உங்களுக்குத் தெரியும். இந்த மக்கள் கோட்டை விடுகிறார்கள். இப்பொழுதெல்லாம் பெங்காலிகளால்தான் வேலை வாங்க முடிகிறது. நாம் இழந்துவிடுகிறோம்."

பெங்காலிகளுக்குத்தான் வேலை கிடைக்கிறதா? பீட்டர் ஆச்சரியப்பட்டார். பிறகுதான் புரிந்தது. இரயில்வே துறைகளில் அவர்கள் அதிகம் இருக்கிறார்கள் என.

"வேலை கிடைக்க மக்கள் என்னென்ன செய்கிறார்கள் என்பதை நீங்கள் தெரிந்துகொள்ள வேண்டும்."

இந்த நேரத்தில் யாரோ ஓர் ஆள் சுத்தியலோடு வந்தார். அதை வாங்கிய ஜெண்டே பூட்டையும், தாழ்ப்பாளையும் ஒரே அடியில் உடைத்தார். இதைக்கண்ட அந்த வயதான மனிதரின் தலை கட்டிலில் கவிழ்ந்தது. கதறி அழுதார். அவரது அழுகுரல் கேட்டு அவர்கள் அங்கு வந்தார்கள்.

முதலில் பீட்டர் மேலே சென்றார். ஏதோ கெட்ட நாற்றம் அவரைக் கவ்வியது. அந்த நாற்றம் சற்று பழக்கப்பட்டதாக இருந்தாலும், முற்றிலும் வேறுபட்டுத் தெரிந்தது. அழுக்குமூட்டையில் துவைக்கப்படாத துணிகள் அடைத்து வைக்கப்பட்டிருந்த துர்நாற்றம்.

"விசித்திரம்," சுற்றுமுற்றும் பார்த்து பீட்டர் சொன்னார். அதை என்ன நாற்றம் என்று பீட்டர் அடையாளம் கண்டுகொண்டார். கல்லூரி விடுதி ஆண்கள் அறையிலிருந்து வரும் நாற்றம் அது.

"என்ன?"

"இந்த அழுக்குப் பிடித்த ஆடைகளிலிருந்து வரும் துர்நாற்றம்தான் அது."

"ஆண்களே அப்படித்தான்."

"ஆமா. அவர்கள் வீட்டைவிட்டு வெளியே தங்கும்போது அப்படித்தான்."

ஜெண்டே பேச்சை நிறுத்தினார்.

"இது அவனது வீடுதான். ஆதார் கார்டில் உள்ள நிரந்தர முகவரி இது."

"சரி. ஆனால் எங்கள் வீட்டிலோ அல்லது உங்கள் வீட்டிலோ அல்லது ஏதோ ஒரு வீட்டில் யாரோ ஒருவர் வந்து, அங்கு துணி துவைப்பானா? அதாவது அது உங்கள் அம்மாவோ அல்லது மனைவியோ அல்லது..." அவன் ஒரு பாலியல் தீவிரவாதம் கொண்டவன் என்பதற்கான தொடக்கமாகவே இது இருப்பது போல் அவர் உணர்ந்தார்.

"ஏன் இவ்வளவு அழுக்குத் துணிகள் மூட்டையாகச் சேர்ந்திருக்கிறது?"

"அவன் எப்போதும் இந்த அறையைப் பூட்டியே வைத்திருப்பான். யார் வந்து அதை எடுத்துத் துவைக்க முடியும்?"

"அதைக் கீழ்த்தளத்தில் போட்டிருந்தால் யாராவது துவைத்திருப்பார்களே?"

"அவன் அப்படி ஒரு சோம்பேறி."

"அவன் இந்த அழுக்கு மூட்டைகளை அறைக்கு வெளியே தள்ளிப் போட்டு இருக்க வேண்டும்."

"எனக்குத் தெரிந்து சில இளைஞர்களுக்கு இந்தச் சின்ன வேலை கூட மலை போலத் தெரியும்" என்று ஜெண்டே வேதனைப்பட்டுச் சொன்னார். அவருக்கு இரண்டு பையன்கள் இருந்தார்கள்.

"அப்படி இல்லை. இளைஞர்கள் தங்கள் உடைகளைச் சுத்தமாக வைத்துக்கொள்ள விரும்புவார்கள்" என்றார் பீட்டர்.

"அவன் இந்த அறையைப் பூட்டியே வைத்திருக்கிறான். அவனது குடும்பத்திலிருந்து விலகி இருக்க நினைத்திருக்கிறான். ஏதோ இங்கு இருக்கிறது; ஏதோ சிலவற்றை மறைத்தே வைக்க விரும்பி இருக்கிறான்" என்று சொன்னார்.

ஜெண்டே அவரைப் பார்த்துவிட்டு "அவன் எதையெல்லாம் மறைக்க விரும்பியிருக்கிறான் என்பதை நாம் கண்டுபிடிக்க

வேண்டும்” என்று சொல்லித் தன் காலால் அந்தத் துணிகளை ஓர் ஓரத்தில் தள்ளிப்போட்டார். எங்கு பார்த்தாலும் அழுக்குத் துணிகளே கிடந்தன. சட்டை, கீழ் உள்ளாடை, பனியன், காற்சட்டை, ஜீன்ஸ், குறுங்காற்சாட்டை. அந்த அழுக்கு ஆடைகளை ஒதுக்கிப்போட்டபின், அவை அந்த மூலையில் மலை போலக் குவிந்து கிடந்தன.

“எவ்வளவு துணி பாருங்கள்” என்றார் பீட்டர்.

“அவன் வேலை செய்கிற இடத்தில் அணிந்துகொள்ளும் ஆடைகள் இவை” என்று ஜெண்டே கூறினார்.

அவனுடைய மீதமுள்ள உடைமைகள் எல்லாம் சொற்பம்தான். ஒரு பார்க்கர் பேனா செட். சில பள்ளி, கல்லூரிச் சான்றிதழ் நகல்கள்; சராசரி மதிப்பெண்கள் பெறப்பட்டிருந்த சான்றிதழ்கள், சில ஆண்டுகளுக்கு முன்னாள், கலெக்டர் போல் கையொப்பமிடப்பட்டு வேலைக்கு அனுப்பப்பட்டிருந்த மூன்று நகல்கள் கொண்ட ஒரு கோப்பு. கையொப்பமிடப்படாத பூக்கள் பதிக்கப்பட்ட வாழ்த்து அட்டைகள், நறுமண பாட்டில் ஒன்று, சிகை அலங்காரக் கேசத் திரவங்கள், கொஞ்சம் ஆணுறைகள், ஐபாட், காதில் பொருத்தி இசை கேட்கும் கருவி, அலைபேசி சார்ஜர், மூன்று ஆண்டு மனோரமா இயர் புத்தகங்கள், ‘வங்கித் தேர்வுகளில் வெற்றி பெறுவது எப்படி’ என்ற தலைப்பிட்ட சில புத்தகங்கள், கல்லூரிச் சுற்றுலாக் காலங்களில் எடுக்கப்பட்ட புகைப்படங்கள், இப்படிப்பட்ட அவனது சில உடைமைகள் அங்கே காணக் கிடந்தன. அவைகளில் சில புகைப்படங்களை மட்டும் ஜெண்டே எடுத்துக்கொண்டார்.

எல்லாம் வழக்கமானதாகத்தான் இருந்தது. இயல்புக்கு மாறாக ஏதுமில்லை.

“சரி. அவனது வங்கிக் கணக்குப் புத்தகங்கள் எங்கே? வங்கி சம்பந்தப்பட்ட எதுவும் காணவில்லையே?”

“பணமா? அவனது பணத்தை எங்கே வைத்திருக்கிறான்?” என்று கேட்டு அந்த அழுக்குத் துணிகளை மீண்டும் பார்த்தார். துவைக்கப்படாத அழுக்கு மூட்டைகள். அழுக்குத் துணிகளை எந்த வீட்டிலுள்ள ஒரு பெண் சந்தோஷமாகத் துவைத்து, அலசி, காயப்போட்டு, சலவை செய்து, மடித்து வைத்துக்கொள்ள விரும்புவாள்.

அதிலிருந்து அவனுடைய ஒரு முழுக்கைச் சட்டையை எடுத்தார். அச்சட்டையின் கைகள் மேலே ஏற்றி மடித்து சுருட்டி விடப்பட்டிருந்தன. அதைப் பார்த்த ஒரு நிமிடம் எல்லாமே அவருக்குத் தவறாகப்பட்டது. அதை அவர் கவனமாகப் பார்த்தார். ஆ! சுனில் இதே மாதிரி சட்டை வைத்திருந்தானே? அதுதானா இது? அல்லது என் மகனும் இவனும் ஒரே சட்டையை வைத்திருக்கிறார்களா? 1990-களில் இவர் பேட்டி எடுத்த ரிச்சர்ட் லெனாய் என்பவர் பனாரஸ் வந்தபோது அவர் சொன்னது பீட்டருக்கு இப்போது நினைவுக்கு வந்தது. "இந்த ஊருக்கு வருகின்ற ஒவ்வொரு மனிதர்களும் எங்கிருந்து வருகிறார்கள் என்பதை அவர் அணிந்து வரும் ஆடைகளிலிருந்து சொல்லிவிடலாம். இன்னும் சொல்லப் போனால் எந்த ஜாதியைச் சார்ந்தவர்கள் என்று கூடச் சொல்லிவிடலாம். ஆனால் இந்தமுறை, எல்லோரும் பாலிஸ்டர் ஆடை அணிந்து வருகிறார்கள்." இந்த ஆடையை அலசி, உதறிவிட்டு அணிந்துகொள்ளும் புரட்சி, குடிசையில் இருப்பவனுக்கும் கோபுரத்தில் இருப்பவனுக்கும் சமமாகக் கிடைத்தது. ஏதோ ஓர் உணர்வின் உந்துதலால் அந்த சட்டையை அவன் கழற்றிப் போட்டிருக்க வேண்டும். அது எந்த உணர்வு? அந்த உணர்வு கைகளில் ஏற்பட்டதா? அல்லது விரல்களில் ஏற்பட்டதா? இவையல்ல. வேறு ஒன்று எனச் சில உணர்வுகள் அவருக்குக் கூறின. ஒரு சட்டை இருக்க வேண்டிய கனத்தை விட இந்தச் சட்டை சற்று கனமாக இருந்தது.

அந்தச் சட்டையை எடுத்து உதறிவிட்டு, கைகளை மட்டும் மாட்டியபடி சட்டையைப் புரட்டிப் பார்த்தார்.

ஒன்றுமில்லை.

அந்தச் சட்டையை வேகமாக உதறினார். எதுவும் அதிலிருந்து விழவில்லை. அப்படி உதறியும் அச்சட்டையின் கைமடிப்பு இறங்காமல் அப்படியே இருந்தது. அவர் அச்சட்டையின் ஒரு கைமடிப்பை இறக்கிவிட்டார். அதிலிருந்து ஆயிரம் ரூபாய் கட்டு ஒன்று விழுந்தது. அடுத்த கையையும் இறக்கிவிட்டதும் அதேபோல கட்டு ஒன்று காணப்பட்டது.

"ஜெண்டே?"

ஜெண்டே அநதத் துணிகளை எல்லாம் கூட்டி ஒரு மூலையில் தள்ளினார். ஜெண்டேயும் பீட்டரும் ஒவ்வொரு சட்டையையும் சோதனை செய்து பணத்தை எடுத்தார்கள். முழுக்காற்சட்டையின்

இடுப்பு வளையத்தில் வைக்கப்பட்டிருந்த பாக்கெட்டில் பணம். ஒவ்வொரு சட்டையின் கை மடிப்புகளிலும் பணம். உள்ளாடையின் பாக்கெட்டிலிருந்தும் பணம்.

"இதுதான் இவனது வங்கியா? இந்த அழுக்குச் சட்டைகளிலா?" என்று ஜெண்டே கேட்டார்.

"அழுக்குச் சட்டையை யாரும் தொடமாட்டார்கள் அல்லவா?" என்றார் பீட்டர்.

அந்தச் சட்டையைத் தொட்டதால் அவர் கைகளில் பட்ட அழுக்கு அவருக்கு அருவருப்பாகப்பட்டது.

கடைசியாகப் பார்க்கின்றபோது, அது ஒரு வங்கி ஊழியரின் மாத வருமானத்திற்குக் குறைவானதாக இல்லை.

"சரி, இதைக் கொண்டு நாம் என்ன செய்வது?"

"எனக்குத் தெரியவில்லையே. இதை ஒரு சாட்சிப் பொருளாக எடுத்துக்கொள்ள வேண்டும். ஆனால் இதை எதற்கான சாட்சிப் பொருளாக எடுத்துக்கொள்வது என்று தெரியவில்லையே. அதன்பிறகு, இதை எப்போது அவர்கள் திரும்ப எடுத்துக் கொள்வார்கள் என்று யாருக்குத் தெரியும்? அல்லது அதை போலீஸ் எடுத்துக்கொள்வார்களா என்றும் தெரியவில்லை."

"அவர்களுக்கு அது தேவைப்படுமா?"

"ஏன் தேவைப்படாது?"

"எனக்குத் தெரியவில்லை. நான் என்ன நினைத்தேன் என்றால்: அது இழுக்கு என்று நினைப்பார்கள். அவன் 'தொழில்' செய்து கொண்டிருந்தது போலீஸுக்குத் தெரியும் என்று நீங்கள் நினைக்கிறீர்களா?"

"காவல் துறையினர் இது பாலியல் தொழில் என்று பேசிக் கொள்கிறார்கள்."

"வேறு என்ன அவர்கள் நினைப்பார்கள். இரவில் வீட்டை விட்டுச் செல்கிறான். நன்கு ஆடைகள் அணிந்து செல்கிறான். காலையில் தான் வீட்டுக்கு வருகிறான். அப்போது கை நிறைய பணம் இருக்கிறது."

"பலர் இப்படி நினைப்பதில்லை."

பீட்டர் அடுத்த நிமிடமே அந்தச் சொற்றொடரை நேசித்தார். பீட்டர் அதை மனதில் இருத்திக்கொள்ள முயற்சி எடுத்தார். 'அப்பாவித்தனமாகச் செயல்படு. அதனால் வரும் நன்மையை அனுபவித்துக் கொள்' - அடுத்த நொடியே அதை மறுத்தார். அதனுடைய பொருள் கொஞ்சம் குழப்பமாகத் தெரிந்தது - உன்னால் புத்திசாலித்தனமாகச் செயல்பட முடியவில்லையென்றால், உனக்கு நிறைந்த நன்மைகள் உண்டு. அல்லது இந்த விவகாரத்தில் நீ முட்டாளாக வேடம் போட்டு நடித்தால், உன் முட்டாள்தனத்தின் பலன்களை நீ அனுபவிப்பாய். அந்தப் பணம் எங்கிருந்து வந்தது என்று கேள்; உன் அன்பான மகனோ அல்லது பேரனோ என்ன செய்து அதைச் சம்பாதித்தான் என்ற உண்மையை ஏற்றுக் கொள்ளத்தான் வேண்டும்.

ஜெண்டே சுற்றிலும் பார்த்தார். அங்கு ஒரு காகித உறை கிடந்தது. அந்த உறையை எடுத்துப் பணத்தை அதில் திணித்தார். பற்பல தெய்வங்கள் காணப்பட்ட அந்த பூஜை அறையில் அந்தப் பணத்தை வைத்தார்.

"இங்குள்ள தெய்வங்களில் பகுச்சரா மாதா காணப்படவில்லையே?" என்று ஜெண்டே கேட்டார்.

"யார் அது?" என்று கேட்டார் பீட்டர்.

"அர்த்தநாரீ."

"அது அர்த்தநாரீ அல்ல."

ஜெண்டேயின் வரலாற்றில் யாரெல்லாம் ஆண், பெண் உறவு கொள்பவர்கள் இல்லையோ அவர்களையெல்லாம் ஒரே இனமாக வகைப்படுத்துவார். அவர்களை என்னவென்று சொல்லுகின்றீர்களோ, அது ஒரு விஷயம் அல்ல.

அலங்காரத்துக்காக வைக்கப்பட்டிருந்த ஒரு சிறிய சிலையின் அடியில் ஒரு செய்தித்தாள் காணப்பட்டது. வழக்கம்போல அதை எடுத்து வாசித்தார். அதன் தலைப்புச் செய்தி : 'மரணிக்க நேரமில்லை' - வழக்கமான தலைப்பில் அந்தச் செய்தி தொடங்கியது:

சூரஜ் பட்டேல் என்னும் 24 வயது இளைஞனின் மரணம் நமது சமூகம் வெறுக்கத்தக்க பல்வேறு பிரச்சினைகளை எழுப்பியுள்ளது. சமீபத்தில் திருமணம் செய்துகொண்ட, நல்ல ஆரோக்கியமான ஓர் இளைஞன் ஏன் பதினோராவது மாடியிலிருந்து குதித்து

தற்கொலை செய்துகொள்ள வேண்டும்? அவனது மாமியார், பதாமா மருத்துவமனையில் ஓர் உறுப்பு பாதிப்பால் செயலிழந்து கிடந்தாள். அதற்கு, அவனது மனைவி, தன் அம்மாவுக்கு ஏற்பட்ட பாதிப்பால் அவன் ஆழ்ந்த துயரத்தில் இருப்பதாக அவள் கருத்து தெரிவித்தாள். அவன் நறுக்குத் தெறித்தாற்போல ஒரு குறிப்பை எழுதி வைத்துவிட்டுச் சென்றிருக்கிறான். "வருந்துகிறேன். இது என் தவறுதான். என்னை மன்னித்துவிடுங்கள்."

ஆனால், இதைப் பற்றி ஏன் யாருமே கோபப்படுவதில்லை...

பீட்டர் தன் அனுபவம் நிறைந்த கண்களை அந்த வரிகளின் மீது பதியவிட்டார். அதில் சரியான தகவல் தெரிவிப்பு இல்லை. தற்கொலை செய்துகொள்வது பற்றிய செய்திகளை எடுத்து அதை மறுசுழற்சி செய்து, விரும்பத்தகாத கருத்துகளைப் பத்திரிகை வெளியிடுகிறது: அதில் அரசாங்கத்தின் கருத்துகள் எங்கும் காணப்படவில்லை. அரசாங்க அவசர உதவி எண்களின் தேவை பற்றிய விமர்சனத்துடன் முடிக்கப்பட்டுள்ளது. குழந்தைகளுக்கான உதவி எண்ணான 1098 பற்றி அதில் குறிப்புகள் இல்லை. அத்துடன் அர்த்தமற்ற இன்னொரு கேள்வியும் கேட்கப்பட்டுள்ளது. தற்கொலை முயற்சியை ஒரு குற்றமாக அரசாங்கம் கருதினால், தற்கொலை செய்துகொள்ளத் திட்டமிடும் நபருக்கு ஓர் உதவி எண்ணை அரசாங்கம் ஏற்பாடு செய்யலாமே.

எதற்கு இந்தச் செய்தி என்று பீட்டர் பார்த்தார். தற்கொலை பற்றி இந்திய அரசாங்கத்தின் மனப்போக்கை குற்றம் சாட்டும் ஆரோக்கியமற்ற முயற்சி அது. ஆனால் இது ஒரு மோசமான கேள்வி. அரசாங்க விதிகளுக்கு உட்பட்டு மக்களுக்கு நன்மை செய்யவே அரசாங்கம் இருக்கிறது. குற்றங்கள் செய்வதற்கோ, அல்லது செய்யத் தூண்டுவதற்கோ அரசாங்கம் இல்லை. இதுவே தற்கொலை ஒரு குற்றச்செயல் என்பதற்கான விளக்கம்.

எழுத்தாளர்கள் 'பத்திரிகைக் கருத்து' என்கிறார்கள். தகவல் தருவோர் இதை 'ஓட்டை, உடைசல்' என்கிறார்கள். இந்த ஓட்டை உடைசல் பத்திரிகைப் பக்கத்தில் விடப்பட்ட ஓட்டையை அது நிரப்புகிறது. "ஒரு தகவலை வெளியிடுகின்றபோது, இதை எல்லாம் யோசித்துப் பார்க்க மாட்டார்களா?" என்று அவரோடு பணியாற்றிய நண்பர் சந்திரமௌலி ஒருமுறை நையாண்டியாகக் கேட்டிருக்கிறார்.

அந்த அறையின் சூழல் ஜெண்டேயைக் களைப்படையச் செய்து விட்டது. ஆகவே அவர் புறப்படத் தயாரானார்.

"இந்தக் குப்பைச் செய்தித்தாளில் என்ன தேடிப் பார்த்துக் கொண்டிருக்கிறீர்கள்?" என்று பொறுமையிழந்து கேட்டார்.

பீட்டர் அவரிடம், "இதை ஏன் அவன் வைத்திருந்தான்" என்று அதைக் காண்பித்துக் கேட்டார்.

ஜெண்டேக்கு அதில் அவ்வளவாக ஆர்வம் இல்லை. "யாருக்குத் தெரியும்? அவனுக்குத் தெரிந்த யாராவது அதில் பேட்டி கொடுத்திருக்கலாம்."

"யாரும் பேட்டி எடுக்கப்படவில்லை. எந்த மேற்கோளும் அதில் இல்லை."

"அதை எழுதியது யாரென்று தெரியுமா?"

"ஒரு பத்திரிகையாளன் இன்னொரு பத்திரிகையாளனைத் தெரிந்திருப்பான்."

பீட்டர் தலையாட்டினார்.

அவருடைய கையிலிருந்த செய்தித்தாளை ஜெண்டே வாங்கினார். "நீங்கள் பணியாற்றிய பழைய செய்தித்தாளிலிருந்து வந்ததால் இதை முக்கியமானதாகக் கருதுகிறீர்கள்" என்றார்.

அறை முழுவதும் கண்ட ஒரே துணுக்குச் செய்தி இதுதான்.

"வேறு சில காரணத்திற்காகச் செய்தித்தாளை பத்திரப் படுத்துகிறார்கள், பீட்டர். என் வீட்டில் வந்து பார்த்தால், பூஜை அறையின் மூலையில், சமையற்கட்டில் உள்ள மசாலா டப்பாக்களில், மேஜையில் இப்படிப் பல இடங்களில் இருக்கும்."

"ஆனால் பாருங்கள். அதன் மீது தேதியை எழுதி வைத்திருக்கிறான்."

அந்தத் துண்டுச் செய்தித்தாளின் மூலையில் தேதியும் அத்துடன் ஆச்சரியக்குறியும் இடப்பட்டுள்ளது.

அதில் குறிக்கப்பட்டுள்ள தேதியையும் அதை எழுதிய செய்தியாளர் ஜோட்டின் பெரி என்பதையும் கவனித்துக்கொண்ட பீட்டர், அந்தச் செய்தித்தாளைத் தன் சட்டைப்பையில் திணித்து வைத்துக் கொண்டார்.

***

மீண்டும் அவர்கள் காவல் நிலையத்திற்கு வந்தபோது, ஓர் இளம் காவல் அதிகாரி அங்கு வந்து கையில் கத்தையாக வைத்திருந்த காகிதங்களை ஜெண்டேயிடம் நீட்டினார்.

“சார், அலைபேசி கம்பெனி அனுப்பி இருக்கிறது, சார்.”

“அதை ஏன் என்னிடம் கொடுக்கிறாய்” என்று ஜெண்டே கேட்டார்.

இதை எதிர்பாராத இளம் காவல் அதிகாரி குழம்பிப் போய் நின்றார்.

“இதெல்லாம் என்ன?” என்று ஜெண்டே அன்பும், அதட்டலுமாகக் கேட்டார்.

“எல்லாம் எண்கள் சார், இறந்தவனின் அலைபேசியில் இருந்த எண்கள். கடைசியாக அவன் தொடர்பு கொண்ட எண்கள்.”

“யாருடைய எண்கள் அவை?”

“அவர்களுடைய கம்பெனி எண்களை மட்டும்தான் கொடுப்பார்களாம். வேற கம்பெனி எண்களைத் தரமாட்டாங்களாம்.”

“அதுக்கு நான் என்ன செய்யறது? அந்த நம்பரை எல்லாம், கூப்பிட்டு அதன் சொந்தக்காரர்கள் யார் என்று தெரிஞ்சுக்கனுமா? இது என் வேலை மாதிரி உனக்குத் தெரிகிறதா?”

“இல்லை சார்” என்று அந்த இளம் காவலர் கூறினார்.

“அப்ப, அது யாரோட வேலை?”

“என்னோட வேலை.”

“அதனால?”

அந்த இளம் காவல் அதிகாரி வேகமாக வெளியேறினார்.

“உன் பேர் என்ன?” என்று கூப்பிட்டுக் கேட்டார்.

“சுரலே சார்...” கொஞ்சம் தயங்கியவாறு தன் பெயரைச் சொன்னான். அவனை ஆறுதல்படுத்தும் நோக்கோடு தனது கண்களை மேல்நோக்கிச் செலுத்தினார். அந்த இளைஞனின் முகத்தில் தவழ்ந்த இலேசான புன்முறுவலில் அவன் ஆறுதல் அடைந்தான் என்று தெரிந்தது.

பீட்டரும் ஜெண்டேயும் தங்கள் வேலையைத் தொடர்ந்தனர். அந்த இரண்டு முகங்களிலும் மீண்டும் அந்த நட்புணர்வு துளிர்த்தது.

“இது என்ன?” ஜெண்டே ஒரே சமயத்தில் கடுமையும் கருணையும் கலந்த குரலில் கேட்டார். “இதுதான் மூத்த அதிகாரிகளின் சிறப்புத் தோற்றம் என்பதா?”

பக்மத்தும் துர்ராவும் அவர் கேலியாகச் சொல்வதைக் கேட்டுச் சிரித்து வைத்தார்கள். ஆனால் அவர்களது வேதனை வெளிப்படையாகத் தெரிந்தது.

“சார், ஒரு வார்த்தை சொல்லணும் சார்” என்று அவர்கள் மராத்தியில் சொன்னார்கள்.

“ம், சொல்லுங்க” என்று வெறுப்பான குரலில் சொன்னார்.

அவர்கள் அமைதியானார்கள். ஆனால் ஜெண்டேயிடம் மட்டுமே அவர்கள் பேச விரும்பினார்கள் என்பது தெளிவாகத் தெரிந்தது.

“நான் புறப்படுகிறேன். நீங்கள் பிறகு வாருங்கள்” என்றார் பீட்டர்.

***

வீட்டிற்கு வரும் வழியில் டாக்டர் அஜித் பித்தாலேயுடன் அலைபேசியில் பேசினார். மாசினா மருத்துவமனை நோயாளிகளைப் பார்த்துவிட்டு பீட்டரைச் சந்திப்பதாக டாக்டர் கூறினார்.

“ஆனால், அதற்கு ஒரு மணி நேரம் ஆகும். மாசினா மருத்துவமனை எங்கே இருக்கு தெரியுமா?”

அது ஒரு பார்ஸி நிறுவனம் என்று பீட்டருக்குத் தெரியும். ஒரு காலத்தில் அரண்மனை போன்று இருந்த அந்த வீடு, சர்.டேவிட் சேசூன் என்னும் யூதக் கப்பல் முதலாளியிடம் இருந்தது. அவர் அந்நகருக்கு “பைக்குள்ளா எந்திரப் பணியாளர் நிறுவனம்”, (அவரது திருமண வரவேற்பு நிகழ்ச்சி அங்குதான் நடைபெற்றது) மற்றும் டேவிட் சேசூன் நூல் நிலையம், (அதில் அவர் எப்போதும் உறுப்பினராக இருக்க விரும்பினார். ஆனால் ஏதோ ஒரு காரணத்தில், இறுதிவரை அவர் அந்த வாசலில் அடி வைக்கவில்லை.) ஆகியவற்றை வழங்கினார். நான்காம் நம்பர் பேருந்து ஆடி அசைந்து வந்தது. அதில் பீட்டர் தாவி ஏறினார். 45-ஆவது நிமிடத்தில் அந்தப் பேருந்து அவரை

குளோரியா தேவாலயத்தில் இறக்கிவிட்டது. அங்கிருந்து மாசினா மருத்துவமனை நோக்கி நடந்தார்.

மன நல மருத்துவ வார்டு, புதிய கட்டடத்தில் இருந்தது. வழியில் உள்ள ஒரு வார்டைக் கடந்துதான் செல்லவேண்டும். அந்த வார்டு எப்போதும் காலியாகவே இருக்கும். ஏனென்றால் பார்ஸிகளுக்கு மட்டும் என்று அது ஒதுக்கப்பட்டிருந்தது. அங்கு பார்ஸி நோயாளிகள் அவ்வளவாக இல்லை. மனநல மருத்துவ வார்டில் அத்தனை நோயாளிகள் முகங்களிலும் ஒரு வெறுமை படர்ந்திருந்தது.

"ஆண் நோளியாளிகள் சவரம் பண்ணிக்கொள்கிறார்கள்" என்று சொல்லி விட்டு அந்தப் பணிப்பெண் பட்டாம்பூச்சி போல் பறந்து சென்றாள்.

"ஓ?"

"நாங்கள் அவர்களைச் சவரம் செய்துகொள்ள விடுவதில்லை. அப்படி விட்டால் அந்த பிளேடாலேயே கழுத்தை அறுத்துக்கொண்டு செத்துப் போயிடுவார்கள். வாங்க, டாக்டர் உங்களைப் பார்க்கிற நேரம்" என்றாள். பட்டாம்பூச்சி போலக் காணப்பட்ட அந்த பணிப்பெண்.

அழகான முடியும், ஆலயப் பாடகர் குழு பையன் போன்ற முகம் கொண்ட டாக்டர் அஜீத் பித்தாலே நடுத்தர வயது கொண்ட மனிதர்.

"ஒரு சிறுநீரகத்தை எடுத்துவிட்டார்களா? இது வேறு ஒரு சம்பவமா?"

"சுவரிலே நம்பர் ஒன்று என்று எழுதி இருக்கிறான். அதுவும் ரத்தத்தாலே எழுதியிருக்கிறான்."

பித்தாலே புருவத்தை உயர்த்தி அப்படியா என்பது போலத் தலையாட்டினார்.

"இது கொஞ்சம் விசித்திரமாகத் தெரிகிறதே."

விசித்திரமா? மனக் கோளாறு வியாதியில் ஒன்று, என்ன ரக வியாதி என்று கண்டுபிடிக்கிறதிலும், புள்ளி விவரக் குறிப்பிலும் அந்தச் சொல் அங்கீகரிக்கப்பட்ட சொல்லா?

குறிப்பிட்ட ஒன்றில் அதிதீவிர ஈடுபாடு, கலவி இயல் பற்றிய ஆழ்ந்த சிந்தனை, அற்புதமான திறமைகளைக் கொண்ட உடல் பாகங்கள் பற்றிய தொன்மையான இசைக் குழுவிடையே ஏற்பட்ட எண்ணங்கள், சமயச் சடங்குகளில் சில உறுப்புகளின் பயன்பாடு, ஆப்பிரிக்காவில் மருந்துகளைக் கொண்டு செய்யப்படும் கொலைகள், ஹாவ்லாக் எல்லிஸின் கோட்பாடுகள் ஆகியவை பற்றி டாக்டர் அஜித் பித்தாலே பேசத் தொடங்கினார். அந்த உரையாடலில் ரிச்சர்ட் வான் க்ராஃப்ட-எபிங் (ஜெர்மானிய பாலுணர்வு மன நோய் நிபுணர்), பாலினீசியத் தீவு வாழ் மக்களின் நடவடிக்கைகள் பற்றிய கூற்று, வூடு மற்றும் ஜூஜூவும் பற்றிச் சொல்லிக்கொண்டே வந்தவர், திடீரென்று நிறுத்திவிட்டுத் தலையை மேலே நிமிர்த்தினார்.

"ஆனால், நீங்கள் இதற்காக இங்கே வரவில்லை. சரியா?"

பீட்டர், "இல்லை. ஆனால், ஒன்றுதான் என்னை இழுக்கிறது. ஆனா..."

"நீங்கள், 'பழுப்பு நிறக் கண்கள், காறை படிந்த பற்கள், கோவாவிலிருந்து வந்த ரோமன் கத்தோலிக்க கிறிஸ்தவனான, நடுத்தர வயதுள்ள மனிதனைத் தேடிக்கிட்டுருக்கிறீங்க' என்று நான் சொல்லனும்னு எதிர்பார்க்கிறீங்க. அப்படித்தானே."

"நீங்க ஷெர்லாக் ஹோம்ஸாக இருப்பீங்கன்னு நான் எதிர்பார்க்கலே."

"அப்போ, எப்படி எதிர்பார்த்தீங்க?"

"தெரியவில்லை. அது என்ன, உளவியல் விவரக் குறிப்பா?"

"அது ஒரு நிபுணத்துவம் நிறைந்த திறமை. அதற்கான பயிற்சியை நான் எடுத்துக்கல. அதிலே எனக்கு அவ்வளவா நம்பிக்கையும் இல்ல. ஆனா, அதுக்கு ஒரு வழி இருக்கிறது. நம்ம உலகமே வாழ்வுக்கும் சாவுக்குமான போராட்டம். ஈராஸ் கடவுளுக்கும் தனட்டாஸ் கடவுளுக்குமிடையே மாதிரி. சாவைத் தவிர்த்து வாழ்வை விரும்புகிறோம். ஆனா மரணத்தாலும் நாம் ஈர்க்கப்படுகிறோம். இதுதான் இறுதியான வேடிக்கை. அந்த முடிவை நோக்கித்தான் இழுத்துக்கிட்டுப் போறோம். மரணத்தைத் தோற்கடிப்பது எவ்வளவு நல்லது. அதாவது இன்னொருவனுக்கு மரணத்தை வரவழைச்சுக் கொடுப்பதைவிட அதை தோக்கடிப்பது நல்லதில்லயா? அப்படின்னா நீங்கதான் மரணம். அந்த

மனிதனோட சின்ன உலகத்திலே நீங்கதான் மரணத்தோட கடவுள். யாரெல்லாம் கொலை செய்வதுக்கு உரிமை வாங்கி வச்சுருக்காங்களோ, அவங்களுக்கு நம்ம உலகத்திலேயும் ஒரு சிறப்பான இடம் இருக்கு."

"ஜேம்ஸ் பாண்ட்"

"உலகப் புகழ் பெற்றவர். ஆனால் கையில் ஒரு துப்பாக்கியை வைத்திருக்கும் காவல்துறை அதிகாரி, கையில் துப்பாக்கியோ அல்லது வெடிகுண்டோ வைத்திருக்கும் தரைப்படை அதிகாரி, அவர்களெல்லாம் மனிதர்களைக் கொல்வதற்கு அங்கீகாரம் பெற்றுள்ளார்கள். இந்த விஷயத்தில் அவர்களது செயல்பாடுகளை நாம் பொறுத்துக்கொள்கிறோம். ஏன் பாராட்டக் கூடச் செய்கிறோம். ஆனால் அவர்களது கொலையை சட்ட ஒழுங்கைப் பாதுகாப்பதற்காகச் செய்யப்படும் செயல் என்று நம்புகிறோம். இம்மாதிரியான கொலையைச் செய்பவர் சட்டத்தின் பிடியிலிருந்து தன்னை விடுவித்துக்கொள்கிறார். ஒருவனைக் கொல்ல முடிவெடுக்கிறபோது அதிலிருந்து அவன் விடுபட்டு நிற்கிறான். அதற்கான காரணத்தையும் கற்பித்துக் கொள்கிறான். அவன் சொல்லிக்கொள்ளலாம்; 'என்னுடைய இடத்தில் யார் இருந்தாலும் இதைச் செய்வார்கள்' என்றோ, அல்லது 'ஒரு மனிதன் என்ன செய்ய வேண்டுமோ அதை அந்த மனிதன் செய்கிறான்' என்றோ, அல்லது அதற்கும் மேலே போய், 'எனக்கு எதைப் பற்றியும் கவலை இல்லை' என்றெல்லாம் சொல்கிறான். ஆனால் இவை எல்லாவற்றையும் மனதில்கொண்டு அவன் மிக எளிதாகக் கொலை செய்கிறான் 'அங்கே நான்தான் மிக முக்கியமானவன்' என்று. எனவே முதல் குறியீடு:- நன்கு வளர்ந்துள்ள ஒரு ஈகோ 'நான்' என்னும் அகங்காரம்."

"இங்கே சொல்லப்படுகின்ற ஈகோ சிக்மண்ட் பிராய்ட் கோட்பாட்டில் வரும் ஈகோவா? அல்லது இயல்பான பயன்பாட்டில் வரும் வார்த்தையா?"

"இரண்டுமேதான். ஆனால் இது மிகச் சிறந்த ஒரு தன்னம்பிக்கை என்றுதான் சொல்வேன். அல்லது தன்னம்பிக்கையின் வெளிப்பாடு."

"ஓ" என்றார் பீட்டர்.

"எனக்குக் கோபம் வரும். கடுங் கோபம் வரும். இந்த உலகம் என்னைச் சரியாக நடத்தவில்லை என்று எவன் ஒருவன்

வருந்துகிறானோ குறிப்பாக, அந்த வழியில் அவன் எல்லாரிலும் பொறுக்கி எடுக்கப்பட்டவன் என்று அவன் நம்புகிறபோது, யாரோ ஒருவன், அவனுக்குக் கீழே உள்ள ஒரு உலகத்தில் அவனைச் சூழ்ச்சியில் சிக்க வைத்துவிடுகிறான்."

தான் விரும்பாத ஒரு கேள்வியை டாக்டரிடம் கேட்கப் போவதை எண்ணி பீட்டர் நெகிழ்ந்தார்.

"டாக்டர்...?"

"சொல்லுங்க"

"தங்கள் மகன் ஒரு தன்பாலினச் சேர்க்கையாளன் என்பதை அவன் பெற்றோர்கள் தெரிந்துகொள்ளாமல் இருப்பதற்கான வாய்ப்பு ஏதேனும் இருக்கிறதா, அல்லது அப்படி ஏதும் இருந்ததா?"

டாக்டர் தெளிவான கண்களோடு அமைதியாக பீட்டரைப் பார்த்தார்.

"உண்டு" என்று கூறிய டாக்டர் அவரை நாற்காலியில் அமருமாறு கையைக் காட்டினார். ஆனால், தனக்குத் தேவையானதை அவர் சொல்லிவிட்டதாகவும், போதுமான அளவு சேதப்படுத்தி விட்டதாகவும் உணர்ந்துகொண்ட பீட்டர் வெளியே வந்தார். மருத்துவமனை பணிப் பெண்களைக் கடந்து, பளிச்சென்று சவரம் செய்யப்பட்ட முகங்களைக் கடந்து வெளியே சென்று கொண்டிருந்தார்.

இரவு சாப்பாட்டுக்குச் செல்லுமுன், கொஞ்சம் மது அருந்தினால் நன்றாக இருக்குமே என்று ஆர்.சி. என்ற உயர்ந்த ரக மது பாட்டிலைத் திறந்து கொஞ்சம் ஊற்றிக்கொண்டார்.

"நானும் கொஞ்சம் ஊற்றிக் கொள்ளவா?" என்று மில்லி கேட்டாள்.

"இது ஒயின் இல்லையே?" என்றார் பீட்டர்.

"நீங்கள் எதை எடுத்துக்கொள்கிறீர்களோ அதை எனக்கும் கொஞ்சம் கொடுங்களேன்" என்றாள்.

"நீ, பொதுவாக விஸ்கி சாப்பிட மாட்டாயே?" என்றார்.

"நீங்கள் பொதுவாகத் தனியாக அமர்ந்து மது அருந்த மாட்டீர்களே" என்று மில்லி இடைமறித்தாள். அவர் அதை ஒத்துக் கொண்டதுபோல மெல்லிய புன்னகையை முகத்தில் காட்டினார்.

"கொஞ்சம் ஆரஞ்சு சாற்றை அதில் சேர்த்துக்கொள்வது நல்லது."

"ஐயோ, அதிலிருந்து நுரை நிறைய வரும். அதைச் சேர்த்துக் கொண்டால் அதிகமாக ஏப்பம் வரும்."

பீட்டர் அவளுக்கு போதை தரக்கூடிய அந்த மதுவை ஊற்றிக் கொடுத்தார். அவள் எதுவும் சொல்லாம் அதை எடுத்துக் கொண்டாள். தனது மதுக் கோப்பையை பீட்டர் அவளுக்கு முன்பு மீண்டும் உயர்த்திக் காட்டியபோது, அவள் அதைத் தட்டிவிட்டாள். கோபத்தில் அவள் முகம் சிவந்தது. ஆனால், "நான் தூங்கப் போகிறேன். போலீஸ்காரன் வந்து கதவைத் தட்டினால் என்னைத் தொந்திரவு செய்ய வேண்டாம். அந்தப் போலீஸ்காரனுக்கு வீடு வாசல் இல்லாதது மாதிரி இங்கே வந்து விடுவான்?" அதைத் தவிர அவள் வேறு எதுவும் சொல்லவில்லை.

இதில் ஆத்திரம் எதுவும் இல்லை. அவர்களுக்கிடையே வழக்கம் போல உள்ள ஒரு நிகழ்வுதான். ஆனால் ஜெண்டே வந்து அழைப்பு மணியை அழுத்தாமல் ஒரு மெல்லிய நீண்ட விசில் சத்தம் கொடுத்தவுடன் எல்லாமே இயல்பு நிலைக்கு வந்து விட்டது. பீட்டர் போய்க் கதவைத் திறந்துவிட்டார்.

"மில்லி?" என்று மெல்லிய குரலில் ஜெண்டே கேட்டார்.

தூங்கிக்கொண்டிருக்கிறாள் என்பது போல பீட்டர் சைகை காட்டினார். பிறகு இருவரும் வராந்தாவுக்கு வந்தார்கள்.

"குடித்திருக்கிறீர்களா? என்று கேட்டார் ஜெண்டே.

"நீங்கள் கொஞ்சம் குடிக்கிறீர்களா?"

"வேண்டாம். வேண்டாம்."

சிறிது நேரம் இருவரும் அமைதியாக நின்றார்கள். ஜெண்டே ஒரு சிகரெட்டைப் பற்ற வைத்துக்கொண்டார். ஒரு நாளைய கடும் உழைப்புக்கு அவர் எடுத்துக்கொள்வது இந்த சிகரெட் மட்டும்தான். அதை விரல்களுக்கிடையே வைத்துக்கொண்டார். மில்லிக்கு சிகரெட் புகையே ஆகாது. சிகரெட் பிடிப்பதில் பீட்டருக்கு அதிக ஆர்வம் இருந்ததில்லையென்றாலும், பல வருடங்களாகத் தொடர்ந்து செய்தி அறையில் இருந்து பணியாற்றியதால், அந்தப்

பழக்கம் ஏற்பட்டுவிட்டது. சமீபக் காலமாகத்தான் பீட்டருக்குப் புகைப் பழக்கம் இல்லாத நிலை உருவானது.

"உங்கள் பார்வையின் பொருள் புரியவில்லையே?"

ஏதோ ஓர் அர்த்தத்துடன் ஜெண்டே பீட்டரைப் பார்த்தார். "அந்த ஃபோன் நம்பர்கள் எல்லாமே இறந்தவனுடைய செல்ஃபோனில் தான் இருப்பதாகச் சொன்னார்கள்" என்றார் ஜெண்டே.

"அர்ரே வா" என்றார் பீட்டர்.

"அதைத்தான் நானும் நினைத்தேன். ஏன் தெரியுமா?" என்று ஜெண்டே கேட்டார்.

"ஏன்?"

"ஏனென்றால், அவர்கள் இருவரின் மனைவிமார்களும் சொந்தமாக வைத்திருக்கும் பயிற்சியாளன் இவனே."

"அவர்களின் மனைவியர்கள் சொந்தமாகப் பயிற்சியாளரை வைத்திருக்கிறார்களா?"

"அதைதான் நானும் யோசித்துக்கொண்டிருந்தேன். ஆனால் சரிபார்த்தும் பயனில்லை. அவன் பெயர் எல்.எஸ்.பர்துஸ்டா என்று அவளைப் பற்றித் தெளிவாகத் தெரிந்து கொண்ட பிறகுதான் இந்தக் கதையைச் சொல்கிறீர்கள்."

"நீங்கள் அவர்களை நம்பவில்லையா?"

"நான் எல்லோரையும் நம்புகிறேன்; அதுபோலவே யாரையும் நம்புவதில்லை."

"தொடக்கத்திலேயே அவன் தனிப்பட்டவர்களுக்குப் பயிற்சியாளனாக இருந்தானா? எப்படி ஓர் இரவு முழுவதும் கழிப்பறைக்குள் வந்து மக்களுக்குப் பயிற்சி கொடுக்க அவனுக்குத் திராணி எங்கிருந்து வரும்?"

"பீட்டர், எனக்குத் தெரியவில்லை என்றுதான் சொல்கிறேன்."

"அவர்களுக்கிடையே வேறு மாதிரியான உறவு இருக்க வேண்டும். இல்லையென்றால், அதைப் பற்றி ஏன் அவர்கள் உங்களிடம் சொல்லியிருக்க வேண்டும்?"

“நீங்கள் சம்மந்தப்பட்டிருந்தால், நீங்கள் (அதை) சொல்ல வேண்டும். வேறு ஒருவர் அதைக் கண்டுபிடித்து, அதை உங்களிடம் வந்து கேட்குமுன், நீங்களே சொல்லிவிடுவது நல்லது.”

“அவர்களது மனைவிமார்களைப் பார்த்தால், சொந்தமாகப் பயிற்சியாளர்கள் வைத்துக்கொள்பவர்கள் போலவா தெரிகிறது.”

சக காவலர்களின் குற்றங்களையோ, அவர்களது தவறுகளையோ வெளியிடக்கூடாது என்ற அமெரிக்கக் காவல்துறையினரின் கொள்கைக்குத் தனது நண்பனும் விசுவாசி ஆகிவிட்டாரோ என்று பீட்டர் ஆச்சரியப்பட்டார். அவர் வேறு விதமாக விவாதித்துத் தெரிந்துகொள்ள வேண்டுமென்று எண்ணினார்.

“அவனுடைய ஃபோனில் இருந்த மற்ற எண்கள் எல்லாம் எப்படி? அவனுக்குப் பல வாடிக்கையாளர்கள் இருந்தது போலத் தெரிகிறதா?”

“ஒவ்வொரு எண்களாக எடுத்து அழைத்துப் பார்த்தோம். இரவு நேரத்தில் அவர்கள் எல்லோரையும் அழைத்துப் பேச முடியாது அல்லவா? சிலர் ஃபோனை அணைத்து வைத்திருப்பார்கள். அத்துடன் அந்த ஃபோனில் அழைத்துப் பேசப்பட்ட எண்கள் எல்லாமே ரத்து செய்யப்பட்டிருந்தன. அவர்களின் பெயர்களைத் தொடர்புகொள்வது மிகவும் கடினம். இதற்கொன்று தனியாக நீதிமன்ற உத்திரவைப் பெற வேண்டும்.”

ஜெண்டேயின் ஃபோன் அலறியது. அதை அப்படியே பீட்டரிடம் காண்பித்தார்.

“சுரலே! அவன் ஏன் உங்களைக் கூப்பிடுகிறான்.”

“அவனுக்கு ஒரு தண்டனை கொடுத்திருக்கிறேன். கண்காணிப்பு கேமிராவையும், ஃபோன் நம்பரையும் பார்த்து, அவனோடு தொடர்பிலிருந்த நபர்களைக் கண்டுபிடிக்கச் சொன்னேன். யாரையாவது கண்டுபிடித்திருக்க வேண்டும் என்று நினைக்கிறேன்.”

4

சுரலே முக்கியமான செய்தியைக் கொண்டு வந்திருப்பது போலத் தெரிந்தது. தனக்குத் தேவையான ஓர் உதவியாளனைக் கண்டறிந்து அவனையும் காவல் நிலையத்திற்கு அழைத்து வந்திருக்கிறான்.

"அதோ, அங்கேதான் அவன் அமர்ந்திருக்கிறான். தன்னை 'யூனிட்' என்று சொல்லிக்கொள்கிறான்" என்றான் சுரலே. ஜெண்டே எதோ முணுமுணுத்தார்.

பீட்டர், அந்த இளைஞனைப் பற்றித் தெரிந்துகொள்ளத் தொடங்கினார். இருபதுகளின் மத்தியில் இருப்பது போல் தெரிந்தது. இருப்பினும் அவன் இன்னும் இளைஞனாகத் தோற்றமளிக்க முயற்சித்தான். தலைக்கு ஜெல் போட்டிருந்தான். ஒரு காது மட்டும் குத்திக் கொள்ளப்பட்டிருந்தது. அவன் நெற்றிப் பொட்டில் ஒரு தழும்பு இருந்தது. அது அவனது கண் புருவத்தைக் கடந்து சென்றது. அதனால் அங்கு முடி முளைக்கவில்லை. அவன் அணிந்திருந்த ஆடை இறுக்கமாக இருந்தது. அவன் கண்கள் சிவந்து காணப்பட்டன. அது அவன் அழுததற்கான அடையாளமாகக் கூட இருக்கலாம்.

அவனுடைய பெயர், வயது, முகவரி ஆகியவற்றைத் தெளிவாகக் கேட்டுத் தெரிந்துகொண்டு, அவனது வேலை விபரங்கள் பற்றியும் ஜெண்டே கவனமாகக் கேட்டுத் தெரிந்துகொண்டார். அவன் என்ன செய்தான் என்று கேட்கவில்லை. அவனுடைய தொழில் என்னவென்று கேட்டார். அவருடைய குரலில் ஒரு வகையான வெறுப்பு தென்பட்டது.

"சார், நான் ஒரு தனி நபர்களுக்கான பயிற்சியாளன்" என்று ஒரு கௌரவம் நிறைந்த குரலில் சொன்னான்.

"வலி போகுமாறு உடம்பை பிடித்துவிடுபவனா?"

"விளையாட்டு வீரர்களுக்குப் பிடித்துவிடுவேன்."

"ஆண்களின் ஆண்குறியை அமுக்கிவிடுவாயா?"

“சார், நீங்கள் ஏன் அந்த மாதிரி தகவல்களையெல்லாம் கேட்கிறீர்கள்?”

“வாயை மூடு. நீ அதைச் செய்து வந்தால் கூட அதற்காக உன்னைத் தூக்கி உள்ளே வைக்க எனக்கு விருப்பமில்லை. உன் நண்பன் விஷயத்தில் மட்டும்தான் எனக்கு அக்கறை உண்டு.”

அமைதியாக மரணித்த மனிதனின் முகத்தை, நெருக்கமாக வைத்து எடுக்கப்பட்ட புகைப்படத்தை ஜெண்டே அவனுக்கெதிரே தூக்கிக் காட்டினார்.

அந்த இளைஞன் அந்தப் புகைப்படத்தைக் கண் கொட்டாமல் பார்த்தான்.

“ப்ராக்ஸி”

“ப்ராக்ஸி; யூனிட்; என்ன என்ன பெயரெல்லாம் நீங்கள் வைத்திருக்கிறீர்கள்?”

“நாங்கள் ஜூனியர் கல்லூரியில் இருந்தபோது, மாணவர்களுக்கு... ‘பதிலாள் வேலை’ செய்துகொடுத்து ஒரு ரூபாய் பெற்றுக் கொள்வான்.”

“‘பதிலாள்’ என்றால் என்ன?”

யூனிட்டுக்குக் குதூகலம் கிளம்பியது. “வகுப்பில் வருகைப் பதிவேட்டில் கையொப்பமிடுவான். பரேல் கல்லூரியில் மாணவர்கள் பெயர்களை ஆசிரியர் கூப்பிடமாட்டார். எங்கள் எல்லோருடைய பெயர்களும் எழுதப்பட்ட ஒரு தாள் சுற்றி வரும். அதில் நாங்கள் கையொப்பமிட வேண்டும். வராதவர்களுக்கு ப்ராக்ஸி கையொப்பமிடுவான்.”

யூனிட் என்ற பெயர் எப்படி வந்தது எனத் தெரிந்துகொள்ள பீட்டருக்கு ஆர்வமாக இருந்தது. இப்போது குறுக்கிடுவது நல்லது அல்ல என்று புரிந்துகொண்டார்.

“ஆரம்பத்திலிருந்து நீங்கள் இருவரும் அப்படித்தான் இருந்தீர்களா?”

“சார், பல பிராக்ஸிகள் இருந்துவிட்டால், நான் மட்டும் கையொப்பமிடுவேன்!”

“பல பிராக்ஸிகள் என்றால்...?”

"அதாவது, ஓரிடத்தில் கையொப்பம் இடப்பட வேண்டிய வருகைப் பதிவேடு நீண்ட நேரம் தங்கிவிட்டால், ஆசிரியர் சந்தேகப்படுவார். இல்லையா" என்று யூனிட் சொன்னான்.

"சந்தேகம். இப்போது உன்னைப் பற்றிச் சந்தேகப்படுகிறேன்!"

"சார் என்னையா? ஏன், சார்?"

"நீ எல்லாவற்றையும் எங்களிடம் மறைக்காமல் சொல்லவில்லையே."

"கேளுங்கள், சார். நீங்கள் என்ன கேட்டாலும் நான் சொல்வேன், சார்."

"ஞாயிற்றுக்கிழமை இரவு நீ எங்கே இருந்தாய்?"

"என் மச்சானின் திருமணத்திற்காக புனே சென்றிருந்தேன், சார்."

"அதற்கு ஏதாவது ஆதாரம் உன்னிடத்தில் இருக்கிறதா?"

"சார், வீடியோ ஆதாரம் இருக்கிறது. போட்டுக் காட்டவா?"

"இறந்தவனுக்கும் உனக்கும் என்ன தொடர்பு?"

"பள்ளியிலிருந்து என் நண்பன் அவன்."

"அவன் என்ன வேலை செய்தான்?"

"அதை நீங்கள் தெரிந்துகொள்ள வேண்டும், சார்."

முதல் முறையாக அவனது குரலில் கொஞ்சம் திமிர் தென்பட்டது.

"நான் தெரிந்துகொள்ள வேண்டுமா?"

ஏதோ முக்கியமான ஒன்றைச் சொல்லப் போவதாக யூனிட் ஜெண்டேயைக் கூர்ந்து பார்த்தான். பிறகு யூனிட் பின் வாங்கிக் கொண்டான். பிறகு அவரிடம் நயந்து பேசினான்.

"சார், நீங்கள் காவல் துறையினர். உங்களுக்கு எல்லாமே தெரியும்."

"எல்லாரும் இதையே சொல்கிறார்கள், அப்படித்தானே?" என்று ஜெண்டே பீட்டரிடம் கேட்டார்.

"ஆமாம்" என்று பீட்டர் அணுசரணையாகக் கூறினார்.

"பிறகு ஏன் காவல் துறையினர் விசாரணையை மேற்கொள்ள வேண்டும்? ஏன் இது போன்றவர்களைத் தூக்கிக்கொண்டு போய் அவர்களைச் சிறையில் தள்ளக்கூடாது? ஏன் கேள்வி எல்லாம்

கேட்டு துப்புத் துலங்க வேண்டும்!" என்று ஜெண்டே ஆத்திரமாகக் கேட்டார்.

"ஏனென்றால், அது உங்கள் கடமை, சார்" என்று யூனிட் கவனமாகச் சொன்னான்.

"இப்போது என் கடமையைப் பற்றி இவன் எனக்குச் சொல்கிறான். ஆனாலும், அவன் சொல்வது சரிதான். நான் என் கடமையைச் செய்கிறேன். இப்போது உன் நண்பனின் வேலை என்னவென்று சொல்."

"அது எனக்குத் தெரியாது, சார்."

"அது எப்படி? அவன் உனது நண்பன் என்று சொல்கிறாய்?"

"ஆமாம். சார்."

"அப்படியானால் அவன் என்ன செய்கிறான் என்று உன்னிடம் கூறியிருப்பான். இல்லையா?"

"சார், அது எனக்குத் தெரியாது, சார்."

சரி, உனக்கு என்னதான் தெரியும், சொல்லு."

"என் நண்பன் இறந்துவிட்டான் என்பது மட்டும் தெரியும், சார்!" அவன் குரலில் திடீரென்று ஏற்பட்ட ஒரு தடுமாற்றத்தை பீட்டர் கவனித்தார். ஆனால் அவன் தண்ணீர் பாட்டிலை எடுத்து, அதை உயரத்தில் தூக்கிப் பிடித்துத் தண்ணீரை வாயில் ஊற்றிக் கொண்டான். நீண்ட நேரம் அப்படித் தண்ணீரை வாயில் ஊற்றிக் கொண்டான். தண்ணீரைக் குடித்துவிட்டு பாட்டிலைக் கீழே வைத்தபோது அவன் ஒரு நிதானமான நிலைக்கு வந்துவிட்டது போல் தெரிந்தது.

"உன் நண்பன் இறந்துவிட்டான் என்பது எனக்குத் தெரியும். அவனைக் கொன்றது யார் என்பதை நான் கண்டுபிடிக்க வேண்டும்" என்று ஜெண்டே கூறினார்.

"நீங்கள் கண்டுபிடியுங்கள், சார். ஒரு அரை மணி நேரம் அவனை என்னிடம் விடுங்கள்" என்று யூனிட் கோபத்தைக் காட்டி வெளிப்படுத்தாத குரலில் சொன்னான். இதைக் கேட்டு ஜெண்டே அதிர்ந்து போனதை பீட்டர் கவனித்தார்.

"பிறகு, ஏன் நீ எங்களுக்கு உதவ மறுக்கிறாய்?"

"நான் எப்படி உங்களுக்கு உதவ முடியும், சார்?"

"நான் கேட்பதற்கு பதில் சொல்லு."

யூனிட் தன் நெற்றியில் இருந்த தழும்பை விரலால் தடவினான். பீட்டருக்கு முரண்பாடான விஷயம் ஒன்று பொறி தட்டியது.

"அது எப்படி ஏற்பட்டது?" அந்தத் தழும்பைச் சுட்டிக் காட்டி ஜெண்டே கேட்டார்.

"கீழே விழுந்தது. சின்னக் குழந்தையாக இருந்தபோது கீழே விழுந்ததில் ஏற்பட்ட தழும்பு."

அந்தத் தழும்பு சின்ன வயதில் ஏற்பட்ட தழும்பு போல் தெரியவில்லை.

"சண்டை போட்டுக் கொண்டதில் ஏற்பட்ட தழும்பு போலத் தெரிகிறது."

"நான் எப்படி சார் சண்டை போட முடியும்? சண்டை போட்டால் பின்னால் பிரச்சினையில் மாட்டிக்கொள்வோம், இல்லையா? சண்டையிட்டுக் கொள்வதற்கு கூட ஒரு காரணம் இருக்க வேண்டும். அதுவும் சரியான காரணம் இருக்க வேண்டும்."

இப்போதும் அவன் ஏதோ ஒன்றைச் சொல்வது மறைமுகமாகத் தெரிகிறது. அவன் சொன்னது, கற்பனை செய்து சொல்லியிருப்பானோ என்று பீட்டர் யோசித்தார்.

இன்னும் முடிவுக்கு வரமுடியாத சிக்கல்கள் பல வருவதும் போவதுமாக இருந்தன. ஆனால் ஜெண்டேயின் தீவிர விசாரணையில் தொய்வு ஏற்படவில்லை. ஜெண்டே யூனிட்டிடமிருந்து சில உண்மைக் கதைகளைத் தெரிந்து கொண்டார். யூனிட் மற்றும் பிராக்ஸி இருவரும் தாதர் பகுதியில் இரயில்வே பாதைக்கு அருகிலுள்ள ஒரு குடியிருப்பில் ஒன்றாக வளர்ந்தார்கள். இருவரும் ஒன்றாக அங்குள்ள நகராட்சிப் பள்ளியில் படித்தார்கள். 12ஆம் வகுப்பு முடித்து இருவரும் ஒன்றாகப் பள்ளியிலிருந்து வெளியேறினார்கள்.

"ஏன்"?

"பணப் பற்றாக்குறை, சார்."

அதன்பிறகு அவர்கள் பிரபாவதியில் உள்ள பத்மா பள்ளியில் சேர்ந்தார்கள். அங்கு அவர்கள் பிரத்தியேகப் பயிற்சிக்கான டிப்ளமோ படித்து முடித்தார்கள். அதன்பிறகு அவர்கள் ஆளுக்கொரு திசையாகப் பிரிந்து சென்றனர்.

"அதிகமான வேலை, சார். பிரத்தியேகப் பயிற்சி என்றால், அங்கே போ, இங்கே போ, இந்த நேரத்திற்கு வா, அந்த நேரத்திற்கு வா, வாடிக்கையாளர் இந்த வாரம் வேலையாக இருக்கிறார். ஒரு வாடிக்கையாளர் ஒரு மாதிரி வரச் சொல்லுவார். இன்னொரு வாடிக்கையாளர் வேறு மாதிரி வரச் சொல்லுவார். எதற்கும் நேரம் இருக்காது. வேலை மட்டும்தான்."

"ஆனால், இந்த இளைஞன், அதாவது இந்த பிராக்ஸி இருந்தானே, அவன் பிரத்தியேகப் பயற்சி செய்யவில்லை."

"அப்படியாக எனக்கு ஒன்றும் தோன்றவில்லையே."

யூனிட் மிகவும் எச்சரிக்கை உணர்வு கொண்டுவிட்டதால், என்னென்னவோ சொல்ல விரும்பினாலும், முன்ஜாக்கிரதை காரணமாக அடக்கியே வாசித்தான்.

"உனக்கு ஏன் அப்படித் தோன்றவில்லை என்கிறாய்?"

"ஏனென்றால், அவன் வாடிக்கையாளர்களைத் தேடவில்லை, வாடிக்கையாளர்களுக்கு எதுவும் செய்யவில்லை, வாடிக்கை யாளர்கள் பற்றி எதுவும் பேசவில்லை."

"உன்னிடமிருந்து பணம் வாங்கிவிட்டானா?"

"இல்லை, என்னிடம் அவன் பணம் கேட்டதே இல்லை."

"அவன் தன் நண்பர்களிடமிருந்து பணம் கேட்கவில்லையென்றால், அவனாகவே பணம் பண்ணிக் கொண்டிருந்திருக்கிறான்."

"இருக்கலாம்."

"அப்படியென்றால், அவன் எப்படிப் பணம் பண்ணிக்கொண்டான்."

"சார், இதை ஏன் சார் என்னிடம் கேட்கிறீர்கள்?"

"உன் நம்பர் அவனுடைய மொபைல் ஃபோனில் இருக்கிறதே. அதான் கேட்கிறேன்."

"சார், அவன் என் நண்பன்."

விசாரணை அதைச் சுற்றியே வந்தாலும் அதில் அவ்வளவாக முன்னேற்றம் எட்டப்படவில்லை. ஜெண்டே என்ன செய்கிறார் என்பதைப் பீட்டர் கவனித்தார். ஜெண்டேயின் விசாரணையில் அவருக்கு நம்பிக்கை இருந்தது. விசாரணையை இறுதிவரை நகர்த்திச் செல்ல வேண்டும் என்ற முனைப்பில் அவர் இருந்தார்.

"ஏனென்றால், அதை அவர்கள் உங்களிடம் சொல்ல விரும்புகிறார்கள்" என்று ஜெண்டே ஒருமுறை பீட்டரிடம் சொல்லியிருந்தார்.

"எல்லாவற்றையும் உங்களிடம் சொல்லிவிட விரும்புகிறார்கள். உங்களுக்கு பாட்லி நினைவிருக்கிறதா?"

பாட்லி (என்னுடைய) வகுப்புத் தோழன். எதையாவது திருட வேண்டும் என்று அவனுக்குக் கை அரிக்கும். திடீரென்று ஏற்படுகின்ற உந்துதலில் அவன் திருடிவிடுவான். எதையெல்லாம் திருட்டுத்தனமாக எடுத்து விடமுடியுமோ, அதையெல்லாம் எடுத்து விடுவான். விக்டோரியா நூல் நிலையத்திலிருந்து புத்தகத்தைத் திருடினான். ஆனால் அதை அவன் படிக்கமாட்டான். கோபி டாங் மார்கெட், காபத் பஜார் போன்ற இடங்களிலிருந்து பழங்களைத் திருடுவான். ஆனால் அதைத் திண்ணமாட்டான். பஞ்சாபிக் கடையிலிருந்து பென்சிலைத் திருடுவான். ஆனால் அதைக் கொண்டு எழுதமாட்டான்.

"பாட்லி அதைக் கொண்டு என்ன செய்ய விரும்பினான்?"

"திருடுவதுதான்."

"திருட்டைத் தவிர வேறு ஏதாவது உண்டா?"

"எனக்குத் தெரியாது. அதை வெளியே சொல்லிக் கொள்வது அவனுக்கு மிகப் பிடித்தமான விஷயம். அவன் திருடிய பொருள்களைக் காட்டிப் பெருமையடித்துக் கொள்வது அவனுக்குப் பிடிக்கும். தான், எவ்வளவு பெரிய தில்லாலங்கடி என்பதை எல்லாரிடமும் காட்டிக்கொள்வதில் அவ்வளவு ஆர்வம் அவனுக்கு. எல்லாக் கிரிமினல்களுக்கும் இந்த ஆர்வம் உண்டு. வெளியே தெரியப்படுத்திக்கொள்வதிலும், பொருள்களைக் காட்டிக் கொள்வதிலும் ஓர் அலாதி ஆசை. நீங்கள்தான் துல்லியமாக விசாரித்து விடையைக் கண்டுபிடிக்க வேண்டும்."

யூனிட்டிடம் கேட்க வேண்டிய முக்கியமான கேள்வி ஏதும் இருப்பது போல் தெரியவில்லை. ஒரு கட்டத்தில் பீட்டருக்கு

அலுத்துப் போய் அவர் வீட்டிற்குச் சென்றுவிட்டார். அந்த இளைஞன் அவர்களுக்குச் சொல்ல வேண்டிய ஒன்றை அவர்கள் விசாரித்துத் தெரிந்துகொள்ளத் தவறிவிட்டதாகத் தெரிந்தது. அது என்னவாக இருக்க வேண்டும் என்பதை அவர் ஊகம் செய்தாலும், அது சரியாக நினைவுக்கு வரவில்லை.

படுக்கையில் சுருண்டு விழுந்த பீட்டர், எந்தச் சிந்தனையும் இல்லாமல், அந்த இரவைத் தூங்கிக் கழித்தார்.

காலை பீட்டர் எழுந்திருக்கிறபோது, ஏழு மணிக்கு மேல் ஆகிவிட்டது. அவர் 'வாக்' போவதற்கான நேரம் கடந்துவிட்டது. சுனிலிடமிருந்து அழைப்பு வந்திருக்கிறதா என்று ஃபோனில் தேடிப் பார்த்தார். அழைப்போ, செய்தியோ வரவில்லை. ஒருவேளை இ-மெயில் அனுப்பி இருப்பானே? அப்படி அனுப்பி இருந்தால், மில்லி அதைப் பார்த்திருப்பாள். அவள் ஜன்னல் அருகே, கம்யூட்டருக்கு முன்னால் அமர்ந்துகொண்டு, டீயை ருசித்துக்கொண்டு, கம்யூட்டர் திரையைப் பார்த்துக் கொண்டிருந்தாள். பீட்டர் தனது முற்பகலை மில்லியோடு ஏதாவது செய்து கழிக்கலாமென்று முடிவெடுத்தார். மாலை நேரத்தில் ஹிந்துஸ்தான் புத்தக நிலையத்திற்குச் செல்லலாம் என்று நினைத்தார்.

அவர் குளித்துவிட்டுக் காலை உணவு அருந்தி முடிப்பதற்குள் வேறு யோசனை தோன்றியது. இரயிலைப் பிடித்து ஒரு பழைய பதிப்பகத்திற்குச் சென்று, தற்கொலை செய்துகொள்ளும் மனநிலை குறித்து கட்டுரை எழுதியுள்ள ஜோட்டின் பெர்ரி என்பவரைச் சந்திக்க முடிவெடுத்தார்.

பெர்ரியை நேரில் தேடிக் கண்டுபிடித்துப் பேசுவதைவிட வேறு வழி ஒன்று பீட்டருக்குத் தெரிந்தது, எழுதி முடித்த விவரங்களைப் பற்றி விசாரித்துக் கேள்வி கேட்டு பதில் சொல்வது, பத்திரிகையாளர்களுக்குப் பிடிக்காத விஷயம் என்று பீட்டருக்கு மிக நன்றாகத் தெரியும். எழுதிய விஷயங்களில் கேட்கப்படும் கேள்விகள் வேறு விதமாகப் போய்விடும். உண்மைச் சம்பவம் திரித்துக் கூறப்பட்டுவிடும்; பொது மக்கள் நலனுக்கு மாறாக உள்ளதென்று சிலர் சொல்வார்கள். நேற்றைய செய்திகளைச் சேகரிக்க மட்டுமே பத்திரிகையாளர்கள் பொது மக்களைச் சந்திக்க விரும்புவார்கள்.

கைகோர்த்துத் திரிந்த அவரது பால்ய சிநேகிதரான பத்திரிகை ஆசிரியரைத் தேடிக் கண்டுபிடித்தார் பீட்டர். உதவி ஆசிரியராக அங்கு வந்து பணிபுரிவதற்கு இணங்கியதற்காக அவருக்கு வேண்டியதைச் செய்துகொடுக்க பெர்ரி ஒத்துக்கொண்டார்.

ஜோட்டின் பெர்ரி ஓர் இளைஞனாகத் தோற்றமளித்தார். அவர் தனது தலைமுடியை அடிக்கடி விரல்களால் கோதிவிட்டுக் கொண்டதால், முடி கலைந்து கிடந்தது. அவரது சட்டையின் வலதுகையை ஏற்றி மடித்துவிடப்பட்டிருந்தது. சட்டை நன்றாக இடுப்புக்குக் கீழே இறக்கி விடப்பட்டிருந்தது. அவரது இருக்கையை விட்டு எழுந்து சென்று ஒவ்வொருவரையும் வேலை வாங்குவது போலக் காட்டிக்கொண்டார்.

"தற்கொலை பற்றி நீங்கள் எழுதிய கதை" என்று பீட்டர் தொடங்கினார்.

"எந்தக் கதை,"

அன்பால்தான் எதையும் வெல்லலாம். ஆணவத்தால் முடியாது என்பதை பீட்டர் நினைவுபடுத்திக் கொண்டார்.

"அப்படி ஓர் ஆக்கப்பூர்வமான படைப்பு அது. அனைவரையும் இணங்க வைக்கும் அந்த அற்புதமான வாதம் கண்டு நான் அசந்து போனேன். தங்களுக்குச் சொந்த அனுபவம் அதில் ஏதேனும் உண்டா?" என்று பீட்டர் கேட்டார்.

அந்தக் கேள்வி அவரை முடுக்கி விடுவதாக இருந்தாலும், நல்ல வேளை, தான் தற்கொலை செய்துகொள்ள முயற்சிகள் எடுக்கவில்லை என்பது போல அந்தக் கேள்வி அமைந்திருந்தது. அவர் தன் தலைமுடியை ஓரளவு சரிசெய்து கொண்டு, இறந்த மனிதருடைய மனைவியின் வீட்டிற்கு அடுத்த வீட்டில் இருந்ததாகச் சொன்னார்.

"அந்த மனிதர் எனக்கு அடுத்த வீட்டுக்காரராக வர நேரிட்டது."

"இது ஓர் அதிர்ஷ்டம்தான்."

"நீங்கள் அப்படி நினைக்கிறீர்களா?"

அவர் அந்த இடத்தைவிட்டு எழுந்து சென்றதும் பீட்டர் அங்கிருந்த பத்திரிகை ஆசிரியரைப் பார்த்தார். பிறகு அவர்

ஃபோனை எடுத்து மனித வள மேம்பாட்டுத் துறையிலிருந்து முகவரியைப் பெற்றுக்கொண்டார்.

"இப்படி முகவரி பெறுவது ஒரு வகையில் சட்ட விரோதமானது. அது உங்களுக்குத் தெரியும் அல்லவா?"

"தெரியும். நான் உங்களுக்குக் கடமைப்பட்டிருக்கிறேன்" என்றார் பீட்டர்.

"அந்தப் பத்திரிகைப் பணி? நீங்கள் பெருந்தன்மையுடன் செய்து கொடுக்க வேண்டும்." *(சம்பளம் பெறாமல்)*

"கண்டிப்பாக" என்றார் பீட்டர்.

5

பீட்டரை வரச்சொல்லி ஜெண்டே அழைத்தபோது அவர் அந்தேரி செல்லும் இரயிலில் பயணம் செய்துகொண்டிருந்தார்.

"வருகிறேன்..." என்றார் பீட்டர்.

இரயிலில் வந்த அந்த அழைப்பின் அவசரம், பாதி வழியில் அதாவது, பாண்ட்ரா என்னும் இடத்தில் இறங்கி நேராக மாஹிம் நோக்கித் திரும்பிச் செல்ல வைத்தது.

"உட்காருங்கள். டீயா? காஃபியா? அல்லது வேறு ஏதாவது ஜில்லுன்னு..?" என்று பீட்டரைக் கேட்டார் ஜெண்டே.

இன்ஸ்பெக்டர் குரலில் ஒரு நெருக்கமான இணக்கம் தெரிந்தது.

"மனக் கலக்கம். மனக் கலக்கத்தில் இருக்கிறேன்" என்று பீட்டர் சொல்ல நினைத்தார். அவ்வாறு எண்ணியதற்காக அடுத்த நொடியே தன்னை நொந்துகொண்டார். காவல்துறையினருக்குச் சொல்ல வேண்டிய கையிருப்பில் உள்ள ஒரு பதில். அவசரப்பட்டுச் சொல்லும் பதிலையும், அதிர்ச்சியில் சொல்லும் பதிலையும் அறவே ஒழித்துக் கட்டிவிட வேண்டுமென்று நினைத்தார்.

"மனக் கலக்கம் ஒன்றும் இல்லை. சாரி. நீங்கள் கவலைப்படாதீர்கள் என்ற பொருளில் கூறினேன்" என்றார் பீட்டர். பிறகு ஆர்வமாக, அடுத்து அவர் சொல்ல வந்த விஷயத்தைப் பற்றிக் கேட்கலாம் என்று "சொல்லுங்கள்" என்றார். அதன் உள்ளடக்கத்தில் ஒன்றுமில்லை என்று அவருக்குத் தெரியும். ஆனாலும் எதையாவது ஒன்றைச் சொல்ல வேண்டுமென்று வாயைத் திறந்தார். ஆனால் எதைச் சொல்லுவது என்று அவருக்குத் தெரியவில்லை.

"நீங்கள் எனது நண்பர். மில்லியும் எனது... அப்புறம், சுனில்..." என்று ஜெண்டே தொடங்கினார்.

பீட்டரின் இதயம் படபடத்தது.

"சின்ன விஷயமாக இருந்தால், நாம் ஏதாவது செய்யலாம். ஆனால் இது பெரிய விஷயம் இது ஒரு கொலை" என்றார் ஜெண்டே.

பீட்டரால் பொறுத்திருக்க முடியவில்லை.

"சுனில்... அவன் அப்படி இல்லை."

ஜெண்டே குழப்பத்துடன் இருப்பது தெரிந்தது.

"சாரி, என்ன? சொல்லுங்க. சுனிலுக்கு ஒன்றும் ஊறு இல்லையே?"

"ஊறு? இல்லை. ஒரு நிமிடம், ஒரு நிமிடம். நீங்கள் அப்படி என்ன நினைத்துக்கொண்டிருக்கிறீர்கள்?"

"அவன் வீட்டில் இல்லை. தொடர்பிலும் இல்லை. அவனுக்கு ஏதாவது..."

ஜெண்டேயின் முகம் சலனமற்றுத் தெரிந்தது. அவரது முகபாவத்திலிருந்து இன்னொரு பாடத்தையும் கற்றுக்கொண்டார். நண்பர்கள் முகத்தில் அதிகமாக எதையும் வெளிக்காட்டிக் கொள்ளமாட்டார்கள். அப்படியிருந்தும் அவர்கள் முகத்தில் தோன்றும் எண்ணக் குறிப்புகளை, தங்கள் முகத்திலிருந்து அவர்கள் அழிக்க முற்பட்டால், முற்றிலும் புதியதோர் முகத்தைப் பார்க்க நேரிடும். இது பழக்கப்பட்ட முகம். வருடக் கணக்காகப் பார்த்துப் பழகிய முகம். ஆனால் இப்போதுதான் முதல்முறையாக அதை ஒரு போலீஸ் முகமாகப் பார்க்க நேரிட்டது. அதை எப்படி அவரால் ஒரு வழக்கமான திறமையாக அதை மாற்றிக் கொள்ள முடிகிறது? உரையாடிக்கொண்டிருக்கும் இரண்டு முகங்களிடையே, ஒரு முகம் சலனமற்று இருந்தால், எதிர் முகத்தில் எவ்வளவோ எண்ணங்கள் கொப்பளிக்கும். இதுதான் ஒவ்வொரு நேர்காணல்களிலும் எதிர்ப்படும். உங்கள் முகத்தில் அமைதியை ஓர் ஆயுதமாகப் பரவவிட்டால், அதில் தோன்றும் வெற்றிடத்தை நிரப்புவதற்கு எதிர் முகத்தில் ஒரு கடுமையான விமர்சனக் குறிப்பு தோன்றக் காரணமாக அமைந்துவிடும்.

"வீட்டில் இல்லையா? தொடர்பிலும் இல்லையா? எப்போதிலிருந்து?"

இப்போதும் ஜெண்டேயின் குரலில்தான் நம்பிக்கை தொனித்தது. ஆனால், அது பற்றி அவர் வேறெதுவும் பேசாததால் அவரிடம் நம்பிக்கையின்மை இருந்தது தெளிவாகத் தெரிந்தது.

"தெரியவில்லை. ஞாயிற்றுக்கிழமை அன்று ஊரில் இருந்தான்" என்றும் பீட்டர் கூறினார்.

"இது எப்படி உங்களுக்குத் தெரிய வந்தது?" என்று ஜெண்டே கேட்டார்.

"ஊர்வலம் நடந்ததே" என்றார் பீட்டர்.

"என்ன ஊர்வலம்?"

"377க்கு எதிராக."

ஜெண்டேயின் முகம் மாறியது.

"அச்சா? அவன் அங்கே இருந்தானா? உங்களிடம் சொன்னானா?" என்று ஜெண்டே கேட்டார்.

"எங்களிடம் சொன்னானா என்று கேட்கிறீர்களா?" என்று பீட்டர் கேட்டார்.

ஜெண்டே "அவர்கள் அப்படித்தான்" என்று சொல்லி, ஓர் அப்பாவுக்கு அப்பாவாகத் தொழில் சார்ந்த ஒரு பரிவிரக்கத்தைக் காட்டிக்கொண்டார். 'அவர் என்னிடம் விளையாட்டுக் காட்டுகிறார். ஒரு கெட்டிக்கார போலீஸ்காரராக என்னிடம் விளையாட்டு காட்டுகிறார்' என்று பீட்டர் எண்ணிக்கொண்டார்.

"செய்தித்தாளில் அவனது புகைப்படத்தைப் பார்த்தேன்" என்று பீட்டர் சொன்னார்.

"அப்படியா? அப்புறம் என்ன ஆச்சு?" என்று ஜெண்டே கேட்டார்.

"ஒன்றுமில்லை."

"அடிக்கடி இப்படிச் செய்கிறானா?"

"தெரியவில்லை. ஆமா. அடிக்கடி. அப்படித்தான்" குழப்பத்துடன் பீட்டர் கூறினார்.

சிறிது நேரம் யோசித்துவிட்டு ஜெண்டே "எதைச் சொல்கிறீர்கள்?" என்று கேட்டார்.

பீட்டர் தன் நினைவுகளை ஒன்று திரட்டினார்.

"பெரும்பாலும் அவன் எங்கே இருப்பான் என்று எனக்குத் தெரியும். ஆனால், சில நேரங்களில் மாயமாகிவிடுகிறான். யாருக்கேனும் ஏதாவது உதவி செய்யப் போய்விடுவான். அல்லது கிராமத்திற்குப் போவான். அல்லது இரவெல்லாம் நண்பர்கள் வீட்டில் தங்கியிருப்பான்."

"ஜாலியாகப் பொழுதைக் கழிக்கத்தானே?"

உங்களின் அனுமதியை அவன் கோருவதில்லை என்று ஜெண்டே கேட்பது போல பீட்டருக்குப் புரிந்தது.

இது விஷயமாக ஒரு பெரும் போராட்டம் ஒன்று நடந்தது. சுனில் தன்னை ஒரு வயது வந்த மனிதனென்று பாவித்துக் கொண்டான். மில்லி அதை ஒத்துக் கொண்டாள். வயது வந்தோர்களுக்குப் பொறுப்புணர்வு உண்டு என்றாள். அவர்கள் யாரை நேசித்தார்களோ, அவர்களை யார் நேசித்தார்களோ அவர்களுக்கெல்லாம் தாம் இருக்குமிடம் பற்றித் தெரிவிக்க வேண்டியதும் ஒரு பொறுப்புணர்வு ஆகும் என்றாள்.

"எப்போது என்பது பற்றியும், ஏன் என்பது பற்றியும், யார் என்பது பற்றியும், எது என்பது பற்றியும் கூடவா?" என்று கேட்டான் சுனில்.

"முட்டாள்தனமாகப் பேசாதே சுனில். அந்த விபரங்களையெல்லாம் நான் கேட்கவில்லை" என்றாள் மில்லி.

தான் எப்போது, எங்கே இருக்கிறேன் என்ற தகவலைப் பெற்றோர்களுக்குத் தெரிவிப்பதாக சுனில் ஒத்துக்கொண்டதாலும், நீண்ட நாள்கள் சுனில் அவர்களோடு தொடர்பு இல்லாமல் இருந்ததால் தன்னை அழைத்துப் பேச அவர்களுக்கு அவன் அனுமதி கொடுத்ததால் ஒரு தற்காலிகப் போர் நிறுத்த ஒப்பந்தம் அவர்களுக்கிடையே நிறைவேறியது.

"நீண்ட நேரம் என்றால்...?"

"நாங்கள் எதிர்பார்க்கிற நேரத்தைவிட இரண்டு, மூன்று மணி நேரம் தாமதம் ஆனால்–"

"எவ்வளவு நேரத்திற்குள்தான் நான் வரவேண்டும் என்று நீங்கள் எதிர்பார்க்கிறீர்கள்?"

"நீ விரும்புகிற நேரத்தில்தான் வீடு திரும்புகிற பழக்கம் உன்னிடம் உள்ளபோது, நீ எப்பொழுது திரும்பி வரவேண்டும் என்று நாங்கள் எப்படி எதிர்பார்க்க முடியும்?"

"இது எனக்கு இடப்பட்ட ஊரடங்கு உத்தரவு."

இது அப்படியே ஓடிக்கொண்டிருந்தது. கொஞ்ச நாள் பெற்றோருக்குத் தகவல் கொடுத்து வந்தான். திடீரென்று ஏதாவது ஒன்றில் தன்னை ஈடுபடுத்திக்கொள்வான். ஓர் அநீதி நடந்தது பற்றிக் கேள்விப்பட்டால் அடுத்த நாள் வரை பொறுத்திருக்க முடியாது. உடனே தகவல் மையங்கள் சென்று அந்த அநீதியின்

பின்னணியாளர் யார் என்று கண்டறிய முயல்வான். உண்மையைக் கண்டறிய உடனடியாக ஒரு குழு ஏற்படுத்தப்படும். அதில் இவனும் சேர்ந்து தீவிரமாகச் செயல்படுவான். அதன்பிறகு கொடுத்த வாக்குறுதி காற்றில் கரைந்துவிடும்.

ஒரு குறிப்பிட்ட போராட்டச் சூழ்நிலையை முன்னிட்டு சுனில் சைவமாக மாறிக்கொண்டான். அத்தோடு மிகுந்த அமைதியாகி விட்டான். எந்தத் தகவலும் அவனிடமிருந்து இல்லை. பீட்டரைப் பார்த்து மில்லி கத்தினாள். "நீங்கள் அவனைக் கெடுத்து விட்டீர்கள்!.

"நன்றி. நான் கெடுத்துவிட்டேன் என்று சொன்னால், அடுத்தவர்களும் தங்கள் பிள்ளைகளைக் கெடுத்துவிட்டார்கள் என்றுதான் ஆகும்."

மில்லியால் மட்டும் எப்படி ஒரே நேரத்தில் அன்பொழுகவும், அப்படியே ஆத்திரமாகவும் பார்க்க முடிகிறது?

பீட்டர் இதையெல்லாம் சிவாவுக்குச் சொல்ல வேண்டி வந்தாலும், சிவா ஒரு தந்தையாகவும், தனக்கு ஒரு நண்பனாகவும் இருப்பதால், வேறு ஏதேனும் அவருக்கு நிகழ்கின்றபோது சிவா புரிந்து கொள்வார் என்று பீட்டர் நினைத்தார்.

"சிவா, நீங்கள் சுனிலைப் பற்றி ஏன் விசாரிக்கிறீர்கள்?"

"அந்தத் தொலைபேசி எண்களில் சுனிலுடையதும் ஒன்று."

"சுனிலின் ஃபோன் நம்பரா? பிராக்ஸியின் ஃபோனிலா?"

செய்தித்தாளில் இருந்த அந்தப் படம்.

மில்லியின் பேரக் குழந்தைகள்.

பிராக்ஸியின் இரத்தத்தால் எழுதப்பட்டிருந்தது. எடுக்கப்பட்ட சிறுநீரகம்.

சுனில் தொடர்பில் இல்லை.

இருட்டு.

எங்கும் இருட்டு.

அவரை அறியாமலேயே இவைகளையெல்லாம் எண்ணி அவர் பிரார்த்தித்துக் கொண்டிருந்தார். "அவன் தன்பாலினச்

சேர்க்கையாளனாக இருந்தால் பரவாயில்லை. அதனால் பெரிய வேறுபாடு ஒன்றுமில்லை. ஆனால் இந்தச் சிக்கல்களில் எல்லாம் கலந்துகொள்ள அவனை அனுமதிக்க எனக்கு விருப்பம் இல்லை."

"அவன் வருகிறபோது எங்களுக்குத் தெரியப்படுத்துங்கள்" என்று ஜெண்டே குழப்பத்துடன் கூறினார்.

"நிச்சயம்"

இப்போது பீட்டர் இன்னொரு விஷயத்தைத் தெரிந்துகொண்டார். இந்தத் துப்புத் துலங்கும் படலத்தில் அவரால் நீடிக்க முடியாது. அது ஒரு விபரீதத்தை ஏற்படுத்தலாம்.

"அப்புறம், நீங்கள் வந்து..." என்று பீட்டர் ஜெண்டேயைப் பார்த்துத் தொடங்கினார். ஆனால் அவர் சொல்ல வந்ததை அவரால் முடிக்க இயலவில்லை. காரணம், அது என்னவென்றே அவருக்குத் தெரியாமல் போய்விட்டது. ஆனால், அது ஜெண்டேக்குத் தெரிந்தது போல் இருந்தது.

"நான் சொல்லுகிறேன்" என்றார் ஜெண்டே. ஆனால் திடீரென்று இப்போது அந்தக் குரல் நண்பனுக்கான குரலாக மாறியது.

கொஞ்சம் மகிழ்ச்சி பீட்டரை ஆட்கொண்டபோது மாலை நேரம் வந்துவிட்டது. சுனில், அதில் சம்மந்தப்பட்டிருப்பானா? எப்படிச் சம்மந்தப்பட்டிருப்பான்? அவனுக்கு பிராக்ஸியைத் தெரிந்திருக்குமா? அவன் சுனிலை மிரட்டியிருப்பானா? அவன்...? தனது சிந்தனைகளை பீட்டர் வலுக்கட்டாயமாக ஒதுக்கி வைத்தார். அவன் (பிராக்ஸி) தன் மகன் சுனிலை எந்த அர்த்தத்தில் சொன்னாலும் கழிப்பறையில் கிடக்கும் இளைஞனுக்கும் தன் மகனுக்கும் இப்போது ஒரு தொடர்பு இருக்கிறது; அந்தத் தொடர்பு கழிப்பறைக்கும் கொலைக்கும், காணாமல் போன மனித உறுப்புக்கும் உள்ள தொடர்பு. ஆனால் இப்பொழுது முக்கியமானது என்னவென்றால், அவர் வழி தெரியாத பாதையில் பயணம் செய்வது. அவர் கண்டுபிடிக்க வேண்டியதுதான்... என்ன?

"சந்தேகம் என்று வருகிறபோது எல்லாவற்றையும் தேடிக் கண்டுபிடி" சந்திரமௌலி சொன்னது நினைவுக்கு வந்தது. அவர் செய்ய வேண்டியது அதுதான். கண்டறிதலை நோக்கி எது எதுவெல்லாம் இழுத்துச் செல்கிறதோ, அதைத் தொடர வேண்டியதுதான். அது குட்டையோ, நெட்டையோ - அதைப் பற்றிக் கவலை இல்லை. ஒருவேளை அந்தச் செய்தித்தாள்

துணுக்கு ஒன்றுமில்லாமல் இருக்கலாம். அது அந்தப் பையனின் கையெழுத்தா என்றுகூட அவருக்குத் தெரியாது. அந்தப் பையன் தன் மகனை எப்படிப் பொருள்படுத்தினாலும் ஒப்பிட்டுப் பார்க்க எந்த ஒரு மாதிரியும் கிடைக்கவில்லை. இறந்தவனின் அறையில் கண்டது ஒரு தவறு, ஒரு விபத்து. ஆனால் அது நிகழ்ந்தது. அதை அவர் ஒதுக்கிவிட முடியாது.

அவர் அந்தேரிக்குப் போய், அங்கு தற்கொலை சார்ந்த வழக்குகளைக் கண்டுபிடிக்க முடிகிறதா என்று பார்க்க வேண்டும். அதில் எவ்வளவு பெரிய முட்டுக்கட்டை வந்தாலும் சரி. செயல்பட வேண்டும். சாலையைக் கடக்க நேரிட்டபோது சிவப்பு விளக்கு எரிந்ததால், அங்கு நின்றபோது, அவர் கால்கள் தடுமாறியதை அவர் உணர்ந்தார்.

ஜோட்டின் பெர்ரி இருந்த குடியிருப்பைச் சுற்றிக் கருப்பும் நீலமும் கலந்த நிறத்தில் சீருடையுடன் ஆட்கள் காவலுக்கு நின்றிருந்தனர். ஜோட்டின் பெர்ரியின் பெயரையும், வீட்டு எண்ணையும் பூர்த்தி செய்த படிவத்தோடு மூச்சைக் கையில் பிடித்துக்கொண்டு பீட்டர் அங்கே நின்றார். சில நேரங்களில் அங்கு நிற்கும் காவல் பணியாளர்கள் கூப்பிட்டு, படிவம் ஒழுங்காகப் பூர்த்தி செய்யப்பட்டிருக்கிறதா என்று பார்ப்பார்கள். ஆனால் இப்போது அப்படி எதுவும் நடக்கவில்லை.

***

பீட்டர் உள்ளே சென்றார். எட்டுக் கட்டடங்கள் எண் கோண வடிவத்தில் அமைக்கப்பட்டிருந்த பூங்காவைச் சுற்றிக் கட்டப்பட்டிருந்தன. அதன் மத்தியில் ஒரு சிறிய நீச்சல்குளம். நீல நிறத்தில் காணப்பட்ட அதன் நீரில் மாலை வெயில் பட்டுப் பிரதிபலித்தது. அந்தப் பூங்காவில் இரண்டு வயோதிகர்கள் அமர்ந்து உரையாடிக்கொண்டிருந்தனர். பீட்டர் அவர்கள் அருகே சென்று அமர்ந்தார். அவர்கள் இருவரும் பீட்டரைக் கண்டுகொள்ளவில்லை. பிறகு முதியவர்

"நீங்கள் யார்?" என்று கேட்டார்.

"ஜோட்டின் பெர்ரியைப் பார்க்க வந்திருக்கிறேன்" என்று பீட்டர் ஆங்கிலத்தில் சொன்னார். நடுத்தர வகுப்பினருக்கு ஆங்கிலத்தில் பேசினால் வந்திருப்பவர்களை அதிகமாகச் சந்தேகப்பட மாட்டார்கள். அவர் சிறிதுநேரம் காத்திருக்க வேண்டுமென்று கூறப்பட்டதாக ஒரு பொய்யையும் சேர்த்துக் கூற நினைத்தார்.

ஆனால் பீட்டர், ஜோட்டின் பெர்ரியைச் சந்திக்கவில்லை என்பதை அந்த மனிதர் கவனிக்கவில்லை. ஆனால் ஏதோ (பொழுதுபோக்காக) தோட்டத்தில் அமர்ந்திருக்கிறார் என்று எண்ணினார்.

"அந்தப் பையன், அவன் ஒரு முட்டாள். குடிசைவாசிகள் எப்படியெல்லாம் மின்சாரம் திருடுகிறார்கள் என்று சொல்லி அதைப் பற்றி எழுதச் சொன்னேன். அதற்கு அவன் இது ஒன்றும் கதை இல்லையே என்று சொல்லிவிட்டான். திருட்டு என்பது கதை இல்லையென்றால், பின் கதை எப்படி இருக்கும்?"

"தற்கொலையா? இப்பொழுதெல்லாம் இந்த மாதிரி செய்திகளைத்தான் பத்திரிகையில் வெளியிட விரும்புகிறார்கள்" என்றார் பீட்டர்.

அந்த வயோதிகர் பீட்டரைக் கூர்ந்து நோக்கினார்: அவர் எதுவும் தந்திரம் செய்து பீட்டரிடமிருந்து எதையும் பேசிப் பெற விரும்பவில்லை.

கற்பழிப்பு, கொலை, தற்கொலை இன்னும் என்னென்னவோ? யாருக்குத் தெரியும். இதை எழுதுவதற்குத்தான் அவர்களுக்கு நேரம் கிடைக்கிறது.

நல்லவேளையாக, அந்த இன்னொரு வயோதிகர் அவ்வளவு விபரமான ஆளாகத் தெரியவில்லை. "இங்குகூட ஒரு தற்கொலை நடந்தது. அதோ, அங்கே பதினொன்றாவது மாடியிலிருந்து."

மேலே சுட்டிக் காட்டினார்.

பீட்டர் காதைத் தீட்டிக்கொண்டு நாக்கை நீட்டினார். ஒரு கெட்ட தகவலைக் கேட்ட சில மனிதர்கள் இவ்வாறு செய்வதைப் பீட்டர் கவனித்திருக்கிறார். அதற்கு என்ன அர்த்தம் என்று தெரியாது. என்றாலும் அப்படிச் செய்வதுண்டு.

"அதுதான் நீங்கள் பார்க்க வந்த நண்பரின் வீடு இருக்கும் கட்டடம். அதற்கடுத்த கட்டடத்திலிருந்துதான் அந்த மனிதன் குதித்தான்."

"அவன் மனக்கலக்கத்துடன் இருந்தான்" என்று அந்த முதல் வயோதிகர் சொன்னார்.

"இப்போது அங்கே யார் வசிக்கிறார்கள்?" என்று பீட்டர் கேட்டார்.

அதற்கு இரண்டாவது மனிதர், "தற்கொலை நடந்த அந்த வீட்டில் யார் இருக்கப் போகிறார்கள். அவருடைய விதவை மனைவி ஹிமலிதான் இருக்கிறாள்" என்றார்.

"விதவை, கிதவை எல்லாம் இருக்கட்டும். அவள் வெள்ளைப் புடவை அணிந்து நீர் பார்த்திருக்கிறீரா?" என்பதை முதல் வயோதிகர் கேட்டார்.

"தாக்கூர், என்ன பேசுகிறீர்கள் நீங்கள்? இது 21ஆம் நூற்றாண்டு."

"நான் இதைத்தான் சொல்லுகிறேன்: உங்களின் திருமணச் சான்றைக் காட்டுங்கள். நான் நம்புகிறேன். அப்படியில்லையென்றால், இங்கு வாடகைக்கு இருப்பவர்கள் எல்லாம் கதைவிடுவார்கள்: நான் திருமணம் ஆனவள், இவர்தான் என் கணவர், இவன் என் சகோதரன். அவர்கள் எல்லாம் என்ன செய்கிறார்கள் என்று யாருக்குத் தெரியும். மற்றவர் மாதிரி முதுகுக்குப் பின்னால் நான் பேசுவதில்லை. நேருக்கு நேர் சொல்லிவிடுவேன். மக்கள் நலக் கூட்டத்திலேயே இதைச் சொல்லுவேன். உங்களுக்குத் தெரியும்..."

பீட்டர் சட்டைப் பையிலிருந்த ஃபோனை எடுத்துக் காதில் வைத்து, "ஆமா, ஆமா வருகிறேன், வருகிறேன்" என்று சொல்லி அங்கிருந்து திறமையாகத் தப்பிச் சென்றார். பீட்டர் சென்றதை அவர்கள் கவனித்ததாகத் தெரியவில்லை.

பதினொன்றாவது தளத்திலுள்ள நான்கு வீடுகளில் ஒரு வீட்டுக் கதவில் வெள்ளைத்தாள் ஒட்டப்பட்டிருந்தது. பட்டேல் என்ற பெயரை ரோமன், தேவநகரி, குஜராத்தி ஆகிய மூன்று மொழிகளில் எழுதியிருந்தார்கள். கதவைத் திறந்து வெளியே வந்தவர் ஓர் இளம் வயதுப் பெண். ஆளை மயக்கும் அழகு அவள். மின்னல் போன்ற ஒளி பொருந்திய கண்கள், சந்தனக் கட்டையால் வார்த்தெடுத்த முகம். அவரை அவள் அவ்வளவாகத் துழாவிப் பார்க்கவில்லை.

"யெஸ்"

"திருமதி.பட்டேல்?"

"நீங்கள்?"

"என் பெயர் பீட்டர் ஃபெர்னாண்டஸ். மாடியிலிருந்து குதித்துத் தற்கொலை செய்துகொண்டவர் விவரம் பற்றித் தெரிந்துகொள்ள வந்திருக்கிறேன்" என்றார்.

"ஓ" என்று சொன்ன அவள் கதவை மூடிக்கொள்ள முயற்சித்தாள்.

"உங்களைத் தொந்தரவு செய்வதற்கு மன்னிக்க வேண்டும். உங்கள் பெயரும் புகழும் அனைவரும் அறிந்ததே."

அவரது தொடக்க அறிமுகம் வேலை செய்தது.

"என்ன சொல்கிறீர்கள்?" என்று கேட்டாள்.

"உங்களைப் பற்றி நான் எழுத விரும்புகிறேன்."

"அப்படியென்றால், நீங்கள் பத்திரிகையாளரா?" எனக் கதவை மூடவிருந்தவள் சற்று நின்று கவனித்தாள்.

"ஆம்." கைகளைப் பின்னால் கட்டிக்கொண்டார்.

"பல நிருபர்கள் வருகிறார்கள். அவரைப் பற்றியும், அவர் தற்கொலை செய்துகொண்டது பற்றியும் விசாரிக்கிறார்கள்" என்று ஒரு முறையீடு போலச் சொல்லிக்கொண்டாள்.

"எனக்குத் தெரியும். அவர்கள் எதற்கும் புண்ணியமில்லாதவர்களே. நாங்கள் உங்களைப் பற்றித்தான் எழுத விரும்புகிறோம்.

"ஏன் அப்படி?"

கதவு இன்னும் கொஞ்சம் நன்றாகத் திறந்தது.

"கொஞ்சம் குடிக்கத் தண்ணீர் கிடைக்குமா?" பாதி மறந்து விட்ட சமூகவியல் பாடங்களை நினைவில் நிறுத்தி இவ்வாறு கேட்டார். சிறிய உதவிகளை எவ்வாறு கேட்டுப் பெறுவது என்பதை நினைவுபடுத்திக்கொண்டு பேசினார். அப்படி சிறிய உதவிக்குச் சம்மதம் பெற்றுவிட்டால் அடுத்து கேட்கப் போகும் பெரிய உதவி நிச்சயம் மறுக்கப்படாமல் கிடைத்துவிடும். அவள் தண்ணீர் கொண்டு வர உள்ளே சென்றாள். இவரும் உள்ளே செல்ல முயற்சித்தவர், அந்த எண்ணத்தைக் கைவிட்டார். படையெடுத்துச் செல்வது போல நுழைந்தால், அது தவறாகப் போய்விடும். அவர் வெளியே நின்றுகொண்டு, அவள் கொடுத்த தண்ணீரை வாங்கித் தாகத்தோடு பருகினார்.

"மிக்க நன்றி" என்று தன் நன்றி உணர்வைக் காண்பித்துக் கொண்டார்.

"நீங்கள் உள்ளே வரலாம்" என்றாள். அவள் அழைத்ததைப் பெருமிதமாக எடுத்துக்கொண்டார். எதார்த்த உலகில் மனிதாபிமானக் கல்வி எடுபடாது என்று மக்கள் பேசிக்கொள்கிறார்கள்.

அவள் அழைத்துச் சென்று அமர வைத்த அறையில் கிடந்த பொருள்கள், அது ஒரு நடுத்தரக் குடும்பம் என்பதைக் காட்டியது. சோஃபா செட், நடுவில் தொலைக்காட்சிப் பெட்டி. நான்கு நாற்காலிகள் சூழ்ந்த சாப்பாட்டு மேஜை.

கை வைத்த ஒரு நாற்காலியாய் பார்த்து அதில் அமர்ந்தார். ஹிமலி இன்னொரு குவளையில் தளும்பத் தளும்பத் தண்ணீர் கொண்டு வந்தாள்.

"ம். சொல்லுங்க"

"உங்களைப் பற்றிய விபரங்களைத் தெரிந்துகொள்ள வேண்டும்" என்று சொல்லிவிட்டு, தான் தேடி வந்த உண்மையைச் சொல்லும் எண்ணத்தைக் கைவிட்டார். "உங்களைப் பற்றி எழுதி, மகளிருக்கான மாத இதழில் வெளியிட வேண்டும். பிரெஞ்ச் ஊடகக் குழு ஒன்றினால் தொடங்கப்பட்ட மரீ சனல் என்னும் இதழுக்கு எழுதவேண்டும். நீங்கள் அழகாகவும் கவர்ச்சியாகவும் இருக்கிறீர்கள். உங்களைப் புகைப்படம் எடுத்து அந்த இதழின் அட்டைப் படத்தில் போடலாம்."

'அதிகமாகப் புகழ்கிறோமோ' என்று பீட்டர் ஆச்சரியப்பட்டார். ஆனால் அது வேலை செய்தது.

"இதோ பாருங்கள். என்னையே நான் சோர்வடையாமல் ஆக்கிக் கொள்வதற்காகத்தான் இந்த மாடலிங் வேலையைச் செய்து கொண்டிருக்கிறேன் என்று பல தடவை வெளிப்படையாகச் சொல்லியிருக்கிறேன். அரைகுறையான ஆடையுடனோ அல்லது ஆடையே இல்லாமலோ நான் போஸ் கொடுத்ததில்லை. அந்த மாதிரி எதுவும் என்னிடம் கிடையாது. நான் ஒரு கௌரவமான குடும்பத்தில் பிறந்து வளர்ந்தவள். எனக்கென்று சில கொள்கை கோட்பாடுகள் உள்ளன. ஜனங்கள் அதையும் இதையும் சொல்லுவார்கள். நான் ஒரு அப்பாவித்தனமான விதவை என்று அவர்களுக்குத் தெரியாது. இதை எப்படி அவர்களிடம் சொல்லுவது? இதுவா அவர்களது வேலை? என்னிடம் 'தொடர்பு' வைத்துக்கொள்ளவா அவர்கள் வருகிறார்கள்?"

அவள் கூறிய விஷயம் எல்லாம் அவருடைய மூளைக்கு எட்டவில்லை. ஆனால், சரி என்று தலையை ஆட்டிக்கொண்டார் "நீங்கள் சொல்லுவது உண்மைதான். எனக்கு நன்றாகப் புரிகிறது" என்றார்.

அவரது பேச்சுக்குப் பலன் கிடைப்பது நன்கு தெரிந்தது. ஹிமாலி, "இருங்கள். நான் உங்களுக்கு டீ போட்டு எடுத்து வருகிறேன்" என்றாள்.

அவள் மாயமாய் மறைந்து உள்ளே சென்றாள். பீட்டர் தன்னை ஆசுவாசப்படுத்திக்கொண்டார். அவரது வீட்டில் இருப்பது போலவே உணர்ந்துகொண்டார். ஒரு டிரே நிறைய இனிப்பு, காரம் கலந்த திண்பண்டங்களோடு டீயும் கொண்டு வந்தாள். ஏலக்காய் டீ வாசனை காற்றில் மிதந்து வந்தது.

"சாரி, வீட்டில் எதுவும் இல்லை. நீங்கள் வருவது தெரிந்தால் ஏதாவது தயார் செய்து வைத்திருப்பேன்."

"அய்யோ, இதுவே விருந்து அளவு இருக்கிறது. இதற்கு மேலேயும் வேண்டுமா?"

"எங்கள் உபசரிப்பு உங்களுக்குத் தெரியாது. நாங்கள் மரண சோகத்தில் தவிக்கிறோம். இரட்டைத் துயரத்தில் இருக்கிறோம். முதலில் அம்மா மறைந்தார்கள். நாங்கள் எவ்வளவு சோகத்தில் இருப்போம் என்று பார்த்துக்கொள்ளுங்கள்."

"நீங்கள் அதிக பாசம் வைத்திருந்தீர்களா?"

"குடும்பம் என்றாலே பாசம் இல்லாமலா இருக்கும்? இன்றும்கூட என்னுடைய சகோதரன் உடைந்து போனான். நான் அதைவிட...." கடைசி வார்த்தையை யோசித்துச் சொன்னாள். ஆங்கிலத்தில் சொன்னதால்கூட அப்படி இருக்கலாம்.

"உங்கள் சகோதரனும் அம்மாவும் மிகுந்த பாசமாக இருப்பார்களா?"

அவள் கண்களை உருட்டிப் பார்த்தாள்.

"பாசமா? திருமணம் செய்துகொள் என்று சொல்லிக் கொண்டிருக்கிறேன். அம்மாவே கதி என்று அவன் கிடக்கிறான்."

அதிகமாகப் பேசிவிட்டதற்காக அவள் வருத்தப்பட்டது போல் தெரிந்தது.

"எல்லாரும் அப்படித்தான் இருக்கிறார்கள். இந்தியப் பெண்கள் எல்லாம் அப்படித்தான் இருப்பார்கள்" என்றாள். தன் கணவனைப் பற்றிப் பேச்சு திரும்பிய போது "இந்த மனிதரும் அப்படித்தான். அவருடைய அம்மா கொஞ்ச வயதிலேயே இறந்துவிட்டார்கள். அதனால், அவர் என் அம்மாவின் பக்தராக மாறிவிட்டார். 'உங்கள்

அம்மாவுக்காக அமர்ந்து பூஜை செய்யுங்கள்; என்னை விடுங்கள். நான் இறந்துவிடுகிறேன்' என்று சொல்லுவேன். அதன்பிறகு என்னுடைய அம்மா அவருக்கு இன்னொரு அம்மாவாக ஆகி விட்டார்கள். நான்தான் வெளி ஆளாக ஆகிவிட்டேன். முதலில் அங்கே; இப்போது இங்கே."

அம்மா பிள்ளைகளாக வாழ்ந்த என் கணவரும் சகோதரனுமாகிய இரண்டு ஆண்களிடமும் தான் ஒரு தியாகியாக வாழ்ந்து வந்த நினைவுகளிலிருந்து மீண்டு வர முயன்றாள்.

"கடைசியில் நான் சாகவில்லை. அவர் குதித்துவிட்டார். மாடியிலிருந்து. இவ்வாறு நடந்ததற்கெல்லாம் ஒரு வியாக்கியானம் தேவையா? ஒரு மாடலிங் புகைப்படம் பற்றிச் சொல்லுங்கள். என் சொந்த ஆடைகளை அணிய வேண்டாமென்று அங்கே சொல்கிறார்கள். நிகழ்ச்சி ஏற்பாட்டாளர்கள் கொடுக்கும் ஆடையைத்தான் அணிய வேண்டும் என்கிறார்கள். இது நியாயமா?"

"ஆமா. பெரிய பேஷன் கம்பெனி அப்படிச் செய்வார்கள்" என்றார் பீட்டர்.

அவளது முகம் மலர்ந்தது. அதை அவள் வெளிக்காட்டிக் கொள்ளவில்லை. "நீங்கள் எதையும் சாப்பிடவில்லையே. இருங்கள் டீயை சூடு பண்ணிக்கொண்டு வருகிறேன்."

மீண்டும் சமையற்கட்டுக்குள் மறைந்தாள்.

"அப்புறம் என்ன ஆச்சு" என்று அவள் திரும்பி வந்தபோது பீட்டர் கேட்டார்.

"சொல்லுவதற்கு என்ன இருக்கிறது. அம்மா உடல் நலம் பாதிக்கப்பட்டிருந்தாள். அதன்பிறகு இறந்தும் போய்விட்டாள். அவரால் அம்மாவின் இறப்பைத் தாங்கிக்கொள்ள முடியவில்லை. ஏனென்றால், அந்த மரணமே அவர் செய்த தவறால் வந்தது."

"என்ன?"

"அவர் செய்த தவறால்தான் அம்மா இறந்ததாக அவர் நினைத்துக் கொண்டிருக்கிறார்" என்று சொல்லிய அந்த வார்த்தைகள் ஒரு வேகத்தில் வந்து விழுந்த வார்த்தைகள்.

"ஏன்?"

“எனக்கென்ன தெரியும்? பாருங்கள்! அவரைப் பற்றிய கேள்விகளை மீண்டும் கேட்டுக் கொண்டிருக்கிறீர்கள்.”

“இல்லை. அதன் பின்னணி என்ன என்றுதான் கேட்கிறேன்.”

“அந்த அளவு உள்ள, பின்னணி என்ன என்று எதிர்பார்க்கிறீர்கள்?”

“உங்கள் அம்மா இறந்துவிட்டதாகச் சொன்னீர்கள். உங்கள் கணவர் அதற்காக மிகவும் வருத்தப்பட்டதாக...”

“மனதால் ஏற்பட்ட பாதிப்பு. அந்தப் பாதிப்புக்கு அவர் ஆளானார். அதனால் அவர் தன்னையே சாகடித்துக்கொண்டார். இந்த உலகில் தனி மரமாக விடப்பட்டுவிட்டேன். நான் மேற்கத்திய ஆடைகளை அணிவதில்லை. ஐஸ்வர்யா ராயைப் போன்று, நானும் மிகச் சிறந்த அழகானவள் என்றுதான் நினைக்கிறேன்.”

“நான் உங்களைப் பார்த்த உடனே இதைத்தான் எண்ணினேன். நீங்கள் இப்போது வாழ்க்கையைச் சுமையாகக் கருத வேண்டியிருக்குமே? எப்படிச் சமாளிக்கிறீர்கள்?”

“என் சகோதரன் எனக்குக் கொஞ்சம் உதவுகிறான். என்னால் அதிக நாள்கள் இங்கே தங்க முடியாது. வாடகை மிகவும் அதிகம். என் கணவர் ஒரு வெளிநாட்டு வங்கியில் வேலை செய்தார். அவரும் இப்போது உயிரோடு இல்லை.”

“உங்களுக்கு எப்போது திருமணம் நடந்தது?”

“ஒரு வருடம் இரண்டு மாதங்கள். அவர் மிகவும் இங்கிதம் தெரிந்தவர். எனக்கு என்ன தேவையோ அது கிடைத்தது. ஆனால் அன்றிலிருந்து அவர் மரணிக்கும்வரை என்னை ‘அதற்காக’த் தொட்டதே இல்லை. எனக்கு இன்றுவரையிலும் அது ஏன் என்றே புரியவில்லை. அவரால் ‘அது’ முடியவில்லை என்றுதான் முடிவுக்கு வந்தேன். அதனால் நான் எந்த அப்பழுக்கும் இல்லாத ஒரு விதவை. இதை நீங்கள் குறிப்பிட்டுச் சொல்ல வேண்டும். அச்சு ஊடகங்களில் வருவதை மக்கள் நம்புகிறார்கள்.”

“அவரது மன நல பாதிப்புக்கு ஒருவேளை அதுவும் காரணமாக இருந்திருக்குமோ?”

“அப்படியென்றால்...?”

“அதாவது, ஒருவன் தன் ஆண்மையை இழக்கிறபோது அவன் மன நல பாதிப்புக்கு உள்ளாகிறான்.” பீட்டர், ஆண்மை என்ற

வார்த்தையை உச்சரிக்கும்போது, அந்த உச்சரிப்பின் இறுதியில் அவர் குரலில் ஒரு மெல்லிய தடுமாற்றம் ஏற்பட்டது. அந்த வார்த்தையைக் குளறுபடி செய்துவிட்டதாகவே அவர் கருதினார். ஆனால் அந்த வார்த்தையில் அடங்கியுள்ள அர்த்தத்தை அவர் தெளிவுபடுத்திவிட்டார்.

"இல்லை, இல்லை. நான்தான் சொன்னேனே. அது அப்படி இல்லை. காரணம் என் அம்மா. என் அம்மா அவருக்கும் அம்மா மாதிரி. அதனால்தான் அவர் மனநலம் பாதிக்கப்பட்டார். சீட்டாட்டம் மாதிரி எதிலாவது ஈடுபட்டிருக்கலாம். இரவில் தாமதமாகத்தான் வீட்டிற்கு வருவார். நீங்கள் என்னைப் பற்றி எழுத வந்த விஷயத்தை இப்போது சொல்லுங்கள்" என்று கேட்டாள்.

"இன்று உங்களை வந்து சந்தித்துவிட்டு, அதற்கப்புறம் அடுத்த வாரம் வரலாம் என்று முடிவு செய்தேன்" என்றார் பீட்டர்.

"சரி, அப்படியே செய்யுங்கள். ஆனால் இந்த வீட்டை எப்போது காலி செய்வேன் என்று எனக்குத் தெரியவில்லை" என்றாள்.

***

இந்தப் புதிய உறவு பற்றி மில்லியிடம் சொல்வதா, வேண்டாமா என்று வழியெல்லாம் சிந்தித்துக்கொண்டே வந்தார். இந்தச் செய்தியைச் சொல்லி அவளுக்கு மனக்கலக்கம் கொடுக்க வேண்டாமென்று ஒரு பக்கம் சிந்தித்தார். தனது மகனைப் பற்றிய செய்தியைச் சொல்லாது மறைத்தால், அவள் மன்னிக்கவே மாட்டாள் என்று இன்னொரு பக்கம் நினைத்தார்.

இது இப்படியிருக்கையில், மில்லி அவரது முகத்தை ஏறிட்டுப் பார்த்துவிட்டு, ஏதோ தவறாகப்படுகிறதே என்று புரிந்து கொண்டாள்.

"என்ன ஆச்சு?" என்று கேட்டாள்.

பீட்டர் இழுத்து மூச்சுவிட்டார்

"அந்தக் கொலை..."

அவளது முகம் நிதானமடைந்தது.

மீண்டும் அவளிடம் சொல்லிவிடலாமா, வேண்டாமா ஏன்? குழப்பத்திற்குள்ளானார். ஆனால் சொல்லி விடுவது நல்லதென்று தீர்மானித்தார்.

"அந்த இளைஞனின் ஃபோனில் சுனில் பெயர் இருந்திருக்கிறது" என்றார்.

அவளது முகம் இறுகத் தொடங்கியது.

"அதனால் எந்தக் குழப்பமும் இல்லை..." என்று தொடங்கினார்.

இப்போது அவள் கொஞ்சம் நிதானமாகப் பார்த்தாள்.

"ஏதோ விஷயம் இருக்கிறது, பீட்டர். அதாவது சுனிலுக்கு அந்த இளைஞனைத் தெரிந்திருக்கிறது. அந்தக் கொலையோடு இவனுக்குத் தொடர்பிருக்கிறது என்பது தெரிகிறது."

"ஆமா."

கைகளுக்கு ஏதாவது வேலை கொடுப்போம் என்று மில்லி திரும்பினாள். சமையற்கட்டு பாத்திரங்களைப் போட்டுக் கண்டபடி உருட்டினாள். அவர் கதவருகில் கிடந்த ஸ்டூலில் அமர்ந்தார். ஏதோ பேச முயற்சித்தார். ஆனால் வார்த்தைகள் வெளியே வரவில்லை. அவள் தேநீர் கோப்பையை நீட்டி "வேண்டுமா?" என்று கேட்டாள். அவர் அதை வாங்கிக்கொண்டார்.

பீட்டர் அதைக் குடித்துக்கொண்டே, "கவலைப்படாதே" என்றார்.

"நான் கவலைப்படவில்லை. ஆனால் ஒரு நிபந்தனை. நீங்கள் கவலைப்படக் கூடாது" என்று முகத்தில் சலனமில்லாமல் கூறினாள். பல்லைக் கடித்துக்கொண்டு அதை ஏற்றுக்கொண்டார். சொல்வது எளிது. ஆனால் செய்வது...?

"ஆனால் இதில் சில விபரங்கள் உண்டு என்பது தெளிவாகத் தெரிகிறது" என்றார்.

அவள் டீயைக் குடித்துமுடித்துவிட்டு, "இது சுனில்... அவன் கொலை செய்யவில்லை. அவன் தன்பாலினச் சேர்க்கையாளனாக இருக்கலாம். ஆனால் அவன் கொலைகாரன் அல்ல. வீட்டிற்கு வரட்டும். விபரம் தெரிந்துகொள்வோம்!"

"அவன் இப்போதே இங்கு வந்தால் எவ்வளவு நன்றாக இருக்கும்" என்றார்.

"அவன் விரைவில் வந்துவிடுவான். வந்தபிறகு கேட்டுத் தெரிந்து கொள்வோம்."

இப்போது அவருடைய சுமை குறைந்தாற் போலிருந்தது. அவர்கள் இருவரும் சேர்ந்து இதைச் சமாளித்துவிடுவார்கள். அவள் முகத்தில் ஒரு புன்னகை படர்ந்தது. அவள் தன் கரங்களால் அவரை வளைத்துக்கொண்டாள். அவள் மீது அவர் மெதுவாகச் சாய்ந்துகொண்டார்.

அன்றிரவு அவர்கள் இரவு உணவு அருந்திக் கொண்டிருந்தபோது மில்லியின் செல்ஃபோன் அலறியது. அதைப் பார்த்த அவளுக்கு மின்சாரம் பாய்ந்தது போல் இருந்தது.

“சுனில்.”

மன நிம்மதி அவர் மனதில் பெருக்கெடுத்து ஓடியது.

எஸ்.எம்.எஸ்.

“வாசித்துச் சொல்”

“விரைவில் வருவேன். எங்கே செல்வேன் என்று சொல்ல முடியாது. அதாவது, எங்கே செல்வேன் என்று தெரியாது” என்று வாசித்து விட்டு மில்லி நிமிர்ந்து பார்த்தாள்.

“இருக்கலாம். ஃபோனில் கூப்பிடு என்று அவர் சொல்லுமுன்பே, அவள் எண்களை அழுத்திக்கொண்டிருந்தாள்.

“ஃபோனை எடுக்கவில்லை” என்றாள்.

பீட்டர் மீண்டும் சாப்பிடத் தொடங்கினார். மில்லியின் முகத்தில் கவலை கலைந்து நிம்மதி ரேகை ஓடியது. அவன் தொடர்பில் இருக்கிறான்; சுனில் தொடர்பில் இருக்கிறான். அவன் தலைமறைவாக இல்லை. அவன் எங்கும் ஓடிக் கொண்டிருக்கவில்லை.

உணவு முடிந்ததும், “நான் ஆலயத்திற்குச் செல்கிறேன்” என்றாள்.

“இப்பொழுதா?”

“பிரார்த்தனாலயாவில் முழு இரவு ஜெபத்தில் கலந்துகொள்ளப் போகிறேன்!” என்றாள்.

பிரார்த்தனாலயா என்பது இரவு முழுவதும் கண்விழித்து உருகி மன்றாடக்கூடிய, பந்த்ராவிலுள்ள ஒரு சில இடங்களில் ஒன்று.

அருட்சகோதரிகள், திவ்விய நற்கருணைப் பேழையின் முன்பு முறைவைத்து முழங்காலிட்டு இரவு முழுவதும் கண் விழித்துப் பிரார்த்தனை செய்வார்கள். வேதனைகளை இறைவனிடம் வெளிப்படுத்த நேரிடுகிறபோதும், நன்றியைத் தெரிவிக்க நேரிடுகிறபோதும் மில்லி அந்த ஆலயத்திற்குத்தான் வருவது வழக்கம்.

"சரி"

"நீங்களும் வருகிறீர்களா?"

"இல்லை. நான் வரவில்லை" என்றார்.

"நல்லது. அவனது மொபைல் ஃபோனில் சுனில் பெயர் இருக்கிறதே என்று உட்கார்ந்து குழம்பிக்கொண்டிருக்க வேண்டாம். எல்லோருடைய பெயர்களும்தான் அவனிடம் இருந்திருக்கின்றன. அவனுக்கு எல்லாத் தரப்பு மனிதர்களையும் தெரியும். ஒரு குரங்காட்டியைப் பேட்டி எடுப்பதற்கென்று சென்றமுறை அழைத்து வந்தானே, அது நினைவிருக்கிறதா?"

பீட்டர் நினைவுபடுத்திப் பார்த்தார். அந்தக் குரங்கு அமைதியாக நல்லமுறையில் சூழ்நிலைக்கேற்றவாறு பழக்கப்பட்டது போல் நடந்துகொண்டது. மில்லி கொடுத்த வாழைப்பழத்தை மிகுந்த ஆர்வத்துடன் வாங்கிச் சாப்பிட்டது. சுனிலும் அந்தக் குரங்காட்டியும் விலங்குகளின் உரிமைகள் பற்றி விவாதித்தார்கள்.

மில்லி முகத்தைத் தட்டிக்கொடுத்துவிட்டுச் சென்றாள். அவரைச் சுற்றி அவரது வீடு சுருங்கி இருப்பது போலத் தெரிந்தது. கொங்கனி மொழியில் பழைய சொற்றொடர் ஒன்று அவரது மனதுக்குள் ஓடியது: இப்போது இந்தச் சுவர்கள் என்னைக் கடிக்க வருகின்றன. இல்லை என்னை விழுங்க வருகின்றன. அவருக்குச் சிறுவயதிலிருந்தே நன்றாகத் தெரிந்த ஒரு மொழி காணாமல் போய்விட்டதற்காக அவர் மீண்டும் வருந்தினார்.

கடலை நினைத்தார். கடல் தனக்கு அமைதி கொடுக்குமா என்று எண்ணினார். வீட்டைவிட்டு வெளியே கிளம்பியபோது எதிரே காணப்படும் கடலுக்குச் செல்லாமல், மாதுங்கா சாலைக்கு அவர் கால்கள் தானாக நடந்தன.

அவர் தன்னைத்தானே பரீட்சித்துப் பார்த்துக்கொண்டார். கொலை நடந்த காட்சியை நினைத்துப் பார்ப்பதால் எந்தப் பலனும் இல்லை.

அந்தக் கடல். அந்தக் கடலுக்கருகில் உள்ள காட்வெல் சாலை வழியாகத் தினந்தோறும் கடந்து சென்றாலும், அங்கு ஏதோ ஒரு தடுப்பு இருப்பது போல, அவர் அந்தக் கடலை நீண்ட நாள்களாக மறந்துவிட்டார்.

இரண்டு நாள்களுக்கு முன்புகூட அவரது வாழ்க்கை கவலைக்குரியதாக இருந்தது. கூரையிலிருந்த ஈரக் கசிவு பற்றியும், பக்கத்து வீட்டுக்காரரிடம் பேச வேண்டும் என்றும்; குறைந்த வருமானமாக இருந்தாலும் வருமானவரி செலுத்த வேண்டும் என்பது பற்றியும்; அப்பொழுதும் அவருக்குக் கவலைகள் இருந்தன.

ஆனால் அவையெல்லாம் சாதாரண பிரச்சினைகள்தாம். அவர் வாழ்க்கை அவர் விரும்பியது மாதிரி இனிமையாகத்தான் இருந்தது. இதற்கிடையில் இறைவன் அவரது நோக்கத்தை சீரமைத்து இருக்கிறார்.

'உன்னை எதுதான் வருத்திக் கொண்டிருக்கிறது பீட்டர்?' ஒரு அதிகாரத் தொனியில், அதேசமயம் தனக்கு உதவிக்கரம் நீட்டும் நண்பன் கேட்பது போலத் தன்னையே கேட்டுக்கொண்டார்.

'ஒரு கொலை வழக்கில் என் மகன் சம்மந்தப்பட்டிருப்பானோ என்று கவலையாக இருக்கிறது. அவன் தலைமறைவாக இருப்பது கொலையில் சம்மந்தப்பட்டிருப்பானோ என்ற கவலையைவிட இன்னும் பயமாக இருக்கிறது. அத்துடன் அவன் ஒரு தன்பாலினச் சேர்க்கையாளனாக இருப்பானோ என்பது என் தலையில் இடி இறங்கியது போல் இருக்கிறது.'

'இதில் ஏதோவொன்று உண்மையாக இருந்தால் நீங்கள் என்ன செய்வீர்கள், பீட்டர்?' என்று அந்தத் தொனி கேட்டது. 'ஓ! அந்தக் கர்மத்தை எனக்குக் கொடுக்க வேண்டாம்' என்று கவலையால் அரிக்கப்பட்டுக் கொண்டிருக்கும் பீட்டர் பட்டென்று பதில் சொன்னார். 'எதை என்னால் மாற்றிக்கொள்ள முடியுமோ அதை மாற்றிக்கொள்வதற்கான வல்லமையைத் தாரும். வேறென்ன எனக்கு வேண்டும்? என்னால் எதையும் செய்து விட முடியாது. யாரையேனும் சுனில் கொலை செய்திருந்தால், நான் அதைச் சந்திக்கத்தான் வேண்டும். என் நிம்மதிக்கு அது ஒருபோதும் உதவாது. எனக்கு இப்போது குற்ற உணர்வு இருப்பதால், நான் நிம்மதியாக இல்லை. நிம்மதியா? சரி. இருக்கட்டும். ஒருவேளை அப்படி இருந்தால், சுனில் விரைவில் ஊருக்குத் திரும்பி வந்து சிவாவின் கட்டுப்பாட்டில் இருக்க வேண்டும். சிவா

அவனைப் பார்த்துக் கொள்வார். அத்துடன் அவன் தன்பாலினச் சேர்க்கையாளனாக இருந்தால், அதை என்னால் ஒன்றும் செய்துவிட முடியாது. ஆனால் அதை ஏற்றுக்கொள்ளத்தான் வேண்டும்.'

'ஏற்றுக்கொள்ளத்தான் வேண்டுமா?'

'இப்போது எனக்கு அதுபற்றிய கவலை இல்லை.'

உண்மையில் அவன் அப்படி இல்லை. ஒரு கவலையைக் குணமாக்கும் முக்கியமான மருந்து, அதைவிடப் பெரிய கவலை தருவது ஆகும்.

அந்த இருட்டில் ஒரு குரல் வெளிப்பட்டது. "அங்கிள்..."

அவர் காடல் சாலையைக் கடந்து, அவரை அறியாமலே கடற்கரையை நோக்கி நடந்தார். இடது பக்கத்தில் மகாத்மா காந்தி நீச்சல்குளம், கோட்டை, கொத்தளம் போன்ற கட்டட அமைப்புகள், இருளில் பயமுறுத்தும் காட்சிகளாகத் தோற்றமளித்தன.

"யூனிட்டா?" இந்த வார்த்தையை நினைத்ததும் கவலை என்னும் பனி மூட்டத்திலிருந்து வெளிவருதற்குச் சில நிமிடங்கள் ஆகின. அவர் சிறிது கலக்கத்துடன், கவலை தோய்ந்த அந்த இளைஞனைப் பார்த்தார்.

யூனிட்டின் பார்வையில் ஒரு மருட்சி தெரிந்தது. குரலில் மாற்றம் இருந்தது.

"இங்கு உங்களுக்கு என்ன வேண்டும், அங்கிள்."

உடனடியாகப் பதில் சொல்ல வேண்டுமென்று முயற்சித்த பீட்டர் 'வாக்' போக வேண்டும் என்றார். சொல்லி முடிக்குமுன் பீட்டர், "நீ எதற்கு வந்தாய்?" என்று கேட்டார்.

அவருக்கு ஏற்கனவே நன்கு தெரியும். யூனிட் இங்கு யாருக்கும் உதவ வரவில்லை. அவன் தனது உடலை விபச்சாரம் செய்யத்தான் இங்கு வந்திருக்கிறான். அவன் ஒரு விசித்திரமான டி-ஷர்ட் அணிந்திருந்தான். அதற்கேற்றாற்போல இறுக்கமான ஜீன்ஸ் பேண்டும் அணிந்திருந்தான்.

"என்ன அங்கிள்" என்று யூனிட் கேட்டான். பீட்டருக்கு அவனைப் பார்க்கப் பாவமாக இருந்தது. கீழே குனிந்துகொண்டு, ஒரு தர்ம சங்கடத்தில் புன்னகைத்துக்கொண்டிருந்தான். அவன் இளைஞனாக

இருந்தாலும் வயதுக்கு மீறிய சிறுவனாக அவன் காணப்பட்டதால் அவன் மீது அவருக்கு அன்பு அலை தோன்றியது. சுனிலை விட இவனுக்கு வயதொன்றும் அதிகமில்லை.

"தேநீர் சாப்பிடுகிறாயா?" என்று பீட்டர் கேட்டார்.

"வேண்டாம், அங்கிள்"

ஒரு ஆரஞ்சு டீயைக் குடித்துவிட்டு, அந்த சாக்கில் மணிக்கணக்காகப் பேசிக் கொண்டிருக்கும் இடமான ஈரானியன் விடுதி அங்கே இருந்தது போல அவருக்கு அரை குறையாக நினைவுக்கு வந்தது. முன்பு அது காடெல் விடுதி என்று அழைக்கப்பட்ட இடம் இல்லையா? ஒரு வகையில் அது பழம்பெரும் விடுதி. அங்கு ஒரு மூலையில் அவர்கள் சென்று அமர்ந்தபோது, அந்த இடத்தில் ஒரு வங்கி இருந்தது.

"அந்த ஈரானிய விடுதி எங்கே?" என்று ஆச்சரியத்தில் கேட்டார்.

"ஈரானிய விடுதியா?" ஒரு தெரு விளக்கின் ஒளி அவன் முகத்தில் பட்டது. அவனுடைய கண் புருவத்துக்குக் கருமை தீட்டியிருப்பதும், கண்களுக்குக் கீழே கோடு வரைந்திருப்பதையும் பீட்டர் கண்டார். இப்போது இருப்பதைவிட இளைஞனாக ஆக்கிக்கொள்ளும் அவனது முயற்சி பீட்டரின் கண்களுக்கு குழந்தைகளுக்கு திருஷ்டிப் பொட்டு வைப்பார்களே - அது போலப் பட்டது. அடுத்தவர்களின் காமக் கண்களை கவர்வதற்காக இதையெல்லாம் செய்திருக்கிறான்.

"பாரிஸ்டாவில் அந்தக் கடை இருக்கிறது" என்று பீட்டர் சொன்னார். அவர்கள் ஒரு சாலையைக் கடந்தார்கள். யூனிட் ஒரு ஊக்கத்தையும் உற்சாகத்தையும் உண்டாக்கிக்கொண்டான். தன் முகத்தைப் பால் வடியும் வதனமாக மாற்றிக்கொண்டான். பானம் பருகித்தான் உற்சாகம் அடைய வேண்டும் என்பது அவனுக்கில்லை. அந்தத் தோரணை அவன் முகத்தில் இருந்தது.

அந்த விடுதிக்குள் நுழைந்தவுடனேயே அவர்களுக்கு அப்படியொரு முகப்பொலிவு வந்துவிட்டதா, என்ன? என்று பீட்டர் வியந்து போனார். எல்லோருடைய பார்வையும் அந்த வயதான சுனில் டாடியின் மீதுதான் (பீட்டர்) விழுந்தன. அவன்மீது (சுனில்) அவருக்கு லேசான கோபம் ஏற்பட்டது. அவன் தன்பாலினச் சேர்க்கையாளனாக இருந்தால் என்ன? இந்த இளைஞன்மீது அவன் ஈடுபாடு கொண்டிருந்தால்தான் என்ன? பொருத்தமில்லாத

இளம் வயது மனைவியரோடு 'வாக்' போகும் முதியவர்களிடம் என்ன வேறுபாடு காணப்பட்டது? வயது வேறுபாடு காரணமாக அவர்கள் ஏன் கோலிக்குள்ளாக்கப்பட வேண்டும். நாகரிகம் வளர்ந்துவிட்டதன் விளைவா இது? பொதுவெளியில் வெளிப்படையாகப் பரிசிக்கப்படும் பாலினம், வயது, ஜாதி ஆகிய விஷயங்களிலிருந்து நாம் விடுபட முடியாமல்தான் இருக்கிறோம். சுனில் தன்னுடைய மனச் சார்புகளை வெளிப்படுத்த தயக்கம் காட்டியது இதனால்தானா?

மனச்சார்புகளா? என் மனதில் தோன்றும் அவனைப் பற்றி மறைமுகமாகக் கூடச் சொல்லக்கூடாதா? என்று பீட்டர் வேதனையோடு நினைத்துப் பார்த்துக்கொண்டார்.

இதனால்தான் அவன் எங்களிடம் சொல்ல முடியாமல் தவிக்கிறானா?

"எனக்கு எதுவும் வேண்டாம்" என்றான் யூனிட்.

"ஏன் வேண்டாம் என்கிறாய்?" என்று பீட்டர் கேட்டார்.

"வெறும் வயிற்றில் காபி குடிப்பது நல்லதல்ல."

"அப்படியென்றால், வேறு ஏதாவது சாப்பிடுகிறாயா" என்று இயல்பாகக் கேட்டார்.

"அங்கிள், என் தலையில் ஓர் இடி இறங்கியிருக்கிறது - எப்படி எனக்குப் பசிக்கும்?" என்று சொல்லிவிட்டு மெனு அட்டையை எடுத்து உற்றுப் பார்த்துவிட்டு (இத்தாலியக்) காபியும் சிக்கன் சாண்ட்விச்சும் கேட்டான்.

பீட்டர் அந்த மெனு அட்டையை வாங்கித் தன்னிடம் உள்ள பணம் அதற்கு இழுபறியாகத் தேறுமா என்று பார்த்தார். போதுமான பணத்தை எடுத்து பர்ஸில் வைத்துக்கொள்ளவில்லை. வேறு கிரடிட் கார்டும் இல்லை. ஒரே ஒரு டெபிட் கார்டு மட்டும் அவசரத் தேவைக்காக வைத்திருப்பார். கவுண்டருக்குச் சென்று விலையைக் கேட்டுத் தெரிந்துகொண்டு தேன் கலந்த இஞ்சி டீ மட்டும் போதுமென்று சொல்லிவிட்டு யூனிட் அமர்ந்திருந்த மேஜையில் வந்து அமர்ந்தார்.

"எவ்வளவு காலமாக இந்த வேலையில் இருக்கிறாய்" என்று பீட்டர் கேட்டார்.

"அங்கிள், ஒரு சாண்ட்விச், ஒரு காபி போதும். உங்களுக்குத் தேவையானதைக் கேட்டுக்கொள்ளுங்கள். என்ன?"

"சாரி" என்றார் பீட்டர். எனவே இந்த மாதிரி கேள்விகளை யாரும் கேட்கவில்லையா? கேள்விகள் கேட்க வேண்டுமென்ற எண்ணம் அவருக்கு இருந்தது. அதற்குள் பழைய அச்சக அறையின் கூற்று அவருக்கு நினைவுக்கு வந்தது. நீ என்ன கேட்கிறாய் என்பது முக்கியமல்ல; எப்படிக் கேட்கிறாய் என்பதுதான் முக்கியம். அவர் கேட்ட கேள்வி தவறாக இருந்திருக்கலாம். மீண்டும் கேள்வி நேரம் தொடர்ந்தது.

"உனக்கு பிராக்ஸியை எவ்வளவு காலமாகத் தெரியும்?"

"நெருங்கிய நண்பர்கள்" என்று யூனிட் பெருமையோடு கூறினான். "பாரல் என்னும் இடத்தில் அடுத்தடுத்த வீடுகளில் குடி இருந்தோம். உங்களுக்கு ஆர் குவி தெரியுமா?"

"தெரியாது."

"பாரல் என்னும் இடத்திலுள்ள இரயில்வே குடியிருப்பு - இரயில் நிலையம் அருகில்."

"ஆம். குவி என்பது வரிசை என்பதாகும்."

"எப்படிப்பட்ட கடினமான காலங்களில் குடியிருந்தோம் தெரியுமா?"

"அவ்வளவு கடினமா?"

"அங்கிள், உங்களுக்குத் தெரியாது. பத்துக் குடும்பத்துக்கு ஒரு கழிப்பறை. அதனால் இளைஞர்கள் வெளியே தூரமாகச் சென்று விடுவார்கள்"

"வெளியில் போய்விடுவார்களா? அப்படியா?"

"அப்படியென்றால், அவசரத்துக்கு இங்கு தினமும் காலை நேரங்களில் பெரிய தள்ளுமுள்ளு இருக்கும். எல்லாரும் வரிசையில் நிற்பார்கள். அதனால் இளைஞர்கள் வெளியே சென்று விடுவார்கள்."

பீட்டர் விடாமல் தொடர்ந்தார். போதுமான கழிப்பறை வசதி இல்லை. ஆகவே காலைக் கடனுக்காக இளைஞர்கள் திறந்தவெளிக்குச் சென்றிருக்கிறார்கள்.

"அர்ரே" என்றார் பீட்டர்.

திறந்தவெளியில் மலம் கழிக்கச் செல்லும் நபரிடம் இப்போதுதான் முதல்முறையாகப் பீட்டர் பேசி இருக்கிறார். அவர் நினைத்துப் பார்க்க முடியாத அளவுக்கு அவனுடைய உலகம் பின்தங்கி இருந்தது. வேறு ஒரு நபரோடு சுனிலை ஒப்பிட்டுப் பார்ப்பது கடினமென்று அவரே சொல்லிக் கொண்டார்.

"நீங்கள் நினைப்பது போல அப்படி ஒன்றுமில்லை." பீட்டர் கொண்டுள்ள பரிதாப நிலையை மறுத்துப் பேசினான். "எல்லாரும் போகிறார்கள். எல்லா இளைஞர்களும் போகிறார்கள். இதில் யாரும் வெட்கப்படுவதோ அசிங்கமாகப் பார்ப்பதோ இல்லை. ஆனால் ஒரு நாள் பி.டி.சார் வந்தார். "ஏன் இதற்குப் போய் சாலை ஓரங்களில் உட்காருகிறீர்கள்? இது தவறு, எங்கள் வீட்டிற்கு வாருங்கள்" என்று எங்களிடம் சொன்னார். நான், "அவர் ஏன் அப்படிச் சொல்கிறார்? சும்மா சொல்லுகிறாரா? நாமும் எப்படித்தான் அங்கே போக முடியும்? ஆனால் பிராக்ஸி துணிந்தவன். அவன் போய்விட்டான்."

"அப்புறம் நீயும் சென்றாயா?"

"ஆரம்பத்தில் போகவில்லை. ஆனால் பிராக்ஸி போய் வந்தான். இதில் தவறு ஒன்றுமில்லை என்று அவன் சொன்னான். அந்தக் கழிப்பறை வேலை முடிந்து குளிப்பதற்கு வெந்நீர் கொடுக்கப்பட்டதாம். அத்துடன் சோப்பும் கொடுத்தார்களாம். நல்ல எலுமிச்சம் பழ வாசனை இருந்ததாம்."

பீட்டர் தலையாட்டினார்.

"சில மோசமான விஷயங்களைச் செய்யச் சொல்லுவார் என்று சிலர் சொன்னார்கள். ஏனென்றால் 'என்னுடைய அது' பெரியதாக இருப்பதாக எல்லோரும் சொன்னார்கள்." அவனுடைய அந்தரங்க உறுப்பு எடுப்பாக இருப்பது பற்றிப் பேசுகிறான் என்பதை அவனது குரல் தெளிவுபடுத்தியது.

"பிராக்ஸியும் வந்தான்" என்ற கூடுதல் தகவலையும் சொன்னான்.

"சாரி கேட்கவில்லை."

"பிராக்ஸி, அங்கிள், அவனுக்கும் 'அது' எடுப்பாக இருக்கும். எனக்கு மாதிரி" என்று கண் அடித்துவிட்டு, "வேண்டுமென்றால், திறந்து காட்டவா? பார்க்கிறீர்களா?" என்று கேட்டான். அவருக்கு

ஏற்பட்ட தர்ம சங்கடத்தை மறைக்க ஒரு புன்னகையை வலிய வரவழைத்துக் கொண்டார்.

யூனிட் சிரித்தான். அது என்னவோ அவருக்குக் காதில் ஈயத்தைக் காய்ச்சி ஊற்றியது போல இருந்தது. "ஐயோ, அங்கிள், இந்த விஷயத்தில் யார் அப்படி இருக்கிறார்கள்? எல்லாரும் அப்படி இருப்பதில்லை. பல ஆண்களை எனக்குத் தெரியும். சில ஆண்கள் ஒவ்வொரு இராத்திரிக்கும் வருவார்கள். ஆனால் அவர்கள் அப்படி இல்லை. சிலர் வருவார்கள். கண்களால் எல்லாவற்றையும் படம் எடுத்துக்கொள்வார்கள். வீட்டிற்குப் போய் தங்கள் மனைவிமார்களிடம் தீர்த்துக்கொள்வார்கள். ஆனால், அந்த ஆண்கள் அப்படிப்பட்டவர்கள் அல்ல. ஒன்பது மாதம் கழித்து இன்னொருவன் வருவான். அவனும் அந்த மாதிரி இருக்க மாட்டான்.

நான் தினமும் வருகிறேன். ஏனென்றால் எனக்குத் தினமும் இது வேண்டுமென்று யாரும் ஒத்துக்கொள்வதில்லை. அவர்கள் சொல்லுவது என்னவென்றால், நான் அவ்வளவாக வருவதில்லை. இந்த ஒரு தடவைதான். அதுவும் என்னென்ன மாதிரியெல்லாம் நீங்கள் செய்கிறீர்கள் என்று பார்க்கத்தான் வந்தேன் என்பார்கள். இல்லை, அங்கிள் அவர்கள் யாரும் அப்படியில்லை. அதிலும் வயதான ஆண்கள் படு மோசம்."

இதைக் கேட்ட பீட்டருக்கு உடம்பெல்லாம் நடுங்கியது. இந்தக் கேடுகெட்ட இளைஞர்கள் வாழ் நகரில், முதியவர்களுக்கென்று உண்மையில் ஒரு இடமே இல்லை.

"உன் வாடிக்கையாளர்களை அழைத்துக்கொண்டு நீ எங்கே செல்வாய்?" அவர் வாய் விட்டுக் கேட்க முடியாத ஒன்றை அவன் மனம் திறந்து பேசுவானா என்று எதிர்பார்த்துக் கேட்டார்.

"வாடிக்கையாளர்களா?" என்று யூனிட் கேட்டான். "யாருக்கு இடம் இருக்கிறது, அங்கிள்? அவர்களுக்கு ஒரு வீடு இருந்தால், அவர்கள் ஒரு குடும்பம் வைத்துக்கொள்வார்கள். அவர்களுக்குக் குடும்பம் இல்லையென்றால், நண்பர்களின் இடத்தைத்தான் பகிர்ந்து கொள்வார்கள். இடம் என்பது ஒரு பிரச்சினை இல்லையா? உங்கள் சட்டையைக் கூட கலைந்து எறிய இடமில்லையென்றால், 'இதை' எப்படிச் செய்ய முடியும்? எதுவும் செய்ய முடியாது. அதிகபட்சம் அவர்கள் கைதான் அவர்களுக்கு இயக்கம்."

"அவர்கள் மாதுங்கா சாலை நிலையத்தில் என்ன செய்கிறார்கள்?"

யூனிட் முகத்தை மூடிக்கொண்டான்.

"பாபா, அது ஒரு மாதிரியானது." அது அவன் செய்ய விரும்பாத மாபெரும் பாவம் என்று தெரியப்படுத்துவதற்குத் தன் காதுகள் இரண்டையும் இழுத்துக் காண்பித்தான்.

"ஒரு மாதிரின்னா? என்ன மாதிரி?"

"எனக்கு என்ன தெரியும்?"

அவன் காபியைச் சத்தமாக உறிஞ்சிக் குடித்தான். அந்த சாண்ட்விச்சை வேகமாகச் சாப்பிட்டான். யாரேனும் தனது உணவை அபகரித்துவிடுவார்கள் என்பதுபோல அந்த சாண்விட்ச்சை மிக வேகமாகச் சாப்பிட்டான்.

விடுதியில் தங்கிப் படிக்கும் பள்ளி மாணவர்கள் இப்படித்தான் சாப்பிடுவார்கள். பெரிய குடும்பங்களிலிருந்து வருபவர்களும் இப்படித்தான் சாப்பிடுவார்கள் என்று பீட்டர் நினைத்தார்.

"பிராக்ஸி அங்கேயே இறந்துவிட்டான். அங்கு ஏதோ நடந்ததால் அவன் இறந்துவிட்டான்" என்றார் பீட்டர்.

யூனிட் செயற்கையாகச் செயல்பட்டது போல் தெரிந்தது. பிறகு அவன் தனது கடிகாரத்தைப் பார்த்தான்.

"பார்த்தீர்களா? பருத்தி புடவையாய்க் காய்த்துவிடும் என்று நான் இங்கே வந்து உட்கார்ந்துகொண்டிருக்கிறேன். இந்த வழியில் என்னால் எப்படிச் சம்பாதிக்க முடியும்?"

"உன் நண்பனை யார் கொன்றது என்று காவல்துறை கண்டுபிடிக்க வேண்டும் என்று நீ விரும்பினால், அங்கே நடந்த உண்மையை நீ அவர்களிடம் சொல்ல வேண்டும்."

அவனுடைய முகத்தில் ஒரு நியாயமான கோபம் தோன்றி மறைந்தது. எதையோ கண்டறிய முயற்சிப்பதுபோல் அவன் பீட்டரின் முகத்தைக் கூர்ந்து நோக்கினான். "அங்கிள், நீங்கள் நிறைய படித்திருக்கிறீர்கள். உங்களால் சொல்ல முடியவில்லையா? எனக்குத் தெரிந்ததை நான் சொல்லிவிட்டேன்."

அவன் எழுந்துவிட்டான்.

பீட்டர் நேராக வீட்டில் போய் படுக்கையில் சாய்ந்தார். கொஞ்ச நேரத்திற்குத் தூக்கமே வரவில்லை. அவர் தூங்கத்

தொடங்கியபின் வந்த கனவு வழக்கம் போலத் தெளிவாக மனதில் பதிந்திருந்தது. ஏக்கர் கணக்கான மரங்களும், குகைப் பாதையில் மின்னிக்கொண்டிருந்த விளக்குகளும் கனவில் தோன்றின. ஒன்றும் புலப்படவில்லை. அடிமனதிலிருந்து ஏதேனும் குறிப்பு தோன்றும் என்றால், அப்படி ஏதும் வரவில்லை. சாவியை எங்கே வைத்தார் என்ற தகவல்கூட வரவில்லை. கனவிலிருந்து எழுந்த உணர்வுதான் வந்தது. கனவு கண்டு எழுந்தபின் அந்தக் கனவுகளுக்கு விளக்கம் அறிய கற்றுக் கொள்ள வேண்டுமென்ற உணர்வுதான் அவருக்கு மேலோங்கி இருந்தது.

வழக்கத்திற்கு மாறாக, சுறுசுறுப்பாக பீட்டர் காலையில் எழுந்தார். அந்தச் சுறுசுறுப்பு சிறிது நேரத்தில் மறைந்து போனது. சுனில் பற்றிய நிலவரம் நல்லதாகவே இல்லை. ஜெண்டே அவரிடம் பேச விரும்பினார்.

படுக்கையை விட்டு எழுந்து குளித்து முடித்துவிட வேண்டும் என்று முடிவெடுத்தார். அதற்கிடையில் செய்தித்தாளை ஒரு புரட்டு புரட்டிப் பார்க்க நினைத்தார். செய்தித்தாள் வாசிப்பிலும் ஒரு நிறைவு இல்லை. அதிலும் இந்தச் செய்திதான். ‘கழிப்பறையில் கொலை.’ “என்னடா இது?” என்றான் ஒருவன். “வெட்டிச் சாய்க்கிறான், உள்ளே இருப்பவற்றை உறுவி எடுக்கிறான். மனிதனா இவன்?” என்று மற்றொருவன் கேட்டான். செய்தித்தாளை வாசித்து முடிக்க பீட்டருக்கு ஒரு மணிநேரம் ஆகியது. தன் படைப்புகளை தன் வாசகர்கள் வாசிக்க வேண்டுமென்று விரும்புவது போல அவர் செய்தித்தாளை வாசித்தார்.

ஆனால் இன்று வழக்கமான தனது பணிகளைச் செய்ய இயலாத, கடினமான, மகிழ்ச்சியில்லாத மனநிலையை உணர்ந்தார்.

அதன்பிறகு காலை உணவுக்கு வைக்கப்பட்ட ரொட்டித்துண்டு இரண்டை எடுத்து மென்று சாப்பிட்டார். அப்போது மில்லியின் ஃபோன் அலறியது. அவளின் சாப்பாட்டுத் தட்டுக்கு அருகில் அலறிக்கொண்டிருந்த ஃபோனை எடுத்துப் பார்த்தாள். அவளின் முகம் வாடியது.

ஆகவே, இது சுனில் இல்லை.

எனவே ஃபோனை எடுத்துப் பேசினாள் “எஸ்?”

“பாபா” அவள் குரல் சந்தோசத்தில் ஓங்கி ஒலித்தது.

பீட்டர் துள்ளி எழுந்தார்.

"சரியாகக் கேட்கவில்லை."

பீட்டர் அப்படியே நின்றார். அவர் ஃபோனை மில்லியிடமிருந்து வாங்கிப் பேசி, அவருக்கும் அது சரியாகக் கேட்கவில்லையென்றால், என்ன செய்வது?

"எங்கே?"

ஆள்காட்டி விரலால் காதுகளை அடைத்துக்கொண்டு பேசிப் பார்த்தாள்.

"யார்? பேசுறது? என்ன விஷயம்? நீ எப்படி இருக்கிறாய்?"

காதில் ஃபோனை அழுத்தி வைத்துக் கேட்டாள்.

"யார் நீங்கள்? என்ன சொல்லுகிறீர்கள்?"

பீட்டர் கைகளைப் பிசைந்துகொண்டிருந்தார்.

"எனக்கு எதுவும் கேட்கவில்லை, பாபா. சொல். நீ நலமாக இருக்கிறாயா?" மில்லி நம்பிக்கை இழந்து காதைவிட்டு ஃபோனை எடுத்தபோது ஃபோன் நின்றுவிட்டது.

அந்த ஃபோன் நம்பரைத் தேடிக் கண்டுபிடித்தாள்.

"இது எங்கே இருக்கிறது?"

அந்தச் சனியன் எங்கே இருக்கிறது என்று யாருக்குத் தெரியும் என்று சொல்ல நினைத்தார். மாறாகத் தேவையற்றுக் கிடந்த டெலிபோன் டைரக்டரியைப் புரட்டிப் பார்த்தார்.

"நாகலாந்தில் இருக்கிறது போலிருக்கிறது."

"நாகலாந்தா? அங்கே என்ன செய்கிறான்."

இது ஒரு அசட்டுக் கேள்வி.

"இதை ஜெண்டேயிடம் சொல்ல வேண்டும்."

சுறுசுறுப்பான மும்பையின் காலை வேளையில் பீட்டர் வெளியே அடியெடுத்து வைத்தார். காற்றில் மகரந்த வாசனை வீசியது. ஆகாயத்தின் நீல நிறம் ரம்மியாக இருந்தது. சூரியன் இன்னும் கிழக்கில் கட்டடங்களின் மறைவில்தான் இருந்தது. உலகம் மெல்ல மெல்ல பிரகாசிக்கத் தொடங்கியது.

ஜெண்டேயின் முகம் மேலும் சலனமற்று இருந்தது.

"சுனில் இந்த நம்பரிலிருந்துதான் கூப்பிட்டான். தரைவழித் தொலைபேசி" என்றார் பீட்டர்.

"எங்கே இருந்து பேசினான்?"

"நாகலாந்தில் உள்ள ஏதோ ஓரிடத்தில் இருந்து பேசி இருக்கிறான் என்று தெரிகிறது."

"அவன்தான் கூப்பிட்டுப் பேசினானா? நீங்கள் கூப்பிடவில்லையா?"

"அவன் அம்மாதான் ஃபோனை எடுத்துப் பேசினாள்."

ஜெண்டே தலையாட்டினார். பீட்டர் கிளம்பினார்.

6

அவரால் வீட்டிற்குப் போக முடியவில்லை. இரண்டு சாலைகள் குறுக்கிட்டன. அந்தேரி மற்றும் இரயில்வே குடியிருப்பு. அந்தேரி தற்கொலை நெருங்க முடியாத தூரமாகத் தெரிந்ததுடன் உண்மைக்குத் தூரமாகவும் தெரிந்தது. ஜெண்டே சொன்னது சரிதான். ஒரு துரும்பு கிடைத்தாலும் அதைக்கொண்டு கண்டுபிடித்து விடலாமா என்று முயற்சித்தார். அவர் எல்ஃபின்ஸ்டோன் சாலை நிலையத்தில் இரயிலை விட்டு இறங்கி, எதிரே கண்களை ஏறிட்டுப் பார்த்த அவர் திரும்பிக்கொண்டார். அந்த இரயில் தண்டவாளத்தில் வரிசையாகச் சிறுவர்களும், ஆண்களும் மலம் கழித்துக்கொண்டிருந்தார்கள். இந்த அவலத்தைப் பார்த்து பீட்டர் தன் முடிவை மாற்றிக்கொண்டார்.

இரயில்வே குடியிருப்புக்கு அப்பால் ‘டூ டவுண்’ என்னும் வீட்டைத் தேடிக் கண்டுபிடித்தார். அங்கே கோடு போட்ட பைஜாமாவும், அரைக் கை சட்டையும் அணிந்திருந்த, ஓய்வுபெற்றிருந்த மனிதர், வெளியே அமர்ந்து செய்தித்தாள் வாசித்துக்கொண்டிருந்தார்.

“இங்கே ஒரு ஆசிரியர் இருந்தாரே?” என்று பீட்டர் கேட்டார்.

அந்தப் பெரியவருக்கு அது பற்றி எதுவும் புரியவில்லை.

“அவர் இப்போது ஓய்வு பெற்றிருக்கலாம்” - பீட்டர் கூடுதலாக இந்தத் தகவலைச் சொன்னார்.

பக்மத்? பி. டபுள்யு. டி. யா? அதாவது பொதுப் பணித்துறையா?

பக்மத் - பழக்கமான பெயராகத் தெரிகிறதே.

“இல்லை. பொதுப்பணித்துறை இல்லை. அவர் ஒரு ஆசிரியராக இருந்தார். ஒரு பள்ளியில் பணியாற்றினார்.”

“ஓ! பள்ளியில் பணியாற்றினார். ஆனால், ஆசிரியராக வேலை செய்தாரா? அவர் உடற்கல்வி ஆசிரியர். பாடம் நடத்தினாரா? நாங்கள் அவரை பி.டபுள்யு.டி. என்று அழைப்போம். இளைஞர்களால்தான் அவருக்கு அந்தப் பெயர் வந்தது.”

"இளைஞர்களா?"

"இரயில்வே காலனியா? தண்டவாளத்திற்கு அருகில் உள்ளதுதானே? அது ஆரம்பத்தில் திருமணம் ஆகாதவர்களுக்கு மட்டுமே கொடுக்கப்பட்டது. அப்புறம் அவர்களுக்குத் திருமணம் ஆகிவிடும். பத்வார் பூங்காவுக்கு எல்லாரும் போக முடியாது, அல்லவா?"

பத்வார் பூங்காவைப் பற்றிச் சொன்னபோது பீட்டர் ஒத்துக் கொண்டார். கலோபாவில் உள்ள மேல்மட்டக் காலனி எல்லோருக்கும் கொடுத்து வைக்காது, அல்லவா?

"திருமணம் ஆகாத ஒருவன் இந்தக் குடியிருப்புக்கு வருகிறான். அதன்பிறகு அவனுக்குத் திருமணம் ஆகிவிடுகிறது. உடனே இவன், தனக்குத் திருமணம் ஆகிவிட்டது என்று இரயில்வே அதிகாரிக்குத் தெரிவிக்க வேண்டும். அவர்கள் இவனுக்குத் தம்பதியர்களுக்கான குடியிருப்பை ஒதுக்கிக்கொடுப்பார்கள். அப்படித் தம்பதியினருக்கான குடியிருப்பு இல்லையென்றால் என்ன செய்வது? வீடு இல்லாததால் அவனது மனைவியைத் திருப்பி அனுப்பிவிடுமாறு சொன்னால் என்ன செய்வது?"

அதில் ஆர்வம் காட்டுவது போல பீட்டர் சம்மதமாகத் தலையாட்டினார். இது நாடு முழுவதும் நிலவும் பொதுவான பிரச்சினை. ஒரு தனி ஆணுக்கு ஒதுக்கப்பட்டிருந்த வீட்டில் ஒரு பெரிய குடும்பமே ஆக்கிரமித்திருக்கும். பல்கலைக்கழக விடுதியில் மாணவர்களுக்கு ஒதுக்கப்பட்டுள்ள இடத்தில் தாத்தா, பாட்டி, குழந்தைகள், இப்படி யார் யாரோ அடைத்துக் கொண்டிருப்பார்கள்.

"உன் மனைவியை அழைத்து வருவாய். ஒரு நாள் அவர்களுக்கு ஒரு குழந்தை பிறக்கும். இப்பொழுது மூன்று நபர்கள். ஒருவருக்கு மட்டும் ஒதுக்கப்பட்டுள்ள இடத்தில் மூன்று நபர்கள். பரவாயில்லை. நீங்கள் தங்கலாம். ஆனால் கழிப்பறை?"

பீட்டர் பெருமூச்சு விட்டார். இந்தப் பெரு நகரத்தில் சிலர் கழிப்பறையைப் பற்றிக் குறிப்பிட்ட செய்திகேட்டு, நீங்கள் பெருமூச்சு விடுகிறீர்கள்.

"அதனால், இளைஞர்கள் அந்த விஷயத்திற்காக வெளியில் வருகிறார்கள்."

"அதற்காக வருகிறார்களா?"

"உஷ். ஒரே இடத்தில்தான் அவர்கள் இதையும் செய்கிறார்கள். குளிக்கவும் செய்கிறார்கள்."

பீட்டர் அந்த நிலையை எண்ணி மிகுந்த வேதனை அடைந்தார்.

"சீ" என்று விரக்தி தோய்ந்த ஒரு குரலில் பீட்டர் சொன்னார். அதில் கொஞ்சம் அருவருப்பும் கலந்திருந்தது. அங்கு சொல்லுவதற்கு கிடைத்த சரியான விஷயம் அல்ல அது. அந்த மனிதருக்குக் கொஞ்சம் எரிச்சல் ஏற்பட்டது.

"அரே... வேறென்ன செய்வது; அவசரம் ஏற்பட்டால் போய்த்தானே ஆக வேண்டும்.

"ஆ" என்றார் பீட்டர்.

"இளைஞர்கள் இளைஞர்களாகத்தானே இருப்பார்கள். இல்லையா?"

இளைஞர்கள் அவ்வப்போது மிருகங்களாகவும், பெண்களாகவும், தேவதைகளாகவும், பூதங்களாகவும் வடிவங்கள் எடுப்பார்கள் என்று நம்பினார்.

"ஒவ்வொரு நாளும் நீங்கள் எங்கே நின்றுகொண்டிருக்கிறீர்களோ, அங்கே நானும் நின்றுகொண்டிருக்கிறேன். அப்படி நின்று நான் எதைப் பார்த்துக்கொண்டிருக்கிறேன்?"

பீட்டர் இதை ஓர் அசட்டுக் கேள்வியாக எடுத்துக்கொண்டார்.

"இளைஞர்கள் காலையில் அவர் வீட்டிற்கு வருகிறார்கள். ஒரு நாள், இரண்டு நாள் அதன்பிறகு ஒவ்வொரு நாளும்."

"ஏன்?"

"அதைத்தான் நானும் கேட்கிறேன். ஒரு நாள் ஒருவனைப் பார்த்து இங்கு ஏன் வருகிறீர்கள் என்று கேட்டேன். நான் என்ன நினைத்தேன் என்றால் பக்மத் டியூஷன் நடத்திக்கொண்டிருப்பார் போலிருக்கிறது என்று நினைத்தேன். ஆனால் அவன் என்ன சொன்னான் தெரியுமா?"

"என்ன சொன்னான்?"

அந்த மனிதர் இழுத்து மூச்சு விட்டுப் பின் சொன்னார்: "அவர்கள் குளிக்க வருகிறார்கள் என்று அவன் என்னிடம் சொன்னான்."

"ஆம். குளிக்க வருகிறார்கள்!" அவர் பீட்டரை அர்த்தபுஷ்டியுடன் பார்த்தார்.

"இப்போது நீங்கள் போய்ப் பாருங்கள். இளைஞர்களைக் குளிக்க வைக்கிறபோது என்ன நடக்கிறது என்று நீங்களே பார்த்துத் தெரிந்து கொள்ளுங்கள்."

"எந்தத் தளம்?"

"இரண்டாம் தளம். வலது பக்கம் உள்ள இடம்."

***

பீட்டர் கதவைத் தட்டியபோது ஓர் அட்டைப்படக் கட்டுரையே எழுதலாம் போலிருக்கிறதே என்று எண்ணிக்கொண்டார். முன்கூட்டியே இதை யோசித்திருக்க வேண்டும். நான் ஒரு மக்கள் தொகைக் கணக்கு எடுக்கும் அதிகாரியாக இருந்திருக்க வேண்டும். இல்லை, இல்லை. அந்த அதிகாரியை விட, ஒரு போலியான அடையாள அட்டையை மாட்டிக்கொண்டு, தேர்தல் கருத்துக் கணக்கு எடுப்பவராக மாறி இருக்கலாம். அது என்னை உள்ளே அனுமதித்திருக்கும் என்று ஆச்சரியப்பட்டார்.

ஓர் ஆர்வ மேலீட்டில் கதவை வேகமாகத் தட்டிவிடாமல் மெதுவாகத் தட்டினார். கொஞ்ச நேரம் காத்திருக்கும்படி சொல்லப்பட்டது. எட்டுப் பக்கக் கேள்விகளுடன் இவர் தயாரானார்.

கதவு வேகமாகத் திறக்கப்பட்டது. ஒரு வேலையாள் கதவைத் திறந்தான். வெளிர் நீல நிறத்தில் ஆடை அணிந்திருந்த அவன்; யாரென்று அடையாளம் கண்டுகொள்ளுமுன் அவன் உள்ளே சென்றுவிட்டான்.

"யார் நீங்கள்?" என்று ஒரு நடுங்கும் குரல் கேட்டது.

அந்த வேலையாள் எதையும் கண்டுகொள்ளாமல் சமையற்கட்டுக்குள் நுழைந்தான். ஏதோ கடாமுடாவென்ற சத்தம் அதிரடியாகக் கேட்டது.

அழைப்புக் குரல் கேட்டு பீட்டர் உள்ளே நுழைந்தார். பக்மத் சார் என்னும் உடற்கல்வி ஆசிரியர் இப்போது ஒரு சக்கர நாற்காலியில் அமர்த்தி வைக்கப்பட்டிருந்தார். அவரது உடல் மரத்துப் போயிருந்தது. பேப்பர் போல மெல்லியதாக மூங்கில் நிறத்தில் அவருடைய தோல் இருந்தது. ஓரிடத்தில் அவர்

பிடித்து வைக்கப்பட்டுள்ளது போல இருந்தது. உண்மையில் நாற்காலியோடு இணைத்து கட்ட வைக்கப்பட்டிருந்தார்.

“நீ ஊசிக்காக வந்திருக்கிறாயா? தினமும் அவர்கள் யாரையாவது புதுப் புது ஆளாக அனுப்பிக்கொண்டிருக்கிறார்கள். என்ன நடக்கிறது? கடவுளுக்குத்தான் தெரியும். ஒரு ஆண் நர்ஸ் வந்தான். அவன் வலிக்காமல் ஊசி போட்டான். வலியே இல்லை. இப்பொழுது யாரோ வருகிறார்கள். என்னவோ செய்கிறார்கள்.”

அது இன்சுலின் ஊசியாகத்தான் இருக்க வேண்டும். பக்மத் சார் ஒரு சர்க்கரை நோயாளி. அவருக்கு ஊசி போட்டுவிடத் தினமும் ஓர் ஆள் வரவேண்டும். அவரால் போட்டுக்கொள்ள முடியாது.

“நீங்கள் யார்? என்ன வேண்டும்? உங்களுக்குப் பணம் தர முடியாது. என்னிடம் பணம் இல்லை. சாப்பாடு கிடையாது. அவர்கள் கொடுக்க மாட்டார்கள். டீ வேண்டுமா? டீ கேளுங்கள். அவர்கள் டீ கொடுப்பார்கள். எனக்கும் கொடுப்பார்கள். நீங்கள் கேளுங்கள். அத்துடன் எனக்கும் கிடைக்கும்.”

தக்க சமத்தில் அந்த வேலையாள் வந்தான். மேஜைமீது கிடந்த அழுக்கான துணியை எடுத்து உதறிவிட்டு உட்காரச் சொன்னான்.

“டீ வேண்டுமா?”

அந்த வேலையாள் முகத்தில் ஓர் இறுக்கம் தோன்றியது. அதை அவன் வெளியே காண்பித்துக் கொள்ளவில்லை. வேலையாட்களை அதிகமாக வேலை வாங்கிவிட்டுக் குறைவான சம்பளம் கொடுப்பது அவர்களின் வழக்கம் என்பதை பீட்டர் கவனித்தார்.

இப்போது அந்த வேலையாளின் முகத்தில் ஒரு வெறுப்பு இழையோடியது.

“இனிமேல் நான் கூட்டிப் பெருக்கமாட்டேன்” என்று அந்த வேலையாள் சொன்னான். அந்தப் பெரியவர் சொன்னபடி அவன் பெருக்கிச் சுத்தம் செய்ய மறுத்துவிட்டான். டீ குடித்தால் மூத்திரம் அதிகமாகப் போகும்.

“நான் செய்கிறேன்” என்று பீட்டர் முன்வந்தார்.

வேண்டா வெறுப்பாகத் தன் குரலில் ஒரு கடுமையைக் காட்டி சமையற்கட்டுக்குள் விரைந்தான் அந்த வேலையாள்.

"நீங்கள் யார்" என்று அந்த வயோதிகர் பீட்டரை ஓரக் கண்ணால் பார்த்தார். "யார் நீங்கள்? எனக்காக நீங்கள் ஏன் அதைச் செய்ய வேண்டும்? மாணவரா? எந்த ஆண்டு? வருடத்தைச் சொல்லுங்கள். எந்தக் குழு? நீ ஏதாவது ஒரு குழுவில் இருந்திருந்தால் எனக்கு உன்னைத் தெரிந்திருக்கும். எந்த டீம் சொல்லு. நினைவு இருக்கிறதா? உனக்கு ஒரே ஒரு உடற்கல்வி ஆசிரியர்தான் இருந்தார். ஐந்திலிருந்து 10 வகுப்புகள் வரை என்னிடம் நூற்றுக்கணக்கான மாணவர்கள் இருந்தார்கள். இந்தக் குழுவோ, அல்லது எந்தக் குழுவோ அல்லது கோ-கோவில் மட்டும் இருந்தவர்களோ, எல்லோரையும் எனக்குத் தெரியும். எங்கள் பள்ளியில் பெண்கள் சாயல் கொண்ட சிறுவர்கள் யாரும் இருந்ததில்லை."

பெண் சாயல் கொண்ட சிறுவர்கள். ஒருவருக்கு ஒரு விஷயத்தைப் பற்றி ஒருமுறை விழிப்புணர்வு ஏற்படுத்தப்பட்டால் அவருக்கு மற்ற விஷயங்களிலும் அவ்வாறே நிகழ்வதாகத் தோன்றுகிறது.

கடந்த பத்து நாள்களுக்கு முன்பு வரை, தங்களுக்கான உரிமைகள் மறுக்கப்பட்ட, ஒரேமாதிரியான இன்னல்களை அனுபவித்துக்கொண்டிருக்கிற தன்பாலினச் சேர்க்கை ஆண்களையும் பெண்களையும் எண்ணிப்பார்க்க அவர் இரண்டு முறைக்கு மேல் நேரம் எடுத்துக்கொள்ளவில்லை. தன்பாலினச் சேர்க்கையாளர்களுக்குரிய உரிமைகளை அவன் ஆதரித்துப் பேசினான். ஆனால் அவர்களின் அன்றாட அலுவல்களில் உள்ள இன்னல்கள் பற்றி அவன் அக்கரைப்படவில்லை. ஆனால் அவர்கள் எப்போதும் பேசப்படுகிறார்கள்; ஆனால் அவர்கள் பற்றிய பேச்சு அன்பாகவோ, நேர்மறையாகவோ இருந்ததில்லை என்று இப்போது தெரிந்தது. அவனது சொந்த மகனே இதையெல்லாம் தாங்கிக்கொண்டிருக்க வேண்டும். அவனுக்குத் துணிவிருந்தும், இன்னும் அதை மேற்கொண்டு வந்தான்.

"யார் நீங்கள்?" என்று அந்த முதியவர் பீட்டரைப் பார்த்துக் கேட்டார். "பல ஆண்டுகளாகப் பல சிறுவர்கள் முதல் ஆண்கள் வரை நாங்கள் அதைத்தான் செய்துகொண்டிருந்தோம். இந்தியாவை உருவாக்குவோம். பாரதத்தை உருவாக்குவோம். பாரத் மகானை உருவாக்குவோம். அதை எப்படிச் செய்வது? வரலாற்றைக் கொண்டு செய்வதா? புவியியலைக் கொண்டு செய்வதா? ரென் & மார்ட்டின் என்பவரின் இலக்கண நூலைக் கொண்டு செய்வதா? இல்லை, அதற்குச் சதை இருக்க வேண்டும்.

மாஹிம் நகர் மர்மம் ○ 107

அதற்கு உடல்கள் இருக்க வேண்டும். அதற்கு ஆண்கள் இருக்க வேண்டும்.

இந்தியப் பெண்கள் தங்கள் உடல் உழைப்பையெல்லாம் சிந்தியிருக்கிறார்கள். அது இந்தியாவை ஒரு தேசியம் ஆக்குவதற்குத் துணை போயிருக்கிறது என்பதை பி.டி.மாஸ்டருக்குச் சொல்ல வேண்டும் என்று பீட்டர் எண்ணினார். விறகு பொறுக்கி வீட்டிற்குக் கொண்டு வருவது; வயலில் விதைப்பது, குழந்தைகளை வளர்ப்பது, களத்துமேட்டில் கதிரடிப்பது, வீட்டிலுள்ள முதியோர்களை ஆதரவுடன் பராமரிப்பது, வீட்டைப் பெருக்கிச் சுத்தம் செய்வது, எங்குமே இந்த வேலைகளைப் பெண்கள் செய்கிறார்கள். மேம்பால வேலைக்குச் செங்கல் சுமந்து செல்கிறார்கள். மில்லியன் கணக்கான வீடுகளில் மில்லிகள் - வீடுகளைச் சுத்தம் செய்கிறார்கள். சமைக்கிறார்கள். குழந்தைகளுக்கு வீட்டுப்பாடம் சொல்லிக் கொடுக்கும் பொருட்டு, காலம் போன காலத்தில் தேவநகரி பாஷையைக் கற்றுக்கொள்கிறார்கள். ஆனால் குழந்தைகளுக்குச் சொல்லிக்கொடுக்கும் தருணங்களில் அவர்கள் காணாமற் போய் விடுகிறார்கள்.

ஆனால், பீட்டர் அந்த வயோதிகரோடு வாக்குவாதம் செய்ய விரும்பவில்லை. அவருக்குத் தேவையான தகவல்கள் வேண்டும். அல்லது ஒரு சிறு குறிப்பாவது அவருக்குக் கிடைக்க வேண்டும். அவர் தரும் தகவல் நிச்சயமற்று இருந்தாலும்... ஏதாவது அங்கு அவருக்குத் தேவையானது கிடைத்தால் நன்றாக இருக்கும்.

"எனவே அவர்களது உடற்கட்டுகளை அவர்கள் மேம்படுத்திக் கொள்ளட்டும். உடல்களை ஆரோக்கியப்படுத்திக் கொள்ளட்டும்!" என்று பெரியவர் பக்மத் சொன்னார். "அவர்களது கைகளை அவர்கள் எப்படிக் கழுவ வேண்டும் என்பதை நானும் சொல்லிக் கொடுத்திருக்கிறேன் என்பது உங்களுக்குத் தெரியுமா? நீங்கள் சோப்பு போட்டுக் கைகளைக் கழுவும்போது 'ஹேப்பி பர்த்டே' இரண்டுமுறை பாடுங்கள். இல்லையேல் கையிலுள்ள கிருமிகள் சாகாது" என்றார்.

"உங்கள் சட்டையைக் கழற்றி உடம்பைக் காட்டுங்கள்" என்று சற்றும் எதிர்பாராத சூழலில் சொன்னார்.

"இது தவறாகக் காதில் விழுந்துவிட்டது" என்று ஒரு கணம் பீட்டர் எண்ணினார். இந்தப் பெரியவர் உண்மையில் இப்படிக் கேட்டிருப்பாரா... அவரது தேவை எது என்பதைப் பீட்டர் புரிந்து

கொண்டார். சட்டைக் கையை மேலே உருட்டி விட்டுக்கொண்டார். பளு தூக்கிப் பயிற்சி செய்திருந்ததால் தோற்பட்டையிலிருந்து நெட்டிச் சத்தம் கிளம்பியது. உடற்பயிற்சியின்போது சம எடையுள்ள இரு பளு கருவிகளைப் பயன்படுத்தியதால் வலுவாக்கப்பட்ட தோற்பட்டைத் தசைகளிலிருந்து அந்த நெட்டிச் சத்தம் உருவானது.

பயிற்சி கொடுப்பவர்கள் பளு தூக்கச் சொல்லி அறிவுறுத்துவார்கள். ஆனால் பீட்டர் வலுக்கட்டாயமாகச் செய்யமாட்டார். ஆனால் இப்போது ஓய்வுபெற்ற உடற்பயிற்சி ஆசிரியரான பக்மத் அவரைக் கேவலமாகப் பார்த்தார்.

"இதைப் பாருங்கள்" என்று வளைந்து மெலிந்து கிடக்கிற தனது கையைக் காண்பித்தார் அந்த வயோதிகர். அந்த வற்றிப் போன கையால் எதுவும் செய்ய முடியாது. ஆனால் பீட்டர் தன்னை அழைத்துப் பேசியதற்காக அவர் பெருமைப்பட்டுக்கொண்டார்.

"வாவ்" என்று சொன்னபோது தனது குரலில் வலுவில்லை என்பதைத் தெரிந்துகொண்டார்.

ஆனால், அது பக்மத்துக்குப் போதும் போல இருந்தது. "சாட்டு, டீ கொண்டு வா" என்று இப்போது கத்தினார்.

"கடவுள் ஒன்றும் டீ போட்டுத் தரமாட்டார்" என்று எங்கிருந்தோ புரியாத குரல் ஒன்று வந்தது.

"டீ போடுவதற்குக் கடவுள் தேவையில்லை."

"தண்ணீர் கொதிக்க வேண்டுமென்று நீங்கள் ஆணையிட்டால் அதற்குக் கடவுள்தான் வர வேண்டும்" சமையற்கட்டிலிருந்து சத்தம் வந்தது. இது ஒரு வழக்கமான நாடகம் போல் தெரிந்தது.

"பர்த்துஸ்டா என்ற ஒரு இளைஞனை உங்களுக்கு நினைவிருக்கிறதா?"

"என் மாணவர்களில் ஒருவன் கொலை செய்யப்பட்டுவிட்டான் என்று கேள்விப்பட்டேன். இவன்தான் எனக்குச் சொன்னான்."

"இவன்தான்" என்று டீ கொண்டுவந்த வேலைக்காரன் சாட்டுவைக் காட்டினார். பீட்டர் தனக்கான டீ கப்பை எடுத்துக்கொண்டார். பக்மத் டீயை சுவைத்துப் பார்த்துவிட்டு முகம் சுளித்தார்.

"கொஞ்சம் சீனி போடு."

"அய்யோ, உங்களுக்குச் சர்க்கரை வியாதி. டாக்டர் சொல்லியிருக்கிறார்."

"அவருக்கு என்ன தெரியும். வெல்லம் போடு, அது நல்லது.."

"கொடுக்கிறதை வாங்கிச் சாப்பிடுங்கள். இல்லையேல் செத்துப் போய்விடுவீர்கள்."

பக்மத் டீயை உறிஞ்சிவிட்டு நிமிர்ந்தார். பிறகு பீட்டர் பக்கம் திரும்பினார்.

"அவன் எப்படி இறந்தான்?"

"கொலை செய்யப்பட்டிருக்கிறான்."

"சண்டையிலே செத்துவிட்டானா?"

கையில் கத்தியை வைத்துக்கொண்டு சுழற்றுவது போல வேலைக்காரன் வெறும் கையால் பாவனை செய்தான்.

"இவனுக்கு எல்லாம் தெரியும்" என்று எகத்தாளமாக பக்மத் கூறினார்.

"ஐயோ, இதைச் செய்தித்தாளில் போட்டிருந்தார்கள். என்னைக் கேளுங்கள்."

"என்னைக் கேளுங்கள்" என்று இப்பொழுது ஒரு புதிய குரல் கேட்டது. பீட்டர் நிமிர்ந்து பார்த்தார். அது ஒரு காவல்துறை காக்கி யூனிஃபார்ம். அங்கிருந்து நழுவிய வேலையாள் ஒரு டீ கப்போடு வெளியே வந்தான்.

"இப்போது, வந்து, கடவுள் டீ போட்டுக்கொண்டு வருகிறார்! என்றார் அந்த வயோதிகர்.

"இல்லை. சாட்டு வழக்கம் போல அவனுக்கே டீ போட்டுக் கொண்டிருந்திருக்கிறான். அந்த நேரம் பார்த்து நான் வந்து விட்டேன். ஐ யாம் லக்கி."

"என்னங்க ஐயா?" என்று சாட்டு கேட்டான். ஆனால் அவன் அப்படிக் கேட்ட விதம், போலீஸ்காரரிடம் அவன் மன்னிப்பு கேட்பது போலத் தெரிந்தது. அவனுடைய முக பாவத்தில் மாற்றம் தெரிந்தது.

அவன் முகஸ்துதிக்காகப் பேசுபவனும் அல்ல; சிடுமூஞ்சியும் அல்ல. போலீஸ்காரன் அவனைக் கண்டுகொள்ளவில்லை. அவர் பீட்டரைக் கவனித்தார்.

"உங்களை எங்கோ பார்த்திருக்கிறேன்."

"நல்லா இருக்கு. நானும் இதையேதான் சொல்ல நினைத்தேன்."

அடுத்த நொடியே போலீஸ்காரர் தன்னை அடையாளம் கண்டு கொண்டார் என்பதை பீட்டர் உணர்ந்துகொண்டார்.

"நீங்கள்..."

அந்த போலீஸ்காரர் அதிகாரத்திற்கும் அன்புக்கும் இடையில் போராடுவதை பீட்டர் புரிந்துகொண்டார். ஜுனியர் பக்மத் முடிவினை எடுக்கும்வரை காத்திருக்க வேண்டியதில்லை என்று பீட்டர் தீர்மானித்தார். பீட்டர் எழுந்து நின்று, "நான் வருகிறேன். உங்கள் மகன் வந்துவிட்டார்" என்றார்.

"உட்காருங்கள்."

பீட்டர் உட்கார்ந்தார். அந்த வார்த்தையில் ஓர் அதிகாரம் தொனித்தது. பெரியவர் பக்மத் கட்டுப்படாத ஹாக்கி குழுவை அதிகாரம் செய்வதுபோல இருந்தது.

"நீங்கள் என் மாணவன் இல்லை."

"இல்லை. உங்கள் மாணவன் இல்லை."

பிறகு "ஏன் இங்கு வந்தீர்கள்?"

"கொலை செய்யப்பட்ட அந்தப் பையன்..."

திடீரென்று போலீஸ்காரர் ஆக்ரோஷமானார்.

"நீங்கள் யார்? உங்களுக்கு என்ன தெரியும்? எப்படி இங்கே வந்தீர்கள்? இருக்கிற பொய்யை எல்லாம் சொல்ல வந்தீர்களா? உடனடியாக இங்கிருந்து வெளியே செல்லுங்கள்."

பெரியவர் பக்மத் "வாயை மூடு, உட்கார்" என்றார்.

'வாயை மூடு, உட்கார்' என்ற இரண்டு மராத்திய வார்த்தைகளால் எல்லாம் மாறியது.

"இது என்னுடைய வீடு. நான் போகச் சொல்லும்பொழுது அவர் போவார். நான் விரும்பும்வரை அவர் இங்கே இருப்பார்."

"அங்கிள்" என்றான் ஜூனியர் பக்மத்.

ஆம். அங்கிள்தான்.

போலீஸ்காரன் அவருடைய மகன் அல்ல.

பெயர்களில் மட்டும் தந்தை மகன் போல் தோன்றியது.

"நான் என் வாழ்நாள் முழுவதும் பிரம்மச்சாரி விரதம் கடைப்பிடித்திருக்கிறேன். இந்த விஷயம் என் எல்லா மாணவர்களுக்கும் தெரியும். அதனால்தான் நான் சொன்னேன் நீ என் மாணவன் இல்லை என்று. எனக்கு எப்படி குழந்தை பிறக்கும்?"

பீட்டர் புன்னகைத்தார். ஒருவரின் சிறப்பைக் கண்டுகொண்டதின் அடையாளம் அந்தப் புன்னகை.

"சாரி, சார்" என்றார்.

"கேளுங்கள். என்ன வேண்டும்?"

"கொலை செய்யப்பட்டானே அந்தச் சிறுவனைப் பற்றி..."

ஜூனியர் பக்மத்தின் கண்கள் அவர் மீது பதிந்தன. பீட்டர் அதைக் கண்டுகொள்ளவில்லை.

"அவன் இங்கு அடிக்கடி வருவானா?"

"இங்கு அடிக்கடி வருவான்" என்று பெரிய பக்மத் உறுதிப்படுத்தினார்.

"எப்போது?"

"பள்ளிக்கூடத்தில் படித்தபோது வருவான். குளிக்க வருவான். கழிப்பறையைப் பயன்படுத்த முடியாத இளஞ்சிறார்களுக்குப் பயன்படும் கழிகலம் என்னும் பாத்திரம் தயார் செய்ய வருவான். சாலையோரங்களில் அவர்கள் அதை எப்படிச் செய்வார்கள்? அது சுத்தமாக இருக்குமா? நன்றாக இருக்குமா? அதனால் என் பள்ளிக்கு வரும் மாணவர்களை, என் வீட்டிற்கு வரச்சொல்லி, குளித்துவிட்டுப் பள்ளிக்கூடம் போகச் சொல்வேன்."

"இதற்கு யாரும் எதிர்ப்பு தெரிவிக்கவில்லையா?"

"தெரிவித்தார்கள். இப்பவும் எதிர்ப்பு தெரிவிக்கிறார்கள். அது என்னை எப்படி பாதிக்கும்? நான் ஏன் கவலைப்பட வேண்டும்? அவர்கள் வருவார்கள்; குளிப்பார்கள், பள்ளிக்கூடம் செல்லுவார்கள்."

"அவர்கள் உங்களுக்கு நன்றிக்கடன் பட்டிருக்க வேண்டும்."

"நான் நன்றியை எதிர்பார்த்து இதைச் செய்யவில்லை. நான் என்ன செய்ய வேண்டுமோ அதைச் செய்துகொண்டிருக்கிறேன்."

"அவனோடு தொடர்பு கொண்டிருந்தீர்களா?"

ஜூனியர் பக்மத் நிமிர்ந்து பார்த்தான். ஏதோ சொல்ல வந்தவன், பிறகு அவனே நிறுத்திக்கொண்டான்.

"மாணவர்கள் ஆசிரியர்களோடு தொடர்பு கொண்டிருக்கிறார்களா?"

"ஒரு சிலர் தொடர்பு வைத்திருப்பார்கள்."

"நீங்கள் உங்கள் ஆசிரியர்களுக்கு நன்றிக் கடன் பட்டிருக்கிறீர்களா?"

"ஆம். எல்லா ஆசிரியர்களுக்கும் என்று சொல்ல முடியாது. ஒருசில ஆசிரியர்களுக்கு நன்றிக் கடன் பட்டிருக்கிறேன்."

"அவர்களோடு தொடர்பு வைத்திருக்கிறீர்களா?"

இந்தக் கேள்வியால் பீட்டருக்கு அவமானமாகப் போய் விட்டது. அவரது ஆசிரியர்களின் இறுதி ஊர்வலத்திற்குத்தான் சென்றிருக்கிறார். அவர் ஆசிரியர்களுக்கு அவ்வளவு நன்றி உள்ளவராக இருந்தார். ஏனென்றால் அந்த இடமே தம் பள்ளித் தோழர்களைச் சந்திக்கும் இடமாகவும் அமைந்திருந்தது.

"அவனுக்கு எதிரிகள் என்று யாரும் இருந்தார்களா? உங்களுக்கு ஏதேனும் தெரியுமா?" என்று பீட்டர் கேட்டார்.

"எனக்கு எப்படித் தெரியவரும்? அவர்களின் நண்பர்கள் பற்றியும் எதிரிகள் பற்றியும் தெரிந்துகொள்ள எனக்கு வாய்ப்பில்லையே."

பீட்டர் எழுந்து நின்றார். வாசலை நோக்கிச் சென்றபோது ஜூனியர் பக்மத் விஷமத்தனமாக ஒரு புன்னகை செய்துவிட்டு, "சாரி, சார்" என்றான். அவனுக்குப் பீட்டர் இன்ஸ்பெக்டரின் நண்பர் என்று தெரியும். அதனால் தன்னுடைய கோபத்தை தனக்குள்ளே அடக்கிக்கொண்டான். அது அதிகார வர்க்கம். அதிகார வர்க்கத்தை மறந்துவிடுவது நல்லதல்ல.

“என் அங்கிள் மிகவும் வயதானவர், சார்.”

“ஆமாம்” என்றார் பீட்டர்.

“அவரைத் தொல்லை பண்ணக்கூடாது.”

“இல்லை” என்றார் பீட்டர்.

பக்மத், தன்னுடைய மாமாவும் இறந்தவனும் கொண்டிருந்த தொடர்பு பற்றி ஜெண்டேயிடம் எதுவும் சொல்லவில்லை. இதில் ஒன்றும் ஆச்சரியமில்லை. போலீசாரோடு தொடர்பு வைத்துக்கொள்ள யாருக்கும் விருப்பமில்லை. ஆனால் அவனும் (பக்மத்) அவனது நண்பன் துர்ராவும் ஏன் இந்தக் குற்றச்செயலில் தோற்றமளிக்க வேண்டும்.

முடியாது என்று தனக்குள் சொல்லிக்கொண்டார். எனக்குக் கிடைத்த துரும்பைப் பற்றிக்கொண்டு பிழைத்துக்கொள்ள முயற்சிக்கிறேன். அந்த மனிதர்கள் இருவரும் கடந்து போய்க்கொண்டே இருந்தபோது அந்நிகழ்வு குறுக்கிட்டு அவர்கள் கவனத்தைக் கவர்ந்தது. அது மரணச் சம்பவமா? அல்லது குற்றச் செயலா என்று கூட அவர்கள் அறியாமல் இருந்தார்கள். யார் கொலை செய்யப்பட்டுள்ளவர் என்று கூடத் தெரியாது. எரிச்சல்தான் மிச்சமாக இருந்தது. எரிச்சலை அவர் புறந்தள்ளியபோது, சுனில்தான் அவர் கண்முன்னே தோன்றினான். ஏதோ, எவரோ...

ஆனால் அது ஒரு மோசமான உலகியல் நடைமுறை. அது “எக்ஸ்” ஆக இருக்கக்கூடாது என்று எதிர்பார்க்கிறபோது, அதை ஒருவன் “ஒய்” ஆக மாற்றி இருக்கச் செய்துவிடுகிறான்.

இவருடைய பாட்டி வசித்து வந்த நாக்படாவிலுள்ள ஸ்பென்ஸ் லேன் என்னும் இடத்தில் கார்களைக் கழுவித் துடைத்துக் கொடுக்கும் வேலையை செய்து வந்த பாபு என்பவனைப் பீட்டருக்கு இப்போது ஞாபகம் வந்தது. உன் வீட்டு வேலைக்காரப் பெண் அன்று வரவில்லை, விருந்தாளிகள் வேறு வருகிறார்கள், வீடு எங்கும் தூசும் அழுக்கும் பிடித்திருக்கிறது என்றால் அப்போது பாபுதானே சுத்தம் செய்தாக வேண்டும். தெமினா மாய் தனது அண்ணியாரை எதிர்பார்த்துக் கொண்டிருந்தாள். அந்த அண்ணியார் நெறி பிறழாத பெண்மணி. அவள் செல்லும் இல்லம்தோறும் எவ்வளவு தூய்மையாக இருக்கிறது என்று பார்ப்பாள். அதனால் தெமினா தன் வீட்டைக் கொஞ்சம் தூசு

தட்டுவதற்காக பாபுவைக் கூப்பிட்டாள். அடுத்தநாள் காலை அவளது தங்கச் சங்கிலியைக் காணவில்லை என்பது தெரிய வந்தது. போலீசுக்குத் தகவல் தெரிவிக்கப்பட்டது. அவர்கள் வந்தார்கள். அவர்கள் வழக்கம் போல விசாரித்தார்கள். வீட்டு வேலைகளுக்கு யாரெல்லாம் வருவார்கள் என்று விசாரித்தார்கள். வீட்டு வேலைக்காரப் பெண் அன்று வரவில்லை. "நல்லவேளை தப்பித்தேன்" என்று கூறிய வேலைக்காரி, கணவன் தன்னை அடித்துப் போட்டுக் காலையில் எழுந்திருக்க விடாமல் செய்த கணவனுக்கு நன்றியாக, காது மடல்களைப் பிடித்துக்கொண்டு, கண்களை விண்ணை நோக்கி உயர்த்திக்கொண்டு சொன்னாள். பாபு சிறையில் தள்ளப்பட்டிருக்கிறான். அவன் செய்த நம்பிக்கைத் துரோகம் பற்றி ஆளுக்கொரு கருத்தைக் கொண்டிருந்தார்கள். சிலர் இது ஏதோ சாத்தான் செய்த வேலை என்றார்கள். கவனிப்பாரற்றுக் கிடக்கிற பணத்தைப் பார்த்துப் புனிதர்கள் கூடச் சபலப்படுவார்கள் என்று சிலர் சொன்னார்கள். மிகச் சிலர் மட்டுமே இதை நம்ப முடியவில்லை என்றார்கள். மூன்று மாதம் கழித்து, குழாய் வேலை செய்ய வந்த நபர் குழாயடியில் கிடந்ததாக அந்தச் சங்கிலியை எடுத்துக் கொடுத்தான். தெமினா மாய் நேராக காவல் நிலையம் சென்று தான் தவறு செய்துவிட்டதாகக் கூறினாள். பாபு விடுதலை செய்யப்பட்டான். ஆனால் பழைய ஆளாக அவன் இல்லை. அவன் உத்வேகம் எல்லாம் இழந்துவிட்டது. அவன் உடல் போலீசிடமிருந்து தப்பிக்கவில்லை என்று தெரியவந்தது. அவன் செய்து வந்த கார் துடைக்கும் வேலையையும் இன்னொருவன் செய்துகொண்டிருந்தான். அவனால் கார் கழுவ ஒரு வாளி தண்ணீர்கூடத் தூக்கிக்கொண்டு போக முடியவில்லை. விடுதலை செய்யப்பட்ட ஒரு வார காலத்தில், ஜன்னி கண்டு ஒரு மே மாத மாலை மறைந்துவிட்டான்.

உண்மை. உண்மை மட்டுமே. பீட்டர் எவ்வாறு அவனை உண்மையை நோக்கிச் செல்ல வைப்பார்? என்ன நடந்தது? யாருக்கும் தெரியாது.

ஓர் ஒழுங்கு முறையோ, ஒரு நோக்கமோ இல்லை.

ஓர் இறந்த உடல். அவ்வளவுதான்.

இரயில் நிலையக் கழிப்பறையில் இளைஞனின் சடலம்.

சுவரில் இரத்தத்தால் "1" என்ற எண் மட்டும் எழுதப்பட்டிருந்தது.

உடற்பயிற்சியே அளிக்காத ஒரு உடற்பயிற்சியாளர்.

அந்தரங்க அவயங்கள் எடுப்பாக அமையப்பெற்ற உடற்பயிற்சியாளர்.

இல்லை. இருவருமே அப்படி அமையப்பெற்ற உடற்பயிற்சியாளர்கள்.

பணத்துக்காக இன்னொரு ஆணுடன் உடலுறவு கொள்ளும் ஓர் இளைஞன்.

இவற்றைப் பற்றியெல்லாம் யாருக்குத் தெரியும்?

***

மில்லிதான் அவருக்கு நினைவுபடுத்தினாள்.

"நீங்கள் போய் ஏன் லெஸ்லியிடம் பேசிப் பார்க்கக்கூடாது?" கொஞ்ச நேரம் பீட்டரால் பேச முடியவில்லை. மில்லி குடும்பத்திற்கு அவர் வேண்டப்பட்டவர். அவர் ஒரு 'கட்டை' பிரம்மச்சாரி. எழுத்தாளர். அவரது ஞாபகம் ஏன் பீட்டருக்கு இதற்கு முன்பு வரவில்லை.

காரணம், பீட்டருக்கு அது பிடிக்கவில்லை.

லெஸ்லியை பீட்டருக்கு நினைத்துப்பார்க்கப் பிடிக்கவில்லை. அவரது மகனையும் அதே...

என்ன அதே...?

அவரது வாக்கியத்தை முடிக்காமல் விடுவதுதான் பீட்டருக்கு உசிதமாகப்பட்டது. பீட்டர் லெஸ்லியை அழைத்துப்பார்த்தார். மாட்சிமை தங்கிய லெஸ்லி அவர்கள், வீட்டிற்கு வருகை புரிந்திருக்கும் விருந்தாளிகளோடு உரையாடிக் கொண்டிருப்பதாகச் சொல்லப்பட்டது.

பந்தரா செல்லும் வழியில், மாதுங்கா சாலை நிலையத்தை இரயில் கடந்து சென்றபோது, சுனில் செக்ஸ் வடிகாலுக்காகக் கழிப்பறை தேடிச் செல்வது போன்ற நினைவு வலிந்து அவரது மூளைக்குள் புகுந்தது. அந்த நினைவு மிகவும் கசப்பாக இருந்தது. அவமானமாக இருந்தது. எவ்வளவு முற்போக்காகத் தன்னை எண்ணிக்கொண்டார். எவ்வளவு சுதந்திரமாக முடிவுகள் எடுத்தார். இன்னொரு பரிசோதனையையும் செய்துபார்த்தார். தன் மகன், தனது செக்ஸ் தேவைக்காக ஒரு பெண்ணைத் தேடுகிறான்; ஒரு விபச்... இல்லை. செக்ஸ் தொழிலாளி. கழிப்பறையில் செக்ஸ் தேடுகிற ஆண்களையும், செக்ஸ் தொழிலாளிகளைத் தேடும் ஆண்களையும் அவர் ஏன் சமமாகப் பார்த்தார்? அவர்கள்

அதற்குக் கூலி கொடுப்பதில்லை. அவர்களும் கூலி பெறுவதில்லை. வெளி உலகில் கிடைக்காத ஒன்றைத் தேடுகிறார்கள்.

சரி. ஒரு பெண்ணோடு வைத்துக்கொள்ளும் செக்ஸ் அர்த்தமற்றது என்ற சிந்தனையில் சுனில் ஊசலாடிக்கொண்டிருக்கிறான். அடுத்தடுத்துப் பெண்கள். இன்னும் கசப்பு. பீட்டர் சிறிது நேரம் நிம்மதியடைந்தார். தங்களின் குழந்தை செக்ஸ்கு அடிமையாக இருப்பதைக் காணத் தங்களால் இயலவில்லையே என்று வருந்தினார். இது உலகளாவிய ஒரு விஷயமா அல்லது இது இந்தியர்களுக்கே உரித்தானதா? அல்லது கத்தோலிக்கர்களுக்கென்றே இது மாதிரி உள்ளதா? இரண்டுமே தங்கள் வசதிக்கேற்றவாறு விளக்கங்களை அளிக்கலாம்; ஆனால் உண்மையாகவே சுனிலுக்கோ அல்லது வேறு யாருக்குமோ அது பொருந்தாது.

அந்தச் சிக்கலிலிருந்து தன்னை விடுவித்துக்கொள்வதற்காக அவர் மிகவும் உண்மையாக முயற்சித்தார். ஆனால் அது இன்னும் கசப்பானதாக இருந்தது; ஆம், ஆனால் அருகிலுள்ள தன்பாலினச் சேர்க்கையாளர்கள் கூடும் பார்களில் தன் மகன் இல்லை என்றாலும் அந்த நினைவு கசப்பானதுதான்.

7

லெஸ்லி, பந்த்ராவில் உள்ள புறநகர்ப் பகுதியில் புனிதர்கள் பெயர் கொண்ட ஒரு தெருவில் இருக்கும் ஒரு சிறிய வீட்டில் அரசியர்க்கெல்லாம் அரசி என்று அவரே சொல்லிக்கொண்டது போல வாழ்ந்தார். அங்கிருந்த இரண்டு மரங்களும் ஒரு தோப்பு போலக் காணப்பட்டது.

பளிச்சென்று காணப்பட்ட ஓர் இளைஞன் வந்து கதவைத் திறந்தான். பீட்டர் ஓர் அடி பின்னால் வைத்து "சாரி" என்றார். தவறான பார்வை. எல்லாமே தவறாகப் பட்டது.

அவனுடைய பார்வை உட்பட எல்லாமே சரியாகக் காணப்படவில்லை. அவன் லினன் மேற்சட்டையும், காக்கிக் கால்சட்டையும் அணிந்திருந்தான். இரண்டுமே அவனது கட்டுமஸ்தான உடம்பைச் சரியாக மூடவில்லை. குழப்பத்தில் நின்ற பீட்டர் அதற்கு மேல் அவனைக் கவனிக்கவில்லை.

"நீங்கள் லெஸ்லி சாரைப் பார்க்க வந்தீர்களா?" அவனுடைய பேச்சில் கொஞ்சம் அமெரிக்க ஆங்கில வாடை கலந்திருந்தது.

பீட்டர் "ஆம்" என்றார்.

அவன், "நீங்கள் பீட்டர் ஃபெர்னாண்டஸ்தானே" என்று கேட்டான்.

"ஆம்" என்றார் பீட்டர்.

"நீங்கள் வருவதாக அவர் சொன்னார். உள்ளே வாருங்கள்."

அவன், அவரை உள்ளே அழைத்துச் சென்று, பீட்டரின் சொந்த வீட்டில் உணர்ந்துகொள்வது போல அவரை அங்கே உட்கார வைத்தான். பீட்டர் சுற்றிலும் முற்றிலும் பார்த்தார். அந்த பந்த்ரா பங்களா, லெஸ்லியின் ரசனைக்கேற்ப புதிய கலையின் கலவையாக, அமைதியாக, குளுகுளுவென்று காணப்பட்டது. அங்கே அழகாக முரானோ கண்ணாடிக் குடுவைகளும், ஆடுமேய்க்கும் ஒருவன், எளிமையான தோற்றமுடைய ஒரு கடற்கன்னிக்கு ஒரு ரோஜாப்

பூவைக் கொடுப்பது போன்ற காட்சியும் ஒரு துணியில் நூலால் வடிவமைக்கப்பட்டிருந்தது.

"உன் பெயர் என்ன" என்று பீட்டர் கேட்டார்.

அவன், "ஹிமல் ஷா" என்றான். ஏதோ பழக்கமான முறையில் சொன்னது போல அவருக்குப் பட்டது.

"என்ன செய்கிறாய்?"

"இப்போது இங்கு வேலை செய்கிறேன். அதேசமயம் படித்துக் கொண்டும் இருக்கிறேன்."

"நல்லது." என்ற பீட்டருக்கு இன்னும் அவனிடமிருந்து பதில் தேவைப்பட்டது. அந்த இளைஞன் பீட்டரை உள்நோக்கத்துடன் உற்றுப் பார்த்துக்கொண்டிருந்தான். எனவே அவர் அவனிடம், "என்ன படிக்கிறாய்" என்று கேட்டார்.

"இந்த உலகில் தன்னை மேம்படுத்திக்கொள்ள கல்வி ஒரு வழி, இல்லையா அங்கிள்?"

"ஆம்" என்று பீட்டர் ஒத்துக் கொண்டார்.

"அது உயர் தரமான கல்வி இல்லையென்றால், அதனால் பயன் இல்லை. சரிதானே?"

"அப்படி இல்லை" என்று பீட்டர் ஏதோ சொல்லத் தொடங்கினார்.

"என்னதான் உயர்ந்த குணங்கள் உங்களிடம் இருந்தாலும், என்னதான் சாதித்தாலும், இந்த உலகம் உன்னுடைய கல்விச் சான்றிதழை மட்டுமே பார்க்க விரும்புகிறது" என்று சொன்ன ஹிமலின் குரலில் ஒரு வேதனை தெரிந்தது.

அப்போது லெஸ்லி அங்கே திடீரென்று தோன்றினார். பல வண்ணங்களில், அரேபியப் பாணியில் ஓர் அங்கி அணிந்திருந்தார்.

ஹிமல் பட்டென்று இருக்கையை விட்டு எழுந்து நின்றான்.

"மன்னிக்கவும் நான் வேலைக்குக் கிளம்புகிறேன்."

லெஸ்லி அன்பு தழும்பத் தலையாட்டினார்.

"சில சமயங்களில் நமக்குப் பிடிக்காத ஒன்றை நாம் செய்துதானே ஆக வேண்டியிருக்கிறது."

"எப்படி இருக்கிறாய்?" என்று அந்த ஏமாற்றுப் பேர்வழி கேட்டார்.

"நன்றாக இருக்கிறேன்" என்றார் பீட்டர். நிதானமாக.

கதவருகில் நின்றுகொண்டிருந்த ஹிமலை சற்றும் எதிர்பாராத பீட்டர், அந்த இளைஞன் யாரென்று லெஸ்லியிடம் கேட்டார். ஆனால் இப்பொழுது நினைத்துப் பார்க்கிறபோது அந்த முகம் பழக்கப்பட்டதாகத் தெரிந்தது. ஆனால் அதேசமயம், அது மறக்கக்கூடிய முகமா அது? அல்லது அந்த உடம்பைத்தான் மறந்து விட முடியுமா? அந்த உடலும் முகமும் செதுக்கி வைத்தாற்போல் அமைந்த அந்த அழகை மறக்க முடியாதே.

"அந்த இளைஞனை ஹிமல் ஷா என்று அழைப்போம். அவன் என் வீட்டில் தங்கியிருக்கிறான்."

"அப்படியா?" என்றார் பீட்டர்.

"என் அன்புக்குரிய பீட்டர், உங்களுக்கு ஏன் இப்படி ஒரு சிந்தனை? என்று கனிவான குரலில் பேசினார். "என் பொறுப்பில் உள்ள இளைஞர்களுக்கு நான் பெற்றோராய் இருக்கிறேன். இருப்பினும், குளியலறையிலிருந்து ஒட்டுத் துணியை கட்டிக் கொண்டு அவன் அறை வழியாக நடந்துசெல்கின்றபோது, என் பார்வை ஈடிபஸ்ஸை அதிர்ச்சியடைய வைக்கும்."

"நான் உண்மையில் அப்படியில்லை..."

"எனக்குப் பணம் கட்டி இங்கே தங்கியிருக்கும் நபரோடு நான் செக்ஸ் வைத்துக்கொள்வதில்லை." அவன் பணம் செலுத்திக்கொண்டு தங்கி இருக்கும் நேர்மையானவன். அவன் ஏதோ அருகிலுள்ள ஓர் ஆய்வுக் கூடத்தில் ஏதோ ஒரு வேலை செய்கிறான்."

"அவன் விஞ்ஞானியா?"

"அவனைப் பார்த்தால் விஞ்ஞானி மாதிரி தெரிகிறதா? ஒரு டெக்னீஷியன் மாதிரி தெரிகிறது. இருந்தபோதும் அந்தத் தொழிலில் அவன் அதிக நேரம் இருக்கிறான். அந்த ஆய்வுக்கூடத்தில் வேலை செய்யும் நபர்கள் யாரும் அவ்வளவு நேரம் அங்கிருப்பதில்லை என்றுதான் நினைக்கிறேன். அல்லது ஏதோ ஒரு அமைப்பின் உளவாளியாக இருக்கலாம். அவனது உடலமைப்பு அவனை ஒரு பலசாலியாகக் காட்டுகிறது. அவனது தொடைத் தசைகளைக் கவனித்தீர்களா, இல்லையா? நீங்கள்

அதைக் கவனித்து ஆச்சரியப்பட்டீர்களோ என்னவோ, என்னை அது பயமுறுத்துகிறது."

லெஸ்லிக்கு ஒரே வார்த்தையில் பதில் சொல்ல முடியவில்லை.

"அப்படி பணம் செலுத்திவரும் யாரையேனும் வீட்டில் தங்க வைத்திருக்கிறீர்களா?"

"அது தரக்குறைவாகத் தெரிகிறதா? பெரிய பெரிய ஆட்கள் எல்லாம் இதுபோன்று கட்டண விருந்தாளிகளைத் தங்கள் வீட்டில் வைத்திருக்கிறார்கள். இருண்ட ஆண்டுகளில் பெரின் காப்ஹை என்பவர் ஷாய் என்னும் நபரைத் தன் வீட்டில் தங்க வைத்துப் பணம் பெற்று வந்தார். அந்தப் பெண்மணிக்கு முன்பு டாக்டர். பாணாஜியைத் தங்க வைத்திருந்தார்."

"மாதுங்கா சாலை நிலையத்தில் என்ன நடக்கிறது?"

"இரயில் போவது வருவது பற்றி நீங்கள் பேசவில்லை என்பது தெரிகிறது. நீங்கள் அந்த நிகழ்வைப் பற்றிப் பேசுகிறீர்கள் என்பது தெரிகிறது."

"ஆமா"

"இரண்டாம் மற்றும் மூன்றாம் நடைமேடைகள் முடிவடையும் இடங்களிலிருந்து, இக்கட்டான சூழல்கள் ஏற்படும்பொழுது தாதர் இளைஞர்கள் தப்பி ஓடிவிடுகிறார்கள். ஒன்றாம் நடைமேடையைக் காவல்துறையினர் கண்காணிக்க வருகின்றபோது சில பந்த்ரா சிறுவர்கள் அங்கிருந்து ஓடி விடுகிறார்கள். அவ்விடத்தைச் சுற்றி ஓரிரு கல்லூரிகள் இருக்கின்றன. அந்த மாணவர்கள் அவ்வப்போது காவல் துறையால் அடித்து இழுத்துச் செல்லப்படுவார்கள். நான் ஏற்கெனவே சொல்லவில்லையா?"

"இது ஒரு கொலை" என்றார் பீட்டர்.

"என்ன கொடூரம்! பழைய கற்பாலத்தின் அடியில் நடந்த கொலை இதுதானா?" என்று லெஸ்லி கேட்டார்.

"அதுதான்" என்றார் பீட்டர்.

"அந்த இடத்தைப் பற்றிய சில விஷயங்களைச் சொல்கிறேன். சில சம்பவங்கள் உங்களை மயிர்க்கூச்செறிய வைத்துவிடும். அதில் உங்களோடு பணியாற்றுபவர்கள் இடம் பெற்றால்கூட

ஆச்சரியப்படுவதற்கில்லை. அங்கு ஓர் ஆள் இருப்பான். அவன் சிறிய கற்களைக்கொண்டு விளக்குகளை உடைத்துவிடுவான்."

பீட்டர் ஆச்சரியப்பட்டார்.

"மாதுங்கா சாலை நிலையத்திலுள்ள கழிப்பறை ஏன் தன்பாலினச் சேர்க்கையில் ஈடுபடும் ஆண்களுக்குப் புகழ் பெற்றதாகியது?" என்று பீட்டர் கேட்டார்.

லெஸ்லி ஆழ்ந்து யோசித்தார்.

"நாங்கள் இதுபோன்ற சில குறிப்பிட்ட கழிவறைகளில் பல மணி நேரங்கள் செலவழிக்கக் காரணமாக இருந்த கேள்வி இது. இதுவொரு வாய்ப்பான இடம் என்று கருதுகிறேன். கழிப்பறை ஒதுக்குப்புறமாக இருக்கிறபோது அது தன்பாலினச் சேர்க்கையாளருக்குத் தகுந்த இடமாக அமைந்துவிடுகிறது. அது மக்கள் புழங்கும் இடத்தின் அருகில் இருந்தால் அவர்களின் செயல்பாடுகளுக்கு இடைஞ்சலாக இருக்கும். அவர்களின் வசதிக்கேற்றவாறு கழிப்பறைகளின் இடைச்சுவர்கள் உயரம் குறைந்து தாழ்வாகவும் அந்த அறைகள் அகலம் குறைந்ததாகவும் காணப்படுகின்றன. இந்தியக் கழிப்பறைகளை இதற்கு ஏற்றாற்போல் வடிவமைத்திருக்கிறார்கள். இப்படி யார் வடிவமைத்தார்கள் என்று கற்பனை செய்து பார்க்க முடிகிறதா?"

"லெஸ்லி"

"சரி, சரி. இதைப் பார்ப்போம். மாதுங்கா சாலை. இது ஒதுக்குப் புறமான இடம். அந்த இடத்திற்குச் செல்ல காவல்துறையினர் நடைமேடையை விட்டு இறங்கி நடக்க வேண்டும். ஆனால் அவர்கள் அப்படிச் செய்யமாட்டார்கள். கழிப்பறையில் பொருத்தப்பட்டுள்ள சிறுநீர்க் கலம் ஒரேயொரு வரிசை மட்டும் உள்ளது. அதனால் அடுத்த வரிசையில் என்ன நடக்கிறது என்பதைப் பற்றிய கவலை யாருக்கும் இருக்காது. செக்ஸ் ஆர்வலர்கள் வரிசை கட்டி நிற்பார்கள். வழக்கத்திற்கு மாறாக, பந்த்ரா நடைமேடையில் உள்ள பழைய கழிப்பறை படு பயங்கரமாக, பெரிய சதுரவடிவில் சிறுநீர்க் கலம் அமைக்கப்பட்டிருக்கும். அப்போது மாதுங்காவுக்கு இரண்டு வழிகள் இருக்கும். இரண்டும் திறந்தே இருக்கும். நீங்கள் விரும்பினால் விரைவில் அந்த இடத்தைவிட்டு வெளியேறி விடலாம். ஒரு வழியில் காவல்துறை உள்ளே வந்தால் வேறு வழியில் நீங்கள் வெளியேறித் தப்பித்து விடலாம்."

"காவல்துறை, தன்பாலினச் சேர்க்கையாளர்களுக்கு ஓர் ஓயாத் தொல்லையாக இருக்குமோ?"

"காவல்துறை எல்லோருக்குமே தொல்லையாகத்தான் இருக்கிறது, என் அன்புக்குரிய பீட்டர் அவர்களே. உங்களுக்கு அது தெரியுமே. நான் அறிந்தவரை, மற்ற எல்லாவற்றையும் விட கிரிமினல்களுக்குக் குறைவாகத்தான் தொந்திரவு கொடுக்கிறார்கள். சட்டத்தின் பார்வையில் நாங்கள் கிரிமினல்களாக இருப்பதால், பெரும்பாலும் அவர்கள் எங்களைக் கண்டுகொள்வதில்லை."

பீட்டர் செயற்கையாகச் சிரித்தார்.

"கண்டுகொள்ளாமையைப் பற்றிப் பேசுவதால், கிட்டத்தட்ட இந்நகரிலுள்ள எல்லோருமே என் நாவலைக் கண்டு கொள்வதில்லை என்பது தெரியுமா உங்களுக்கு?" என்று லெஸ்லி கேட்டார்.

சிரிக்க விருப்பம் இல்லாவிட்டாலும் பீட்டர் பெயருக்குச் சிரித்து வைத்தார். லெஸ்லியின் நாவலைக் கண்டு கொள்ளாமல் இருப்பது அவ்வளவு சுலபமல்ல. அவர் எல்லாரிடமும் இதுபற்றிப் பேசுவார். ஃபோனில் கூப்பிட்டுப் பேசுவர். குறுஞ்செய்தி அனுப்புவார். புத்தகங்களை அனுப்பி வைப்பார். அந்நாவல் கண்டு கொள்ளப்படாவிட்டால், காரணம் அது பயங்கரமான நாவல். அதற்கும் தன்பாலினச் சேர்க்கையாளருக்கும் எந்தத் தொடர்பும் இல்லை. இந்த விபரத்தையாவது லெஸ்லி தெரிந்திருப்பாரா என்று பீட்டர் ஆச்சரியப்பட்டார்.

"தன்பாலினச் சேர்க்கையாளர்களுக்கான நாணயமாக அதை அவர்கள் ஆக்கிக்கொள்ள நினைப்பார்கள் என்று நீங்கள் யோசிக்கிறீர்கள். "இரண்டு ரூபாய் நோட்டுப் போல அவன் ஒரு தன்பாலினச் சேர்க்கையாளன்" என்று பேசிக்கொள்வோம் என்பது உங்களுக்குத் தெரியுமா? ஏனெனில் அவர்கள் அப்படிப்பட்ட தன்பாலினச் சேர்க்கையாளர்கள்."

"லெஸ்லி"

"ஓ, எங்கே விட்டேன்?"

"காவல் துறையினர்?"

"ஆமா. மும்பை போலீஸ் எங்களைத் தனியாக விட்டுவிடுவார்கள். சில போலீஸ்காரர்களுக்கு இதைவிட முக்கியமான வேலை ஏதும் இருக்கலாம். அதில் ஒருவர் இருந்தார். அவர் உக்கி

போட வைப்பார். நாம் உக்கி போட வேண்டும். நான் என்ன சொல்லுகிறேன் என்று புரிகிறதா? மற்றொருவன் வடபாவ் என்றழைக்கப்படும் மகாராஷ்டிரா மாநிலத்தின் சிறப்புக் காரவகை நொறுக்குத் தீனியை விரும்புவான். வடபாவ் என்றால் என்ன என்று உனக்குத் தெரியுமல்லவா பீட்டர்?"

பீட்டருக்குப் புரியவில்லை.

"போலீஸ்காரர்கள் பற்றித் தொடர்ந்து பேசுவோமா?"

"சிறுவர்களைப் பிரம்பால் அடிப்பதை நிறுத்திக்கொண்டோம் இல்லையா? என்னுடைய காலத்தில் லத்தியைக் கையில் எடுத்தேன்."

"போலீஸ்காரர்கள்" - பீட்டர்

"அதாவது மூன்றாவது நிலையினரா?"

"ஐ யாம் சாரி." நான் போலீசாரிடம் போய்த் தெரிந்துகொள்ள வேண்டும்.

"வேறு யாரையும் அப்படித் துணிந்து கேட்க வேண்டாம். பொறுத்துக்கொள்ள முடியாத வேதனை நிறைந்த இடம் பார்த்து அங்கே உங்களை அனுப்பிவிடுவார்கள். நீங்கள் என்ன தெரிந்து கொள்ள வேண்டும்?"

"அப்படி ஏதும் எனக்குத் தெரியவில்லை. ஆனால் எதையும், எல்லாவற்றையும் தெரிந்துகொள்ள விரும்புகிறேன். அதுமட்டுமல்ல, நான் ஏதோ ஒன்று பற்றிப் பேசுவதற்கு வாயைத் திறந்தால், நீங்கள் அதைத் தடுத்து நிறுத்திவிடுகிறீர்கள்."

லெஸ்லி உடனே நிமிர்ந்து, பீட்டரை அன்புள்ளத்தோடு நோக்கினார்.

"ஏதோ ஒன்றைக் கொடுக்க வேண்டுமென்றால், ஏதோ ஒன்றைப் பெற வேண்டும். என் அன்புக்குரிய பீட்டரே, ஒன்று உமிழ்ந்து விடு; அல்லது விழுங்கி விடு."

"சரி. ஒரு இளைஞன் - பிரத்தியேகப் பயிற்சியாளன் இறந்து கிடக்கிறான். கழிப்பறையில் போட்டு அவனைக் குத்திக் கொன்றிருக்கிறார்கள்.

"செய்தித்தாள்களில் பார்த்தேன்."

"அவனுடைய எல்லா அந்தரங்க அவயங்களும் எடுப்பாகப் படைக்கப் பெற்றிருந்தான்."

"அடக்கடவுளே, அப்படியே அம்மணமாக வருவானா?"

"இல்லை. அவனுடைய நண்பன் ஒருவன் இதைச் சொன்னான். அவனுக்கு உடம்பை அமுக்கி விடும் தொழில், ஒரு மாதிரியான தொழில் என்று நினைக்கிறேன்."

"இது எப்படி நேரிட்டிருக்கும் என்று நீங்கள் தெரிந்துகொள்ள விரும்புகிறீர்களா" என்று லெஸ்லி கேட்டார்.

"ஆமாம்."

"எல்லா உண்மைகளும் எனக்குத் தெரிந்திருக்கும் என்று நினைக்கிறீர்களா?" லெஸ்லி தன் கண் புருவத்தை உயர்த்திக் காட்டினார். "ஒன்று மட்டும் உண்மை. அது சரியான தந்திரம்."

வருவதைப் பார்ப்போம் என்று பீட்டர் முடிவெடுத்துக் கொண்டார்.

"இதில் இரண்டு போலீஸ்காரர்கள் சம்மந்தப்பட்டிருக்கிறார்கள்."

"எப்படி?"

"அதுதான் விஷயம். எனக்குத் தெரியவில்லை."

லெஸ்லி பொறுமையாகக் காத்திருந்தார்.

"கொலை நடந்த இடத்திற்கு அவர்கள் இருவரும் வந்தார்கள்."

"அவர்கள் அங்கே வரவேண்டிய அவசியம் இருந்திருக்குமோ, என்னவோ?"

"இல்லை, அவர்கள் கட்டுப்பாட்டிலுள்ள இடம் அது இல்லையே."

லெஸ்லி ஒத்துக்கொண்டார்.

"இல்லை. ஒரு இந்தியனாகப்பட்டவன் தனக்கு வேலை இல்லாத ஓர் இடத்திற்கு வருவான் என்பதை என்னால் நினைத்துக்கூடப் பார்க்க முடியவில்லை. அங்கு செல்ல வேண்டிய கூடுதல் பொறுப்பு அவர்களுக்கு ஒப்படைக்கப்பட்டிருந்தால் அந்த இடத்திற்கு வந்திருக்கலாம்."

"இல்லை. உங்களுக்குச் சந்தேகப்படுவதற்கான வாய்ப்புகள் இருக்கிறது. வேறு ஏதாவது?"

"நான் போய் ஒரு ஆசிரியரிடம் பேசிப் பார்க்க வேண்டுமென்று இறந்தவனின் நண்பனொருவன் என்னிடம் சொல்லுகிறான். அவர் ஓர் ஓய்வுபெற்ற ஆசிரியராம்."

லெஸ்லி ஆச்சரியத்தில் இரண்டு புருவங்களையும் உயர்த்தி நோக்கினார்.

"இது ஒரு வழக்கு அல்ல. இது ஒரு கரும்புக் கம்பு. நீண்ட, கடினமான, சாறுள்ள கம்பு."

"இந்த உடற்கல்வி ஆசிரியர் அச்சிறுவர்களுக்கு அண்மையில் வசித்து வருகிறார். அவர்கள் இளம் வயதினராக இருக்கும் போதே இதைச் செய்தார். அவர்களைத் தனது இருப்பிடத்திற்கு வரச் சொல்லி அங்கேயே குளிக்க வைத்திருக்கிறார்."

"ஓ"

"அவர் திருமணம் செய்துகொள்ளாதவர்."

"ஓ... ஓ!"

"அவருடைய மருமகன் அந்த போலீஸ்காரர்களில் ஒருவர். அவர் சம்பவம் நடந்த இடத்திற்கு உடனடியாக வந்துவிட்டார்."

"007!"

"இதில் எதைச் செய்வது என்று எனக்கு தெரியவில்லை."

லெஸ்லி சிரித்தார்.

"அது மிகவும் எளிது. எனக்குப் புரிய வருகிறது, பீட்டர். இந்தச் செய்தி தன்பாலினச் சேர்க்கையாளன் மீதுதான் பாயும். ஒரு கழிப்பறை, ஒரு தன்பாலினச் சேர்க்கையாளன், ஒரு போலீஸ்காரன். இந்த வேறுபாட்டைத்தான் நான் விவாதிக்கிறேன். அநேக மக்கள் அங்கே இருக்கிறார்கள். அநேக விதமான அனுபவங்கள் உங்களுக்குக் கிடைக்கும். ஆகவே அதிகமாகத் தெரிந்துகொள்ளலாம்."

வழக்கின் போக்கை மாற்றிவிடுவது பற்றி எல்லா விவாதங்களும் தனக்குத் தெரியுமென்று சொல்ல வந்த பீட்டர், அது சரியான அணுகுமுறையாக இருக்காதென்று நிறுத்திக்கொண்டார்.

லெஸ்லியை, அது பற்றித் தெரிந்த மட்டும் பேசட்டுமென்று பீட்டர் விட்டதோடு, அவர் பல ஆண்டுகளாகக் கலை இயக்குநராகப் பணிபுரிந்து வந்த விளம்பர நிறுவனத்தில் சேகரித்து வைத்துள்ள தன்பாலினச் சேர்க்கையாளர்களின் சிறப்புப் புரிதல் பற்றிய கதைகளையும் பேசட்டுமென்று பீட்டர் விட்டுவிட்டார். இது அவருக்குப் பழக்கப்பட்ட பல்லவி. பாடட்டும் என்று விட்டுவிடுவார். வரையறுக்கப்பட்ட சமுதாயத்தைச் சேர்ந்த அதாவது ஒரு ஆதிவாசி அல்லது ஒரு தலீத் போன்றவர்கள் இந்த பிரச்சினையை எடுத்துக்கொண்டு வந்தார்களா என்பது பற்றி லெஸ்லி ஒரு துணுக்குச் செய்தியாவது, ஒரு நொடிக் கதையாவது எழுதியிருப்பாரா என்று பீட்டர் ஆச்சரியப்பட்டார். இது ஒரு பயனற்ற சிந்தனை என்று பீட்டர் விட்டுவிட்டார்.

"இன்னும் என்ன தொடர்பு என்று என்னால் தெரிந்துகொள்ள இயலவில்லை" என்று சொல்லிய பீட்டர், திருப்தியான தீர்வு கிடைக்கும்வரை லெஸ்லியைப் பேசவிட்டார்.

"ஏலன் டியூரிங் என்பவருக்கும் ஜியார்ஜ் மைக்கிள் என்பவருக்கும் இடையே உள்ள பொதுவான விஷயம் என்ன?"

கேம்பிரிட்ஜ் பல்கலைக் கழகப் பேராசிரியர் அளவுக்குச் சென்று லெஸ்லி பேசினார்.

"இருவரும் பிரிட்டிஷ்காரர்கள்" என்றார் பீட்டர்.

"ஆமா ஆமா" என்ற லெஸ்லி - இதுபோன்ற உப்பு சப்பற்ற விஷயம் தாண்டி, பீட்டர் மேற்கொண்டு செல்ல வேண்டும் என்பதை அவரது குரல் குறிப்பாக உணர்த்தியது.

"அவர்கள் இருவரும் தன்பாலினச் சேர்க்கையாளர்களா?"

"அப்புறம்?"

அதே தொனி

"சரி விடுங்கள். எனக்குத் தெரியவில்லை" என்றார் பீட்டர்.

"காட்டேஜிங். இது பிரிட்டிஷ்காரர்கள் பயன்படுத்தும் ஒரு வார்த்தை. ஒரு தன்பாலினச் சேர்க்கையாளன், தனது இச்சையைத் தீர்த்துக்கொள்ள, தனது துணையைத் தேடி பொதுக் கழிப்பறைகளில் காத்திருப்பது என்பதுதான் இதன் பொருள். டியூரிங் இந்த விஷயத்தில் மாட்டிக்கொண்டார் என்பது நினைவுக்கு வருகிறது. அவர் ஓர் அறிவுச் சுரங்கம்.

ஜெர்மன் குறியீட்டு எந்திரத்தைத் தகர்த்தெறிந்தவர். இறுதியில் இங்கிலாந்து வென்றது. ஆனால் இங்கிலாந்து சமாதானம் அடைந்தபோது அவரது கண்டுபிடிப்பு உதவியது என்பது பொருட்படுத்தப்படவில்லை. அவர் தன்பாலினச்சேர்க்கையாளர் என்பதற்காகத் தண்டிக்கப்பட்டார்."

"அவரது இனப்பெருக்க ஆற்றலை வேதியியல் ரீதியில் அழித்தார்களோ, அல்லது அப்படி ஏதேனும் ஒன்று நடந்ததோ ஞாபகமில்லை."

"பொது இடத்தில் நின்று உடல் உறவுக்காக அழைத்த குற்றத்திற்காக அவர் கைது செய்யப்பட்டார். நம்மால் நினைத்தாவது பார்க்க முடிகிறதா? அது 1952-ஸ்தான். அது இருண்ட காலம் கூட இல்லை. பிறகு அவர் தன்னையே மாய்த்துக்கொண்டார்; அவரால் அந்த அவமானத்தைத் தாங்க முடியவில்லை."

டியூரிங் வாழ்க்கையைப் பற்றி அவருக்கு மட்டுமே தெரிந்திருப்பது போல லெஸ்லி யூகம் செய்துகொண்ட விதம் பீட்டருக்கு லெஸ்லி மீது எரிச்சலை ஏற்படுத்தியது.

"அவருக்குத் தற்கொலை செய்துகொள்ளும் எண்ணம் இல்லை என்றும், சையனைடும் ஓர் ஆப்பிளும் உண்டாக்கிய ஒருவகை விபத்து என்றும் அவருடைய அம்மா சொல்லவில்லையா?"

லெஸ்லி, "அவருடைய அம்மாவா? கடைசியாகத் தெரிந்து கொள்பவர்கள் நிச்சயமாகப் பெற்றோர்களாகத்தான் இருக்க முடியும். ஆனால் என் அம்மா, நான் சரியான பெண்ணுக்காகச் சரியாகவே வாழ்ந்திருந்தேன் என்று, தன் கல்லறைக்குச் செல்லும் வரை நம்பி வந்தாள்" என்றார்.

பீட்டருக்கு முகம் சுளித்தது. அடி. தனக்கு விழுந்த சரியான அடி என்று எண்ணினார். பல பெற்றோர்கள் அறியாமை இருளில் வாழ்கிறார்கள் என்பதைத் தெரிந்துகொள்வதுகூட அவருக்கு ஆறுதலாக இருந்தது.

லெஸ்லி தொடர்ந்து பேசினார். "ஜியார்ஜ் மைக்கிள் துன்பத்தின் எல்லைக்கே சென்றார். ஆனால் 98-க்குள் அவரது மனநிலை மாறி இருந்தது. அவர் சிறைக்குச் செல்ல வேண்டியிருக்கும் என்ற மிரட்டலோ, அல்லது ஆண்மை பறிக்கப்படும் என்ற மிரட்டலோ அவருக்கு வரவில்லை."

"சரி. எனக்கு இது எதுவுமே புரியவில்லை. இதற்கும், கொலையுண்ட அந்த இளைஞனுக்கும் என்னதான் தொடர்பு இருக்கிறது?"

அந்தப் பாவப்பட்ட டியூரிங் வாழ்ந்த காலத்தில், பிரிட்டிஷார் தன்பாலினச் சேர்க்கையாளர்களை ஒழித்துக்கட்ட நினைத்தபோது, கவர்ச்சியாகத் தோற்றமளிக்கக்கூடிய ஓர் இளம் போலீஸ் அதிகாரியைத் தேர்வு செய்து (குறிப்பு - அவனுடைய ஆண் குறி எடுப்பாக இருக்க வேண்டும்) அவனது ஆண் குறி எழுச்சியுற்று நிற்கும் நிலையில், ஒரு கழிப்பறைப் பீங்கானில் இருத்தி வைக்கச் சொல்லுவார்கள். அவனது ஆண் குறி புடைத்து நிற்கும் நிலையில், அவனுக்கு இணையான ஓர் இளவரசி வரும் வரையில் அங்கேயே காத்திருக்கச் சொல்லுவார்கள். அப்படி அவள் வந்ததும் ஒருவருக்கொருவர் மோகத்தால் மோதிக்கொள்வார்கள். பிறகு அவர்கள் ஒரு நீதிபதியின்முன் கொண்டு வந்து நிறுத்தப்படுவார்கள். தகவல் எல்லோருக்கும் அனுப்பப்படும். அவர்கள் இதற்குப் பயன்படுத்தும் இரகசிய வார்த்தை 'இன்வெர்ட்ஸ்' என்பதா? (இதன் பொருள் தன்பாலினச் சேர்க்கையாளன்) ஆம். இன்வெர்ட்ஸ்தான்."

"ஆனால் இந்த இளைஞன் போலீஸ்காரன் இல்லையே, லெஸ்லி."

"இல்லை. அவன் அப்படி இருக்க வேண்டியதில்லை. அவனுடைய தோற்றம் அப்படி இருப்பதால்தான் அதற்கு அவன் தேர்வு செய்யப்படுகிறான். ஆள் பார்க்கக் கவர்ச்சியாக இருக்க வேண்டும். அத்துடன் அவன் உள்அவயங்களும் எடுப்பாக இருந்ததாக நீங்கள் சொன்னீர்கள். அந்த வேலைக்கு அவன் தகுதியாக இருந்திருக்கிறான் என்று நான் ஊகிக்கிறேன். அதனால்தான் மாதுங்காவில் உள்ள அந்தக் கழிப்பறைக்கு அவன் வந்திருக்கிறான். அங்கே நின்று அவனுடைய நீண்ட குறியை வெளியே எடுத்து விட்டிருக்கிறான். செக்ஸ் உணர்வு மேலோங்கிக் குறியை மேலும் கீழும் ஆட்டி விட்டிருக்கிறான். குறி எழுச்சி பெற்றிருக்கிறது. தனக்குச் சரியான ஜோடி வரும்வரை இப்படியே செய்து கொண்டிருந்திருக்கிறான். அவனது ஜோடி வந்ததும் போலீஸ் சுற்றி வளைத்துக்கொண்டிருக்கும்."

"தன்பாலினச் சேர்க்கையாளர்களான ஆண்களையோ, அல்லது ஒரு ஆணையோ கைது செய்வதற்கு இதில் இவ்வளவு உழைப்பு தேவைப்படுகிறதே."

"அப்படியில்லை, நீங்கள் அப்பாவி பீட்டர். அவர்கள் ஆண்களைக் கைது செய்யமாட்டார்கள். நீங்கள் போலீஸ் வழக்குப் பதிவுகளை எடுத்துப் பார்க்க வேண்டும். ஒரு நூறு ஆண்டு காலமாக நாங்கள் மெக்காலேயின் தண்டனைச் சட்டம் 377-ஐத்தான் கடைப்பிடித்து வந்திருக்கிறோம். அந்த சட்டம் 377 இதுவரை பத்தே பத்துமுறை மட்டுமே பயன்படுத்தப்பட்டிருக்கிறது.

பீட்டர் கடமை உணர்வால் உந்தப்பட்டு, "பிறகு இதெல்லாம் எது பற்றியது" என்று கேட்டார்.

"இது ஒரு பிளாக்மெயில் பற்றிய நிகழ்வு. நீங்கள் நடுத்தர வகுப்பைச் சேர்ந்த கௌரவமான ஒரு மனிதனை, கௌரவமான அரசுப்பணியில் உள்ளவனை, தன் பெயர் பத்திரிகைகளில் அடிபட்டு கௌரவத்தை இழக்க விரும்பாத ஒருவனைக் காவல்நிலையத்திற்கு இழுத்து வருகிறீர்கள். அதே சமயம் உங்கள் வசதிக்கேற்றவாறு அந்த வழக்கை ஜோடிப்பதற்காக எடுப்பான ஆண் குறியைக் கொண்டுள்ள ஓர் இளைஞனை இழுத்து வருகிறீர்கள். அந்த இளைஞனை மட்டும் பிரித்து, ஒரு தனி அறைக்கு அழைத்துச் செல்கிறீர்கள். ஒரு தோலால் ஆன வார்பட்டையையும் அவனோடு எடுத்துச் செல்கிறீர்கள். கதவு அடைக்கப்படுகிறது. வார்பட்டை கீழே விழும் சத்தம் வெளியே நிற்கும் குற்றவாளிக்குக் கேட்கிறது. அவனுக்கு அலறல் சத்தமும் கேட்கிறது. போலீஸ் அவனுக்கு இதுபோலச் செய்யும் என்று அவனுக்குத் தெரியாது. அடுத்து வருவது அவனுக்கான முறை என்று அவனுக்குத் தெரிவிக்கப்படவில்லை. ஏதோ ஒன்று நடக்குமென்று அவன் அனுமானிக்கிறான். ஏற்கெனவே அவன் பயந்து நடுங்கிப் போயிருக்கிறான். இந்தத் தருணத்திற்காக அவன் அரண்டு போயிருந்தான். அது இப்போது நடந்துகொண்டிருக்கிறது. அவனுக்கு பாக்ஸிங் தெரியாது. உண்மையில் பாக்ஸிங் என்றாலே அவன் வெறுப்படைவான். அதைப் பார்க்கவே பயப்படுவான். அதைப் பயில முயற்சி எடுக்கவில்லையே என்று இப்போது வருத்தப்பட்டான். அதனால் ஏற்படும் வலியைத் தாங்கிக் கொண்டிருக்கலாமென்று இப்போது நினைக்கிறான். இப்போது அதற்காக அழ நினைக்கிறான். ஆனால் அழமுடியவில்லை. ஏனென்றால், சீருடையில் இருக்கும் போலீஸ் அதிகாரி இவனைப் பற்றி ஏற்கெனவே ஒரு மோசமான அபிப்பிராயம் கொண்டுள்ளார். அழுதால் அவனை அலி என்றோ அல்லது ஒரு பெண் என்றோ அவர்களை எண்ணத் தூண்டும். இந்தக் கட்டத்தில் அவன் அங்கிருந்து வெளியேற எதையும் செய்வான்.

அவனோடு அவர்கள் ஓர் ஒப்பந்தம் போடுவார்கள். அதாவது போலீஸ்காரர்கள் என்ன சொல்லுகிறார்கள் என்றால், 'நீ நல்ல குடும்பத்துப் பையனாகத் தெரிகிறாய். எப்படியோ நீ ஒரு தவறு செய்துவிட்டாய். கொஞ்சம் பணம் கொண்டுவந்து கொடுத்தால்' என்று பேசுவார்கள். எவ்வளவு பணம் என்று எனக்குத் தெரியாது. ஆனால் மும்பை தன்பாலினச் சேர்க்கையாளர்கள் குழாமிற்கு இந்தத் தொகை எவ்வளவு என்று தெரியும். அந்தப் பணத்தைக் கொண்டுவந்து கொடுத்தால் எல்லாம் சரியாகிவிடும் என்பார்கள்."

"அந்தத் தொகையை அவர்கள் பங்கிட்டுக் கொள்வார்கள் என்று தெரிகிறது."

"எனக்கும் அப்படித்தான் தெரிகிறது. ஆனால் அவர்கள் பங்கீடு எவ்வளவு என்று தெரியாது, ஆனால் சீருடையாளர்கள் அதிகமாகச் சுருட்டிக்கொள்வார்கள் என்று தெரிகிறது. பாவப்பட்டவர்களுக்கு ஏதோ கொஞ்சம் மிஞ்சியதைக் கொடுப்பார்கள். அதுவே நடைமுறை. அதுதான் நடந்து கொண்டும் இருக்கிறது. இந்த இளைஞனுக்கும் போலீஸ்காரர்கள் இதைத்தான் செய்வார்கள். இவன்தான் அவர்களது தந்திர வலையாகப் பயன்படுத்தப்பட்டிருக்கிறான்."

"ஆனால், அவர்கள் ஏன் அந்த இளைஞனைக் கொலை செய்ய வேண்டும்?"

"அவர்கள் அவனைக் கொலை செய்தார்கள் என்று நான் சொன்னேனா?"

பீட்டர் அதை நினைத்துப்பார்த்தார்.

"இல்லை. சொல்லவில்லை."

"எனது யூகம் என்னவென்றால், அவனைக் கொலை செய்தவனை உங்களால் கண்டுபிடிக்க முடியாது. இதற்காக யார் கவலைப்படப் போகிறார்கள்? இத்தகைய இழிவான வேலைக்கு யார்தான் சம்மதம் தெரிவிக்கப் போகிறார்கள்? ஒரு கழிப்பறையில், உன் ஆண்குறியை வெளியே எடுத்து, அதை விறைப்பாக்கிப் பிடித்துக்கொண்டு, இன்னொரு ஆண் உன்னை நாடி வரும்வரை... நியூயார்க் நகரில் இதுமாதிரி இளைஞர்களை எப்படிச் சொல்வார்கள், தெரியுமா? 'பாவப்பட்ட தன்பாலினச் சேர்க்கையாளர்கள்' என்று சொல்லுவார்கள். இந்த இளைஞனுக்கு இதைத் தவிர வேறெந்த வேலையும் தெரியாது. இவன், நாட்டிலேயே பாவப்பட்ட

ஏழையாக இருக்க வேண்டும். இந்த ஏழை ஜனங்கள் தினந்தோறும் இறந்துகொண்டிருக்கிறார்கள். இதைப் பற்றி யாரும் பேசுவதில்லை.

***

பீட்டர் நடந்துகொண்டே, பிளாக்மெயில் திட்டத்தைப் பற்றி யோசித்துக்கொண்டு வந்தார். சரியான அளவுள்ள ஆண் குறியைப் பெற்றிருக்கும் மனிதன் யாராக இருக்குமென்று எப்படி ஒருவன் தெரிந்துகொள்வது? இங்கிலாந்து நாட்டில் ஆடை மாற்றிக்கொள்ளும் அறையிலோ, பலதரப்பட்ட ஆண்கள் சேர்ந்து குளிக்கும் பொதுக்குளியல் அறையிலோ, அல்லது இதுபோன்ற இடங்களிலோ 'அதைக்' கண்டுகொள்கிறார்கள் என்று பீட்டர் கருதினார். 'பெரிதான' குறியைப் பெற்றுள்ள நபரை, எப்படி ஓர் இந்தியன் தெரிந்துகொள்வான்.

ஹிமல் திடீரென்று அங்கே வந்து நின்றான்.

"சார், லெஸ்லி சாரைச் சந்தித்துவிட்டீர்களா?"

"சந்தித்துவிட்டேன் - நன்றி."

"இப்போதெல்லாம் அவர் இயல்பாக நடந்துகொள்வதில்லை."

"உண்மையாகவா?" பீட்டர் அவரது பழைய உருவத்தை நினைத்துக்கொண்டார். வழக்கத்தைவிட இப்போது அவரது உற்சாகம் குறைந்துதான் காணப்பட்டது. ஆனால், நிச்சயமாக இதற்கு வயதுதான் காரணம். "அப்படி ஒன்றும் தெரியவில்லையே" என்று பீட்டர் கூறினார்.

"அவரது உடல் நிலை மோசமடைந்துகொண்டே வருகிறது, சார்" அவனது குரலில் ஓர் ஆழமான அர்த்தம் தொனித்தது. பீட்டரின் முகத்தில் ஓர் ஆழ்ந்த குழப்பம் தெரிந்தது.

"புற்றுநோயா?"

"எய்ட்ஸ், சார்."

இதை என்னிடம் எப்படிச் சொல்வார் என்று பீட்டர் குழம்பினார். இவர் யோசிப்பது போலவே அவனும் சொன்னான். "நீங்கள் அண்ணன் தம்பி உறவுக்காரர்கள். அதனால்தான் இந்தத் தகவலை உங்களுக்குச் சொல்லுகிறேன். ஏனென்றால், இந்த நேரத்தில் உங்கள் உதவி அவருக்குத் தேவைப்படும்."

பீட்டரின் முகத்தில் மீண்டும் குழப்பம் தெரிந்தது.

"சார், எய்ட்ஸ் நோய் மூளையையும் தாக்கும். அந்தக் கிருமிகள் உடலின் எல்லாப் பகுதிகளையும் அழிக்கும். அது பாதிக்கப்பட்டவர்களை ஜாலியான செயல்களைச் செய்யச் செய்யும். ஜாலியான விஷயங்களைப் பேசவும் வைக்கும்."

இப்போதும் அவனது பேச்சில் ஓர் உள்ளர்த்தம் தொனித்தது. ஆனால் பீட்டர் ஏற்கெனவே இடிந்து போய் இருந்தார்.

"தகவல் சொன்னதற்கு நன்றி."

பீட்டர், வெளியே வந்து ஜெண்டேயை அழைத்துப் பேச வேண்டுமென்று நினைத்தார். ஆனால் ஜெண்டே இவரது அழைப்பை ஏனோ ஏற்கவில்லை. அவர் அழைப்பை ஜெண்டே ஏன் ஏற்கவில்லை என்பதையும், அவரது சிந்தனை எதை நோக்கிச் சென்றுகொண்டிருக்கிறது என்பதையும் நேரில் பார்த்துத் தெரிந்துகொள்ள நினைத்தார். தனக்கு இப்போது வரவேற்பு இருக்காதென்று அவருக்குத் தெரியும். அவருக்கு இது கடினமான நேரமாக இருக்கும் என்று பீட்டருக்கும் தெரியும். ஆனால் இவர் கண்டறிந்ததை ஜெண்டேக்குத் தெரிவிக்க வேண்டியது இவரது கடமை.

8

பீட்டர் மீண்டும் வந்தபோது, ஜெண்டே அவரைச் சந்தேகக் கண்களோடுதான் பார்த்தார்.

"சீக்கிரமாகச் சொல்லி முடித்துவிடுகிறேன்" என்று பீட்டர் தொடங்கினார்.

"முதலில் தேநீரைப் பருகுங்கள்."

நிலைமை இயல்பாகத் திரும்பிக்கொண்டிருந்தது தெரிந்தது. பீட்டர் அமர்ந்தார்.

"உங்கள் மகன்?"

"அவன் என்னைப் ஃபோனில் அழைத்தான். ஆனால் உங்களது தகவலை அவனுக்குத் தெரிவிக்க முடியவில்லை."

"அப்படியா?"

ஆனால், இதை ஜெண்டே நம்புகிறாரா இல்லையா என்பதை இன்னும் அவரால் தெளிவாகப் புரிந்துகொள்ள முடியவில்லை.

"ஃபோன் தொடர்பு சரியாகக் கிடைக்கவில்லை. எப்படியோ, நான் அவனைச் சந்திக்க..."

நடந்தது எல்லாவற்றையும் பீட்டர் ஒரே மூச்சில் கொட்டி முடித்தார். இதைச் சொல்லிக்கொண்டே அவர் ஜெண்டேயைக் கவனித்தார். ஜெண்டேயின் கரங்கள் அசையக்கூடவில்லை. அவர் எந்தக் குறிப்பும் எடுத்துக்கொள்ளவில்லை. எதையும் பெரிதாகவும் எடுத்துக்கொள்ளவில்லை.

பீட்டர் சொல்லி முடித்தவுடன், ஜெண்டே "ஓ" என்றார்.

"லெஸ்லி சொல்வதிலிருந்து, போலீஸ்காரர்களின் ஃபோன் நம்பர் ஏன் பிராக்ஸியின் ஃபோனில் இருந்தது என்பது விளங்குகிறது."

"ஓ" என்று ஜெண்டே மீண்டும் சொல்லி அவரை ஜாடையாகப் பார்த்தார்.

"நீங்கள் வீட்டிற்குப் போகலாம்" என்று ஜெண்டே கூறினார்.

"போகிறேன். நான் தொல்லை செய்ய மாட்டேன். உங்கள் மகன் இதில் மாட்டிக்கொண்டால் எப்படி இருக்கும். நீங்கள் விலகி இருந்து வேடிக்கை பார்ப்பீர்களா?"

"அப்படி இல்லை. ஆனால் இப்போது நீங்கள் வீட்டிற்குப் போக வேண்டும். மில்லி உங்களுக்காகக் காத்துக்கொண்டிருப்பாள்."

பீட்டர் காவல் நிலையத்திலிருந்து வெளியேறினார்.

ஜெண்டே என்ன நினைக்கிறார்; அவரது மனநிலை எப்படி இருக்கிறது என்று பீட்டரால் சொல்ல முடியவில்லை. ஆனால் பீட்டர் வீட்டிற்கு வந்தடைந்தபோது, வாயெல்லாம் பல்லாக நின்று மில்லி வாசற்கதவைத் திறந்தாள்.

"வந்துவிட்டான்" என்று கத்த முடியாமல் சொன்னாள்.

பீட்டர் சுற்றிச் சுற்றிப் பார்த்தார். அங்கு ஒரு பெரிய பை தரையில் இருந்தது. அது திறந்திருந்தது. அதிலிருந்த பழைய துணிமணிகள் எங்கும் பரவிக் கிடந்தன. ஒரு கணம் இறந்த இளைஞனின் வீட்டுச் சூழல் அவர் நினைவுக்கு வந்தது. அந்த நிகழ்ச்சிகளை கவனமாக அலசி ஆராய்ந்து நினைவு கூர்ந்தார்.

ஒரு நிம்மதிப் பெருமூச்சு விட்டபடி பீட்டர் இருக்கையில் அமர்ந்தார்.

மில்லி செய்தித்தாளை விரித்து அவர் முன்னே கொண்டு வந்து வைத்தாள். அறையை விட்டு வெளியேறவிருந்த மில்லியை அங்கே அமரச் சொன்னார். சிறிது தயங்கிய அவள் பிறகு அங்கே அமர்ந்தாள்.

டி-ஷர்ட்டும், ஷார்ட்ஸ்ம் அணிந்தபடி சுனில் வெளியே வந்தான். அவர்கள் அருகே அமர்ந்த சுனில் இருவரையும் ஆழமாகப் பார்த்தான்.

"உங்கள் இரண்டு பேருக்கும் என்ன ஆச்சு?" என்று கேட்டான்.

பீட்டர் அவனிடம் செய்தித்தாளை நீட்டினார்.

சுனில் அதைப் பார்த்துவிட்டுச் சிரித்தான். "கடவுளே, மீராவைப் பாருங்கள். அவள்..."

பிறகு சுனில் சிரிப்பதை நிறுத்திவிட்டு அம்மா அப்பா இருவரையும் பார்த்தான்.

"அந்தத் தலைப்பு," என்றாள் மில்லி.

"தன்பாலினச் சேர்க்கையாளரான செயல்வீரன் சுனில் ஃபெர்னான்டஸ்..." என்று அவனே அதைச் சத்தமாக வாசித்துவிட்டுத் தலையை ஆட்டினான். பீட்டர் அதை நம்பவில்லையா? பீட்டருக்குக் குழப்பமாக இருந்தது. பிறகு அவருக்குப் புரிந்தது. "நீங்கள் நினைப்பது... ஒரு நிமிடம் இருங்கள்."

மீண்டும் சுனில் தலையாட்டினான்.

"நீ ஏதாவது எங்களுக்குச் சொல்ல விரும்புகிறாயா, சுனில்?" என்று பீட்டர் கேட்டார்.

சுனிலின் முகம் இறுகியது. ஒரு கல்லைப் போல, உணர்ச்சியை வெளிக்காட்டிக் கொள்ளாதவன் என்று பீட்டர் எண்ணினார். காவல் நிலையத்தில் சிவாவின் முகம் இருந்தது போல், சுனிலின் முகம் இருந்தது.

பீட்டர் எதிர்பார்த்துக் காத்திருந்தார்.

"நீங்கள் என்னைத் தன்பாலினச் சேர்க்கையாளன்தானா என்று கேட்கிறீர்களா?"

"ஆம்." சுனில் வீடு வந்து சேர்ந்தது ஏதாவது மோசமான சூழலை உருவாக்கிவிடுமோ என்று குழம்பியபடி ஆம் என்று சொன்னார்.

"நான் உங்களுக்கு ஒன்றும் சொல்லப் போவதில்லை. இது என் சொந்த விஷயமே தவிர வேறு யாருடைய விஷயமும் இல்லை என்றுதான் கருதுகிறேன்."

அவன் என்ன சொல்ல வருகிறான் என்று பீட்டர் புரிந்து கொள்ள முயற்சித்தார். "ஆம்" என்று சொன்னால் அதையும் எதிர்கொள்ளலாம் என்றும், "இல்லை" என்று சொல்ல மாட்டானா என்ற நம்பிக்கையோடும் காத்துக்கொண்டிருந்தார். அந்த விடைதான் காதில் வந்து விழ வேண்டுமென்று காத்துக் கொண்டிருப்பது போல மில்லி சிரித்தாள்.

"ஆமாம். இது வேறு யாருடைய விஷயமும் இல்லை. உன்னுடைய விஷயம்தான். நான் போய் நமக்கு டீ போட்டுக்கொண்டு வருகிறேன்" என்று மில்லி சொன்னாள்.

"அது வேலைக்கு ஆகாது" என்று அம்மாவின் முதுகைப் பார்த்து சுனில் சொன்னான். மில்லி திரும்பி அவனைப் பார்த்தாள். பிறகு அவள் பீட்டரைப் பார்த்துக் கண் அடித்துவிட்டு அங்கிருந்து நகர்ந்தாள். ஏதோ ஒரு பாடலை அவள் முணுமுணுத்துக் கொண்டு சென்றது அவர் காதில் விழுந்தது.

சுனில் அங்கே அமர்ந்தான். இருண்டுபோன அவன் முகத்தில் வார்த்தைகள் காணப்படவில்லை. ஒரு வன்மம் தெரிந்தது. அப்பா கூறிய அந்த வார்த்தையைக் கேட்டு அவன் முகம் கொந்தளித்து இருந்தது தெரிந்தது. சொந்த விஷயங்களை விவாதிப்பது அவனுக்கு எரிச்சலூட்டியது. அந்தத் தலைப்பை விட்டுவிடுவது நல்லது என்று பீட்டர் தீர்மானம் செய்து கொண்டார்.

"ஜெண்டே ஒரு வார்த்தை சொல்ல விரும்புகிறார்" என்று சொன்னார் பீட்டர்.

"என்னிடமா?"

"ஆம். உன்னிடம்தான்."

"சிவா அங்கிள்..."

"இல்லை. இன்ஸ்பெக்டர் ஜெண்டேதான் உன்னோடு ஏதோ பேச வேண்டும் என்று விரும்புகிறார்."

மீண்டும் சுனிலின் முகம் இருண்டு காணப்பட்டது. அது மனித முகத்தின் இயல்பு என்று பீட்டர் இப்போது உணர்ந்து கொண்டார். சுனிலுடைய முக மாற்றத்திலிருந்து அவர் எதையும் தெரிந்துகொண்டிருக்க மாட்டாரா? ஏனெனில் அவருக்கு அதைப் பற்றி நிறையவே தெரியும்.

"எதைப் பற்றி?"

"கொலை செய்யப்பட்ட இளைஞனைப் பற்றி"

"இளைஞனா?"

"ஆள். ஆள் என்று சொல்லி இருக்க வேண்டும். "இளைஞன்" என்று சொல்லிவிட்டேனோ என்று பீட்டர் குழம்பினார். "ஏனென்றால், இறந்தவன் ஒரு தன்பாலினச் சேர்க்கையாளன்."

"அப்பா. ஆரம்பத்திலிருந்து சொல்லுங்கள்."

நடந்ததை விலாவாரியாக பீட்டர் சொன்னார்.

"பிராக்ஸியா? இறந்துவிட்டானா?"

"அவனை உனக்குத் தெரியுமா!"

"ஆமா, அவனை எனக்குத் தெரியும். மிகவும் அபாயகரமான விளைவுக்குத் தள்ளப்பட்ட மக்களை மையப்படுத்தியதுதான் என்னுடைய எம்ஃபில் ஆய்வறிக்கை. எய்ட்ஸ் ஒழிப்பில் என்.ஜி.ஓ.க்களின் பணி."

பிறகு அவனது குரல் தாழ்ந்தது.

"அவனும் ஒரு நண்பன்தான்."

பீட்டர் எண்ணிப் பார்த்தார்; என் மகனே, என் மகனே எப்படிப்பட்ட நட்பு வட்டாரம் அவனுக்கு இருந்திருக்கிறது என்று சிந்தித்துப் பார்க்கவே பீட்டர் விரும்பவில்லை. சுனில், பிராக்ஸிக்குச் சம்பளம் கொடுத்துக்கொண்டு வந்திருக்கிறான் என்றால் அது ஒரு முக்கியமான விஷயமாகக் கருதப்பட வாய்ப்புள்ளதா? இவனுடைய ஆய்வறிக்கைக்கு அவன் ஆதாரமாக இருந்திருந்தால் அவனுக்குச் சம்பளம் கொடுத்துத்தான் இருக்க வேண்டும். கூடாது. நீ அவனிடம் இதைக் கேட்கக்கூடாது என்று அவரே தனக்குள் சொல்லிக்கொண்டார். கேட்க முடியாது. கேட்கக் கூடாது. அது அவனது வாழ்க்கை: அவனது பணம்: அவனது உடல். அவன் எங்களுக்கு எப்போதும் மகனாக இருக்க வேண்டும்.

"அப்படியென்றால், இந்த இளைஞனும் தன்னை விற்பனைப் பொருளாக ஆக்கிக் கொண்டிருந்திருக்கிறான்."

"அப்பா, ஒருவரின் செக்ஸ் உணர்வையும், இயற்கைப் பண்பையும் ஒரே மாதிரிப் பார்க்க வேண்டுமென்று நினைக்கிறீர்கள். இப்படிப் பார்ப்போம். அவன் சில நேரம் ஆ.ந.உ.-வில் ஈடுபட்டிருக்கலாம். ஒரு வியாபார நோக்கத்திற்காக அவன் ஈடுபட்டிருக்கலாம்.

அது என்ன ஆ.ந.உ.? அவர் அதை வாய்விட்டுக் கேட்குமுன் சுனில், "அது என்னவென்று நான் சொல்லுகிறேன். ஆணும் பெண்ணும் இல்லை. ஆண்களுக்குள் நடக்கும் உடல் உறவு."

"அப்படியென்றால் தன்பாலினச் சேர்க்கையாளர்களிடமிருந்து இது வேறுபட்டதா?" என்று பீட்டர் கேட்டார்.

"அவரவரின் தனிப்பட்ட விஷயம் சார்ந்த கேள்வி இது. ஒருவன் தன்னைத் தன்பாலினச் சேர்க்கையாளன் என்று சொல்லிக்

கொண்டால், அவன் தன்பாலினச் சேர்க்கையாளன்தான். ஒருவன் தன்னை ஆண்களோடு உடல் உறவு வைத்துக்கொள்பவன்; ஆனால் தான் ஒரு தன்பாலினச் சேர்க்கையாளன் இல்லை என்றால், அதற்கான சரியான பதம் ஆ.ந.உ. என்பதுதான். எப்படியோ, பால் உணர்வு சார்ந்த அடையாளங்கள் எப்போதும் ஒரே மாதிரி இருப்பதில்லை.

அங்கு சிறிது நேரம் ஒரு நிசப்தம் நிலவியது.

"போதும் நிறுத்துங்கள், அப்பா."

"எதை நிறுத்தச் சொல்கிறாய்?"

"என்னைப் பற்றிய இரண்டாம் சிந்தனையை நிறுத்திக் கொள்ளுங்கள்."

"நீ அப்படி இல்லையா?"

சுனில் பெருமூச்சு விட்டான்.

பிறகு அங்கே வந்த மில்லி, "உங்கள் போலீஸ் நண்பர் அவனைப் பார்க்க விரும்புகிறார். நீங்களே, அவனை அழைத்துச் செல்லுங்கள்" என்றாள்.

"அதற்கென்ன இவ்வளவு அவசரம்?" என்று சுனில் கேட்டான்.

"இதையெல்லாம் சூட்டோடு சூடாக முடித்துவிடுவது நல்லது, மகனே" என்றாள்.

காவல் நிலையத்திற்குள் முதலில் பீட்டர் நுழைந்தார். காவல் துறைக்கும் தன் மகனுக்குமுள்ள ஒரு இடைத்தரகர் போல பீட்டருக்கு இருந்தது. ஜெண்டே அவரது இருக்கையில் இருந்தார்.

"என் மகன் வந்துவிட்டான்."

"எனக்குத் தெரியும்."

"உங்களுக்குத் தெரியுமா?"

"உங்களை உடனடியாக வீட்டிற்குப் போகச் சொன்னேனே. அது ஏன் என்று தெரியவில்லையா?"

"உங்களுக்கு எப்படி அது தெரிய வந்தது?"

"உங்கள் வீட்டின் மீது எப்போதும் நாங்கள் ஒரு கண் வைத்திருந்தோம். வேறு எப்படி இது சாத்தியம்?"

சுனில் விறைப்பாக நின்றான். நான் உங்களுக்குப் பிறகு விளக்கமாகச் சொல்லுகிறேன் என்பது போல பீட்டர் ஜாடை காட்டினார். சுனிலை உட்காரச் சொல்லி ஜெண்டே இருக்கையைக் காட்டினார். பீட்டர் நிம்மதி அடைய வேண்டும் என்பதற்காக ஜெண்டே சில கேள்விகளை சுனிலிடம் அப்போதே கேட்டார்.

"ஞாயிற்றுக்கிழமை இரவு 10.00 மணியிலிருந்து அடுத்தநாள் காலை 7.00 மணி வரை எங்கே இருந்தாய், சுனில்?"

"அப்போது நான் ஒரு விமானத்தில் பறந்துகொண்டிருந்தேன். அது டெல்லி செல்லும் விமானம். நீங்கள் விரும்பினால் அந்த விமானப் பயணச் சீட்டைக் காட்டுகிறேன்."

ஜெண்டே மறுத்தார்.

"சரி. பிறகு அதைக் கொண்டுவா" என்றார். பிறகு, "விமானச் சீட்டை வைத்திருக்கிறாயா?" என்று ஜெண்டே கேட்டார்.

"நீங்கள் அரசாங்கச் செலவில் விமானப் பயணம் செய்தால், நீங்கள் விமானத்தில் பயணம் செய்தீர்களா, இல்லையா என்பதில் அரசு கவனமாக இருக்கும். திரும்பி வருகின்றபோது, அந்த விமானப் பயணச் சீட்டை இணைத்துக் கொடுக்க வேண்டியிருக்கும்."

இதை யோசித்துப் பார்த்து ஜெண்டே தன் புருவங்களை உயர்த்தினார். இந்த விதியைக் கவனமுடன் எண்ணிப் பார்த்ததாகப் பீட்டர் கூறினார். ஜெண்டே இதை ஆழமாகச் சிந்தித்துப் பார்த்து ஒரு நிதானத்திற்கு வந்தார். "புரிந்தது. நீ விமானத்திற்கான பயணச்சீட்டு வைத்திருந்தால், நீ பயணம் செய்திருக்கிறாய். இல்லையேல், நீ விமானப் பயணச்சீட்டை விலை கொடுத்து வாங்கி இருக்க வேண்டும். பிறகு அதை ரத்துசெய்துவிட்டு அதற்குரிய பணத்தைப் பெற்றுக்கொண்டு பயணம் செய்திருக்க மாட்டாய். அரசாங்கம் அனைத்தையும் யோசித்துச் செய்கிறது." சுனில் அதை ஏற்றுக்கொண்டான்.

பிறகு அவர் கேள்விகள் கேட்க ஆரம்பித்தார்;

"பிராக்ஸி ஏன் உன்னை அழைத்திருக்கிறான்?"

"அவன் என் நண்பன்."

"நண்பனா?" ஜெண்டேக்கு ஏற்பட்ட கோபத்தைக் குரலில் காட்டிக் கொள்ளாமல் மறுபடியும் கேட்டார். "இந்த நண்பனை எப்படிச் சந்திக்க நேரிட்டது?

"ஒரு என்.ஜி.ஓ. மூலமாகச் சந்தித்தேன்."

"எந்த என்.ஜி.ஓ."

சுனில் அதன் பெயரைச் சொன்னான். ஜெண்டே அதை ஏற்றுக் கொண்டார்.

"அடுத்த தடவை நீ எங்கே சென்றாலும் அதைப் பெற்றோர்களுக்குத் தெரிவித்து விடு."

சுனில் மென்மையாகப் புன்னகைத்து விட்டு அங்கிருந்து புறப்பட்டான். சிவா பீட்டரை நோக்கித் திரும்பினார்.

"கிளம்புவோம் நாம் செய்ய வேண்டிய வேலை கொஞ்சம் இருக்கிறது?"

"உங்களுக்கு உண்மையிலேயே சுனிலோடு பேச விருப்பம் இல்லையா?"

"இல்லை?"

"ஏன் இல்லை?"

"ஏனென்றால், அவனது செல்ஃபோனில் இருந்த ஜி.பி.எஸ். பதிவுகளை நாங்கள் பெற்றிருக்கிறோம்! பிராக்ஸியை அவன் கொன்றிருக்க முடியாது."

"இதை ஏன் என்னிடம் சொல்லவில்லை?" என்று கேட்டார் பீட்டர்.

"சுனில்தான் அந்த இளைஞனைக் கொன்றுவிட்டான் என்று நீங்கள் நினைத்தீர்களா?"

இந்தக் கேள்விக்குப் பதில் இல்லை. ஜெண்டேயின் கையில் இருந்த லத்தியைப் பிடுங்கி அவரது மண்டையிலேயே அடிக்க வேண்டும் போல அவருக்கு இருந்தது.

அதற்குப் பதிலாக இன்னொரு உத்தியைக் கையாண்டார்.

"அந்த போலீஸ்காரர்களிடம் பேசிப் பார்ப்போமா?"

"பக்மத்விடமும் துர்ராவிடமுமா? ஏன்?"

"அந்தப் போலீஸ்காரர்கள்கூட அவனைக் கொன்றிருக்கலாம் அல்லவா? போலீஸ்காரர்களின் ஃபோன் நம்பரும் அவனது ஃபோனில் இருந்ததே."

"நீங்கள் என்ன பைத்தியமா? அவர்கள் ஏன் அவனைக் கொலை செய்ய வேண்டும்? யாரோ சிலர் இந்தப் பாதகச் செயலைச் செய்திருப்பதை அவர்கள் கண்டுபிடித்திருக்கிறார்கள். இல்லையேல் ஏன் அவர்களில் ஒருவர் அங்கே போய் நின்றிருக்க வேண்டும்."

லெஸ்லியின் ஆய்வறிக்கை இப்போது ஜெண்டேயால் ஏற்றுக் கொள்ளப்பட்டது என்பதை இதன்மூலம் பீட்டர் புரிந்து கொண்டார்.

"அல்லது அவர்களது ஆட்டத்தை வெளியிட அவன் திட்டமிட்டிருந்தானா?"

ஜெண்டே மறுத்துத் தலையாட்டினார்.

"இந்தப் பயலை யார் நம்புவார்கள்? ஆதாரங்களை அவன் எப்படிக் கொடுப்பான்? அத்துடன் யாரிடம் இவன் இதைச் சொல்லுவான்? போலீசிடமா? அவன் ஏன் இதைப் போய்ச் செய்யப் போகிறான்? இதற்குப் பிறகு பணத்திற்கு அவன் என்ன செய்யப் போகிறான்? நினைவிருக்கட்டும், அவனும் சம்பாதித்துக் கொண்டிருந்தான்."

"அவன் பத்திரிகைக்குச் செய்திகள் கொடுத்துவிடுவானோ?"

"எதைக் கொண்டு போய்க் கொடுப்பான்? கழிப்பறையில் கிடைத்த அவனது பொருள்களைக் கொண்டுபோய் போலீஸாரிடம் கொடுத்தால், அது பணத்திற்காகத்தான் கொடுப்பான். அவனது புகைப்படத்தை வெளியிடாமல், அவனது செய்தியை மட்டும் பத்திரிகையில் வெளியிடுவார்கள் என்று நினைக்கிறீர்கள்? அவனது முகத்தை அவன் எப்படிக் காண்பிப்பான்?"

"நீங்கள் சொல்லுவது சரிதான். பக்மத்தும், துர்ராவும் இப்போது எங்கே இருக்கிறார்கள்?"

"அவர்கள் நீண்ட விடுப்பில் இருக்கிறார்கள்."

"சம்பளமில்லா விடுப்பா?"

"போதும். அவர்கள் வீட்டிற்கு அனுப்பப்படுவார்கள். எனக்குத் தெரியும். உங்களுக்குத் தெரியும். போலீசுக்கும் தெரியும். ஆனால் அதை நிரூபிப்பது கொஞ்சம் கடினம். ஆகவே அவர்கள் நீண்ட விடுப்பில் இருக்கிறார்கள்."

"அவர்கள் சம்பளம் பெற்று வருகிறார்களா?"

"ஆமாம். ஆனால், அவர்களைப் பொறுத்தவரை அது சம்பளம் மாதிரி இல்லை."

போலீஸ்காரர்களுக்குப் போதுமான சம்பளம் கொடுக்கப் படவில்லை என்பது ஊர் அறிந்த விஷயம். ஆனால் அவர்கள் சம்பளத்தைவிடக் 'கிம்பளம்' அதிகமாக இருப்பதால் போலீஸ்காரர்கள் பயங்கரப் பணக்காரர்கள் ஆக இருக்கிறார்கள் என்பதும் ஊர் அறிந்த விஷயம். பீட்டர் திடீரென்று தான் ஒரு நேர்மையான போலீஸோடு பேசிக்கொண்டிருப்பதை உணர்ந்தார். அவர் ஒரு நேர்மையான போலீஸ் அதிகாரி.

"நீங்கள் எப்படிச் சமாளிக்கிறீர்கள்?"

"சமாளிக்கிறதா?"

"லஞ்சம் வாங்காமல்...?"

"மனைவி சம்பாதிக்கிறாள். இந்த ஊழல் செய்வதெல்லாம் தாங்க முடியாத தலைவலி."

"ஆனால் சமாளிப்பது சிரமமாக இருக்குமே."

"எனக்கு என்ன அப்படிச் செலவு வந்துவிடப் போகிறது. மகன்கள் எஸ்.எஸ்.சி. பள்ளியில் படிக்கிறார்கள். ஏழாம் வகுப்பிற்கு ஏழு ரூபாய் கட்டணம். பத்தாம் வகுப்பிற்குப் பத்து ரூபாய் கட்டணம். வீட்டை இலாகா வழங்குகிறது. சீருடையை இலாகா வழங்குகிறது. வாகனம் இலாகா கொடுக்கிறது. வாகனத்திற்கான எரிபொருளையும் கொடுக்கிறது."

ஜெண்டே தன்னைப் பற்றிச் சொல்லிக்கொள்வது வசதிக் குறைவாகத் தெரிகிறது என்பது பீட்டருக்குத் தெளிவாகப் புரிந்தது.

"அதனால்?"

"நாம் சென்று ஆள்காட்டும் பணியைச் செய்ய வேண்டும்."

பீட்டருக்கு இப்போது விக்டோரியா உயர்நிலைப்பள்ளி நினைவுக்கு வந்தது. அப்பள்ளியின் திறந்தவெளி முற்றத்தில், மாமரத்து அடியில் நடைபெறும் விளையாட்டின்போது, நீங்கள் ஒரு மாணவனை விரலை நீட்டி ஆள் காட்ட விரும்பினால், அது ஓரினச் சேர்க்கை நோக்கம் கொண்டதாக இருக்காது. ஆனால் அது அவனைச் சித்திரவதை செய்யும் நோக்கத்திற்காக இருக்கும்.

"யாரையும் விரலை நீட்டி ஆள் காட்டிவிடாதே" என்று ஒரு மாணவன் இன்னொரு மாணவனுக்கு அறிவுரை வழங்குவான்.

அவரது உடலில் ஒரு தென்றல் பட்டது போலிருந்தது. ஏனென்றால் இப்போது அவருடைய சொந்த ராஜாங்கத்திற்குத் திரும்பி வந்துவிட்டது போல இருந்தது. நண்பர்களோடு மீண்டும் வந்து சேர்ந்துவிட்டது போலிருந்தது. சட்டத்தின் சரியான பக்கம் வந்துவிட்டது போலிருந்தது. பழைய நிலைக்கு மீண்டுவிட்டது போலிருந்தது. அப்படி அவர் மகிழ்ச்சியடைந்தாலும், அது உண்மை அல்ல என்பது அவருக்குத் தெரியும். மீண்டும் அந்த நிலைமைக்கு ஒருபோதும் போகமாட்டார். அவரது வெறுமை நிறைந்த முகமும், தொனியில்லாக் குரலும் அவருக்கு எப்போதும் நினைவிருக்கும். அது முற்றிலும் தவிர்க்கப்பட வேண்டியது. சுனில் குற்றமற்றவன் என்று ஜெண்டே பீட்டரிடம் சொல்லாதபோது, மீண்டும் சுனில் ஆள் காட்டப்பட்டபோது சுனிலைப் பற்றிச் செய்திமேல் செய்தி சேகரித்துக்கொண்டிருந்த போது, அவர்கள் நண்பர்களாக இருந்து யாது பயன்? இது கொலைக் குற்றத்திற்கான புலனாய்வு. நீங்கள் அதன் பிடியிலிருந்து வெளியே வருகின்றபோதுதான், அங்கே ஒரு வலை இருக்கிறது என்றும் அந்த வலைக்குள்ளே நீங்கள் இதற்குமுன் சிக்கி இருந்தீர்கள் என்றும் உங்களுக்குத் தெரிய வரும்.

9

பீட்டர் வீட்டிற்கு வந்தபோது மில்லி மீன்களை அலசிக் கொண்டிருந்தாள். அவள் பீட்டருக்கு ஏதோ சொல்லவிருப்பது போல அவருக்குப் புரிந்தது. ஆகவே ஒரு ஸ்டூலை இழுத்துச் சமையல்கட்டிற்கு அருகில் போட்டுக்கொண்டு அவளருகில் அமர்ந்தார்.

"சரி. உங்கள் நண்பர், சுனில் பற்றி என்ன நினைக்கிறார்?" என்று மில்லி தொடங்கினாள்.

"இல்லை. அதெல்லாம் இல்லை. எல்லாம் சரியாகிவிட்டது. அவருடைய புலனாய்வின் மூலம், இறந்தவனைப் பற்றி எல்லாம் தெரிந்துகொண்டார்."

"நானும் அப்படித்தான் நினைத்தேன்."

மில்லி, மீன் குடலை வெளியே எடுத்து, மீனைக் குழாய்த் தண்ணீரில் சுத்தம் செய்வதைப் பீட்டர் பார்த்துக்கொண்டிருந்தார்.

"உங்களுக்கு எல்லாம் தெரியும்" என்று சொன்ன மில்லி, "அவன் பத்திரமாக வீடு திரும்பியபோது அங்கே அமர்ந்து யோசித்துப் பார்த்தேன். அவன் ஒரு தன்பாலினச் சேர்க்கையாளனாக இருக்கலாம். சரி. அவன் எப்படி இருந்தால் என்ன? எதுவாக இருந்தாலும் சரி. அவன் என் மகன். பத்திரமாக மீண்டு வந்திருக்கிறான். எங்களோடு இருக்கிறான். அதுபற்றி அழுது புலம்புவதற்கு என்ன இருக்கிறது?" என்றாள்.

தன் கண்கள் கசிந்திருப்பதை பீட்டர் உணர்ந்தார். அவர் மில்லியைக் கட்டிப் பிடித்துக்கொண்டார். மில்லியும் அழ ஆரம்பித்துவிட்டாள். ஆனால் அந்த அழுகையில் ஒரு வெறுப்போ வேதனையோ இல்லை. அந்த அழுகையின் மூலம் ஓர் ஆனந்தமும் நிம்மதியும் கிடைத்தது. இரண்டு உடல்களும் ஒன்றாய் ஒட்டிக் கொண்டபடி அங்கே நீண்ட நேரம் நின்றார்கள். அவரது மூக்கு அவள் தலையின் நரைத்த முடிகளுக்குள் மூழ்கியிருந்தது. அவள் தந்த அந்த இறுக்கமான அணைப்பு சமையலறையும் படுக்கை அறையும் ஒன்றாக இருந்த அந்த காலத்திற்கு அழைத்துச் சென்றது.

மில்லி தன் முழங்கையால் அவரை அன்பொழுகத் தள்ளிவிட்டாள்.

"மீன்குழம்பு செய்கிற நேரத்திலா இந்த வேலைகளையெல்லாம் செய்யணும்?"

"ரேய்ச்சடோ மசாலா சேர்ப்பாயா?"

"இந்த மீன் கவிச்சையை வேறு எப்படிச் செய்வது?"

மில்லிக்கு அந்தக் கெளுத்தி மீன் அவ்வளவாகப் பிடிக்காது. ஆனால் அவள் வாழ்க்கையில் வந்து சேர்ந்த அந்த இரண்டு ஆண்களுக்கும் அந்த மீன் மீது ஒரு விருப்பம் இருந்தது. அதனால் அவள் பொறுமையின் சிகரமாக மாறி, அதைச் சுத்தம் செய்து, அதன் மீது மசாலா தடவி, காஷ்மீர் மிளகாய்ப் பொடி போட்டு, மூக்கைத் துளைக்கிற கோவா வினிகர் போட்டு... இந்தத் தடபுடல் எல்லாம் அவர்களது மீன் ஆசையைத் தீர்த்து வைக்கத்தான்.

அவர்களது (இரவு) உணவு முடிந்ததும் ஒரு ஃபோன் அழைப்பு வந்தது. ஜெண்டேதான் அழைத்தார்.

"வரமுடியுமா?"

"இப்பொழுதா?"

"ஆம். இப்பொழுதுதான். அந்த யூனிட் வந்திருக்கிறான். வேறு யாராவது ஒருவர் இருந்தால் நன்றாக இருக்குமே என்றுதான் உங்களைக் கூப்பிடுகிறேன்."

"யூனிட்."

"அவனேதான்."

"எவ்வளவு நேரமாக அங்கே இருக்கிறான்?"

"ஐந்து மணி நேரமாக."

பீட்டர் இழுத்து மூச்சுவிட்டார். அற்புதமான போலீஸ் யுக்தி. ஏதாவது அவர்கள் சொல்லும் வரை அவர்களைப் பேச வைத்துக் கொண்டிருக்கட்டும்.

"வந்துகொண்டிருக்கிறேன்."

ஜெண்டே பின்பக்கம் இருந்த அறையில் யூனிட்டுடன் இருந்தார். பயத்தில் அவனுக்கு ஜன்னி வந்துவிடும் போல் இருந்தது.

"அம்மா சத்தியமாக, அப்பா சத்தியமாக, உங்கள்மேல் சத்தியமாக எனக்கு எதுவுமே தெரியாது."

பிறகு அவன் பீட்டரைப் பார்த்தான்.

"அங்கிள், நீங்கள் சொல்லுங்கள் அங்கிள். என்னை உங்களுக்குத் தெரியும். உங்கள் பையனை எனக்குத் தெரியும். நான் கௌரவமான தொழில் செய்கிறேன். நான் எப்படி கிட்னி வியாபாரம் செய்வேன்?"

அவன் தன்னை 'அங்கிள்' என்று அழைத்து உருக வைத்துவிட்டானே என்று எண்ணினார் பீட்டர். ஒவ்வொரு மனிதனுக்குள்ளும் இதுபோன்று அன்பின் படிநிலைகளும் மரியாதையின் படிநிலைகளும் வெவ்வேறு வடிவத்தில் இருந்து கொண்டிருக்குமோ என்று ஆச்சரியப்பட்டார்.

"பிறகு ஏன் சிலர் எங்களை அழைத்து உன் பெயரை எங்களுக்குச் சொல்ல வேண்டும்? அந்தக் குரலுக்குரியவர் உன்னைப் பற்றி எல்லாவற்றையும் தெரிந்திருக்கிறார். நீ கிட்னியை ஃப்ரிட்ஜில் பத்திரப்படுத்தி வைத்திருப்பதாகச் சொல்லுகிறார். இறந்து போன உன் நண்பனும் இதில் ஈடுபட்டிருக்கிறான். அவன்தான் உனக்கு தவறாமல் கிட்னிகளை அனுப்பிக்கொண்டிருந்திருக்கி றான். நீ அவைகளைப் பத்திரமாக ஃப்ரிட்ஜில் இரண்டு மூன்று நாள்களுக்கு வைத்திருந்திருக்கிறாய்" என்றார் ஜெண்டே.

பீட்டர் ஜெண்டேயின் முகத்தைப் பார்க்க முயற்சிக்கவில்லை. இது வேலைக்கு ஆகுமா ஆகாதா என்று உண்மையில் அவருக்குத் தெரியவில்லை?

ஆனால் அவர் விரும்பிய பலன் கிடைக்கும் போல் தெரிந்தது.

"அம்மா சத்தியமாகச் சொல்லுகிறேன், சார். யாரும் எதுவும் எனக்கு அனுப்பவில்லை சார். சத்தியமாகச் சொல்லுகிறேன். பிராக்ஸியும் எதையும் என்னிடம் கொடுத்து வைத்துக்கொள்ளச் சொல்லவில்லை, சார். அப்படியெல்லாம் எதுவுமே இல்லை, சார். ஆமா, சார், ஒன்றே ஒன்றுதான் அனுப்பினான்."

"பார்த்தீர்களா? ஆரம்பத்தில் பொய் சொல்லுகிறார்கள். பிறகு போலீஸ் லத்தியைக் கொண்டு விசாரணை நடத்துகிறார்கள் என்கிறார்கள்."

ஜெண்டே மேஜைமீது ஓங்கிக் குத்தினார். தும்ம்ம். இது யூனிட்டை நிலை தடுமாற வைத்தது. ஒரு குழந்தையைப் போல பயத்தில் அலறி விட்டான். நடுக்கத்தில் அவன் பிதற்றியது ஒன்றுமே புரியவில்லை. மேல் மூச்சு கீழ் மூச்சு வாங்கியது. “பணம்” என்றான். எழுந்து நின்றான்; “எனக்கு விருப்பமில்லை”, அப்புறம் “வங்கியில்” என்று ஏதேதோ சொன்னான்.

ஜெண்டே கோபாவேசத்தில் நாற்காலியிலிருந்து கர்ஜித்துக் கொண்டு எழுவதும் பின் அமர்வதுமாக இருந்தார். இந்நிகழ்வு யூனிட்டைப் பயந்து நடுங்க வைத்தது. கொஞ்ச நேரத்தில் அவர் அறையை விட்டு வெளியேறினார். பீட்டர் ஒரு கைக்குட்டையை எடுத்து அவனிடம் நீட்டினார். தண்ணீரில் மூழ்கிச் சாகவிருக்கிற ஒருவனுக்கு உயிர் காக்கும் மிதவைச் சட்டை கிடைத்தது போல அவன் அந்தக் கைக்குட்டையைப் பிடுங்கிக்கொண்டான்.

“அங்கிள்,” என்று அவன் கதறினான். பீட்டருக்கு அவன் மீது ஓர் இரக்கம் ஏற்பட்டது. அவனிடம் தனது இன் முகத்தைக் காட்டினார். உண்மையில் நல்ல போலீஸ்காரன், கெட்ட போலீஸ்காரன் பற்றி அந்தப் பையன் யூனிட் கேள்விப்பட்டதில்லை.

“நீதான் அவனைக் கொலை செய்தாயா?”

“நானா?” என்று பயத்தின் விளைவால் அவனது குரலில் ஒரு நடுக்கம் வெளிப்பட்டது.

“பிறகு, உண்மையைச் சொல். நடந்த முழு உண்மையையும் சொல். எனக்கு இன்ஸ்பெக்டரை நன்றாகத் தெரியும். அவருக்கு நீ ஒத்துழைப்பு கொடுத்தால் உனக்கு எந்தத் தீங்கும் நேரிடாது” என்று சொன்னார். ஒரு பாலியல் தொழிலாளி, ஓர் ஆண் விபச்சாரி, இறந்தவனோடு இவர்கள் தொடர்புற்றிருந்தது நன்கு தெரிகிறது. யூனிட் அந்த வகையைச் சார்ந்தவன். போலீஸ் அவனது வாக்கு மூலம் பெற்று வழக்கை முடித்துவிடும். யூனிட் அதிர்ஷ்டக்காரன். ஜெண்டே என்பவர் உண்மையைக் கண்டறிந்து கொள்ளக்கூடிய ஒரு மனிதர். அவர் மனக்குரல் சொல்லுவதை முடித்தே தீர்வது என்று விடாப்பிடியாக அதில் தொங்கக் கூடியவர்.

ஒவ்வொருவர் முன்பும் சூடான டீ வைக்கப்பட்டது. நல்ல போலீஸ்காரர் என்று பீட்டர் நினைத்தார்.

பீட்டர் கொடுத்த கைக்குட்டையை முகத்தில் வைத்துச் சிணுங்கிக் கொண்டே யூனிட் தன்னுடைய முழுக் கதையையும் அவர்களிடம்

சொன்னான். பக்மத் சார் உண்மையில் அவனுக்கும், பிராக்ஸிக்கும் ட்ரோஃபி என்று அழைக்கப்பட்ட மூன்றாவது இளைஞனுக்கும் வசதி செய்துகொடுத்தார். ஜெண்டே தனது கண்களை விண்ணை நோக்கி உயர்த்திப் பார்த்தார்- குளியலறைகள். இன்னும் சிலரும் அங்கே இருந்தார்கள். ஆனால் அவர்களுடைய பெயர்கள் அவனுக்கு நினைவில் இல்லை.

"அவர் உன்னைத் தொட்டாரா?"

"தொட்டாராவா?"

"அவர் உன்மீது அருவருப்பாக ஏதாவது செய்தாரா?"

"இல்லை" யூனிட் முற்றிலும் மிரண்டு போனான். "பக்மத் சார் அப்படிப்பட்டவர் இல்லை."

பெரியவர் பக்மத் இந்திய இளைஞர்களின் தரத்தை உயர்த்துவதில் தான் அக்கறை எடுத்துக் கொள்வது போலவும், குளிக்க வசதி செய்து கொடுப்பது போலவும், சுத்தமான இடத்தில் இளஞ்சிறுவர்களுக்கான கழிகலத்தை ஏற்பாடு செய்வது போலவும் காணப்பட்டார். ஆனால் ஜூனியர் பக்மத் என்பவர், முதன்முதலில் பம்பாய் வந்து தனது மாமாவுடன் ஆறு மாதம் தங்கி இருந்து, காவல் துறையில் சேர்ந்து, தன்னை விட வயதில் குறைந்தவர்களிடமும், எளியவர்களிடமும் தன் வீராப்பைக் காட்டுவதாகத் தெரிந்தது. இவருக்குப் பிடித்த விளையாட்டுகளில் ஒன்று, இளைஞர்கள் குளிக்கிறபோது திடீரென்று அவர்கள் எதிர்பாராத நேரத்தில் அவர்கள் முன் நின்று அவர்கள் கட்டியிருக்கும் துண்டை உருவிவிடுவது.

இப்படியாகத்தான் இந்த ஜூனியர் பக்மத், பிராக்ஸியின் ஆண்குறி பார்க்க பயங்கர எடுப்பாக இருக்கிறது என்பதைக் கண்டுகொண்டார்.

"நாங்கள் பிரபாதேவியில் தனிப்பட்ட பயிற்சிகளைக் கொடுத்துக் கொண்டிருந்தபோது இந்த பக்மத் ஒரு நாள் அங்கு வந்து, தன்னை வந்து சந்திக்குமாறு பிராக்ஸியைக் கேட்டார். நான், 'அவரைச் சந்திக்க போக வேண்டாம். அவர் நல்ல மனிதர் அல்ல' என்று பிராக்ஸியிடம் சொன்னேன். ஆனால், அவர் பிராக்ஸியிடம் 'அதெல்லாம் ஒன்றுமில்லை. பிராக்ஸியை ஒரு பணக்காரன் ஆக்கிவிடுவேன்' என்று பக்மத் சொன்னதாக யூனிட் விளக்கமாகச் சொன்னான்."

ஜெண்டே தலையாட்டினார்.

"அவர் சொன்னது: 'நீ செய்ய வேண்டியதெல்லாம், அங்கே போய் நிற்க வேண்டும். அதாவது யாராவது ஒருவன் வந்து உன்னைத் தொட்ட அடுத்த நொடியில், ஜூனியர் பக்மத் அங்கே வந்து உங்கள் இருவரையும் கைது செய்து அழைத்துச் செல்வார். ரொம்ப சிம்பிள்' என்று சொன்னார்."

"தந்திர வலை" ஜெண்டே சொன்னார்.

"என்னுடைய ஆண்குறியும் ஆச்சரியப்படத்தக்க வகையில்தான் இருக்கும்." இந்தத் தகவலை அவனால் சேர்த்துச் சொல்லாமல் இருக்க முடியவில்லை. "நானோ அவ்வளவு கருப்பு. யார் வருவார்கள்?"

"இதெல்லாம் எப்போது நடந்தது?"

"இரண்டு அல்லது மூன்று வருடங்களுக்கு முன்பு."

"எவ்வளவு ஊதியம் பெற்றான் அவன்?"

"போலீஸ்காரர்களுக்கு எழுபதும், அவனுக்கு இருபதும் என்று சொன்னான்."

"மீதி பத்து சதவிகிதம் யாருக்கு? மேலே இருப்பவனுக்கா?"

"இல்லை, அங்கே பொறுப்பு போலீஸ் அதிகாரி ஒருவர் இருக்கிறார். அவருக்கு அது போகும்."

ஜெண்டே தலையாட்டினார். சாமர்த்தியமான இந்த ஊழலின் இரகசியம் ஒவ்வொருவருக்கும் தீனி போடுகிறது. இதில் பங்கு கிடைக்கப் பெறாதவர்கள்தான் சஞ்சலப்பட்டுக் கொண்டிருப்பவர்கள்.

யூனிட் தொடர்ந்து பேசினான்: "அவன் ஒரு நாள் என் வீட்டிற்கு வந்து, 'இந்தப் பெட்டியைப் பத்திரமாக வைத்துக் கொள்' என்று கொடுத்தான்."

"அவன் என்றால்...?"

"பிராக்ஸி. அந்தப் பெட்டியில் பணம் எடுத்து வந்தான். நான் சொன்னேன்: இந்தப் பணத்தை வங்கியில் போட்டு வை. அவன் சொன்னான்: நீதான் என்னுடைய வங்கி. நான் சொன்னேன்: இது ரொம்ப ரிஸ்க்கான வேலை. அவன் சொன்னான்: நீ எனக்குச்

செய்யவில்லையென்றால், வேறு யார் எனக்காகச் செய்வார்கள்? என்று நட்பு ரீதியில் கேட்டான். ஆகவே அந்தப் பெட்டியை வாங்கி வைத்துக் கொண்டேன்."

"அப்புறம், அந்தப் பணம் எங்கே?"

"நான் அதை என் அம்மாவிடம் கொடுத்து பத்திரமாக வைத்துக் கொள்ளுமாறு சொன்னேன். அந்தப் பணத்தை அம்மா இப்போது பாட்டியிடம் கொடுத்துவிட்டாள்."

"ஆக, அந்தப் பணம் இப்போது பாட்டியிடம் இருக்கிறது."

"இல்லை. அந்த முன்னிரவில் பிராக்ஸி எங்கள் வீட்டிற்கு வந்தான். அந்தப் பணம் வேண்டும் என்று கேட்டான். அவன் ஒரு குற்றத்தை இழைத்துவிட்டதாகக் கூறினான். ஒருவரைத் தாக்கியதாகவும், அதனால் அவன் இறந்து விட்டதாகவும், அதனால் அந்தப் பணத்தைத் திருப்பிக் கொடுக்க வேண்டும் என்றும் கேட்டான். நான், 'வருத்தப்படுவதால் இறந்தவனின் உயிர் மீண்டும் வராது. போகட்டும். இனிமேல் இந்த மாதிரிக் காரியத்தில் ஈடுபடாதே' என்றேன். அவன், 'அந்தப் பணம் எனக்கு திரும்ப வேண்டும். எனக்கு மிகவும் மனக் கஷ்டமாக இருக்கிறது' என்றான். அதற்கு அடுத்த நாள் அவன் இறந்துவிட்டான்."

பிராக்ஸி அந்தப் பணத்தைத் திரும்பிக் கொடுக்க விரும்பினான். யாருக்குக் கொடுப்பது?

"அந்தப் பணத்தை அவன் ஏன் உன்னிடம் கொடுத்தான்?"

"ஏனென்றால், அவனுடைய பணத்தை அவனுக்காகவும், டிரோஃபிக்காகவும் நானே பத்திரப்படுத்தி வைத்துக்கொள்வேன். இல்லையேல் அந்தப் பணத்தை அடுத்த ஒரு மணி நேரத்தில் காலி செய்துவிடுவார்கள். அவர்கள் இருவரும் அப்படித்தான். அவர்களுக்குக் கட்டுப்பாடுகள் என்பது கிடையாது.

"டிரோஃபிக்கு என்ன ஆச்சு" இதை பீட்டர் கேட்க வேண்டியிருந்தது.

"அங்கிள், அவன் துபாய் போய்விட்டான். என்னையும் அங்கே வரச் சொல்லி வற்புறுத்திக்கொண்டிருக்கிறான்."

"நீ ஏன் போகவில்லை?"

"அதற்குப் பணம் எங்கே இருக்கிறது? யாராக இருந்தாலும் பணம் தேவைப்படும். ஏஜெண்டுக்குக் கொடுக்க வேண்டும்.

வேலைக்குப் பணம் கட்ட வேண்டும். விமானப் பயணத்திற்குப் பணம் வேண்டும். என்னிடம் இல்லை. என் அம்மா, 'என்னிடம் உள்ள நகையை வாங்கிக் கொள்' என்றாள். எனக்கு அதில் விருப்பம் இல்லை. நான் தவறு இழைத்துவிட்டேன் என்று இப்போது நினைக்கிறேன்."

"அந்தப் பணம் என்னவாயிற்று?" என்று ஜெண்டே கேட்டார். "அவன் உனக்கு என்னவெல்லாம் கொடுத்தானோ, அதைக்கொண்டு வெளிநாடு சென்றிருக்கலாமே?"

யூனிட் ஜெண்டேயின் முகத்தை நம்பிக்கையில்லாமல் பார்த்தான். ஜெண்டேயின் முகம் எரிமலை போலக் காணப்பட்டது.

"அவன் என்னை நம்பிக்கொடுத்தான், சார். அது என்னுடைய பணம் அல்ல" என்று அவரை நேருக்கு நேர் பார்த்துச் சொன்னான்.

10

அடுத்த நாள் காலை ஜெண்டேயிடமிருந்து வந்த ஃபோன்தான் பீட்டரை எழுப்பியது.

"எழுந்து தயாராகி இருங்கள். இன்னும் பத்து நிமிடத்தில் நான் அங்கே இருப்பேன்."

"இருபது நிமிடம்?" என்று பீட்டர் கேட்டார்.

"பத்து நிமிடம், பீட்டர். மிக அவசரம்."

பதினைந்தாவது நிமிடத்தில் பீட்டர் மாடிப் படிகளில் தடதடவென்று இறங்கி வந்தபோது ஜெண்டே அவரது வாகனத்தை பஸ்-ஸ்டாண்ட் அருகில் நிறுத்தியிருந்தார்.

"நாம் எங்கே போகிறோம்?" ஜெண்டேயின் பைக்கில் ஏறிப் பின்னால் அமர்ந்தபடி கேட்டார். ஊருக்குள் இதுதான் வாகன நெரிசல் குறைவான பாதை. இங்குதான் இராட்சத கனரக வாகனமோ, ஆட்கொல்லி வாகனமோ வருவதில்லை.

"துர்ராவின் இடத்திற்கு" என்றார் ஜெண்டே.

"போலீஸ்காரர்? எப்போதும் உங்களோடு வருவாரே?"

"ஆம்"

"இப்போது என்ன செய்து வைத்திருக்கிறான்?"

"அப்படி இல்லை. அவர் மகன் இறந்து விட்டான்."

"இறந்து விட்டானா? எப்படி இறந்தான்?"

"அதைத்தான் நாம் அங்கே போய்க் கண்டுபிடிக்க வேண்டும். சுரலே நான் வரவேண்டும் என்று ஃபோன் பண்ணி கூப்பிட்டான்."

காற்றில் அடித்துச் செல்லப்படும் சருகுகள் போலப் பாதசாரிக்கான பாதையையும், சிக்னலையும் கடந்து துரிதமாகச் சென்றார் ஜெண்டே. அதே வேகத்தில் ஹைவேயில் இறங்கினார். பீட்டர் உயிரைக் கையில் பிடித்துக்கொண்டு பின்னால் அமர்ந்து

வந்தார். ஜெண்டேயின் பைக் வரும் வேகம் கண்டு எதிரே வரும் வாகனங்களும் நபர்களும் ஒதுங்கி வழிவிட்டனர்.

அந்தேரி கிழக்கில், கூட்டுறவு வீட்டு வசதி வாரியக் குடியிருப்பில் ஒரு வசதியான வீட்டில் துர்ரா குடியிருந்தான். கதவு திறந்து கிடந்தது. அது சாவு நடந்ததற்கான வீடு என்று எல்லா அடையாளங்களும் கூறின. அவ்வீட்டின் உள்ளே பல நபர்கள் எதுவும் பேசிக்கொள்ளாமல், ஒருவரை ஒருவர் பார்த்துக் கொண்டும், அவ்வப்போது தலையை ஆட்டிக்கொண்டும் அலங்கோலமாக அங்கே நின்று கொண்டிருந்தார்கள். பீட்டரும், ஜெண்டேயும் உள்ளே நுழைந்தவுடன், எந்தவித தர்மசங்கடமான வார்த்தைகளுக்கும் வாய்ப்பு இல்லாமல், அங்கிருந்த அனைவரும் சொல்லி வைத்தாற்போல், ஒரு மூலையில், மடிமீது குழந்தையை வைத்துக்கொண்டு அமர்ந்திருந்த ஒரு பெண்மணியையே பார்த்துக்கொண்டு நின்றனர்.

ஒரு துக்க வீட்டில் நுழைவது பீட்டருக்குக் கஷ்டமாக இருந்தது; அதிலும் ஒரு குழந்தை இறந்து கிடக்கும் வீடு என்பது இன்னுமே கஷ்டமாக இருந்தது. அந்த உடலின் தோற்றம் நம்மைப் பார்த்து இடித்துரைப்பது போல இருந்தது. "உங்களால், இதைத் தவிர்த்திருக்க முடியவில்லையா?" என்று குச்சி போலக் காணப்பட்ட அந்தக் கால்களும் கைகளும் கேட்பது போலிருந்தது. வயதான நீங்கள்தானே எனக்கு முன்பு போயிருக்க வேண்டும். குருவிகள் படம் போட்ட சட்டைக்குள் இருந்த அந்த சின்னஞ்சிறிய உடலை அவரால் பார்க்க முடியவில்லை. அவருக்குள்ளே ஒரு சமரசம் செய்து கொள்வதுபோல அதைக் கைகளில் தாங்கியிருந்த அந்தப் பெண்மணியைப் பார்த்தார்.

உயிரற்ற அக்குழந்தையின் உடலை வளைத்துப் பிடித்துக்கொண்டு கண்களை மூடி அந்தத் தாய் அழுதுகொண்டிருந்தாள். அங்கிருந்த நபர்களில் ஒருவரைப் பார்த்து அந்த உடலை அவளின் கைகளிலிருந்து விடுவித்துக் கொண்டு வருமாறு ஜெண்டே ஜாடை காட்டினார். ஆனால் அவளோ குழந்தையைக் கொடுக்க பலவந்தமாக மறுத்துவிட்டாள். அந்தத் தாயின் அசைவுகளுக்கேற்ப அந்தக் குழந்தையும் ஒரு பொம்மைபோல அசைந்தாடியது. அந்த உடலை மீட்பதற்கு ஜெண்டே முயற்சித்தார். அவருக்கும் அது மறுக்கப்பட்டது.

துர்ரா எங்கே இருக்கிறான் என்று ஜெண்டே கேட்டார். அவன் இருக்கும் அறையை ஒருவன் சுட்டிக் காட்டினான். துர்ரா அமைதி

இழந்து தரையை வெறித்துப் பார்த்துக்கொண்டு படுக்கையில் அமர்ந்திருந்தான். அங்கு அவன் தனியாக இல்லை. அந்த அறையில் இருந்த நபர்கள் அத்தனை பேரும் அவனையே கவனித்துக் கொண்டிருந்தார்கள். ஆனால் அவனது துக்கக் கோட்டையை உடைத்து அவனை வெளியே கொண்டு வரமுடியவில்லை. அவர்களிடம் அவனுக்குச் சொல்வதற்கு வார்த்தைகளும் இல்லை: வழிகளும் இல்லை. ஜெண்டே அவனைப் பார்த்தார். அடுத்த நொடியே ஜெண்டே ஓர் அதிகாரியாக அவதாரம் எடுத்தார்.

"துர்ரா" என்று ஜெண்டே வெடித்தார். அவரது தொனியில் அந்தக் கடைசி எழுத்தின் உச்சரிப்பு அதிர்ந்தது. அந்தக் குரலின் கர்ஜனையில் அனைவரும் உறைந்து போய் நின்றனர். துர்ரா நிமிர்ந்து பார்த்தான்.

"என்ன நடந்தது?"

அவனது முகம் பல கோணங்களில் திரிபுற்றுத் தெரிந்தது. அவனது முகத்தில் தோன்றிய அஷ்ட கோணங்களை யாராவது ஒருவன் படமாக்கினால், அவனது உணர்வுகளை அதன்மூலம் புரிந்து கொள்ள முடியுமா என்று யோசித்த பீட்டர், அப்படியும் முடியாது என்று முடிவெடுத்தார். ஆழ்ந்த துயரம், தாங்க முடியாத கோபம், குற்ற உணர்வு, அவமானம்....

துர்ரா கட்டிலை விட்டு எழுந்தான், வெளியே ஓடினான். ஏதோ பூதம் ஒன்று துரத்துவது போல அவன் ஓடினான். இது ஒரு கண நேரத்தில் நடந்தது. எந்த ஒரு மனிதனும் அவனைத் தடுப்பதற்கு நினைத்துக்கூடப் பார்த்திருக்க முடியாது.

ஜெண்டே அங்கே கூடியிருந்தவர்களை நோக்கித் திரும்பி, "யார் என்னைக் கூப்பிட்டது?" என்று கேட்டார்.

சுரலே என்னும் கீழ் அதிகாரி தனியே வந்து, "நான்தான், சார்" என்றான்.

"எதற்காக என்னைக் கூப்பிட்டாய்?"

"இதுவும் ஒரு போலீஸ் கேஸ் ஆக இருக்கலாமென்று கூப்பிட்டேன், சார்."

"என்ன சொல்லுகிறாய்?"

"அந்தக் குழந்தை கொலை செய்யப்பட்டதாகத்தான் நான் நினைக்கிறேன்."

"ஏன்?"

"கழிப்பறையில் எழுதப்பட்டிருந்த நம்பர் நினைவிருக்கிறதா, சார்?"

"ஆமாம்."

"வீட்டின் வெளிச்சுவரில் 2 என்று எழுதப்பட்டிருக்கிறது."

அவர்கள் வெளியே சென்று பார்த்தார்கள். உண்மையில், சிகப்பு நிறத்தில் வீட்டின் வெளிப்புறச் சுவரில் 2 என்ற எண் எழுதப்பட்டிருந்தது.

ஜெண்டே அண்டை வீட்டார் ஒருவரிடம் "என்ன இது?" என்று கேட்டார்.

அவன் தெரியாது என்பது போல ஜாடை காட்டிவிட்டு அங்கிருந்து நகர்ந்தான்.

"அந்தக் குடியிருப்பின் எண் என்ன?"

"துர்ரா சாஹிப் நான்காவது குடியிருப்பில் இருக்கிறார்."

"அந்தக் குடியிருப்பில் யாராவது டாக்டர் இருக்கிறாரா?"

திடீரென்று ஒரு புதிய குரல் உதித்தது.

"இங்கே என்ன நடக்கிறது? என்ன இதெல்லாம்?"

அது, நீல நிற பார்டர் உள்ள வெள்ளைப் புடவை அணிந்திருந்த ஓர் இளம் பெண்.

"அர்ரே, அவர்களது குழந்தை இறந்துவிட்டது" என்று அண்டை வீட்டுக்காரர் கூறினார்.

"இறந்துவிட்டதா? என்ன ஆச்சு? விபத்தா?"

"நீங்கள்..." என்று ஜெண்டே கேட்டார்.

"நர்ஸ்" என்றாள் அந்தப் பெண். அந்தக் குழந்தைக்கு இன்சுலின் ஊசி போடுவதற்காக வந்ததாகச் சொன்னாள். அந்தக் குழந்தைக்கு இளம் வயது சர்க்கரை வியாதி இருந்தது.

"அர்ரே, யாரோ ஓர் ஆள் ஏற்கெனவே வந்து அந்தக் குழந்தைக்கு ஓர் ஊசி போட்டான். பத்து நிமிடம் கழித்து அந்த அம்மாவின் அழுகைச் சத்தம் கேட்டது. நாங்கள் உடனே ஓடிவந்து இங்கு

பார்த்தால், எல்லாமே முடிந்துவிட்டது" என்று வெட்டிப் பேச்சு பேசக்கூடிய பக்கத்து வீட்டு ஆள் வேகமாகச் சொன்னான்.

"யார் வந்தது" என்று நர்ஸ் கேட்டாள்.

"யார் வந்தது என்று எனக்குத் தெரியாது. ஆனால் அந்தக் குழந்தை நேற்று நன்றாக இருந்தான். ஓடினான், ஆடினான், குதித்தான், எல்லாமே செய்தான்" என்றார் அந்த அடுத்த வீட்டுக்காரர்.

"ஏதோ ஊசியில்தான் தவறு நடந்திருக்கிறது. அது போலி ஊசியாக இருந்திருக்கலாம்" என்றார் இன்னொரு நபர்.

"அல்லது ஊசி மருந்தில் காற்றுக்குமிழ் இருந்திருக்கலாம். ஊசி மருந்திலுள்ள காற்றுக் குமிழால் ஓர் உயிரைக் கொல்ல முடியும் என்று நான் வாசித்திருக்கிறேன்!"

அவள் நர்ஸ் ஆக இருந்ததால், கூட்டத்தை விலக்கிக்கொண்டு எளிதாக உள்ளே சென்றாள். அந்த நர்ஸ் உள்ளே சென்று "அண்ணி" என்று அழகான குரலில் கூப்பிட்டபோது, அதற்கான மறுமொழி அங்கிருந்து வந்தது.

"அர்ரே, ரோசம்மா சிஸ்டர், நீங்களா? நீங்கள் வந்திருக்கிறீர்களா? இதோ என்னுடைய மகன். அவனைச் சரிப்படுத்துங்கள். அவனை எனக்கு மீட்டுத் தாருங்கள். அவன் எனக்கு வேண்டும். நீங்கள் ஒரு நர்ஸ். நீங்கள் தேவி. என் குழந்தைதான் எனக்கு உயிர் என்று உங்களுக்குத் தெரியும். எனக்கு அவனைத் திருப்பித் தாருங்கள்."

அவளது புலம்பலைக் கேட்ட ஆண்கள் திடீரென்று கட்டுப்படுத்த முடியாத அளவுக்குக் குழப்பமடைந்தார்கள்.

"எங்கே, காட்டுங்கள்" என்றாள் சிஸ்டர் ரோசம்மா. இதுதான் அவளது குரலின் தொனியோ? ஒரு குழந்தைக்கு உயிர்மூச்சு வரவைக்க ஒரு நர்ஸ்க்கு வழி தெரியும் என்பது போல அவள் குரல் தொனித்தது. ஒரு வழியாக அந்தத் தாயின் கரங்களிலிருந்து அந்தக் குழந்தை விடுவிக்கப்பட்டு ஆய்வுகள் மேற்கொள்ளப்பட்டன.

நர்ஸ் அந்தக் குழந்தையை வாங்கி முழுமையாகப் பரிசோதனை செய்தாள். ஜெண்டே குழந்தையை மென்மையாகப் பூப்போலத் தன் கைகளில் வாங்கி ஏந்திக்கொண்டு, சுற்றி முற்றிலும் பார்த்தார். அந்தக் குழந்தையை வாங்கிக்கொள்ள யாரும் முன் வருவதாகத் தெரியவில்லை. எனவே ஜெண்டே குழந்தையுடன் மெதுவாக வீட்டைவிட்டு வெளியே நடந்தார்.

"என் குழந்தையை எங்கே எடுத்துச் செல்கிறார்கள்? என் செல்வத்தை எங்கே எடுத்துச் செல்கிறார்கள்?" என்று அம்மா அழுது புலம்பினாள். ஆனால் ஒரு சாவு வீட்டில் எது நடக்குமோ அது இயல்பாக நடக்கத்தொடங்கியது. குழந்தையைப் பறி கொடுத்த தாயைச் சூழ்ந்துகொண்டு அவர்களின் ஆறுதலைக் காட்டினார்கள்.

கதவருகில் நின்றுகொண்டிருந்த போலீஸ்காரர்களை நெருங்கி வந்த ரோசம்மா, "ஒரு நிமிடம் இருங்கள்" என்று சொன்னாள்.

அவள் நேராகச் சமையலறைக்குச் சென்று அங்கிருந்த குளிர்சாதனப் பெட்டியைத் திறந்து பார்த்தாள். அவள் முகம் இறுகியது.

"இங்கு ஆறு பாட்டில்கள் இருந்திருக்க வேண்டும். இப்போது எதுவும் இங்கே இல்லை" என்று ஜெண்டே நின்ற பக்கம் திரும்பிச் சொன்னாள்.

"முண்ணாவுக்கு (குழந்தைக்கு) யார் ஊசி மூலம் மருந்து செலுத்தினார்களோ, அவர்கள் அவனைக் கொல்லுவதற்கென்றே மருந்து செலுத்தி இருக்கிறார்கள். ஓவர் டோஸ் இன்சுலின் செலுத்தியிருக்கிறார்கள்."

ஒரு கரம் பீட்டரை மென்மையாகத் தொட்டது. ஜெண்டே எதுவும் பீட்டரிடம் சொல்லவில்லை. வாடிய முகத்துடன் பீட்டர் எதுவும் பேசாமல் அமைதியாகக் கீழே நோக்கினார். ரோசம்மாவின் கண்கள் குளமாக நிரம்பியிருந்தன. தனது புறங்கைகளால் கண்களைத் துடைத்துக்கொண்டாள்.

"நான் போகலாமா, இன்ஸ்பெக்டர் இன்னும் நான்கு நபர்களுக்குப் போய் ஊசி போட வேண்டும்."

"இயன்றவரை உங்களை விரைவில் அனுப்பி வைக்கிறேன். இன்றைக்கு இங்கு வருகிற திட்டம் உங்களிடம் இருந்ததா?"

ரோசம்மா நிமிர்ந்து பார்த்தாள்.

"வாரம் ஒருமுறை இங்கு வந்து அவனது இரத்தத்தில் உள்ள சர்க்கரையின் அளவைப் பரிசோதனை செய்து பார்ப்பேன். எப்படி ஊசி போட்டு விட வேண்டுமென்று அவர்களுக்கு சொல்லிக்கொடுப்பேன். ஆனால் அவர்களால் அதைக் கற்றுக் கொள்ள முடியவில்லை. அவர்கள் அதைக் கற்றுக்கொள்ள

விரும்பவில்லை. ஆகவே, இதற்கென்று பயிற்சி பெற்ற சில மருத்துவப் பணியாளர்கள் இருக்கிறார்கள். அவர்கள் வந்து ஊசி போட்டுவிட்டுச் செல்வார்கள்.

கொஞ்சம் அழுத்திக் கேட்டபோது சிஸ்டர் ரோசம்மா, "இந்த மருத்துவப் பரிசோதனைக்கு வருவதற்கென்று குறிப்பிட்ட நாள் என எதுவும் கிடையாது" என்று ரோசம்மா ஒத்துக்கொண்டார்.

துர்ரா தன் குடும்பத்திற்கு முன்பு செய்த உதவியை முன்னிட்டு சிஸ்டர் ரோசம்மா அங்கு வந்தாள். மலாடில் இருந்த அவளது வீட்டைக் காலி செய்ய மறுத்த வாடகைக்குக் குடியிருந்தவர்களை காலி செய்யச் செய்து, உதவியதால் அவள் அங்கு வந்தாள். அவள் வாரம் ஒருமுறை வர முயற்சித்தாள். ஆனால் சில நேரங்களில்...

பக்கத்து வீட்டுக்காரன் ஒருவன் உள்ளே வந்து, திருமதி துர்ரா சிஸ்டரைக் கேட்டுக் கொண்டே இருந்ததாகச் சொன்னான்.

"காடியை வரச்சொல்" என்று ஜெண்டே சுரலுக்கு சொன்னார். பிணம் ஏற்றும் வாகனத்திற்கு போலீஸ் பாஷையில் காடி என்று சொல்லப்படுவதுண்டு.

"வரச்சொல்லி விட்டேன், சார்" என்று சுரலே சொன்னான். அதற்காக அவர்கள் காத்திருக்க வேண்டியிருந்தது.

சமையற்கட்டு போதுமான இடவசதி உள்ளதாக இருந்தாலும், இப்போது பார்ப்பதற்குச் சிறியதாகத் தோன்றியது. இறந்த உடலை வைப்பதற்கு அங்கு ஏதுவான இடம் இருப்பதாகவும் தெரியவில்லை. அண்டை வீட்டார்கள் இதைத் தூரத்தில் இருந்தே பார்த்துக் கொண்டிருந்தார்கள்.

ஜெண்டே கையில் குழந்தையோடு நின்று கொண்டிருந்தார். அது ஒரு கல்லில் செதுக்கப்பட்ட சிலை போலத் தோற்றமளித்தது.

"சார்?"

சுரேலே கூப்பிட்டான்.

இது ஒரு கொலைதான் என்று நாம் தெரிந்துகொள்ள வேண்டும் என்பதை யாரோ விரும்புகிறான் என்று நான் நினைக்கிறேன்."

"அப்படியென்றால்?"

"இந்தக் குழந்தைக்குச் சர்க்கரை வியாதி என்பது தவறாக எடுக்கப்பட்ட முடிவு என்பது போலத் தெரிகிறது."

"அந்த மாதிரி தவறை யாரும் செய்யவில்லை" என்று சண்டைக்கு இழுப்பது போல ரோசம்மா பேசினாள். "இந்தப் பிரேத பரிசோதனையில் இது உங்களுக்குத் தெரியவரும். இந்த உடம்பில் இவ்வளவு இன்சுலின்தான் இருக்க வேண்டும் என்பது தவறாக இருக்க முடியாது."

"அவர்கள் பிரேதப் பரிசோதனை செய்ய வேண்டும் என்று கேட்பார்கள் என்று நினைக்கிறீர்களா?" என்று சுரலே கேட்டான்.

அவன் கேட்பது சரிதான் என்று பீட்டர் நினைத்தார். குடும்பங்களில் உள்ளவர்கள் தங்கள் குடும்பத்தில் இறந்தவர்களைப் பிரேதப் பரிசோதனைக்கு உட்படுத்த விரும்புவதில்லை. அவருடைய எண்ணத்தைப் பிரதிபலிப்பது போல, "அவர்கள் இதை விரும்பமாட்டார்கள். குழந்தைக்கு நீரிழிவு நோய் இருந்தது. நோய் வாய்ப்பட்டிருந்தான். அதனால் இறந்துவிட்டான் என்றுதான் நினைப்பார்கள். அப்படியே பிரேதப் பரிசோதனை நடந்தால்கூட, இன்சுலின் அங்கே இருக்க வாய்ப்புண்டு. அது விஷம் அல்ல. ஆனாலும் குழந்தையின் உடலில் இன்சுலின் இருக்க வேண்டியதில்லை" என்றான் சுரலே.

"அது நமக்கு அவசியமில்லை. சுவரில் எழுதப்பட்ட எண்தான் முக்கியம்" என்றார் ஜெண்டே.

சுரலே சொன்னது சரிதான். அவர்கள் அதைத் தெரிந்துகொள்ள வேண்டும் என்பதுதான் கொலைகாரன் நோக்கம்.

"குப்பைத் தொட்டியைச் சோதித்துப் பார்" என்றார் ஜெண்டே. சுரலே சமையற்கட்டில் அலசி ஆய்ந்து பார்த்து, கையில் ஒரு குப்பைத் தொட்டியோடு வந்தான்.

அருவருப்படைந்த அவன் ஜெண்டேயைப் பார்த்தான்.

"தேடிப் பார். காவல் துறையில் வேலைக்கு வந்தால், பிராமணனாக இருக்கக் கூடாது" என்று ஜெண்டே கூறினார்.

பீட்டர் பழைய செய்தித்தாளைப் பார்த்தார். அதை எடுத்துத் தரையில் விரித்தார்.

“என்னை எதைத் தேடச் சொல்லுகிறீர்கள்?” முழங்கால் போட்டுத் தரையில் அமர்வதற்காக, காற்சட்டையை மேலே தூக்கிவிட்டுக் கொண்டு சுரலே கேட்டான்.

“எதைத் தேடுவதென்று தெரியவில்லையே,” என்றார் ஜெண்டே.

தனக்கு முன்னால் கொட்டிக் கிடத்தப்பட்டவைகளை சுரலே பார்த்தான். கோழி எலும்புகள், பழத்தோல்கள், சுருட்டி வீசப்பட்ட காகிதப் பந்துகள். பெண்கள் தலையில் மாட்டிக்கொள்ளும் பொருள்கள்...

“நீ எதைத் தேடப் போகிறாய்?” என்று ஜெண்டே கேட்டார்.

சுரலே ஒரு நிமிடம் யோசித்தான்.

“எதையாவது விட்டுப் போய் இருக்கமாட்டார்களா?” என்றான் சுரலே.

“ஆம், ஆனால் எது மாதிரி பொருள்களாக இருக்கும்?” என்று ஜெண்டே கேட்டார்.

“கையுறைகள், இன்சுலின் பாட்டில்கள். ஒரு சிரிஞ்ச்.”

சரியென்று ஜெண்டே தலையை ஆட்டினார். சுரலே கை உறைகளை மாட்டிக்கொண்டு வேலையில் இறங்கினான். எவ்வளவோ தேடியும் எதுவும் கிடைக்கவில்லை. அன்றாடப் பயன்பாட்டுக் கழிவுகள்தான் கிடைத்தன. பிணம் ஏற்றும் வண்டி வந்துவிட்டது. திருமதி துர்ரா கதறி அழுதாள். தலையைப் பிய்த்துக்கொண்டு அழுதாள். ரோசம்மா அவளுக்குத் தூக்க ஊசி போட்டுவிட்டுச் சென்றாள். தூக்க ஊசி போடுவதால் கிடைக்கும் மனநிம்மதியை நினைத்து அனைவரும் வேதனைப்பட்டார்கள்.

ஜெண்டேயின் இரு சக்கர வாகனத்தில் இருவரும் மாஹிம் திரும்பி வந்தார்கள். அது ஜெண்டேயின் சரணாலயம். அந்த அறையின் மூலையில் தள்ளிக் கிடக்கும் நாற்காலி; திறந்துவிடப்பட்டிருந்த ஜன்னல்; கலைந்து கிடக்கும் பதிவேடுகள்; செய்தித்தாள்கள்; கண்ணாடிக்குள் உறைந்து கிடந்த ஊதா நிற மீன் பொறிக்கப்பட்ட பேப்பர் வெய்ட்...

அவர்கள் அங்கு வந்து சேர்ந்தபோது போலீஸ் ஸ்டேஷன் புரட்டிப் போடப்பட்டது போல் இருந்தது. புயல் வீசியிருப்பது போல் காணப்பட்டது. ஆனால் எல்லாம் நிலைகுலையாமல்

அப்படியே இருந்தன. நாற்காலி எதுவும் தூக்கி எறியப்படவில்லை: கதவுகள் உடைபடவில்லை.

காவல் நிலையத்தில் ஒரு மயான அமைதி நிலவியது. எல்லாரும் யாருக்காகவோ காத்திருப்பது போலத் தெரிந்தது.

"என்ன" என்று கேட்டார் ஜெண்டே.

"அவன் உங்களுக்காகக் காத்துக்கொண்டிருக்கிறான்" என்று ஓர் இளம் அதிகாரி அவனைச் சுட்டிக் காட்டினார்.

ஜெண்டேயின் நாற்காலியில் துர்ரா உட்கார்ந்திருந்தான். அவனுக்கு முன்னால் ஜெண்டேயின் மேஜைமீது ஒரு கைத்துப்பாக்கி இருந்தது.

"இதெல்லாம் என்ன, துர்ரா?" என்று ஜெண்டே கேட்டார். அவரது குரல் கொஞ்சம் நம்பிக்கையூட்டுவதாகவும், இணக்கமாகவும் இருந்தது மட்டுமல்லாமல் கொஞ்சம் கடினமாகவும் இருந்தது. அந்தக்குரல் இதைத்தான் சொன்னது: நீ ஓர் இடர்ப்பாட்டின் பிடியிலிருந்து மீண்டு வந்திருக்கிறாய்.

ஜெண்டே ஒரு பழைய செய்தித்தாள் ஒன்றை எடுத்து, அதைக் கொண்டு அந்தக் கைத் துப்பாக்கியைக் கைரேகை படாமல் எடுத்து மேஜை டிராயரில் வைத்துப் பூட்டினார். அப்படிச் செய்தபோது இது அன்றாட நிகழ்வுதானே என்று எண்ணிக்கொண்டார்.

முகத்தில் எந்தச் சலனமுமின்றி, "நான் அவனைக் கொன்று விட்டேன்" என்று துர்ரா சொன்னான். "இப்போது எல்லாம் முடிந்துவிட்டது" என்றான்.

"யாரைக் கொன்றாய்?"

"பக்மத். அவனைத்தான் கொன்றேன்."

அங்கு ஒரு நொடிப்பொழுது அமைதி நிலவியது.

"சுரலே, நீதிபதியைக் கூப்பிடு" என்றார் ஜெண்டே.

"சார்?"

"இவன் வாக்குமூலம் கொடுப்பதென்றால், ஒரு நீதிபதி முன் வாக்குமூலம் கொடுக்கட்டும். பிறகு எதுவும் பிரச்சினை வரக்கூடாது, பார்."

சுரலே வெளியே சென்றான். ஜெண்டே முன்னாள் சக பணியாளரும், இப்போதைய குற்றவாளியுமான துர்ராவிடம் சென்று, "டீ குடிக்கிறாயா?" என்று கேட்டார்.

"எனக்கு என்னுடைய மகன் வேண்டும். என் மகன் மட்டும்தான் வேண்டும்."

கொஞ்ச நேரம் அமைதி நிலவியது.

நீதிபதி அங்கே வந்து அவரது ஆசனத்தில் அமர்ந்தார். அவரோடு ஒரு சுருக்கெழுத்தாளரும் வந்தார். அவரது வியர்வை நாற்றம் எங்கும் வியாபித்தது. துர்ராவின் வாக்குமூலத்தைப் பதிவு செய்ய வசதியாக ஒரு செல்ஃபோனை சுரலே ஏற்பாடு செய்தான். மிகக் குறைவான கேள்விகளே கேட்கப்பட்டன. துர்ரா பேச விரும்பினான். இளைஞர்களைத் தந்திர வலையில் விழவைக்கும் திட்டம் பற்றியும், தங்களுக்கு இரையாக வரவிருக்கும் இளைஞர்களை எங்கே கண்டுகொள்வது என்பது பற்றியும் தனது ஆண் நண்பனான பக்மத் தனக்கு எடுத்துக் கூறிய உண்மையை நீதிபதியின் முன்னிலையில் துர்ரா விளக்கிச் சொல்ல விரும்பினான்.

"அது அவனுடைய ஐடியா" என்றான் துர்ரா. "பணம் சம்பாதிக்க இது ஒரு நல்ல வழியென்று அவன் சொன்னான். நாங்கள் எதுவும் செய்ய வேண்டியதில்லை. கொஞ்சம் காத்திருக்க வேண்டும். அந்த இளைஞன் கழிப்பறைக்குள் செல்வான். அங்கே சென்று தன் ஆண்குறியைப் பிடித்து ஆட்டி ஆட்டி அதை எழுச்சியுறச் செய்வான். பிறகு கொஞ்சநேரம் அப்படியே காத்திருப்பான். ஏழை மனிதர்கள் யாரையும் அவனைத் தொட அனுமதிக்கமாட்டான். வசதியான குடும்பத்தில் உள்ள யாரேனும் வந்து அவனைத் தொட முயற்சித்தபோது நாங்கள் உள்ளே நுழைவோம். அந்த இருவரையும் தாதரில் உள்ள காவல் நிலையத்திற்கு அழைத்து வருவோம். அங்கு ஓர் ஏற்பாடு செய்து வைத்திருப்போம். எங்கள் இருவரில் யாரேனும் ஒருவர் அந்த இளைஞனைத் தனி அறைக்கு அழைத்துச் சென்று ஒரு சவுக்கு எடுத்து அவனை அடிப்பது போல நடிப்போம். ஆனால் ஒரு மேஜையை அடிப்போம். அதற்கேற்றாற் போல அந்த இளைஞன் அலறுவான். பிறகு அந்த மனிதனிடம் போய் பணம் எடுத்துக்கொண்டு வரச் சொல்வோம்."

இது மாதிரி லெஸ்லிக்கு எதுவும் நடந்திருக்குமோ என்று திடீரென்று பீட்டருக்கு உதித்தது. வார்த்தை மாறாமல் லெஸ்லி இதை ஏற்கெனவே சொல்லியிருக்கிறாரே!

“எவ்வளவு பணம்?”

“முதலில் இரண்டு மூன்று ஆயிரம் கேட்போம். ஆனால் அவர்கள் எந்தத் தயக்கமுமின்றி அந்தத் தொகையைக் கொடுப்பார்களா என்று கவனிப்போம். ஆகவே அதை ஐந்து ஆயிரம் ஆக்கினோம். இது அதிகமென்று அலறுகிறவர்களுக்குக் குறைத்துக் கூறுவோம். ஏனென்றால் காலத்தை விரயமாக்குவது எங்களுக்கு நல்லதல்ல. ஆனால் கட்டாயமாக இரண்டாயிரம் மூவாயிரத்துக்குக் குறையாமல் பார்த்துக்கொள்வோம். மேலும் அந்த நபர்கள் அந்தத் தொகையைக் கொடுக்க முடிந்தவர்கள்தானா என்பதையும் உறுதி செய்துகொள்வோம். இந்தப் பணத்தைக் கொண்டு தன் குடும்பத்தாரை ஓர் உயர்வான திரைப்பட அரங்கிற்கு ஒருநாள் அழைத்துச் சென்று, அப்போதே அந்தப் பணத்தைச் செலவு செய்வோம் என்று பக்மத் கூறினான்.”

“அப்படி நீங்கள் சூழ்ச்சி செய்து பிடிக்கும் நபர் பணம் இல்லை என்று சொல்லிவிட்டால் என்ன செய்வீர்கள்?”

“ஏ.டி.எம். கார்டு, கிரடிட் கார்டு இப்படிப் பல கார்டுகள் கையில் வைத்திருப்பார்கள். அவர்கள் பர்ஸ் எடுக்காமல் வந்துவிட்டால், போய் பணத்தை எடுத்துக்கொண்டு வருமாறு சொல்லுவோம். அவர்களுடைய அலைபேசியைப் பிடுங்கி வைத்துக்கொள்வோம். அதனால் நிச்சயம் திரும்பி வருவார்கள். பெரும்பாலும் எல்லோருடைய அலைபேசிகளும் பாஸ்வேர்டு போட்டு லாக் செய்து வைக்கப்பட்டிருக்கும். அதில் ஒருவன் அப்படி லாக் செய்யவில்லை. அவன் பயந்து போய், மறந்துவிட்டு ஓடி விட்டான். அப்போது பக்மத் ஒரு திட்டம் தீட்டினான். அப்படி லாக் செய்யப்படாத அலைபேசியிலிருந்து பக்மத் தன்னுடைய அலைபேசிக்கு டயல் செய்தான். அவ்வாறு அந்த அலைபேசியின் நம்பரைத் தெரிந்துகொண்டான். பிறகு அந்த அலைபேசியில் இருந்த எண்கள் அத்தனையையும் எடுத்துக்கொண்டோம். அதனால் நாங்கள் இரவில் பயணம் செய்யும் போது பணம் இல்லை என்று பயப்படுவதே இல்லை. எப்போது எங்களுக்குப் பணம் தேவைப்படுகிறதோ, அப்போது அவர்களிடமிருந்து மிரட்டிப் பெற்றுக்கொள்வோம். அப்படி அந்த நபர் பணம் தயார் பண்ணிக்கொண்டு வந்தபோது, “நீ யாரென்று எங்களுக்குத் தெரியும். உன்னுடைய ஃபோன் நம்பர் எங்களிடம் உள்ளது. உன் அலுவலக நம்பர், உன் வீட்டார்களின் நம்பர் எல்லாம் எங்களிடம் உள்ளன. அத்துடன் அத்தனை பேருடைய முகவரிகளையும்

தெரிந்துகொள்வோம்" என்று பக்மத் சொல்வான். பிறகு பக்மத் அந்த நபரின் ஃபோட்டோவை தன் செல்ஃபோன் மூலம் எடுத்துக் கொண்டான். "இங்கே பார், உன் முழு விபரங்களும் இப்போது எங்களிடம் உள்ளன. நாங்கள் உன் அலுவலகத்திற்கு வருவோம்; உங்கள் வீட்டிற்கு வருவோம். வந்து உன்னை செக்ஸ் குற்றவாளி என்று கைது செய்வோம். இப்போது நீ விரைவாகப் பணத்திற்கு ஏற்பாடு செய். அல்லது நீ காலி" என்றான். அதைக் கேட்டு அந்த மனிதன் "ஓ"வென்று அழ ஆரம்பித்துவிட்டான்.

"யார் அந்த ஆள்?"

"அவனுடைய பெயர் நினைவில் இல்லை."

"நீ என்ன சொல்லுகிறாய்?" என்று ஜெண்டே பேசத் தொடங்கினார்.

பீட்டர் கையைக் காட்டி அவரை அமைதிப்படுத்தினார். பீட்டர் சொன்னபடி ஜெண்டே தன்னை அமைதிப்படுத்திக்கொண்டார். பிறகு துர்ராவைத் தொடர்ந்து பேசச்சொல்லி சைகை காட்டினார்.

"அவனுடைய நம்பர் உன்னிடம் உள்ளதா?"

"ம்." என்று சொன்ன துர்ரா, அவனுடைய அலைபேசியை எடுத்து, மேலும், கீழும் சுற்றி நம்பரைத் தேடினான். பிறகு அவனுடைய முகம் தெரிந்தது. 'எக்ஸ்' என்ற பெயரில் அவனது நம்பரைப் பதிவு செய்துள்ளான்.

"எக்ஸ் என்றால்...?"

"பக்மத்தான் இந்த நம்பரைக் கூப்பிட்டுப் பேசுவான். இந்த மாதிரி விஷயத்தில் யார் தன்னுடைய உண்மையான பெயரைக் கொடுப்பார்கள்? அவனுடைய பெயரைத் தெரிந்துகொள்ள வேண்டிய அவசியம் எங்களுக்கு இல்லை. நீ உன் நம்பரை மாற்றினால் நாங்கள் தெரிந்துகொள்வோம். உன்னைச் சார்ந்த எல்லா நம்பர்களும் என்னிடம் உள்ளன என்று பக்மத் அவனை மிரட்டினான். நாங்கள் அவனை அப்படி ஏதும் செய்யவில்லை. அந்த மாதிரி எந்த எண்ணமும் எங்களிடம் இல்லை. அவன் எங்களை நம்பினான்."

"அவனிடமிருந்து எவ்வளவு கறந்தீர்கள்?"

அவன் ஐந்து ஆயிரம் ரூபாய் எடுத்துக்கொண்டு திரும்பி வந்தபோது, நாளை காலையில் பத்தாயிரம் ரூபாய் கொண்டு வந்து கொடுத்துவிட்டு உன் அலைபேசியைப் பெற்றுக்கொள்

என்று சொன்னோம். அவனுக்கு ஏதோ பிரச்சினை என்றும், அதற்காகப் பணம் தேவைப்படுவதாகவும் சொன்னான். கடன் கொடுக்க வேண்டுமா, முன் பணம் ஏதும் கொடுக்க வேண்டுமா, அல்லது மருத்துவமனைச் செலவா என்று எதுவும் இப்போது எனக்கு நினைவில்லை. ஆனால் எல்லாரும் இதையேத்தான் சொல்லுவார்கள் என்று பக்மத் சொன்னான். அவன் பொய் சொல்லுகிறான் என்று பக்மத் சொன்னான். அவன் சொல்லுவதை நம்பினேன். ஆனால், அவன் சொல்லுவதை நம்பியிருக்கக்கூடாது. நாங்கள் அவனிடம் அடுத்து ஒரு பத்தாயிரம் கேட்டோம். அடுத்து இருபத்தைந்தாயிரம் கேட்டோம். நாங்கள் கேட்டதற்காக அவ்வளவு தொகையை அவன் கொடுத்திருக்கக் கூடாது. அதுதான் அவன் செய்த தவறு. நாங்கள் கேட்டதையெல்லாம் அவன் கொடுத்தவுடன் அவனிடம் நிறையப் பணம் இருக்கிறதென்று தெரிந்துகொண்டோம். கேட்டதைக் கொடுப்பான் என்றும் தெரிந்து கொண்டோம். அவன் மிகவும் பயந்து போய் இருந்ததால், அவனிடமிருந்த எல்லாம் காலியாகும் வரை கொடுத்துக் கொண்டே இருப்பான் என்று தெரிந்தது. அவன் ஏன் எங்களுக்கு மறுத்துப் பேசவில்லை; உங்களுக்குத் தெரிந்ததைப் பார்த்துக் கொள்ளுங்கள் என்று சொல்லவில்லை என்று கூட யோசித்துப் பார்த்தேன். ஆனால் அவன் அழுதான். அழுது, அழுது கொடுத்துக் கொண்டே இருந்தான். இப்படி ஒரு பயந்த மனிதனை நான் பார்த்ததே இல்லை. இதுதான் பக்மத்தை அழித்தது."

"அப்படியென்றால்...?"

"அந்த மனிதனை மிரட்டுவதில் இவனுக்கு ஏகப்பட்ட சந்தோஷம். சில சமயங்களில் அந்த மனிதனை இவன் வீட்டிற்கு வரச் சொல்லியிருக்கிறான். அவனை வீட்டிற்கு வரச் சொல்ல வேண்டாம். நம்மைப் பற்றி அவன் எதுவும் தெரிந்துகொள்ளக் கூடாது என்று நான் சொன்னேன். அவன் வந்து வேலை செய்யட்டும் என்றான். பிறகு இந்த ஸ்டேஷனுக்கே ஒரு தடவை அவனை வரச் சொன்னார். நடு இரவில் - ஸ்டேஷன் பின்பக்கம் - அவனை முழங்காலில் இவனுக்கு முன்னால் நிற்க வைத்தான். நான் அப்போது அங்கிருந்து வெளியே போய்விட்டேன். அதிலிருந்து பணம் கேட்டு அவனுடன் செல்வதை நிறுத்தி விட்டேன். அதற்குப் பிறகு ஒரே ஒருமுறை சென்றேன். அவன் கதறி அழுதுகொண்டிருந்தான். ஏதோ பெருந்தொல்லைக்கு உள்ளாகி இருக்கிறான் என்று எண்ணிக்கொண்டேன். ஆனால் பக்மத்தோ இதெல்லாம் நடிப்பு என்று சொன்னான்.

ஒருவனிடமிருந்த பணத்தை எல்லாம் அவன் இழந்தபின் அழுவான்; ஏனென்றால் அவன் இதயம் இதனால் நொறுங்கிப் போய்விடும். அவ்வளவுதான். அவனுடைய எல்லாப் பணத்தையும் நான் எடுத்துக்கொண்டிருக்க மாட்டேன். ஆனால், அவன் ஒரு வெளிநாட்டு வங்கியில் வேலை செய்கிறான். அதில் அவனுக்குப் பணம் கிடைக்கும். லோன் போடலாம். அவனுக்கு வேண்டியதைச் செய்துகொள்ளலாம். அவன் ஏன் இந்த மாதிரி வேலையெல்லாம் செய்ய வேண்டும்? செக்ஸ் குற்றம் செய்யவில்லையென்றால், அவனுக்கு எந்தத் தொல்லையும் இல்லைதானே? ஆகவே நான் செய்கிற இந்த வேலையைத் தொடர்ந்து செய்வேன் என்று பக்மத் சொல்லிக்கொண்டேயிருந்தான். ஆனால், நான், இந்த ஆளைப் பொறுத்தவரை இது போதும் என்றேன். மற்ற நபர்கள் இதுபோன்று இருக்கிறார்களே என்றும் சொன்னேன். ஆனால், அவர்கள் நான் சொன்னதைக் காது கொடுத்துக் கேட்டதாகத் தெரியவில்லை. பணம், பணம் என்று அவனிடமிருந்து பறித்துக் கொண்டே இருந்தார்கள். இதற்காக பக்மத் சில நேரம் சென்றான். சில நேரங்களில் பிராக்ஸி அனுப்பப்பட்டான்."

"நீ போகவில்லையா?"

"ஒரே ஒருமுறை மட்டும் நான் சென்றேன். அவன் கொடுத்த பணத்தில் கொஞ்சப் பணத்தைத் திருப்பி அவனிடம் கொடுத்து விட்டேன். ஏனென்றால் 'தன்னிடம் எதுவுமே இல்லை' என்று அவன் அழுதான். இதனால் பக்மத்துக்குக் கோபம் வந்துவிட்டது. நான் இனிமேல் பணம் வாங்கப் போகக்கூடாது என்றும், நம்மிடம் இரக்கக் குணம் என்பது இருக்கவே கூடாது என்றும் பக்மத் சொன்னான். அதன்பிறகு அந்த மனிதன் தன்னையே மாய்த்துக் கொண்டான். மேலும் பிராக்ஸி, இத்துடன், இது எல்லாவற்றையும் நிறுத்திக்கொள்ளப் போவதாகச் சொன்னான். அதன்பிறகு அவன் அந்தக் கழிப்பறைக்குச் செல்வதேயில்லை. எப்போது இதை நிறுத்தப் போகிறாய் என்பதை நீ சொல்லக்கூடாது. அதை நாங்கள் சொல்லவேண்டும்" என்று பிராக்ஸியிடம் சொன்னோம்.

அப்போதுதான் ஒரு கனவிலிருந்து விழித்து எழுந்து பார்ப்பதுபோல துர்ரா நிமிர்ந்து பார்த்தான். அவனது பார்வையை ஜெண்டே நேருக்கு நேர் சந்தித்தார்.

"இது எல்லாம் அவனது ஐடியாதான். எல்லாமே! எனக்கு முதல் குறிப்பு வந்தபோது நான் பக்மத்திடம் சொன்னேன்..."

"என்ன குறிப்பு?"

"அது ஒரு அஞ்சல் அட்டையில் வந்தது. நீ சாவாய் என்று அதில் எழுதியிருந்தது"

"தபால் முத்திரை?"

"தபால் முத்திரையெல்லாம் இருக்காது. நேரில் ஒப்படைக்கப்பட்டது. நான் கேட்டபோது யார் என்று யாருக்கும் தெரியவில்லை."

"கைரேகை?"

"முகப் பவுடரைக் கொண்டு நான் வீட்டில் முயற்சி செய்து பார்த்தேன். ஆனால் எதுவும் கிடைக்கவில்லை."

"அது இப்போது எங்கே?"

"அதைக் கிழித்து எறிந்துவிட்டேன்."

ஜெண்டே பெருமூச்சுவிட்டார்.

"ஆரம்பத்தில் என்னை யாரோ மிரட்டிப் பார்க்க நினைக்கிறார்கள் என்றுதான் எண்ணினேன். நாம் போலீஸ்காரர்கள். நம்மை யார் கொலை செய்ய முயற்சிப்பார்கள்?"

"ஒரு பிளாக்மெய்லர் ஆக மாற முடிவெடுத்தபோதுதான் அதைப் பற்றி நினைத்தீர்களா?"

நீதிபதி இருமினார்.

ஜெண்டே பலவந்தமாக ஒரு புன்னகையை வரவழைத்துக் கொண்டார்.

"சாரி" என்றார் துர்ராவிடம். துர்ரா புன்னகைக்க முயற்சித்தான். ஆனால் அவனது முகம் கல்லாகிப் போயிருந்தது.

"அவனிடம் நான் இதை நாம் நிறுத்திக்கொள்ளலாம் என்று சொன்னேன். இதை நாங்கள் நான்கு வருடங்களாகச் செய்து கொண்டு வந்தோம். அவன் ஒரு வீடே வாங்கிவிட்டான். நான் என்னுடைய கடன் எல்லாவற்றையும் அடைத்துவிட்டேன். அந்த இளைஞன் துபாய் செல்லும் அளவு பணத்தைத் தேற்றிக் கொண்டான். ஆனால் ஒரு மனிதன் மட்டும், ஆறு ஏழு மாதங்களில் நாங்கள் சம்பாதித்த பணத்தைவிட அதிகமாகக் கொடுத்து வந்தான். பிறகு ஒருநாள் கடைசியாக அவன் தன்னையே

முடித்துக்கொண்டான். இந்த வேலையை இனிமேல் செய்ய வேண்டாம் என்று நான் சொன்னேன். ஆனால் அவனோ, இந்த ஒருமுறை மட்டும் - இந்த ஒருமுறை மட்டும் என்று சொல்லிக் கொண்டே வந்தான். இந்தப் பணத்தில்தான் அவன் பேங்காக் போக வேண்டும் என்றான். என்னையும் வரச் சொன்னான். அது ஒரு போதை. நாங்கள் நிறுத்தியிருக்க வேண்டும். நாங்கள் அதை நிறுத்தியிருந்தால், என் மகன் இப்போது உயிரோடு இருந்திருப்பான்" என்று துர்ரா சொல்லி முடித்தான்.

அவன் பேசுவதை நிறுத்திவிட்டு, சுற்று முற்றும் எல்லோரையும் ஒரு முறை பார்த்தான். அந்தப் பார்வையில் ஒரு மிருகம் அவனது கண்களுக்குள் புகுந்தது போல் இருந்தது.

"தன்னைத்தானே மாய்த்துக்கொண்ட அந்த மனிதனா? அதே மனிதன்தான். அவனது ஆவிதான் நம்மிடையே நடமாடிக் கொண்டிருக்கிறது. அவனது ஆவிதான் பிராக்ஸியைக் கொன்றது. என் மகனைக் கொன்று போட்டதும் அந்த ஆவிதான். அதன்பிறகு அவன் என்ன விரும்பினான் என்று நான் தெரிந்துகொண்டேன். அவன்தான் என்னைக் கொண்டு பக்மத்தைக் கொலை செய்ய வைத்தான்."

அவன் பேசுவதை நிறுத்தினான். அவன் கண்களின் பார்வை மங்கின. ஹிஸ்டீரியாவின் விளிம்புக்கே சென்றுவிட்டான்.

"இப்பொழுது உனக்குச் சந்தோஷமா?" அதற்கு மேல் துர்ரா அவர்களோடு பேசவில்லை. அவனது கனவுகளில் நடந்து கொண்டிருந்த ஆவியோடுதான் அவன் பேசிக்கொண்டிருந்தான். "நான் அவனைக் கொன்றுவிட்டேன். நீ என் மகன் உயிரைப் பறித்துக் கொண்டாய். முடிந்து விட்டது. இப்போது தயவுசெய்து போய்விடு. தயவுசெய்து என்னைத் தனியாக விடு" என்று அவன் அந்த ஆவியிடம் கெஞ்சினான்.

இதைத்தான் அவன் நினைத்தானா? பீட்டர் குழம்பிப் போனார். அவன் ஒரு பைத்தியம் போல் நடிக்கப் போகிறானா? அதை அவன் பாதுகாப்பாக ஆக்கிக் கொள்ளப்போகிறானா?

பிறகு துர்ரா இன்னொரு கைத்துப்பாக்கியை எடுத்தான். தன் வாயில் வைத்துத் திணித்துக்கொண்டான். துப்பாக்கி வெடிக்கும் சத்தம் கேட்டது. அவனும் தன்னைச் சுட்டுக்கொண்டு வீழ்ந்தான்.

11

பின்னர் பீட்டர் நினைத்துப் பார்த்தார்: எவ்வளவு இரத்தம்! அவன் உடம்பில் இவ்வளவு இரத்தம் இருக்குமென்று யார் நினைத்துப் பார்த்திருப்பார்கள்.

இதற்குப் பிறகு அரசாங்கம் பொறுப்பினை எடுத்துக்கொண்டது. அசாத்தியமான அரசாங்கம் என்று சொல்ல முடியாவிட்டாலும், அவரவர், அவரவர் வேலைகளைச் செய்தார்கள். அந்தச் சடலத்தை மூடுவதற்கேற்றாற் போல அங்கே ஒரு துணி கிடந்ததை ஒரு போலீஸ்காரர் கண்டார். அது மிகுந்த அழுக்குப் பிடித்த துணியாக இருந்தது. ஒருவேளை அந்தத் துணி இந்த வேலைக்குத்தான் பயன்படுத்தப்பட்டதோ, என்னவோ. இறந்தவனின் மனைவிக்கு தகவல் தெரிவிக்க வேண்டுமென்று சுரலே பணிக்கப்பட்டான். அந்த இளம் போலீஸ்காரர் அதிர்ச்சிக்கு ஆட்பட்டிருந்தது போலத் தெரிந்தது. அதன் விளைவாக அவர் தலையைச் சுற்றித் தொங்கிக் கொண்டிருந்தவைகளை அப்புறப்படுத்த வேண்டும் என்பதுபோல அவர் தன் தலையை அவ்வப்போது அங்குமிங்கும் ஆட்டிக் கொண்டிருந்தார்.

அப்போது ஒரு மேலதிகாரி அங்கே வந்தார். தன் தொப்பியைக் கழற்றிவிட்டுச் சடலத்துக்கு அருகில் சென்று அமைதியாக அதைப் பார்த்துக்கொண்டு நின்றார். அந்த அறையிலிருந்த அனைவரும் தங்கள் கை வேலையைப் போட்டுவிட்டு நிமிர்ந்து நின்றார்கள். இப்படி வரும் மேலதிகாரிகள் சடலத்தின் அருகே சென்று அதைப் பார்ப்பார்களா என்று ஒரு போலீஸ்காரர் கேட்டார். உங்களால் சாட்சி சொல்ல முடியுமா என்று பீட்டரைக் கேட்டதற்கு அவர் சம்மதம் தெரிவித்தார். அதன்பிறகு, விசாரணை அறிக்கையைத் தயாரிக்கும் பணி தொடங்கியது. அங்கும் இங்கும் அவர்கள் காகிதங்களில் கையொப்பம் இட்டார்கள். சில இடங்களில் குறுங்கையொப்பம் மட்டும் போட்டார்கள். அப்போது ஜெண்டேயின் கைகள் நடுக்கமுறுவதை பீட்டர் கவனிக்கத் தவறவில்லை.

இதெல்லாம் முடிந்தபின், பீட்டர் வீட்டிற்குப் புறப்பட்டபோது ஜெண்டேவையும் அழைத்துச் சென்றார். மில்லி அவர்களைப்

பார்த்து பந்த்ராவிலுள்ள தனது சகோதரியைப் பார்க்கப் போவதாகக் கூறினாள். சுனில் அப்போது அங்கே இல்லை.

"என்ன ஆச்சு" என்று கதவருகில் நின்றுகொண்டிருந்த மில்லி அடுத்தவருக்குக் கேட்காத குரலில் கேட்டாள்.

"ஒரு போலீஸ்காரர் தன்னையே மாய்த்துக்கொண்டார்" என்றார். மில்லி, இறந்தோருக்கான மன்றாட்டை முணுமுணுத்துக் கொண்டாள். அவரும் மில்லியோடு ஜெபத்தில் சேர்ந்து கொண்டார். எங்கோ மறைந்திருந்த ஒரு பாரம் குறைந்ததுபோல உணர்ந்தார். சரியான நேரத்தில் சரியான காரியத்தைச் செய்ய மில்லிக்கு எப்படித் தெரிந்தது? நன்றிப்பெருக்கால் அவர் மில்லியின் நெற்றியில் முத்தமிட்டார். அவள் பதிலுக்கு இலேசாகப் புன்முறுவல் செய்துவிட்டு அங்கிருந்து நகர்ந்தாள்.

அந்த வராந்தாவில் ஜெண்டே நாற்காலியில் பின்புறமாகச் சாய்ந்து கொண்டு எதிரே இருந்த கிராதியின் மீது காலைத் தூக்கி வைத்துக்கொண்டு அமர்ந்திருந்தார். பீட்டர், ராயல் சேலஞ் என்னும் மது பாட்டிலைத் திறந்து, அது இருவருக்கும் போதுமா என்று பார்த்தார். பீட்டருக்கு கொஞ்சம் பாட்டியாலாவை அவரே ஊற்றிக்கொண்டார். ஜெண்டேக்கும் அதே அளவு ஊற்றிக் கொடுத்தார்.

"வழக்கு முடிந்துவிட்டதா?" என்று பீட்டர் கேட்டார்.

"ஆவிகளால் கொலை செய்ய முடியுமென்ற நம்பிக்கை உங்களுக்கு இருந்தால் அவனுடைய ஆவிதான் அத்தனை பேரையும் கொன்றிருக்கிறது. ஆனால் இது ஒன்றும் ராம்சே சகோதரர்கள் திரைப்படம் இல்லை" என்றார் ஜெண்டே.

ஜெண்டே மதுவை ஒரே மூச்சில் குடித்து முடித்துவிட்டு புறங்கையால் வாயைத் துடைத்துக்கொண்டார்.

"படிப்படியாகச் செல்வோமா? இந்த வழக்கு விவகாரம் கழிப்பறையில் கிடந்த சடலத்திலிருந்து தொடங்குகிறது. இவனைத்தான் அவர்கள் பிராக்ஸி என்று அழைக்கிறார்கள். இந்த பிராக்ஸி இரண்டு போலீஸ்காரர்களோடு வேலை செய்து கொண்டிருக்கிறான். அவர்கள் இவனை உள்ளே கழிப்பறைக்குள் அனுப்புகிறார்கள். அடுத்து கழிப்பறைக்குள் வருபவர்களைத் தந்திர வலையில் சிக்க வைத்து அவர்களை மிரட்டிப் பணம் கேட்டு அச்சுறுத்துகிறார்கள். இப்படியாக இவர்கள் மீது பண

மழை பொழிகிறது. இந்த வகையில் சில பணக்காரர்களை, பணம் அதிகம் உள்ள ஒருவரைக் கண்டுபிடிக்கிறார்கள். அவன் பணம் கொடுத்துக்கொண்டே இருக்கிறான்."

"சிக்கிய அவன் ஏதோ ஒன்றுக்கு மிரண்டிருக்க வேண்டும்."

"அதை ஏன் ஒரு மர்ம நிகழ்வு போல் சொல்லிக் காட்டுகிறீர்கள்? அவன் ஒரு வங்கியில் பணியாற்றினான் என்று துர்ரா சொன்னான். அவன் ஒரு தனியார் வங்கியில் வேலை செய்கிறான் என்றால், அவன் அநேகமாக ஓர் ஒப்பந்த அடிப்படையில்தான் வேலை செய்திருப்பான். அவனைக் காப்பாற்றுவதற்கு எந்தச் சங்கமும் கிடையாது. அப்படி இருந்தாலும், அவன் தன்பாலினச் சேர்க்கையாளன் என்பதால் அவனுடைய சங்கத்திற்கு அக்கறை இருக்காது. எனவே, அவன் கண்டுபிடிக்கப்பட்டால், அவனுக்கு வேலை போய்விடும். அது மட்டுமல்ல, சமுதாயத்தில் அவனுக்கிருந்த மானம், மரியாதையெல்லாம் போய்விடும். அத்துடன் அவனைப் போல்தான் அவனது நண்பர்கள் என்று சமூகம் கருதக்கூடுமாகையால், நண்பர்களும் அவனைவிட்டு விலகிவிடுவார்கள். அவன் திருமணம் ஆனவனாக இருந்தால், அவனது மனைவியும் குழந்தைகளும் அவனை விட்டுப் பிரிந்து விடுவார்கள்; அல்லது அவர்களது மரியாதை இவனுக்குக் கிடைக்காது. அவனது பெற்றோர்கள், உடன் பிறப்புகள் இவனைப் புறக்கணித்துவிடுவார்கள். அவனது கௌரவத்தை அவன் இழக்கிறான். இந்த மாதிரி ஒரு மனிதன் இழப்பது கொஞ்ச நஞ்சமல்ல, பீட்டர்."

சிறிது நேரத்தில் ஜெண்டேயின் ஃபோன் அலறியது.

"சுரலேவா?"

சிறிது நேரம் கேட்டுக்கொண்டிருந்த ஜெண்டே "எனக்கு எஸ்.எம். எஸ். அனுப்பு" என்றார்.

பிறகு அவர் பீட்டரைப் பார்த்தார்.

"திருவாளர் என்று குறிப்பிடப்பட்டிருந்தவரின் பெயரை மும்பையில் கண்டுபிடித்துவிட்டார்கள்" என்று ஜெண்டே சொன்னார்.

என்னவென்று பீட்டர் தன் புருவங்களை உயர்த்தி மௌனமாகக் கேட்டார்.

"சூரஜ் பட்டேல்" - ஜெண்டே சொன்னார்.

அந்தப் பெயரைக் கேட்டதும் பீட்டர் சட்டென இடத்தைவிட்டு எழுந்தார்.

"தற்கொலை செய்துகொண்டானே ஒருவன், அந்த மனிதன் ஞாபகம் வருகிறதா? ஒரு துணுக்குத் தாள் ஒன்றை பிராக்ஸியின் அறையில் கண்டெடுத்தோமே?"

"ஞாபகம் வரவில்லையே."

"பிராக்ஸி பணத்தைத் திருப்பிக்கொடுக்க விரும்பினானே, அது இந்த மனிதனுக்காகத்தான் இருக்க வேண்டும். ஏனென்றால், சூரஜ் பட்டேலின் மாமியாருக்கு உடல்நலக் கோளாறு. எனவே அவள் மருத்துவமனையில் இருந்தாள். இது அவன்தானா என்று கண்டுபிடிக்க ஒரு வழி இருக்கிறது. அந்தச் செய்தித்தாள் துணுக்கை நான் பத்திரமாக வைத்திருக்கிறேன். நல்லவேளை, உங்கள் பேச்சைக் கேட்டு அதை நான் குப்பைத் தொட்டியில் போடவில்லை."

அவர் உள்ளே சென்று அந்த பேப்பர் துணுக்கைத் தேடினார்.

"இதோ இருக்கிறது. பதாமா மருத்துவமனை. அங்குதான் அவள் இறந்தாள்."

ஜெண்டே கடிகாரத்தில் மணி என்னவென்று பார்த்தார்.

"அங்கு செல்ல இப்போது நேரம் இல்லை. நாளைக்குக் காலையில் போய்ப் பார்ப்போம்."

அடுத்த ஃபோன் சத்தம். அடுத்து ஒரு எஸ்.எம்.எஸ். அதை வாசித்தபின் அவரது முகம் சலனமற்றுக் காணப்பட்டது.

"இப்போது நானும் ஒரு முழு விசாரணையை மேற்கொள்ள வேண்டும்."

"என்ன விசாரணை?"

"துர்ராவிடம் துப்பாக்கி இருந்ததா என்று நான் ஏன் சரிபார்க்கவில்லை என்று நீதிபதி கேட்கிறார்" என்று ஜெண்டே கூறினார்.

"அவனுடைய துப்பாக்கியை அவன் மேஜையின்மீது எடுத்து வைத்தான். அதை நீங்கள் உங்கள் மேஜை டிராயரில் வைத்துப்

பூட்டியதை நான் பார்த்தேன். அவன் வேறு ஒரு துப்பாக்கி வைத்திருப்பான் என்று யாருக்குத் தெரியும்?"

"அது அவனது துப்பாக்கி இல்லை; அது பக்மத்தினுடையது. அதாவது, அந்தத் துப்பாக்கியை மேஜையின்மீது வைத்து என்னை முட்டாளாக்கிவிட்டான்" என்று ஜெண்டே வேதனையுடன் கூறினார்.

சிறிது நேர மௌனத்திற்குப் பிறகு பீட்டர், "அவனது தற்கொலையைத் திட்டம் போட்டுத்தான் செய்திருக்கிறானா? ஒரு போலீஸ்காரன் தன்னையே சுட்டுக்கொண்டு செத்திருக்கிறான். நீங்கள் இதை எதிர்பார்த்தீர்களா?" என்று கேட்டார்.

"நீங்கள் நினைப்பதைவிட இது வெகு சாதாரணம். இதற்கான பதிவுகள் எல்லாம் இங்கு நிறைய இருக்கின்றன. ஒரே ஆண்டில் இங்கு 200 பேர் தற்கொலை செய்துகொண்ட பதிவுகளைக் காணலாம்."

பீட்டர் அமேதியானார். உலக மக்கள் அனைவரின் கண்களுக்கும் பயங்கரமாகக் காட்சி அளிக்கும் ஒரு போலீஸ்காரன், தனக்குள் அவஸ்தைப்பட்டுக் கொண்டிருப்பான். தன் கஷ்டங்களை தங்களுக்குள்ளே புதைத்துக்கொண்டு மென்று விழுங்கி விடுவான். பீட்டர் அந்த அறிக்கைகளைப் பார்த்தார். அவர் அவைகளைப் பார்த்தவரை, போலீஸ்காரர்கள் ஏன் தங்களையே இப்படி மாய்த்துக்கொள்கிறார்கள் என்று யாரும் கேட்டதாகத் தெரியவில்லை. ஒரு பத்திரிகைக்காரன் ஆதங்கப்பட்டு இந்தக் கேள்வியைக் கேட்டபோது மட்டும், அதற்குரிய பதில் அரிதாகவே கிடைத்தது. ஆம். அவர்கள் அதிகமான அளவு மன அழுத்தத்தில் இருந்திருக்கிறார்கள். ஆம். இதற்கு இந்தக் கேடுகெட்ட சமுதாயமே விலை கொடுக்க வேண்டும். அவர்கள் இந்த இறுதி முடிவை எடுக்கத் தூண்டியது எது? அந்தக் கேடுகெட்ட 'நான்' என்ற அகந்தையே இந்த நிகழ்வின் அடிப்படையாக இருக்குமோ? அவர்களது சீருடையையும், அவர்களது லத்தியும் புரிதலற்ற இந்த உலகைக் கையாள முடியுமென்று அவர்கள் எதிர்பார்த்தார்களா?

"உங்களுக்காக, நான் ஒரு சாட்சியாக வந்து நிற்பேன்" என்றார் பீட்டர் கடைசியாக.

ஜெண்டே இரக்கத்துடன் தலையாட்டினார். "அந்த மாதிரியான விசாரணை இல்லை, இது."

ஜெண்டேயின் குரலில், தனக்குச் சாதகமான ஒரு கதவு மூடப்பட்டது. காக்கிச் சீருடை உலகம் தங்களுக்கென்று ஒரு சட்டத்தைக் கொண்டு இயங்குகிறது என்று பீட்டர் யோசித்தபடி விலகி நின்றார். அங்கே அவருக்கென்று இடம் இல்லை.

ஜெண்டே தொடர்ந்து பேசினார்: "இதையெல்லாம் வைத்துப் பார்க்கின்றபோது, பக்மத்தையும் துர்ராவையும் யார் கொன்றது என்று நமக்குத் தெரிகிறது. பிராக்ஸியைக் கொன்றது யார் என்றும், அந்தக் குழந்தையைக் கொன்றது யார் என்றும் நமக்கு இன்னும் தெரியவில்லை."

"இந்த உயிர்களை எல்லாம் நான்தான் கொல்கிறேன் என்பதை நீ தெரிந்துகொள் என்று யாருக்கோ உணர்த்த விரும்புகிறான் இந்தக் கொலைகாரன் என்பது நமக்குப் புரிகிறது" என்று பீட்டர் நினைவூட்டினார்.

"பக்மத்துக்கு ஏதாவது கடிதம் வந்ததா?"

"அப்படியென்றால்..."

"துர்ராவுக்குத் தபால் வந்தது. அதில் அவன் எச்சரிக்கை செய்யப்பட்டிருந்தான். பக்மத்துக்கு அந்த மாதிரி ஏதாவது வந்ததா?"

"பக்மத்துக்கா? துர்ரா பக்மத்தைக் கொல்லப்போகிறான் என்று கொலையாளிக்கு எப்படித் தெரியும்? நீங்கள் சொல்லுவதைப் பார்த்தால், கொலையாளிக்கு அதிர்ஷ்டம் அடித்திருப்பது போல் தெரிகிறது. அவன் அடுத்ததாக பக்மத் உயிரை எடுக்க நினைத்திருக்கிறான். அவனுக்காக துர்ரா அந்த வேலையைச் செய்திருக்கிறான். ஆனால் அவன் பக்மத்தையும் எச்சரித்திருக்க வேண்டும்."

"ஒரே ஒரு காரியத்தை மட்டும் செய்ய வேண்டும்."

ஜெண்டே எழுந்து நெட்டி முறித்தார். "நாளைக்கு நாம் இரண்டு இடங்களுக்குப் பார்வையிடச் செல்ல வேண்டும்."

அவரது கோப்பையில் மிச்சமிருந்த விஸ்கியை விழுங்கிவிட்டு "அல்லது, என்னை சஸ்பெண்ட் செய்ய அவர்கள் தீர்மானித்தால், நீங்கள் அங்கெல்லாம் செல்ல வேண்டியிருக்கும்."

***

"சஸ்பென்ஷன்" என்ற எந்தப் பேச்சும் எழவில்லை. எனவே பீட்டரும் ஜெண்டேயும் பதாமா மருத்துவமனைக்குச் சென்றார்கள். கடைசியில் பார்த்தால், இது தனியார் மருத்துவமனையாகவும் ஐந்து மாடிக் கட்டடத்தில் இது இரண்டாவது மாடியிலும் இருந்தது.

வரவேற்பு அறைக்குச் சென்று, அங்கிருந்த வரவேற்பாளரான அந்தப் பெண்மணியிடம், "யார் பொறுப்பில் இருக்கிறார்கள்?" என்று கேட்டார். அந்தப் பெண்மணி சுட்டிக் காட்டிய அறைக் கதவில் திரு.ஏ.பி.பதாமா என்ற பெயர் இடம் பெற்றிருந்தது. கடைசியில் அந்த மனிதர் எந்தப் பொறுப்பிலும் இல்லாத ஒரு சாதாரண ஆள்.

"நீங்கள்தான் மருத்துவமனையின் பொறுப்பில் இருக்கும் மருத்துவரா?" என்று ஜெண்டே அவரிடம் கேட்டார்.

"நான் டாக்டர் இல்லை. நான் இந்த மருத்துவமனையின் மேலாளர்" என்றார் பதாமா.

"பொறுப்பில் உள்ள டாக்டர் யார்?"

"எந்த நோயாளிக்கு?"

"திருமதி.ஹேமலதா ஜுகல் கிஷோர் படேல்."

"அந்த அம்மையார் இங்கு இருக்கிறார்களா?" என்று பதாமா கேட்டார். ஆனால் அந்தக் கேள்வி, அவரது செயல்திறனை விளக்குவதாக இருந்தது. அவர் அந்த அம்மையார் விஷயத்தைப் புரிந்துகொண்டார் என்பது தெளிவாயிற்று.

"இல்லை. அந்த அம்மையார் இங்குதான் இறந்திருக்கிறார்கள்" என்று ஜெண்டே சொன்னார்.

பதாமா தன் கைகளைப் பின்புறம் கட்டியபடி மீண்டும் தன் நாற்காலியில் அமர்ந்தார். "இல்லை. இல்லை. அந்தச் சோகச் சம்பவம் இங்கு நடக்கவில்லை. அவர்களை வீட்டிற்கு அழைத்துச் சென்றுவிட்டார்கள். அங்குதான் அவர்கள் இறந்திருக்கிறார்கள்."

"அவர்கள் இங்கு சிகிச்சை எடுத்துக்கொண்ட மருத்துவப் பதிவேடுகளைப் பார்க்கலாமா?"

"அது, எனக்கு அவ்வளவாகத்...

"இது கொலை செய்யப்பட்டதற்கான விசாரணை மிஸ்டர் பதாமா. நான் மீண்டும் பல போலீஸ்காரர்களோடு இங்கு வந்து, கொஞ்சம் கடுமையான விசாரணை செய்ய வேண்டி இருக்கும்."

பதாமா மடித்த கைகளை எடுக்காமல் நாற்காலியில் நிமிர்ந்து உட்கார்ந்தபடி, "அவர்கள் ஓர் வயதான அம்மையார். அவர்களுக்குச் சிறுநீரகக் கோளாறு, சார். அவர்கள் மிகவும் ஆபத்தான நிலையில் இருந்தார்கள். ஆனால், அந்த அம்மையாரின் மகனுக்கு இது புரியவில்லை. 'சிறுநீரகம் கிடைத்து விடும். சிறுநீரகம் கிடைத்து விடும்' என்று சொல்லிக்கொண்டே இருந்தார். இப்படி அவர் சொல்லிக்கொண்டேயிருந்ததை அனுமதிக்க முடியாது. ஆனால் சிறுநீரகம் வழங்குபவர் அவரது குடும்பத்தைச் சேர்ந்த ஒருவர் என்றும், ஸ்ரீலங்காவிலிருந்து ஒரு டாக்டரை ஏற்பாடு செய்திருப்பதாகவும் சொன்னார். ஆனால் அறுவைச் சிகிச்சை குறிக்கப்பட்ட இந்த நாள் வரை எதுவும் நடக்கவில்லை. பணம் கட்டவில்லை. அதற்கான எந்த முயற்சியும் எடுக்கப்படவில்லை. ஆகவே நாங்கள் எல்லாவற்றையும் ரத்து செய்துவிட்டோம்."

"அந்த அம்மையாரின் மருத்துவக் கோப்புகளைத் தயவுசெய்து பார்க்கலாமா?"

கோப்புகள் ஜெண்டேயிடம் கொடுக்கப்பட்டன.

"பார்த்து முடித்தவுடன் தயவுசெய்து திருப்பிக்கொடுத்து விடுங்கள்."

ஜெண்டே சரி என்று தலையை அசைத்துவிட்டு அதிலிருந்து சில குறிப்புகளை எழுதிக்கொண்டார்.

வெளியே வந்த ஜெண்டேக்கு அடுத்த இலக்கு - பக்மத் வீடு.

கதவைத் திறந்த பெண்மணி வெள்ளைப் புடவையில் தோற்றமளித்தாள். அதைத்தவிர கணவனை இழந்த துக்கம் அவள் தோற்றத்தில் வேறெந்த விதத்திலும் பிரதிபலிக்கவில்லை. அவளுடைய கண்கள் தெளிவாகக் காணப்பட்டன. ஜெண்டே தன்னை அவளுக்கு அறிமுகப்படுத்திய பின் அவர்கள் உள்ளே அழைத்துச் செல்லப்பட்டனர். அப்போது அந்தப் பெண்மணி, அக்குடும்பத்தில் ஒருவர் போலக் காணப்பட்ட ஒரு வயதான அம்மையாரை அழைத்துத் தேநீர் தயாரிக்கச் சொன்னாள்.

அந்தப் பெண்மணி சோபாவில் அமர்ந்தவாறு, "என்ன வேண்டும் சொல்லுங்கள்" என்றாள்.

“உங்கள் கணவர். சில தினங்களாக எதற்கோ கலக்கமுற்று இருந்தது போல் உங்களுக்குத் தெரிந்ததா?”

“ஏன் அப்படிக் கேட்கிறீர்கள்?”

இந்தச் சாதாரண கேள்விக்கு ஜெண்டே படபடப்பு அடைந்தது போல எந்தத் தருணத்திலும் பீட்டர் அவரைக் கண்டதில்லை.

“ஒரு கொலை நடந்த விஷயத்தில் நாங்கள் இதைத் தெளிவுபடுத்திக் கொள்ள வேண்டும்.”

“எந்தக் கொலை நடந்த விஷயம்? என்னுடைய கணவர் கொலையுண்ட விஷயமா? அந்தக் கொலையைச் செய்தது யார் என்று எனக்குத் தெரியும். அதைச் செய்தது யார் என்று உங்களுக்கும் தெரியும். அவருக்கான தண்டனையைப் பெற்றிருக்கிறார் என்பது நம் இருவருக்கும் தெரியும்.”

அவளின் பார்வையை எதிர்கொள்ள ஜெண்டே திணறியதை பீட்டர் கவனிக்கத் தவறவில்லை.

“அது எல்.எஸ். பர்துஸ்ட்டா.”

“அதற்கும் என் கணவருக்கும் என்ன தொடர்பு?”

“உங்கள் ஃபோன் நம்பர் அதில் இருந்ததே.”

“அவர் என்னுடைய தனிப் பயிற்சியாளர். ஆமா.” எந்தச் சலனமும் இல்லாமல், தொனியில் எந்த ஏற்ற இறக்கமும் இல்லாமல் இதைக் கூறினாள்.

“எங்களுக்கு இன்னும் அதை நிச்சயப்படுத்திக்கொள்ள முடியவில்லை.”

“இன்ஸ்பெக்டர் ஜெண்டே அவர்களே, காவல் துறைக்காக என் கணவர் தன் உயிரை ஈந்திருக்கிறார். அவர் இப்போது உயிரோடு இல்லை. அவர் இன்னொரு போலீஸ்காரரால் கொலை செய்யப்பட்டிருக்கிறார். இதில் சொல்லுவதற்கு வேறென்ன இருக்கிறது? இங்கே எதற்காக வந்தீர்கள்?”

அந்த வயதான அம்மையார் இரண்டு கோப்பைத் தேநீரை எடுத்து வந்து வேண்டா வெறுப்பாக அவர்கள் முன்னே வைத்தார். அங்கே அமர்ந்து இருவரும் அந்தத் தேநீரை உறிஞ்சிக் குடித்தார்கள்.

ஜெண்டே தன் முயற்சியைத் தொடர்ந்தார்: உங்கள் கணவன் காவல்துறைக்காக தன் உயிரைக் கொடுத்தார் என்றால், பிராக்ஸியின் வழக்கை தெளிவுபடுத்துவதற்காகவும், முடித்து வைப்பதற்காகவும் இருக்கலாம்.

"பிராக்ஸியா?"

"உங்களின் தனிப்பட்ட பயிற்சியாளர்."

"அவர் இறந்தது பெரிய துர்அதிர்ஷ்டம். இதில் நான் உங்களுக்கு என்ன உதவிகளைச் செய்ய வேண்டும் என்று தெரியவில்லையே."

"அவன் பயன்படுத்திய பொருட்களைச் சோதனையிட்டுப் பார்க்க வேண்டும் என்று விரும்புகிறேன்" என்றார் ஜெண்டே.

"தாராளமாக" என்று சொல்லிய அப்பெண்மணி, அங்கே ஒரு மூலையில் கிடந்த மேஜையைச் சுட்டிக் காட்டினாள். "அவருடைய எல்லாப் பொருள்களையும் அதில்தான் வைப்பார்."

அழகான ஸ்டிக்கர் ஒட்டப்பட்ட மேல்புறமும், பச்சை வண்ணம் அடிக்கப்பட்ட இரும்புக் கால்களும் கொண்ட அந்த மேஜையின் மேல்புறம் எந்தப் பொருளும் வைக்கப்படாமல் துடைக்கப் பட்டிருந்தது.

"இந்த இடத்தில் ஏதாவது பொருள்கள் வைக்கப்பட்டிருந்தனவா? அவைகளை எடுத்து அப்புறப்படுத்திவிட்டீர்களா?" என்று ஜெண்டே கேட்டார்.

"இல்லை. இல்லை. அப்படியேதான் இருந்தது."

அந்த மேஜை மூன்று டிராயர்களைக் கொண்டிருந்தது. மேலே இருந்த டிராயர் முழுவதும் ரசீதுகளும், விலைப்பட்டியல் சீட்டுகளுமாக இருந்தன. அதற்குக் கீழே வங்கி சம்பந்தப்பட்டவைகளும், அதற்கும் கீழே ஓர் அஞ்சல் அட்டை - அதன் வலது பக்க மூலையில் 'அடுத்து நீதான்' என்று எழுதப்பட்டிருந்தது.

ஜெண்டேயின் முகம் இறுக்கமானது.

"உங்களுக்குத் தேவையானது கிடைத்ததா?" என்று அந்தப் பெண்மணி கேட்டாள்.

"நன்றி. இதை மட்டும் ஓர் ஆதாரத்திற்காக எடுத்துக்கொள்கிறேன்."

"என்ன ஆதாரம்."

"பிறகு தெரியப்படுத்துகிறேன்" என்றார். பெற்றுக்கொண்டதற்கான ரசீது ஒன்றை எழுதி அப்பெண்மணியிடம் நீட்டினார். ஆனால் அவள் அவரது கைகளிலிருந்து அதைப் பெற்றுக்கொள்ளவில்லை. மேஜைமீது வைக்குமாறு குறிப்பாகச் சொன்னாள். அவர் அங்கே அதை வைத்தார்.

தேநீரை முழுவதும் குடிக்காமலே வைத்துவிட்டு அங்கிருந்து இருவரும் புறப்பட்டார்கள்.

"இந்தக் கால கட்டங்களில் எல்லாமே எப்படி மாறி இருக்கிறது, பார்த்தீர்களா?" உடுப்பி ஓட்டலில் காப்பிக்காகக் காத்திருந்த ஜெண்டே இவ்வாறு சொன்னார். "மக்கள் போலீஸ்காரர்களை மிரட்டத் தொடங்கிவிட்டார்கள். நான் போலீஸ் வேலைக்குச் சேர்ந்த பொழுதில், எவனுக்கும் அந்த 'தில்' இருந்ததில்லை."

"போலீஸ்காரர்கள் ரோந்துக்குச் செல்கிறேன் என்று சொல்லிவிட்டுச் சென்று, கழிப்பறைகளில் நிற்கும் இளைஞர்களைக் கண்டுபிடித்து, பிளாக்மெயில் செய்யும் போலீஸ்காரர்களை நீங்கள் நினைத்துப் பார்த்ததுண்டா?"

ஜெண்டே பீட்டரை ஊடுருவிப் பார்த்தார். அதற்குள் காப்பி வந்து விட்டது. சூடாக இருந்த காப்பியை வேகமாக ஆற்றிக்கொள்வதில் மனதை மாற்றிக்கொண்டார். தன் கோபத்தை காபி ஆற்றுவதில் காண்பித்தார்.

"நீங்கள் சொன்னது சரியென்று இப்போது தோன்றுகிறது பீட்டர். சூரஜ் பட்டேலை மீண்டும் பார்க்க வேண்டும்" என்றார் ஜெண்டே.

பீட்டர் சரியென்றார். அவனைப் பார்க்க நினைப்பது அவனே கிடைத்தது போன்றது.

"அவனது கோப்புகளை எடுத்துப் பார்க்க வேண்டும். நீங்கள் போய் இந்தப் பகுதியில் வசிக்கும் மக்களைப் பார்த்துப் பேசுங்கள்" என்று ஜெண்டே சொன்னார்.

"நான் ஏற்கெனவே பார்த்துப் பேசிவிட்டேன். அந்தப் பத்திரிகையாளன் ஜோட்டின் பெர்ரி..." என்று பீட்டர் தயங்கியவாறு சொன்னார்.

"எங்கே சென்றீர்கள்?"

"அந்த விதவையைச் சந்தித்தேன்."

இதைக் கேட்டு ஜெண்டே எரிச்சலடைந்தார்.

"இப்பொழுது, நான் அங்கு சென்று விசாரிக்க வேண்டும்" என்றார் ஜெண்டே.

"சூரஜ் பட்டேல் யார் யாரிடம் பேசினான் என்ற பட்டியலைக் கைப்பற்ற முடியுமா?"

"அங்கே என்ன கிடைக்குமென்று நினைக்கிறீர்கள்!"

"எனக்குத் தெரியவில்லை. வேறு என்ன செய்ய வேண்டுமென்று என்னால் யோசித்துப் பார்க்க முடியவில்லை."

"அவர்களை நீங்கள் பார்க்க விரும்புகிறீர்களா? அல்லது சுரலேவால் அந்தப் பட்டியலைப் பெற முடியும்."

"அது போதும்" என பீட்டர் சொன்னதும், அதைச் செய்து முடிக்க வேண்டும் என்று ஜெண்டே இருக்கையை விட்டு எழுந்தார்.

"வாங்க நான் உங்களை வீட்டில் இறக்கிவிடுகிறேன்."

12

"பிராக்ஸி பற்றி உனக்கு எந்த அளவு தெரியும்?" என்று சுனிலிடம் பீட்டர் கேட்டார். சுனில் இப்போதுதான் ஒரு நீண்ட டெலிஃபோன் உரையாடலை முடித்துவிட்டுத் தன்னுடைய இரண்டாவது தேநீரை அருந்திக்கொண்டிருந்தான்.

"இது எதற்கு, அப்பா?" சுனில் ஒரு சந்தேகத்தோடு கேட்டான்.

"அவன் இறந்துவிட்டான். அவனைக் கொன்றவனைக் கண்டுபிடிக்க நான் ஜெண்டேவுக்கு உதவி செய்து வருகிறேன்."

சுனில் தந்தையை உன்னிப்பாகக் கவனித்தான்.

"மிகப்பெரிய பின்னணி இருப்பதாகச் சொல்லலாம்" என்றார் பீட்டர். சுனில் கொஞ்சம் இறங்கி வந்தான்.

"எனக்கு அவ்வளவாகத் தெரியாது. அவ்வப்போது என்னைக் கூப்பிடுவான். சில நேரங்களில் அவனுக்கு என்னோடு பேச வேண்டியிருக்கும். இரண்டொருமுறை அவனோடு மது அருந்தியிருக்கிறேன்."

சிறிது நேரம் யோசித்துவிட்டுப் பிறகு பேசினான்.

"இன்னொருவன் இருக்கிறான். அவனுக்கு பிராக்ஸி பற்றி நன்றாகத் தெரியும். அவனுடைய நண்பன் அவன்."

"அவன் பெயர் யூனிட்தானே?"

"ஆமாம். நான் இரண்டுமுறை சந்தித்திருக்கிறேன். அவனுடைய நம்பர்கூட என்னிடம் எங்கோ இருக்கிறது" என்று சொல்லிவிட்டு ஃபோனைத் தடவி அவன் நம்பரைக் கண்டுபிடித்தான். பீட்டருக்கு நிம்மதி வந்தது. ஊரிலுள்ள அத்தனை ஆண் விபச்சாரிகளின் நம்பரையும் இவன் வைத்திருப்பான் போலிருக்கிறதே. பிறகு சுனில் ஃபோனை உயர்த்தித் தன் காதருகே வைப்பதைக் கண்டார்.

"யூனிட் தானே? நான்தான், சுனில்."

சிறிது அமைதி.

"ஆமா. கேள்விப்பட்டேன். மிகவும் வருத்தமாக இருக்கிறது."

அமைதி.

"என் அப்பா உன்னைப் பார்க்க வேண்டும் என்கிறார்."

சிறிது நேர அமைதிக்குப் பிறகு சுனில் மென்மையாகச் சிரித்தான்.

"மதியச் சாப்பாட்டிற்கு வந்துவிடு."

இதைக் கேட்டு பீட்டருக்கு இரத்த ஓட்டமே நின்றுவிட்டது. இவன் என்ன செய்கிறான்?

ஆக, எல்லாம் ஆகிவிட்டது. மதிய உணவுக்கான அழைப்பு அங்கே ஏற்றுக்கொள்ளப்பட்டுவிட்டது. பேருந்து நிலையத்திற்கு அருகிலுள்ள ஷோபா ஓட்டலுக்கு அருகில்.. என்று திசை உள்பட முகவரி எல்லாம் பரிமாறிக்கொள்ளப்பட்டது.

"சரி" என்று சொல்லிவிட்டு ஃபோன் உரையாடலை முடித்து வைத்தான்.

"என்ன, சரி?" என்று கேட்டுக்கொண்டே மில்லி கையில் ஒரு அலுமினியப் பாத்திரத்துடன் காய்கறித் தோட்டத்திற்குத் தண்ணீர் ஊற்ற வந்தாள்.

"மதிய உணவுக்கு ஒருவர் சாப்பிட வருகிறார்" என்று சுனில் சொன்னான்.

"யார் அது?"

"அவன் பெயர் யூனிட்."

அந்த வராந்தாவில் சிறிது நேரம் மயான அமைதி நிலவியது. மில்லி தண்ணீர் ஊற்றுவதை நிறுத்திவிட்டு அவர்கள் இருவரையும் (மாறி மாறிப்) பார்த்தாள்.

பீட்டர் ஒருவாறு நிலைமையைப் புரிந்துகொண்டார். எனவே அவர் குற்ற உணர்வுடன் காணப்பட்டார்.

"யூனிட் என்பது யார்?"

"அவன் வந்து..."

"செக்ஸ் தொழிலாளன்" என்று பட்டென்று சொன்னான் சுனில்.

"என்ன?"

"நடந்த கொலையைப் பற்றி அவனிடம் பேச விரும்பினேன். அதுதான் சுனில் சம்பந்தப்பட்ட..." தேங்காய் உடைக்கப்பட்டது போல உண்மை தெரிய ஆரம்பித்தது. அந்தத் தோட்டத்தின் மனம் கவர்ந்த செடியான துளசிச் செடியை மறந்தாள்.

அந்தத் துளசிச் செடியிலிருந்து, மனம் விரும்புகிறபோதெல்லாம் இரண்டு இலைகளைப் பறித்து பீட்டருக்குக் கொடுப்பது அவளது வழக்கமாக இருந்தது.

"பீட்டர் இதுதான் உச்சபட்ச எல்லை. மதிய உணவா? இன்றைக்கா?"

"அம்மா, மணி பத்துதான் ஆகிறது. நிறைய நேரம் இருக்கிறது. பெரிய விருந்தெல்லாம் வேண்டாம். அவ்வளவு பெரிய விஷயம் இல்லை. கொலையுண்டவனின் நண்பனை அழைத்து அப்பா சில சந்தேகங்களைக் கேட்க, நினைக்கிறார். அவ்வளவுதான்."

"மிகவும் நன்றாக இருக்கிறது. கொலை செய்யப்பட்டவனின் நண்பனான ஒரு செக்ஸ் தொழிலாளியை விருந்துக்கு வரச் சொல்லி அழைத்துக்கொண்டிருக்கிறோம். அதோடு அதாக அவன் கள்ளக் கடத்தல் வேலையையும் செய்துகொண்டிருக்கிறானா?" என்று மில்லி சொன்னாள்.

இந்த செயல் ஒரு ஏமாற்று வேலை - உண்மைத் தன்மையற்றது என்பது அந்த இரு ஆண்களுக்கும் தெரியும். எனவே அவர்கள் அமைதியாக இருந்தார்கள்.

"அவன், சைவச் சாப்பாடு சாப்பிடமாட்டானே!" என்று அவள் சொன்னாள். இது மில்லியின் கட்டுப்பாட்டிற்கு அப்பாற்பட்ட சூழல் என்று மில்லி ஏற்றுக்கொண்டதாக அவர்கள் இருவரும் புரிந்துகொண்டார்கள்.

"அவன் குறைந்தபட்சம் கோழிக்கறியாவது சாப்பிடுவான் என்று நினைக்கிறேன்" என்று சொல்லி அதை முடித்து வைத்தார். அத்துடன் அவளைப் பின்பற்றிச் சமையற்கட்டிற்குள் நுழைந்தார்.

"யாராவது மாஃப்கோவுக்குப் போய் பிராய்லர் கோழி வாங்கி வாருங்கள்" என்றாள்.

"நான் போகிறேன்" என்று சுனில் முன்னுக்கு வந்தான்.

"வேறு டிரெஸ் மாற்றிக்கொண்டு போ" என்று மில்லி இயல்பாகச் சொன்னாள்.

"ஏன், இதுக்கு என்ன?" என்று கேட்டான். அவன் பொது இடங்களில் இதையே போட்டுக்கொண்டு அலைவான். மில்லி, பாசுமதி அரிசி இருந்த ஜாடியைக் குச்சியால் நகர்த்தி இழுத்துக் கொண்டாள்.

"நன்றி" என்றார் பீட்டர்.

"எதற்கு நன்றி." என்று மில்லி கேட்டாள்.

"தெரியவில்லை. ஆனால் தந்தையையும் மகனையும் சகித்துக் கொண்டதற்கு நன்றி.

"இதுதான் எனக்கு வெகுமதி" என்று மில்லி அலுத்துக்கொண்டாள்.

"அவன் தன்னை மாற்றிக்கொள்வான்."

"அவன் மாற்றிக் கொள்ளாமலும் இருக்கலாம். அன்னை மரியாள் கூட பேரன் பேத்திமார்களை விரும்பியிருப்பாளோ என்னவோ" என்றாள் மில்லி.

அது அவருக்குச் சிரிப்பை வரவழைத்தது.

யூனிட் சரியான நேரத்திற்கு வந்தான். மும்பையைப் பொறுத்தவரை கால் மணி நேரம் தாமதமாக வந்தாலும், அது சரியான நேரத்திற்கு வந்தது மாதிரிதான் ஆகும். சுனில் போய் கதவைத் திறந்து விட்டான். அவனுக்கு ஏகப்பட்ட வரவேற்பு கொடுக்கப்பட்டது. கை குலுக்கிக் குனிந்து வரவேற்கப்பட்டான். கொஞ்சம் சந்தேகத்திற்கு இடம் இருந்தாலும், மில்லி பெருந்தன்மையாக நடந்துகொண்டாள். அவன்மீது அவளுக்கு ஓர் அச்சம் உண்டாகி இருந்தாலும், அது சூழ்நிலையால் என்று அறிந்து, அவன்மீது கனிவு கொண்டாள். அதுதவிர, இந்தத் தருணத்தில் அவன் மிக நன்றாக ஆடை அணிந்திருந்தான்.

"ரொம்ப தூரத்தில் இருந்து வருகிறாயா?" என்று கேட்ட மில்லி அவனுக்குக் குடிப்பதற்கு எவர் சில்வர் குவளையில் தண்ணீர் கொடுத்தாள்.

இதைத் தொடர்ந்து ஏகப்பட்ட விவாதங்கள் நடந்தன. மில்லி நான்கு டம்ளர்களை எடுத்தாள். அவை உண்மையான கண்ணாடிக் குவளைகள் அல்ல. ஆனால் கண்ணாடிக்குவளை போன்ற தோற்றமுடையவை.

"இது அவனுக்கு ஓர் அவமதிப்பாகத் தெரியும்" என்று சுனில் கூறினான்.

"ஏன்?" - மில்லி கேட்டாள்.

"வெளியிலிருந்து வருபவர்களுக்கு, அதிலும் ஜாதியை அறிந்து கொள்ள முடியாதவர்களுக்குக் கண்ணாடிக் குவளையில் கொடுப்பார்கள்."

"நம்மிடம் காப்பர் குவளை இல்லை" என்று மில்லி கூறினாள்.

"எவர் சில்வர் டம்ளர் போதும்" என்றான் சுனில்.

"நாம் தினமும் பயன்படுத்தும் டம்ளரைச் சொல்கிறாயா?"

"அன்றாடம் பயன்படுத்தும் பொருள்களே சிறப்புதான்" என்றான் சுனில். பார்ப்பதற்கு குவளை பளிச்சென்று இருப்பதற்கு அவள் அவைகளை இரண்டுமுறை கழுவித் துடைத்து வைத்து திருப்தியடைந்துகொண்டாள். இப்போது யூனிட் அவள் கொடுத்த தண்ணீரைக் குடித்துவிட்டு மீண்டும் கேட்டு வாங்கிக் குடித்தான். பயங்கர வெயில் என்று அதற்குச் சமாதானம் சொல்லிக் கொண்டான். மில்லி புன்னகையுடன் தலையசைத்தாள். "மதிய உணவு இன்னும் பத்து நிமிடங்களில் தயாராகிவிடும்" என்றாள்.

பீட்டருக்கு அருகில் கிடந்த ஒரு குஷன் நாற்காலியில் போய் யூனிட் அமர்ந்துகொண்டான். அவனுக்குப் பழக்கமான பெரியவர் முன், நம்பிக்கையும், தைரியமும் உண்டாக்கிக்கொள்ளும் பொருட்டு, பீட்டரை நோக்கிச் சாய்ந்து அமர்ந்தான்.

"உனக்கு பிராக்ஸியை நன்றாகத் தெரியும், இல்லையா?" என்று சுனில் கேட்டான்.

"சிறு வயதிலிருந்து ஒன்றாகத் திரிந்தோம்.!"

"எனக்கு அவனை நினைவு இருக்கிறது. அவனுக்கு இப்படி ஆகி விட்டதே என்று நினைக்கிறபோதுதான் வேதனையாக இருக்கிறது" என்றான் சுனில். "யாருக்கும் அந்த மாதிரி மரணம் வரக்கூடாது."

"எல்லாரும் பேசிக்கொள்கிறார்கள்: அந்த மாதிரி தொழிலை அவன் மேற்கொண்டான். அதுவே அவனைக் கொலையில் கொண்டு போய் நிறுத்திவிட்டது. அதையே அவன் செய்ய வேண்டியிருந்தது என்று எல்லோரும் புரிந்துகொள்ளவில்லை."

"அதைச் செய்ய அவனுக்கு என்ன நிர்ப்பந்தம்?" என்று பீட்டர் கேட்டார்.

"அங்கிள், யாரோ சில மனிதர்களுக்காக, அவன் ஒரு சாக்கடைப் புழுவைப் போலத் தன் விதியை எழுதிக்கொண்டான். ஒரு சாதாரண வேலை தேடிக்கொள்வது கூட எளிதாக இல்லை. அதுவும் ஒரு துரதிர்ஷ்டம்தான். பிறகு ஒருவன் என்னதான் செய்யமுடியும்."

"சிறப்புப் பயிற்சியாளர்களாகப் பயிற்சி பெற்றவன்தானே நீ?"

"சாரி. அந்த மாதிரி சொல்லக்கூடாது. ஆனால் அது உண்மை. அது ஒரு மோசடி வேலை. எங்களைப் போன்று அநேக முட்டாள்கள் இருக்கிறார்கள். பணத்தைப் பெற்றுக்கொள்கிறார்கள்: அவர்களுக்குச் சில நாட்கள் வகுப்புகள் எடுக்கப்படுகின்றன. அங்கே இவர்கள் இந்தத் தசையையும் அந்தத் தசையையும் பற்றிப் பேசுவார்கள். அத்துடன் சில உடற்பயிற்சிகளைச் சொல்லிக் கொடுப்பார்கள். சில குறிப்புகள் எழுதிக்கொள்ளச் சொல்வார்கள். சில தேர்வுகள் வைப்பார்கள். பிறகு நாங்கள் எல்லாம் பாஸ் ஆகிவிடுவோம். நீங்கள் என்ன எழுதினாலும் பாஸ் ஆகிவிடுவீர்கள்."

சுனில் தொடர்ந்து கவனித்தான்.

"எல்லோரும் ஒரே மாதிரி சான்றிதழ்கள் வைத்திருந்தால், அந்த உடற்பயிற்சிக் கூடங்கள் உங்களை வேலைக்கு அமர்த்திக் கொள்ளுமா? அப்படித்தானா?" என்று சுனில் கேட்டான்.

"அடுத்தடுத்துப் பல நேர்காணலுக்குச் சென்றேன். நான் எங்கெல்லாம் சென்றேன் என்று உன்னால் கற்பனை செய்துகூடப் பார்க்க முடியாது, சுனில் பையா. ஓர் இடத்தில் சொன்னார்கள்: 'எல்லாரும் ஷார்ட் அணிந்துகொள்ள வேண்டும்' என்று. என்னால் ஷார்ட் அணிந்துகொள்ள முடியாது என்று சொன்னேன். அவர்கள், 'ஏன் முடியாது. நீ அழகான கால்களைப் பெற்றிருக்கிறாய்' என்றார்கள். நீங்கள் நம்ப மாட்டீர்கள், அங்கிள். அப்போது என்னுடைய தொடைகள் அப்படி இருந்தன" என்று பீட்டர் பக்கம் திரும்பி பலூன் போன்று இருக்கும் தன்னுடைய தொடைகளைக் குறிப்பிட்டுக் காட்டினான். "என் கால்களைக் காட்டி 'என்னால் ஷார்ட்ஸ் அணிந்துகொள்ள முடியாது என்றும் அதுபோல கை வைக்காத டி-ஷர்ட் அணிந்துகொள்ள முடியாது' என்றும் சொன்னேன். 'உனக்கு என்ன பிரச்சினை' என்று

கேட்டார்கள். அதற்கு நான் கருப்பாக இருப்பதுதான் காரணம் என்றேன். உன்னுடைய கருப்பு கலர் மாறிய பிறகு வரலாம் என்றார்கள். நான் என்ன சொல்லுவது?"

அப்போது அங்கே வந்த மில்லி இதையெல்லாம் கேட்டுக்கொண்டே வந்தாள்.

"உன் நிறத்தைப் பற்றி நீ ஏன் கவலைப்பட வேண்டும்?" என்று சொல்லிய மில்லி அவர்கள் முன் ஒரு பிளேட் வறுத்த கோழிக் கறியை வைத்தாள். இந்த மாதிரித்தான் எப்போதும் செய்வாள். கொஞ்சம் கறித்துண்டுகள் வறுக்கப்பட்டிருந்தன. கொஞ்சம் கறித்துண்டுகள் சோற்றுடன் பிசைந்து உண்ண குழம்புக் கறியாக மாறியிருந்தன. குடும்பத்தினருடன் மட்டும் வறுத்த கறியுடன் உணவு சாப்பிடும்பொழுது, மிகவும் மெதுவாக ரசித்து, ருசித்துச் சாப்பிடுவோம். ஆனால் விருந்தினருடன் சாப்பிடும்பொழுது வறுத்த கறி பசியைத் தூண்டுவதாக அமைந்துள்ளது.

"நான் வெட்கப்படவில்லை, ஆண்ட்டி. நான் என் உடம்பை அவர்களிடம் காட்ட விரும்பவில்லை."

மில்லி இதைக் கேட்டு ஆச்சரியப்பட்டாள். அதன்பிறகு போகட்டும் என்று அப்படியே விட்டுவிட்டாள்.

"அந்த வேலை பிராக்ஸிக்குக் கிடைத்ததா?" என்று பீட்டர் அந்த உரையாடலை அவரது இலக்கு நோக்கித் திருப்பினார்.

"அவனுக்கும் எதுவும் கிடைக்கவில்லை. காரணம் அவனுக்கு ஆங்கிலம் தெரியாது. நல்ல நல்ல உடற்பயிற்சிக் கூடங்களில் வேலை செய்ய ஆங்கிலம் தெரிந்திருக்க வேண்டும். நல்ல ஆங்கிலம் பேசினால் வேலைக்கு வைத்துக்கொள்வார்கள். எங்களுக்கும் ஆங்கிலம் தெரியாது. அவர்களும் எங்களை வேலைக்கு வைத்துக் கொள்ளவில்லை."

"அதன்பின் உனக்கு என்ன ஆச்சு? வேறு எங்காவது வேலை கிடைத்ததா?"

"அவனையே சேர்த்துக்கொள்ளவில்லை. என்னை எப்படிச் சேர்த்துக்கொள்வார்கள்?"

சுனில் அம்மாவைப் பார்த்தான். அவள் எழுந்து "நான் சாப்பாட்டைச் சூடு பண்ண வேண்டும். நீங்கள் ஆண்கள்.

உங்கள் வேலையைத் தொடருங்கள்" என்று சொல்லிவிட்டு சமையற்கட்டுக்குள் சென்றாள்.

"அப்படியானால், போலீஸ்காரர்களுக்காக பிராக்ஸி ஆண்களை வலை வீசிப் பிடித்தான். அவனும் பணத்துக்காக ஆண்களுக்கு வலை வீசினானா?" என்று சுனில் கேட்டான். தன் மகன் எப்போதுமே நெளிவு சுளிவு இல்லாமல் நேரடியாகப் பேசக் கூடியவன் என்று பீட்டருக்குத் தெரியும். இதனால் அவருக்கு ஓர் அச்சம் இருந்துகொண்டேயிருந்தது.

யூனிட்டுக்கும் அப்படித்தான் இருந்தது. "பையா, இப்படியா பேசுவது? இப்படிக் கேட்டால் யார் சொல்லுவார்கள்? நான் செய்ததை பிராக்ஸிக்குச் சொல்லி இருப்பேன் என்று நீ நினைக்கிறாயா?" என்று யூனிட் கேட்டான்.

"அப்படியென்றால், நீ என்ன நினைக்கிறாய்?" என்று சுனில் அழுத்தமாகக் கேட்டான்.

சுனில் தனக்குள் ஒரு தீர்மானத்தைக் கொண்டிருக்கிறான் என்பது போல, யூனிட் சுனிலைப் பார்த்தான். பிறகு அவன், "இங்கே பார். உன்னைப் போன்ற ஆண்கள் கல்லூரிக்குச் செல்கிறீர்கள். இதற்கென்றும், அதற்கென்றும் பற்பல வார்த்தைகளை அங்கே கற்றுக்கொள்கிறீர்கள். நீங்கள் இதைச் செய்தால், நீங்கள் இந்த வகையைச் சேர்ந்த ஆண்கள் ஆகிறீர்கள். நீங்கள் அதைச் செய்தால், நீங்கள் அந்த வகையைச் சேர்ந்த ஆண்கள் ஆகிறீர்கள். எங்களைப் பொறுத்தவரை நாங்கள் ஒரே ஒரு விஷயத்தைத்தான் கற்றுக்கொள்கிறோம். அதுதான் 'இன்புற்று இரு.' நாங்கள் இன்புற்று இருப்பதற்கு அதைச் செய்கிறோம். அதற்கான நியாய தர்மத்தை நாங்கள் சீர்தூக்கிப் பார்ப்பதில்லை. நாங்கள் இன்புற்றிருக்க வேண்டாமென்றால் கூட, அவர்கள் பணம் கொடுத்தால் நாங்கள் செய்வோம். ஒருமுறை இதற்கென்று பணம் பெற்றுக்கொள்ளத் தொடங்கிவிட்டால், பிறகு எல்லாமே தூசு போன்று தான் தெரியும்."

மில்லி அங்கு வந்தபோது, யூனிட் வாயை மூடிக்கொண்டான்.

அந்தச் சிறிய சாப்பாட்டு மேஜை மீது நான்கு நபர்களுக்கு உணவு பரிமாறப் பட்டது. யூனிட் வருகைக்கு முன்பாக நடந்த குழப்பத்தையும், விவாதத்தையும் மீண்டும் இது வரவழைத்து விட்டது. வழக்கப்படி பார்த்தால், பாத்திரங்களில் உணவு பதார்த்தங்கள் வைக்கப்பட்டிருக்கும்; வந்திருக்கும் விருந்தினர்கள்

தாங்களாகவே உணவை எடுத்துத் தங்களது சாப்பாட்டுத் தட்டில் போட்டுக்கொள்ள வேண்டும். சுனில் இதற்கு ஒத்துப் போகவில்லை. சாப்பாட்டுத் தட்டில் பரிமாறப்பட்ட உணவைச் சாப்பிடும் பழக்கமுள்ள விருந்தாளிகளுக்கு இது கொஞ்சம் வினோதமாகப் படும். விருந்தினர்கள் சாப்பிட, சாப்பிட தேவையானதை அம்மா பரிமாற வேண்டும். மில்லி இந்தக் கருத்தைக் குறைபாடாக எடுத்துக்கொண்டாள்.

சிக்கன் வறுவல், சிக்கன் மசாலா, புலாவ் இன்னும் வேறு பல வகை உணவுகளும் தயாரிக்கப்பட்டிருந்தன. கிண்ணங்களும் தட்டுகளும் போதுமானதாக இல்லை. எனக்கு என்ன செய்வதென்று புரியவில்லை. ஹர்சபனிடம் சென்று இவற்றை இரவலாகப் பெற்று வர வேண்டும். சைவம் மட்டுமே பரிமாறப் பயன்படும் அவளது பாத்திரங்களில் சிக்கன் பரிமாறப்பட்டால் அவள் அருவருப்படைவாள். ஆகவே, நாங்கள் சாப்பிடும் முறைப்படி அவன் சாப்பிடட்டும். அவனது முறைப்படி குடித்துக்கொள்ளட்டும். மதுபானங்கள் அருந்திக்கொள்ளட்டும்.

வெறும் தட்டைப் பார்த்து யூனிட் எதுவும் நினைத்துக் கொண்டதாகத் தெரியவில்லை. அவனே எல்லாப் பதார்த்தங்களையும் எடுத்து சாப்பாட்டுத் தட்டில் போட்டுக்கொண்டான்.

"நீ ஏன் யூனிட் என்று அழைக்கப்படுகிறாய்?" மில்லி கேட்டாள்.

"நான் துபாய் செல்ல விரும்புகிறேன்" என்று பட்டென்று பதில் சொன்னான்.

"அங்கு போய் என்ன செய்வாய்?" என்று பீட்டர் கேட்டார்.

"அங்கு போய் எது வேண்டுமானாலும் செய்வேன், அங்கிள்; எது வேண்டுமானாலும் செய்வேன். கக்கூஸ் கூடக் கழுவுவேன். ஆனால் நான் பணம் சம்பாதிக்க வேண்டும். செய்ய வேண்டிய வேலைகள் நிறைய இருக்கின்றன. எனக்கென்று சொந்தமாக ஒரு வீடு வாங்க வேண்டும். கிராமத்திலுள்ள என் வீட்டைப் பராமரிக்க வேண்டும். திருமணம் செய்துகொண்டு வாழ்க்கையில் செட்டில் ஆக வேண்டும்."

அந்த நேரம் எங்கும் அமைதி நிலவியது. மில்லியின் முகத்தில் தோன்றிய அதிர்ச்சி, தன் முகத்திலும் காணப்பட்டதா என்று பீட்டர் கவனித்தார். சுனில் முகத்தைக் கவனித்த பீட்டர், எந்தச் சலனமும் இன்றி நடுநிலையில் காணப்பட்டதையும் கவனித்தார்.

அது தொழில்துறை சார்ந்த முகபாவனையாகப் பட்டது. அடுத்தவர்களால் அந்தப் பாவனையைப் பார்த்து எதுவும் புரிந்து கொள்ள முடியாது.

ஒருவேளை, அவனது முகபாவனையைக் கண்ட அடுத்தவர்கள் தங்கள் நிலையில் மாறாமல் இயல்பாக இருக்க வாய்ப்புண்டு. ஆனால் பீட்டருக்கு 'பக்' கென்று இருந்தது.

உணவின் இறுதியில் பரிமாறப்படும் ஓர் இனிப்புப் பண்டம் அவனுக்கு வைக்கப்பட்டது. ஆனால் யூனிட் அதை வேண்டாம் என்று மறுத்தான். ஆனால் பிடிவாதமாகக் கொடுக்கப்பட்டபோது அதை ஏற்றுக்கொண்டான். அது முட்டையும், பாலும், வெண்ணெயும், சர்க்கரைப் பாகும் சேர்ந்து செய்யப்பட்ட ஒரு இனிப்பு வகை உணவு. பிறகு யூனிட் புறப்படத் தயாரானான்.

"அங்கிள், பிராக்ஸி பற்றி எதையாவது கண்டுபிடித்தார்களா, இல்லையா?"

"முயற்சி மேற்கொள்ளப்பட்டு வருகிறது" என்றார் பீட்டர். ஒரு குழந்தையின் கொலை பற்றியும், இரத்தத்தால் எழுதப்பட்ட எண் பற்றியும், மதிய உணவு முடிந்தவுடன் உரையாடல் வருவதால் மில்லி எப்படிச் செயல்படுவாள் என்பது பற்றியும் பீட்டருக்குக் குழப்பமாக இருந்தது.

"பாருங்கள் நம்மில் ஒருவர் மரணமடைகிறபோது யாரும் கவலைப்படுகிறதில்லை" என்றான் யூனிட்.

'நம்மில் ஒருவர்' என்று யூனிட் யாரைச் சொல்கிறான், பீட்டர் தெரிந்துகொள்ள விரும்பினார். ஆனால் பீட்டர் அதை விட்டு விட முடிவு செய்தார்.

***

மாலையில் தேநீர் அருந்தும்போது, "அந்த விதவைப் பெண்மணியைப் பார்க்கப் போயிருந்தேன். பத்திரிகையாளர்கள் தொந்தரவு செய்வதாக அவள் கூறினாள்" என்று ஜெண்டே கூறினார்.

"ஏதாவது தகவல் கிடைத்ததா?" என்று பீட்டர் கேட்டார்.

"இல்லை. அவள் தேவையில்லாமல் பேசினாள். அதிலும் அவளைப் பற்றியே அதிகம் பேசினாள். அவள் சூரத்திலிருந்து வந்திருக்கிறாள். அவளுக்கு கல்யாணம் ஆன பிறகுதான் சூரத்திலிருந்து இங்கு

வந்திருக்கிறாள். அவனைக் கல்யாணம் செய்துகொள்ள அவளுக்கு விருப்பம் இருந்ததில்லை என்று சொல்லுகிறாள். ஆனால் அவனுக்கு நல்ல உத்தியோகம் இருந்திருக்கிறது. அத்துடன் அவர்கள் வரதட்சினை எதுவும் கேட்கவில்லை. எளிமையாகக் கோயிலில் தாலி கட்டிக்கொள்ளலாம் என்று சொல்லி இருக்கிறார்கள். அவர்கள் நடுத்தரக் குடும்பமாம். அவளது தந்தையார் இறந்தபிறகு அவர்கள் ஏழ்மைப்பட்டுப் போய்விட்டார்களாம். எனவே அவளது அம்மா இந்தக் கல்யாணத்திற்குச் சம்மதித்தார்களாம். அப்போது அவர்களுக்கு ஏதோ அபசகுணமாகப் பட்டதாம். அதன்பின் கல்யாணம் முடிந்த பிறகு, அந்தப் பெண்ணைக் கணவர் தொடவே இல்லையாம். ஆகவே இப்போது அவள் சூரத் போய்விடலாமா என்று யோசித்துக்கொண்டிருக்கிறாளாம். அது மட்டுமல்லாது, வெளி நாடு போய்விடலாமா என்றும் யோசிக்கிறாளாம். பெருந்தன்மையான மக்கள் அங்கே இருக்கிறார்களாம்."

"எல்லாரும் அப்படி வெளிநாடு செல்கிறார்களா?"

"இந்த மோசமான இடத்திலிருந்து யாராக இருந்தாலும் விடுபட்டுச் செல்லத்தான் விரும்புவார்கள் என்று நான் நினைக்கிறேன்" என்று ஜெண்டே கூறினார்.

"நீங்கள் எப்போதாவது இவ்வாறு நினைத்துப் பார்த்திருக்கிறீர்களா?"

"அரசுப் பணியில் உள்ளவர்கள் யாரும் இதை நினைத்துப் பார்க்கமாட்டார்கள்" என்றார் ஜெண்டே. "அவர்களுடைய குழந்தைகள் அப்படி விரும்பலாம். இளைய தலைமுறை இன்றைக்கே, இந்த நிமிடமே எல்லாம் கிடைக்க வேண்டும் என்று விரும்புகிறார்கள். மடிக் கணினியோ, வாகனமோ இல்லாத வாழ்க்கையை அவர்களால் நினைத்துப் பார்க்க முடியவில்லை."

இப்போது தன்னை மறந்த பரவச நிலைக்கு அவர் சென்று விட்டார்.

"சிறுநீரக ஆப்பரேஷன் என்ன ஆச்சு?" என்று பீட்டர் கேட்டார்.

"ஓர் அறுவைச் சிகிச்சை தேவைப்படும் என்று அவள் புரிந்து கொண்டதாகச் சொன்னாள். ஆனால் அது பற்றி அவளுக்கு எதுவும் தெரியாது என்றும் சொல்லுகிறாள். அவளது அம்மாவின் சிறுநீரக அறுவைச் சிகிச்சைக்கு இவளது சகோதரனும் கணவனும்தான் பொறுப்பு எடுத்துக்கொண்டார்கள் என்று சொல்கிறாள்."

"இவை எல்லாமே சட்ட விரோதமாக எனக்குப் படுகிறது" என்று பீட்டர் சொன்னார்.

ஜெண்டே ஆம் என்பது போல தலையசைத்தார்.

"நான் இதை இப்படித்தான் யோசித்துப் பார்த்தேன், பீட்டர்."

"எல்லாமே விநோதமாகப்படுகிறது. அவளுக்கென்று ஒரு குடும்பம் இருக்கிறது. அவள் ஒன்றும் வானத்திலிருந்து குதித்து வரவில்லை. ஆனால் அவளுக்காக யாருமே இல்லாதது போலவும், ஏன், அம்மாவே இல்லாதது போலவும் சொல்லிக்கொள்கிறாள். தன்னைப் பற்றி மட்டுமே பேசுகிறாள். இப்படி யாரேனும் ஒருவர் இருக்க முடியுமா?"

"எல்லா வகையான மக்களும் இருக்கிறார்கள், சிவா."

"ஆம்" என்று ஜெண்டே கூறினார்.

"துர்ராவின் மகனைக் கொலை செய்த மனிதனைப் பற்றி ஏதாவது தகவல் கிடைத்ததா?" என்று பீட்டர் கேட்டார்.

"அந்த அம்மா இன்னும் பேசும் நிலையில் இல்லை. அக்கம் பக்கத்தோர் யாரையும் விடாமல் கேட்டுவிட்டோம். ஒன்றும் தெரியவில்லை. யாரோ ஒருவன் சீருடையில் இருந்ததாக, அதாவது மருத்துவமனை அலுவலர்கள் மாதிரி இருந்ததாக, ஒன்று இரண்டு பேர் சொன்னார்கள். பேண்ட், சட்டை அணிந்திருந்ததாகவும், சட்டைப் பையில் பூ வேலைப்பாடு போட்டிருந்ததாகவும் தெரிந்தது."

ஜெண்டே தன்னுடைய இரு சக்கர வாகனத்தில் பறந்து விட்டார். பீட்டர் ஒரு 'வாக்' செல்ல வேண்டுமென்று நடையைக் கட்டினார். அந்தத் தெரு வழியாக ஒரு மனக் குழுப்பத்தில் நடந்து போனார். பி.டி. வாத்தியார் வீட்டிற்கு மூன்று இளைஞர்கள் குளிப்பதற்காக அழைத்துச் செல்லப்பட்டனர். அவர்கள் மீது இவர் மோசமான எண்ணங்கள் எதையும் கொள்ளவில்லை. அவர்களின் சுகாதாரம் பற்றி மட்டும்தான் அவர் எண்ணினார். ஆனால் அவருடைய மருமகன், அதாவது போலீஸ் வேலைக்குத் தேர்ந்தெடுக்கப்பட்டவன், அவர்களின் உள் அவயங்கள் எடுப்பாக இருப்பதைக் கண்டுகொண்டு, சில வருடங்களுக்குப் பிறகு தந்திர வலை வீசி அவர்களைப் பிடிக்க வேண்டுமென்று எண்ணியவன், ஒருநாள் அவர்களை அவ்வாறு பிடித்துவிட்டான். அதில் கருப்பாக இருந்த ஒருவன்தான் வாடிக்கையாளர்களைக்

கவர்ந்திழுத்தவன். இன்னொருவன் வளைகுடா நாடுகளுக்குப் போய்விட்டான். மூன்றாவது இளைஞன் வேலை செய்யும் இடத்திலேயே கத்தியால் குத்தப்பட்டு இறந்துவிட்டான். எந்தவிதக் காரணமுமில்லாமல் அவனது சிறுநீரகம் எடுக்கப்பட்டது. அதன்பிறகு ஒரு போலீஸ்காரனின் குழந்தைக்கு இன்சுலினை அளவுக்கு அதிகமாகக் கொடுத்துக் கொலை செய்தார்கள். இதைப் பார்க்கப் போனால், ஏற்கெனவே பாதிப்புக்குள்ளாகி இருக்கும் ஒருவனை தாக்குவது போல இருக்கிறது. நீ ஒருவனைக் காலி செய்தால், நாங்கள் நால்வரைக் காலி செய்வோம். கட்டுக்கடங்காத வன்மம். கொலையுண்ட உடல்களை எண்ணிக்கொண்டிருந்த ஒரு கொலைகாரனின் மனதுக்குள் புகுந்து, அதன்படியே கொல்ல முயற்சித்தான். அந்த அளவுக்கு வன்மத்தின் படிநிலையை உணர முயற்சிகள் எடுத்தான். ஒருவனைக் காயப்படுத்தினால் அது எப்படி இருக்கும்...? அந்த வாக்கியத்தை முடித்து வைக்க அதன்பிறகு அவன் மனம் அவனை அனுமதிக்காது. ஓர் அமானுஷ்யமான பயம் அவனது முதுகுத் தண்டுவரை சென்று அவனை ஆட்டுவிக்கும். அவன் குற்றம் செய்யத் திரும்புகிறான்.

ஆழ்ந்த துயரத்தின் விளைவாக ஏற்பட்ட புத்தி தடுமாற்றத்தால், அந்தக் குழந்தையின் தந்தை, அந்தச் செயல்பாடுகளின் மூளைக்காரனைக் கொலை செய்கிறான். தன் குழந்தையின் உயிரைப் பறித்ததையும், அவனது உயிர் நண்பனைக் கொலை செய்ததையும், பிறகு தன்னைத்தானே மாய்த்துக்கொண்டதையும், அவன் அறிகிறான். இதற்கென்று ஒரு திட்டம் இருந்திருக்கிறது. இது ஒரு திட்டமிடப்படாத தொடர் கொலைகள் அல்ல. இது போலீஸ்காரர்களையும், அவர்கள் வீசும் தந்திர வலைகளையும் துப்புத் துலங்கும் விஷயமாகவே காணப்பட்டது. அவர்கள் மீது திடீர்த் தாக்குதல்களை நடத்துகிற அந்த நபர்கள் யாராக இருக்கக்கூடும் என்று புரியவில்லை. எவ்வளவோ நடந்துவிட்டது. கடைசியில் கடவுள் இறங்கி வந்துதான் இதற்கு ஒரு தீர்வைக் கொடுக்க வேண்டும் என்பது போல அது இருந்தது.

அடுத்தநாள் காலை லெஸ்லியிடமிருந்து பீட்டருக்கு அழைப்பு வந்தது. "நான்தான் பிராக்ஸியைக் கொன்றேன். தயவுசெய்து இங்கு வரமுடியுமா?" என்று பீட்டரிடம் சொன்னார்.

13

லெஸ்லி ஒரு பழையகாலத்து ஆடையை அணிந்திருந்தார். கழுத்தைச் சுற்றி சிகப்புக்கல் பதிக்கப்பட்ட நெக்லஸ் அணிந்திருந்தார்.

அவர் அணிந்த நெக்லஸ் மீது பீட்டரின் கண் பட்டதால், "இரத்தினக் கல்" என்றார் லெஸ்லி. "வாக்குமூலம் கொடுப்பதற்கு அது சரியானது."

"எப்படி?"

"எனக்குத் தெரியவில்லை. இரத்தினக்கல் உறைந்து போன இரத்தத்தின் நிறத்திற்கோ அல்லது வேறு எதற்கோ ஒரு தொடர்பு இருப்பது போல் தெரிகிறது."

"இல்லை... நீங்கள் ஏன் அவர்களைக் கொலை செய்தீர்கள்?"

"எந்தக் காரணமுமில்லை" என்று லெஸ்லி சாதாரணமாகச் சொன்னார். "நான் இறக்கப் போகிறேன். அது தெரியுமா உங்களுக்கு?"

"கேள்விப்பட்டேன்" என்றார் பீட்டர்.

"இந்நாள்களில் தன்கென்றே உள்ள ஒரு தனிமை யாருக்கும் கிடைப்பதில்லை. தனிமைப்படுத்திக் கொள்வதற்கு இது ஒரு நல்ல வழியாக இருக்கும். சில அடையாளங்களை விட்டுவிட்டுப் போ. சில தவறுகளைச் சரிசெய்து விட்டும் போக வேண்டும். முன்பு ஒரு நாவல் எழுதினேன். உங்களுக்கு ஒன்று கொடுத்தேனா?"

"கொடுத்தீர்கள்."

"அந்த நாவலை அதிகளவில் எல்லோருக்கும் கட்டாயப்படுத்திக் கொடுத்திருக்கிறேனோ என்று கூடக் கவலையாக இருக்கிறது" என்றார் லெஸ்லி. சர்ச் கேட் நடைபாதைக் கடையில் அந்தப் புத்தகம் அடுக்கி வைக்கப்பட்டிருந்து கண்டு நான் மிகுந்த மனவேதனைப்பட்டேன். ஆகையால், அந்தப் புத்தகங்களின் நடுவில் 500 ரூபாய் தாள்களை வைத்துவிடுவது என்று யோசித்தேன்."

"ஏன்?"

"ஒரு வெகுமதி. புத்தகத்தைத் திறப்பதற்கு."

"யாருமே திறக்கவில்லையா?"

"பலர் திறக்கவில்லை. மக்கள் அப்படித்தான் இருக்கிறார்கள்."

"உங்களுக்கு மக்களைப் பிடிக்காதா?"

"நீங்கள் மக்களை நேசிக்கிறீர்களா? நீங்கள் நேசிப்பீர்கள். உங்களைப் பார்த்தால் அந்த வகை மனிதராகத்தான் தெரிகிறது. மக்களை நேசிப்பதுதான் 'இன உயர்வுக் கோட்பாட்டுவாதிகளின்' கடைசிக் கோரிக்கை. அவர்கள் கருப்பர்கள் என்பதால் அவர்களை நீங்கள் வெறுக்கவில்லை என்றால், அவர்கள் தன்பாலினச் சேர்க்கையாளர்கள் என்பதால், அவர்களை நீங்கள் வெறுக்கவில்லை என்றால், அவர்கள் சீனர்களாக இருப்பதால் நீங்கள் ஏன் சீனர்களை நேசிக்க வேண்டும். அவர்கள் தன்பாலினச் சேர்க்கையாளர்களாக இல்லாமல் இருப்பதால், நீங்கள் ஏன் அவர்களை நேசிக்க வேண்டும்? நீங்கள் அப்படிச் செய்யும் மனிதராக இல்லை என்று எதிர்பார்க்கப்பட்டால், நீங்கள் ஏன் மானுடத்தை நேசிக்கிற மனிதராக எதிர்பார்க்கப்பட வேண்டும்? ஏனென்றால் அது பிரபஞ்ச மானுடம் என்பதாலா?"

இதற்குச் சரியான பதிலை எப்படிச் சொல்வது என்று பீட்டர் யோசித்தார். லெஸ்லி அமைதியாகப் புன்னகை புரிந்தார்.

"பரவாயில்லை. இது அநேகமாக அறிவுலகம் சார்ந்த விஷயம்தான். நீங்கள் ஒரு கிறிஸ்தவராக இருப்பதால், தன்னை நேசிப்பதுபோல அயலானையும் நேசிக்கக் கற்பிக்கப்பட்டிருப்பீர்கள்."

"நீங்களும் கிறிஸ்தவர்தானே?"

"நான் முயற்சித்தேன் அன்பரே, ஆனால் அந்த அயலான் மிகக் கோரமானவன். அத்துடன் அந்த அயலானின் மகன்கள் நான் காட்டிய அன்பில் அக்கறை எடுத்துக்கொள்ளாதவர்கள். தேவாலயத்திற்குச் சென்று முயற்சி செய்தேன். அதுவும் என்னை அன்பு செய்யவில்லை. ஆகவே நானும், அதை அன்பு செய்யவில்லை."

"ஆகவே, நீங்கள் மனிதர்களை வெறுக்கும் முடிவை எடுத்து விட்டீர்கள்."

"அப்படித்தான் சொல்ல வேண்டும். எதையும் நான் தீர்மானிக்கவில்லை. ஆனால் வெறுப்பு என்மீது திணிக்கப்பட்டது. நான் மானுடத்தை நேசித்தேன். அந்த மானுட அன்பு எனக்குத் திரும்பக் கிடைக்கவில்லை. எது எனக்குக் கிடைக்கவில்லையோ, அதை நான் நேசித்தேன்."

பீட்டர் சரி என்பதுபோலத் தலையாட்டினார்.

"அதன்பிறகு நடந்ததுதான் அன்பும் காதலும். உங்களது முதிய வயதில் காதலிப்பது எப்படி இருக்குமென்று உங்களுக்குத் தெரியுமா? உங்கள் மனைவி மக்களோடு நீங்கள் சந்தோஷமாக இருக்கிறீர்கள். உங்களது தேவை எதுவுமில்லை. ஏனென்றால் நீங்கள் எல்லாவற்றையும் பெற்றுவிட்டீர்கள். 'தானே' என்னும் இடத்தில் இருந்த வந்த பம்பாய் தன்பாலினச் சேர்க்கை என்னும் குழுவுக்குச் செல்லும்வரை, என்னிடம் எதுவுமே இல்லை. விதவிதமான சாப்பாடு கிடைக்கும் இடம் அது. அந்தத் 'தானே' என்ற இடத்தில் பிசுக்குப் பிடித்துப் போன பர்கரைச் சாப்பிட்டு வந்தேன் என்றால் உங்களால் நம்ப முடியுமா? அந்த ஒருங்கிணைப்பாளர்களிடம் சொன்னேன், அன்பர்களே, அவர்கள் என்னைப் பைத்தியக்கார மருத்துவமனைக்குக் கொண்டு செல்கின்றபோது என்னை நீங்கள் தானேயில் காண்பீர்கள். ஆனால் ஒருநாள் மாலையில், ஒரு பெரிய ஏ.சி. கார் வந்து நின்றது. அதில் இருந்தவர்கள் (அங்கே) செல்ல விரும்பினார்கள். ஆகவே பிறர் கவனத்தை ஈர்க்கும் வகையில் என்னால் அங்கே போக முடியுமா, அங்கிருந்து திரும்பி வர முடியுமா என்று யோசித்தேன். ஏன் முடியாது? ஆகவே நான் அங்கு சென்றேன். 'அவன்' அங்கே இருந்தான். அவன் ஒரு குமாஸ்தா பணியாளன். அவர்கள் எல்லோருமே அந்த வகைப் பணியாளர்கள். அந்த நபர்கள் அங்கு வந்தவுடன் அவர்கள் சொல்வது என்னவென்றால், "அதைச் சுவைத்துப் பார்" "அது நேராக நிமிர்ந்து இருக்கும்" "அது மேலோங்கி இருக்கும்." அவர்கள் தன்பாலினச் சேர்க்கை என்ற வார்த்தையைத் தங்களோடு தொடர்புபடுத்திக்கொள்ள மாட்டார்கள். அந்தக் குழுவில் சேர்ந்துகொள்வது பற்றி அவர்கள் கவலைப்பட மாட்டார்கள். அவர்கள் வாழ்க்கையில் நடப்பதைப் பகிர்ந்துகொள்வதைப் பற்றியும் கவலைப்பட மாட்டார்கள். ஒரு சிலருக்கு உச்சத்தை வரவழைக்கவே இங்கு அவன் வந்திருக்கிறான். வீட்டிற்குச் சென்ற அவன் இந்நிகழ்வை கேலி செய்வதுபோலப் பாசாங்கு செய்வான். அவனை நான் ஏன் கண்டுகொள்ள வேண்டும் என்று எண்ணினேன். ஆனால் என்னை

அறியாமல் நான் அவனோடு பேசிக்கொண்டிருந்தேன். அப்புறம் என்னையறியாமல் பந்த்ரா செல்லும் இரயிலிலும் அவனோடு பயணம் செய்து கொண்டிருந்தேன். ஏனென்றால், அவனிடம் இரயில்வே பாஸ் இருந்தது. இதைக் கற்பனை செய்து பார்க்க முடிகிறதா? “நீங்கள் ஏன் பாஸ் வாங்கிக்கொள்ளவில்லை” என்று கேட்டான். நான் “வாங்கியிருக்கிறேன்” என்று சொன்னேன். அதற்கு அவன் “நல்லது. அதனால் பணத்தை மிச்சப்படுத்தலாம். அத்துடன் நகர் முழுவதும் விரைவாகப் பயணம் செய்யலாம்” என்றான். இரயில் பயணத்தைப் பற்றி மற்றவர்கள் பேசிய பழைய புளித்துப் போன விஷயங்களையே கூறினான். “அவனுடைய உரையாடலில் ஒரு சிறப்புமில்லை. அவனுடைய உடல் அமைப்பிலும் ஒரு சிறப்புமில்லை. அப்படி இருந்தபோதும் எனக்கு அது ஒத்துப்போனது. ஆனால் மொத்தத்தில் அவனிடம் எந்தச் சிறப்புமில்லை. அவனது அந்தரங்க அவயம் கூட அப்படித்தான்.”

எதுவுமே தெளிவாக இல்லை என்பதை பீட்டர் உணர்ந்தார்.

அவன் மும்பை தன்பாலினச் சேர்க்கையாளர் குழுவில் அடைபட்டுவிட்டான். அக்குழுவில் உள்ள அனைவரும் தன்பாலினச் சேர்க்கையாளர்களே. ஒவ்வொருவனும் தன்பாலினச் சேர்க்கையாளனே. அக்குழுவில் உள்ளவர்களில் அசாத்தியமாகக் காணப்பட்ட ஒருவன் என்னிடம் வந்து நீங்களும் இக்குழுவில் அடைக்கப்பட்டிருக்கிறீர்கள் என்றான். காரணம், நான் வெளியில் எங்கும் செல்லவில்லை. மேல்மாடியிலிருந்து கூச்சலிடவில்லை. இது பற்றிப் பத்திரிகைகளுக்குப் பேட்டி கொடுக்கவில்லை. “நல்லது. எனக்குத் தெரிந்து இது ஒரு நல்ல இடம். என் வாழ்க்கைக்கு இந்த இடம் போதுமானதாக இருந்தது. இப்போதைக்கு இது கொஞ்சம் குறைவாகப்படுகிறது. எப்படியோ இருக்கட்டும். நீங்கள் போகலாம்” என்றேன்.

பீட்டர், “தானேயில் நீங்கள் சந்தித்த மனிதனைப் பற்றி என்னிடம் சொல்லியிருக்கிறீர்கள்” என்றார்.

“இவன் ஆஸ்கார் வைல்டுக்குத் தேவைப்பட்ட ஒரு போஸி போல எனக்குக் கிடைத்தான். (இவர்கள் தன்பாலினச் சேர்க்கையாளர்கள்) ஆர்தருக்குத் தேவைப்பட்ட ஹேலம் போல எனக்குக் கிடைத்தான். சாக்ரடீஸ்க்குத் தேவைப்பட்ட ஆல்ஸிபியேட்ஸ் போல எனக்;குக் கிடைத்தான். அவனைப் பெருமைப்படுத்தும் மாதிரி ஆறு அங்குல நீள உறுப்பைக் கொண்டிருந்த ஒரு குமாஸ்தா இவன். இவனுக்குத் தாயாரும், இரண்டு மூத்த சகோதரிகளும் இருந்தனர். அவனுக்கு

ஊரில் கடன் இருந்திருக்கும். அந்தக் குழுவில் இருந்த அனைத்து ஆண்களுக்கும் இந்தப் பாதிப்பு இருக்கும். ஆனாலும் இது எல்லாம் அவனுக்கும் இருந்தது. ஆகவே அவனுக்குத் திருமணம் செய்துகொள்ள வேண்டிய அவசியம் இருந்தது. திருமணத்திற்கு வரதட்சனை கோரினான். வாங்கிய வரதட்சனையைத் தன்னுடைய சகோதரிகளுக்கு வரதட்சனையாகக் கொடுக்க வேண்டியிருந்தது. அத்துடன் ஜமீன்தாருக்குக் கடனை அடைத்து நிலத்தை மீட்க வேண்டியிருந்தது. இதையெல்லாம் என்னிடம் ஏன் சொல்லுகிறான் என்று நினைத்துப் பார்க்கின்றபோது, நான் ஏதாவது அவனுக்குப் பணம் கொடுக்க வேண்டுமென்று எதிர்பார்த்திருக்கிறான். ஆனால், அவன் அப்படிப் பணம் எதுவும்..."

இந்தத் தருணத்தில் உணர்ச்சியைக் கட்டுப்படுத்த முடியாமல் லெஸ்லி கதறிவிட்டார். அது உண்மையான மன வேதனை. அதுதான் உள்ளார்ந்த அழுகையை வெளிக்கொணர்ந்தது. அவர் தேம்பித் தேம்பி அழுதுகொண்டிருந்தார். அவர் கண்கள் மூடியிருந்தன. மூக்கு ஒழுகிக்கொண்டிருந்தது. அவர் விம்மி விம்மி அழுதுகொண்டே முணுமுணுத்தது வார்த்தைகளாக வெளிப்பட்டன.

பீட்டருக்கு என்ன செய்வதென்றே தெரியவில்லை. அவர் எதிரே டிஷ்யூ பேப்பர் இருந்த பாக்ஸ் ஒன்றைக் கண்டார். அதை எடுத்து அவரிடம் கொடுக்க அதனருகே சென்றார்.

"அதைக் கொடுத்தால், 'அதாலே' அடிப்பேன்."

திடீரென்று அவரது அழுகையை நிறுத்திவிட்டு, "மன்னிக்கவும். அவன் வந்து, "எனக்குப் பணம் கொடுங்கள்; எனக்கு அதைக் கொடுங்கள்; இதைக் கொடுங்கள்" என்று கேட்க வேண்டுமென்று நான் காத்திருந்து, காத்திருந்து என் நேரமெல்லாம் கழிந்தது. ஆனால், அவன் கேட்கவில்லை. அவன் கேட்டிருந்தால், அவன் இன்று உயிரோடு இருந்திருப்பான். ஏனென்றால் அவன்..."

மீண்டும் அவருக்கு அழுகை வெடித்தது. பீட்டர் இதைக்கண்டு உறைந்து போய் உட்கார்ந்திருந்தார். இப்போது நீண்ட நேரம் ஆனது போல் தெரிந்தது. ஆனால், சீக்கிரத்தில் லெஸ்லி இயல்புக்குத் திரும்பிவிட்டார்.

"நீங்கள் என்னைக் கட்டி அணைத்துக்கொண்டிருக்க வேண்டும். ஆனால், நீங்கள் ஒரு தன்பாலினச் சேர்க்கையாளனைக் கட்டிப்

பிடித்தால், நீங்கள் மாஹிம் நகரிலிருந்து வந்துள்ள ஃபூல்ராணி என்று எல்லோரும் கணித்துவிடுவார்கள். உங்கள் கைகளுக்கு நீங்களே விலங்கு போட்டுக் கொண்டுள்ளீர்கள். இறைவா, என் இறைவா, மரணித்துப் போவதில் எனக்குத் தயக்கம் இல்லை. ஏனென்றால் அப்போதாவது இந்த 'ஆண்-பெண் உறவு கொள்பவர்கள்' என் பார்வையில் படாமல் இருப்பார்கள். அதாவது, நரகம் முழுவதும் தன்பாலினச் சேர்க்கையாளர்களாகிய நாங்களே நிறைந்திருப்போம். அங்கு பாவனை செய்வதற்கு இடமில்லை. அங்கு எல்லோருமே பாவம் செய்த ஆண்களாகவே இருப்பார்கள். ஆண்களோடு உறவுகொள்ளும் பாவப்பட்ட ஆண்கள்தான் அங்கு நிறைந்திருப்பார்கள். அவர்கள் கல் எறிந்து கொல்லப்படுவார்கள். இஸ்லாமிய தன்பாலினச் சேர்க்கை இளைஞர்களும், யூத தன்பாலினச் சேர்க்கை இளைஞர்களும், கிறிஸ்தவத் தன்பாலினச் சேர்க்கை இளைஞர்களும அதே நரகத்தில்தான் உழல்வார்களா என்பது எனக்கு ஆச்சரியமளிக்கிறது?"

இது, இரவு முழுவதும் இப்படிப் போகுமோ என்று எண்ணும்போது பீட்டருக்கு பயம் வந்தது.

"நீங்கள் எதிர்பார்த்து வந்த விஷயம் இது இல்லை. அப்படித்தானே? என்னுடைய கதையை நான் உங்களுக்குச் சொல்லிக்கொண்டு இருந்துவிட்டேன். அவனோடு செக்ஸ் வைத்துக்கொண்ட முதல் ஆளாகவோ, அல்லது இரண்டாவது ஆளாகவோ நான் இருந்திருக்கலாம். அவன் இதை என்னிடம் கூறியபோது, அற வழியில் நின்று நான் சொன்னதாவது: இறைவா, எவ்வளவு இன்பமாக இருந்தது என்பதை என்னாலேயே நம்ப முடியவில்லை. அவன் எங்காவது சென்று இன்னும் இதில் அனுபவம் பெற்று வரவேண்டும் என்று சொன்னேன். இது மாதிரி பேசுவதற்கு என்னைத் தவிர இன்னொருவன் பிறக்க வேண்டும். அவனது காது மடல்களை எனதாக்கிக் கொள்ள வேண்டுமென்பதில் தீராக் காதலுடன் இருந்தேன். அந்த உணர்வு பற்றி உங்களுக்குத் தெரியுமா?"

பீட்டர் தலையசைக்க முயற்சித்தார், ஆனால் முடியவில்லை.

"அதன்பிறகு உங்கள் ஆட்கள் அவனைச் சுற்றி வளைத்துக் கழிப்பறையில் வைத்துக் கைது செய்துவிட்டார்கள். அது நடந்தது மாதுங்காவில் தானே? அல்லது வேறு இடமா? அவனது சகோதரியின் திருமணத்திற்காகச் சேர்த்து வைத்திருந்த எல்லாப் பணத்தையும் அள்ளிக்கொண்டு போய், அதை அந்த ஈனப்

பயல்களுக்குக் கொடுத்துவிட்டான். அதன்பிறகு இவன் தன் சகோதரியின் முகத்தில் விழிக்கவே இல்லை. எனவே அவன் தன்னையே மாய்த்துக்கொண்டான்."

கொஞ்ச நேரம் பேசுவதை நிறுத்தினார். பீட்டர் காத்திருந்தார்.

"பீட்டர், ஓ பீட்டர், ஒரே இரவில் எல்லாவற்றையும் இழந்தேன். என்னுடைய காதல், என் உலகம் எல்லாவற்றையும் இழந்தேன். பழிதீர்க்கும் கனல் என் ஆன்மாவில் எரியத் தொடங்கியது. அவர்களை ஏதாவது செய்ய வேண்டுமென்று முடிவு செய்தேன். அது அவர்கள் கடைசிவரை வேதனைப்படுமாறு இருக்க வேண்டும். கடைசியில் நான் இப்போது செத்துக்கொண்டிருக்கிறேன். இனி எதை நான் இழக்கப்போகிறேன். பழைய பேய் கதைகளை அனுமானித்து அதையே அனைவரையும் நம்பச் செய்தேன். அதன்பிறகு வெகு சீக்கிரத்தில் இந்த பிராக்ஸி பற்றியும், அவனது போலீஸ்காரர்கள் பற்றியும் கேள்விப்பட்டேன். முதலில் அந்த 'இளைஞன்' என்று முடிவு செய்தேன். பிறகு அந்த 'போலீஸ்காரர்கள்'. அந்த முதல் இளைஞனுக்குப் பிறகு, ஓ, என் அன்புச் சகோதரனே, அந்த இடமெங்கும் இரத்த வெள்ளம்! எனக்கு மிகவும் பிடித்த ஜீன்ஸ் பேண்ட் போச்சு. அதைக் கொண்டு போய் மாஹிம் ஓடையில் விட்டெறிந்தேன். அதன்பிறகு, எல்லாம் முடிந்தபின், என்னால் அப்படியே அம்மணமாக வீட்டிற்குச் செல்ல முடியவில்லை."

"நீங்கள் ஒரு குழந்தையைக் கொலை செய்தீர்களா?"

விஷயங்களை ஒழுங்குபடுத்திச் சொல்லுவதற்காகச் சிறிது நேரம் லெஸ்லி நிறுத்தினார். அதை விளக்கமாகச் சொல்லப் போகிறார் என்பது போல பீட்டர் எண்ணினார்.

"எங்கே அடித்தால் எங்கே வலிக்குமோ, அங்கே அவனைக் காயப்படுத்த விரும்பினேன். அது நன்றாக வேலை செய்தது. அப்படித்தானே? என்னடைய சுண்டு விரல் அசைவு கூட இல்லாமல், அவர்கள் ஒருவரை, ஒருவர் கொலை செய்து கொண்டார்கள்."

"அது ஒரு குழந்தை, லெஸ்லி?"

ஆக்ரோஷமான அவரது கண்கள் மேல் நோக்கிப் பார்த்தன. "குழந்தைகளுக்கு நாம் ஏன் சிறப்புக் கவனம் செலுத்துகிறோம் என்பது புரியவில்லை. அவர்கள், பெரியவர்களின் சிறிய படைப்பு,

இல்லையா? இந்தமுறை அதை மென்மையாகவும், சுலபமாகவும் செய்தேன். இன்சுலின் மருந்தை அவனுக்குக் கொஞ்சம் அளவுக்கு அதிகமாகக் கொடுத்தேன். அந்தக் குழந்தை அவன் அம்மாவின் கரங்களில் புகுந்து உறங்கத் தொடங்கியது. இந்த நாட்டில் குழந்தைகள் அதிகளவில் அகால மரணம் அடைகிறார்கள், தெரியுமா?"

பீட்டர் நிம்மதியடைந்தார். "இதையெல்லாம் நீங்கள் திரும்பச் சொல்ல வேண்டும். இன்ஸ்பெக்டர் ஜெண்டே வந்து கொண்டிருக்கிறார். ஆனால் அதைச் சுருக்கமாகச் சொல்லுங்கள்."

"நான் அந்த இன்ஸ்பெக்டரை இதற்கு முன்னாள் பார்த்திருக்கிறேனா?"

"இருக்காது. ஆனால் அவர் நல்ல மனிதர்."

"அறிமுகம் இல்லாதவர்களின் அன்பில் எனக்கு எப்போதும் நம்பிக்கை உண்டு," என்று சொன்ன லெஸ்லி இடத்தைவிட்டு எழுந்தார். அழைப்பு மணி ஒலித்தது. பீட்டர் கதவைத் திறந்து ஜெண்டேவுடன் திரும்பி வந்தார்.

"வணக்கம் இன்ஸ்பெக்டர்" என்று சொல்லி லெஸ்லி குனிந்து வணங்கினார். பிறகு மீண்டும் சோபாவில் அமர்ந்துகொண்டார். "சுருக்கமாகச் சொல்லிவிடுகிறேன், ஜெண்டே சார்."

பீட்டருடைய உதவியோடு, கோர்வையாக, எந்தப் பதட்டமும் இன்றி, ஒரு பத்து நிமிட நேரத்தில் தனது வாக்குமூலம் முழுவதையும் சொல்லி முடித்தார். எந்தக் குறுக்குக் கேள்வியும் கேட்காமல் ஜெண்டே அதைக் கவனித்துக் கேட்டார். அத்துடன் லெஸ்லியின் பணி முடிந்தது.

"இப்போது நீங்கள் என்னைக் கைது செய்யலாம், இன்ஸ்பெக்டர். நான் தயார்."

"நீங்கள் விரும்பினால் மாற்றிச் சொல்லலாம்" என்று பீட்டர் மென்மையாகச் சொன்னார்.

ஆச்சரியப்பட்டுப் போன லெஸ்லி, தன்னையே ஒருமுறை இழிவாகப் பார்த்துக்கொண்டார்.

"அன்பரே," லெஸ்லி தனக்குள்ளே மெல்லச் சிரித்துக்கொண்டார். "எல்லாவற்றையும் மறந்துவிட்டேன். சரியா மிஸ்டர், பீட்டர்? இனிமேல் மாற்றிச் சொல்ல முடியாது."

அவர் தன் படுக்கை அறைக்குள் சென்றார். ஆடை மாற்றிக் கொள்வது போலச் சத்தம் கேட்டது.

"அவர் சிறையில் செத்து விடுவார்" என்றார் ஜெண்டே, அதையும் அனுதாபப்படாமல் சொன்னார்.

"மரணம் நிச்சயம்" என்றார் பீட்டர்.

"தத்துவம் போல் இருக்கிறது. நாம் எல்லோரும் ஒருநாள் இறக்கத்தான் போகிறோம். வாழ்க்கை ஒருபோதும் நம்மோடு நட்பு பாராட்டாது. ஒருநாள் காலை வாறிவிடும்."

"இல்லை. அது எய்ட்ஸ்"

"வாழ்த்துகள்" என்று இளமை நிலைக்குத் திரும்பியவாறு கூறினார். லெஸ்லி படுக்கை அறையிலிருந்து திரும்பி வந்தபோது கையில் ஒரு டி-ஷர்ட்டும் ஜீன்ஸ் கால் சட்டையையும் கொண்டு வந்தார். அவர் போலீஸ் வாகனத்தில் ஏறியபோது கையில் விலங்கு மாட்டப்படவில்லை. அந்தப் பயணத்தில் அவர் கம்பீரமாகக் காட்சியளித்தார். நீதிபதிக்கு முன், பாடுவதுபோலச் சில பாடல் வரிகளைப் பாடி ஒத்திகை பார்த்துக்கொண்டு வருவதுபோல வந்தார்.

ஜெண்டே அவரைச் சந்தேகத்துடனேயே பார்த்துக்கொண்டு வந்தார். அவர்கள் காவல் நிலையத்தில் இறங்கி, நடைமுறைகளை முடித்துவிட்டு லெஸ்லியை ஆர்தர் சாலை சிறைக்கு அனுப்புமாறு சொல்லிவிட்டு, பீட்டரைத் தனியே அழைத்துச்சென்றார்.

"அவர் ஏன் பொய் சொல்லுகிறார் என்று அவரிடம் கேளுங்கள். நீங்கள் அவரிடமிருந்து உண்மையை வரவழைத்துவிடுவீர்கள்" என்றார் ஜெண்டே.

"என்ன?"

"இங்கே பாருங்கள் பீட்டர், போலீஸ் இந்த வழக்கை முடித்துக் கொள்ள விரும்புகிறது என்று அவர் நினைத்துக்கொண்டிருக்கிறார். அதனால் அவர் சொல்லுவதை போலீஸார் கேட்பார்கள். இதுதான் உண்மை. பொதுவாக போலீஸ் இதுபோன்ற வழக்குகளை முடித்துக்கொள்ளத்தான் பார்க்கும். என்னைப் பொறுத்தவரை அது நடக்காது. உங்களுக்குத்தான் அது தெரியுமே. அவர் பொய் சொல்லுகிறார். அவருடைய உண்மையான விஷயத்தை நீங்கள் வெளிக்கொண்டு வந்துவிடுவீர்கள்."

பீட்டர் அவரைக் கூர்ந்து பார்த்தார்.

"பிறகு ஏன் அவரைக் கைது செய்தோம்?"

"நம்மை முட்டாளாக்குவதாக அவர் நினைத்துக்கொள்ளட்டும். எனக்கு அது பற்றிக் கவலையில்லை. அத்துடன் உண்மைக் கொலையாளி இப்போதைக்கு 'இது சரிதான்' என்று நினைத்துக் கொண்டு நிம்மதியாக இருப்பான். அத்துடன் அவன் சில தவறுகளையும் செய்துகொண்டிருப்பான். நீங்கள் இப்போது ஆர்தர் சாலை சென்று அவரிடம் பேசிப் பார்த்து, உண்மையை அறிந்து வாருங்கள்."

ஆனால் லெஸ்லி இதற்கெல்லாம் அசைந்து கொடுப்பதாகத் தெரியவில்லை. அவரது வாக்குமூலத்தில் அவர் உறுதியாக இருக்கிறார். அவர் அந்த மனிதனைக் கொன்றுவிட்டு, சிறுநீரகத்தை உருவி எடுத்திருக்கிறார். அத்துடன் குழந்தையையும் அவரே கொன்றிருக்கிறார். தான் ஒரு கடுமையான சீற்றத்தின் பிடியில் இருக்க வேண்டுமென்று கருதுகிறார். அவரிடமிருந்து பறிக்கப்பட்ட தனது ஒரே காதலனை இழந்த சோகத்தில் அவர் சொன்னார்; அவரது பரிதாபகரமான வாழ்க்கையில் ஏற்பட்ட வேதனைக்கும், தனிமை நிறைந்த இரவுகளுக்கும் பகல்களுக்கும் அவனது இழப்பே காரணம்.

"அதன்பின், நான் உங்களைப் பார்த்துப் பேச வந்தபோது நீங்கள்..."

"ஒரு பெரிய நாடகம் நடத்திவிட்டேன், இல்லையா?"

பீட்டர் எதுவும் சொல்லவில்லை. இதெல்லாம் எய்ட்ஸ் கொண்டு வந்த மனக் குழப்பங்களா? இல்லை. இணக்கமான விஷயங்கள் இன்னும் அதிகமாக அங்கே இருக்கின்றன.

"உங்கள் வீட்டில் தங்கியிருக்கும் விருந்தினர் எங்கே?"

இது அவரது கற்பனையா அல்லது அவர் முகத்தில் தோற்றமளித்த அமைதிக் குலைவின் அடையாளமா?

"ஹிமலைத்தானே கேட்கிறீர்கள்? நேற்று இரவு அவனை வெளியே அனுப்பிவிட்டேன். இந்தச் சிக்கலில் அவனைக் கோர்த்து விட விரும்பவில்லை."

பீட்டர் அவரைக் கவனித்துப் பார்த்தார். ஒரு கைதியின் உடையில் லெஸ்லி தோற்றமளித்தது பீட்டருக்கு வியப்பாகத் தெரிந்தது. அப்படி அவர் ஆடை ஆபரணங்கள் இல்லாமல் நின்றது,

அவர் அம்மணமாக இருப்பது போலவே பீட்டருக்கு இருந்தது. லெஸ்லி கிட்டத்தட்ட குற்றச் செயல்கள் புரிந்தவர் போலவே காணப்பட்டார்.

"அமைதியான ஓர் மனிதன், ஆத்திரத்தில் இருக்கிறபோது என்ன செய்வான் என்பது உங்களுக்குத் தெரியாது, அன்பரே."

"வாழ்நாள் முழுவதும் உங்களைப் பற்றி எனக்கு நன்றாகவே தெரியும்" என்று பீட்டர் கடுகடுப்புடன் கூறினார். "உங்களை ஓர் அமைதியான மனிதராக நினைத்துக் கூடப் பார்க்கமுடியாது."

லெஸ்லி இலேசாகப் புன்னகைத்து பீட்டரின் கூற்றைச் சமாளித்தார்.

"உங்களிடமிருந்து எந்தச் சத்தமும் வரவில்லையென்றால், நீங்கள் உயிரோடு இல்லை என்று அநியாயமாக முடிவெடுத்து விடுவார்கள்; உங்களுடைய செக்ஸ் ஆட்டம் முடிந்துவிட்டது என்று முடிவெடுத்துவிடுவார்கள்; கடந்த இரவு அவர்களது அந்தரங்க அவயங்களைச் சுவைக்கவிட்டதையும் 'இல்லை' என்று முடிவெடுத்துவிடுவார்கள்."

பீட்டர் அவரை வெறித்துப் பார்த்துவிட்டு மீண்டும் மாஹிம் காவல் நிலையத்திற்குத் திரும்பினார்.

"அதிர்ஷ்டம் இல்லை" என்று ஜெண்டேயிடம் சொன்னார்.

"வழக்கு முடிக்கப்பட்டது" என்றார் ஜெண்டே. "உண்மைக் குற்றவாளி வெளியில் எங்கோ இருக்கிறான்."

அனைவரும் அமைதியில் உறைந்திருந்தனர்.

"அவர் யாரையோ காப்பாற்றுகிறார்" என்றார் ஜெண்டே. "இந்த மாதிரி வழக்குகளைப் பார்த்திருக்கிறேன். இதில் யாரோ உடல் நலமின்றி வியாதியில் படுத்திருக்க வேண்டும். நான் அந்தக் குற்றத்தைச் செய்தேன் என்று சொல்லிவிடுகிறேன் என்று வேறு யாரோ சொல்லுவார்கள். நீ குற்றத்திலிருந்து விடுபட்டுப் பிழைத்துக் கொள்ளலாம். நான் இறந்துவிடுவேன் என்று சொல்லுவார்கள்."

"நீங்கள் நினைக்கிறீர்களா?"

"நான் நினைக்கிறேன். அது ஏன் என்று உங்களுக்குத் தெரியுமா? யாரையோ கொலை செய்யும் வகையைச் சார்ந்த மனிதன்

இல்லை அவன். அந்த மாதிரி ஒருவனைக் கொல்லுவது எளிதான காரியமல்ல. அவனுக்குக் கல்லால் செய்யப்பட்ட இதயமாக இருக்க வேண்டும். ஒருவனது உடலின் எல்லாப் பக்கங்களிலிருந்தும் இரத்தம் பீறிட்டு வருவதைப் பார்க்கத் தைரியம் உள்ளவனாக இருக்க வேண்டும். இந்த வகையைச் சார்ந்த மனிதனா அவன்? தன் கையை உள்ளே விட்டு அவனது சிறுநீரகத்தைப் பிடுங்கி எடுக்க வேண்டும். ஓ. அவன் அதைச் செய்கிறான். அப்படியானால் காக்கை வெண்ணிறமாக மாறி இருக்கும். நாளை காலையிலிருந்து சூரியன் மேற்கில் உதிக்கும்!"

வரும் வழியெல்லாம் பீட்டர் இதையே எண்ணி எண்ணி குழம்பிப் போய் வந்தார். யாரையோ லெஸ்லி காப்பாற்றிக் கொண்டிருக்கிறாரா? இருக்கலாம். அவர் தனக்குள்ளே, மனம் மாறி, எங்கோ பேசியிருக்க வேண்டும். அங்குதான் அவர் 'இரு நகரங்களின்' கதை மாந்தரைப் போலத் தனக்குள்ளே ஒரு மாற்றம் கொண்டிருக்க வேண்டும், யாரோ ஒரு நல்ல மனிதனுக்காகத் தன்னையே தியாகம் செய்ய முற்பட்டிருக்க வேண்டும். ஆனால், இவர் பாதுகாத்து வைத்துக்கொண்டிருக்கும் அந்த நல்ல மனிதன் யாராக இருக்கக்கூடும்?

மேற்கொண்டு எந்த முன்னேற்றமும் இல்லை.

யாரோ இவருக்குப் பின்னால் இருக்க வேண்டும். யாரோ சில நிழல் மனிதர்களும் உடன் இருக்க வேண்டும்.

14

அன்று மாலை யூனிட்டிடமிருந்து அழைப்பு வந்தது.

"யாரோ கைது செய்யப்பட்டிருப்பதாகத் தொலைக்காட்சியில் செய்தி வந்ததே?"

"ஆமாம்" என்றார் பீட்டர்.

"யார்?"

"அவரை உனக்குத் தெரிந்திருக்குமா என்று எனக்குத் தெரியாது. அந்த மனிதரை லெஸ்லி சிகவெய்ரா என்று சொல்லுகிறார்கள்."

"யார் அது?"

"பந்தரா என்ற இடத்தைச் சேர்ந்தவர்"

"அச்சா. அவர்தான் பிராக்ஸியைக் கொலை செய்தவரா?"

"அப்படித்தான் அந்த மனிதர் சொல்லுகிறார்."

"ஓ, வாக்குமூலம்" என்று அதை நிராகரிப்பது போல யூனிட் கூறினான். "அதனால் என்ன பயன்? நீதிமன்றம் சென்றவுடன் போலீஸ் தரப்பினர் சித்திரவதை செய்ததால் அப்படிச் சொன்னேன் என்று சொல்லிவிடுவார்கள்."

"ஆனால் இந்த மனிதர் அப்படிச் சொல்லமாட்டார் என்றுதான் தெரிகிறது."

"அப்படியானால், அவருக்கு மரணதண்டனை கிடைக்குமா?"

"மரண தண்டனை எல்லாம் அந்தக் காலத்தில்தான் பேசப்பட்டது" என்று பீட்டர் எச்சரிக்கையுடன் சொன்னார்.

"அவருக்கு அது கிடைக்கும். அவர் ஒரு குழந்தையைக் கொன்றிருக்கிறார்."

"அதையெல்லாம் நீதிமன்றம்தான் முடிவு செய்ய வேண்டும்" என்றார் பீட்டர்.

“துபாய் செல்லுவதற்காக விசா விண்ணப்பித்திருக்கிறேன், அங்கிள் முதலில் சுற்றுலாப் பயணமாக துபாய் செல்கிறேன். அங்கு போய்ப் பார்த்துத்தான் மற்ற முடிவுகளை எடுக்க வேண்டும்” என்றான் யூனிட்.

“வாழ்த்துக்கள்” என்று சொல்லிவிட்டு ஃபோனை நிறுத்தினார் பீட்டர்.

அது வெறும் வாக்குமூலம்தானே என்று அதை யூனிட்டே நிராகரித்தால், எந்த நம்பிக்கையில் லெஸ்லி அந்த முடிவுக்கு வந்திருப்பார்? வாழ்க்கை என்பது ஒரு ஹாலிவுட் படமாக இருந்தால், அவன் ஓர் உணர்ச்சி வசப்பட்ட தொடர் கொலைகாரனாக இருக்க வேண்டும். ஆனால், லெஸ்லி அந்தக் கழிப்பறையில்..?

ஆனால் இன்னும் விநோதமான விஷயங்கள்; அத்துடன் சுவர்களில் எழுதப்பட்டிருந்த எண்கள்; அவைகளில் இரத்தத்தால் எழுதப்பட்ட எண் ஒன்று. அது திரைப்படத்தின் வெளிப்பாடா?

இல்லை, சமயங்களில் புதினங்கள் உண்மையை விடப் பூதாகரமாக இருக்கும். அது லெஸ்லி சிகவெய்ராவாக இருக்க முடியாது. பீட்டர் தனக்குள்ளே சொல்லிக்கொண்டார்.

மறுபடியும் முதலிலிருந்து ஆரம்பிக்க வேண்டும்.

அது லெஸ்லி இல்லையென்றால், வேறு யார்? எப்படிப்பட்ட மனிதன் அவன்? இப்போதைக்கு மீண்டும் டாக்டர் அஜீத் பட்டேலை அணுக வேண்டியதுதான்.

***

அவர் பட்டேலின் எண்களை அழுத்தியபோது, அலுவலகம் முடியும் நேரம். அலுவலகம் முடியும் வேளையில் அவரால் பேச முடியுமா என்ற வினா, பீட்டரைச் சங்கடத்தில் ஆழ்த்தியது.

எனவே அவரைத் தொல்லை செய்ய விரும்பாமல் ஃபோனை கீழே வைத்துவிட்டார்.

பிறகு தனக்குத்தானே சமாதானம் செய்துகொண்டார். “உன்னை அவர் நினைவில் வைத்திருக்க மாட்டார். ஒரு நாளைக்கு நூற்றுக்கணக்கான நோயாளிகளைப் பார்க்கிறார். அவர் கண்முன்னே அவர்கள் அணி அணியாகச் செல்கிறார்கள். பத்திரிகை நிருபரால் பேட்டி எடுக்கப்பட்ட ஒருவர், தன்னை

அந்த நிருபருக்கு நினைவிருக்கிறதோ என்று எதிர்பார்ப்பதைப் போலிருக்கிறது. தொழில்முறை நிபுணர்கள் அவ்வளவாக நினைவு வைத்துக்கொள்ள மாட்டார்கள்.

சந்திக்க வேண்டிய நாள், தேதியைப் ஃபோன் மூலம் பெற்றுக் கொண்டார்.

பீட்டரைப் பார்த்த பட்டேலுக்கு ஆச்சரியமோ குழப்பமோ ஏற்படவில்லை. அது கடையிலுள்ள கையிருப்புப் பொருள் மாதிரி. இருப்பினும் தெரியும் என்பது போலக் காட்டிக்கொள்வதில்லை.

"இது ஒரு வழக்கு. மாதுங்கா சாலை காவல் நிலையத்தில் உள்ள வழக்கு. இந்த வழக்கில் என்னால் ஆன உதவியைச் செய்து வருகிறேன்" என்று பீட்டர் தொடங்கினார்.

"நானும் அப்படித்தான் நினைத்தேன்" என்றார் பட்டேல்.

"இது விபச்சாரச் செயல்பாடுகளுடன் கூடிய ஒரு வழக்கு என்றுதான் நான் கருதுகிறேன்" என்று அந்த வழக்கை ஆய்வு செய்துகொண்டிருக்கும் பீட்டர் கூறினார்.

"பாலியல் தொழில்" என்றார் பட்டேல்.

"பாலியல் தொழில்" என்று பீட்டர் சொன்னார். "இது தொழில் மட்டுமல்ல. இதில் சில முறையற்ற ஆதாயங்கள் இருக்கின்றன. சம்மதம் இல்லாத..."

"அதே விஷயங்கள் இந்த மருத்துவமனையிலும் இருக்கின்றன. இதுபோல இன்னும் பல நிறுவனங்களில் இருந்து வருகின்றன" என்று பட்டேல் சொன்னார்.

"இருக்கலாம். ஆனால் அதுவும் இதுவும் ஒன்றல்ல, சார்?"

"எப்படிச் சொல்கிறீர்கள்?"

பீட்டருக்கு எரிச்சல் ஏறிக்கொண்டே போனது.

"நான் இளைஞனாக இருந்தபோது என் உடலை வியாபாரம் செய்வது போன்ற கற்பனைகளை என் ஆழ்மனதில் அசைபோட்டுக் கொண்டிருப்பேன். எனக்கு ஏன் இப்படி என்று தெரியாது. என்னோடு செக்ஸ் வைத்துக்கொண்டு சிலர் எனக்குப் பணம் தருவதாக நினைத்துப் பார்க்கின்றபோது அது சுகமாக இருக்கும். என்னைச் சிலர் விரும்புகிறார்கள் என்பது எனக்கு மிகுந்த

விசித்திரமாக இருந்தது" என்று சொல்லிப் பேச்சைச் சுருக்கிக் கொண்டார். ஓர் அந்நியனிடம் இதைச் சொல்லிவிட்டோமே என்று எண்ணி அதிர்ச்சிக்குள்ளானார். ஆனால் அவர் இப்படிப் பேசியது பட்டேலின் மனம் கசிந்து உருகியதற்குக் காரணமாக அமைந்திருந்தது.

"ஆண்களின் இந்தக் கற்பனை சுகம் பொதுவானது" என்றார். "காம சுகத்தை ஆண்கள் பழக்கப்படுத்திக்கொள்கிறார்கள். ஆண்கள் அதற்குப் பயன்படுத்தப்பட விரும்புகிறார்கள். ஒரு வயது வந்த நபருக்கோ, அல்லது ஓர் இளைஞனுக்கோ, யாரோ சிலர் தனக்குப் பணம் கொடுத்து பயன்படுத்திக்கொள்ள விரும்புகிறார்கள் என்கிறபோது, அவர்கள் பாலுறவு வேட்கைக்கு முக்கியத்துவம் கொடுக்கிறார்கள்."

யாரோ சிலர் தனக்கு விலை கொடுக்கிறார்கள் என்கிறபோது, தான் விலை போவது என்பது உண்மையில் மிகுந்த மகிழ்ச்சியளிக்கிறது.

பெண்பாலர் மீது ஈர்ப்புக்கொண்ட ஓர் இளைஞனோடு, பீட்டர் சொல் விளையாட்டு செய்துகொண்டிருக்கிறார் என்பதை டாக்டர் புரிந்துகொண்டார் என்பதின் அடையாளமாகக் கண் அடித்துக் காண்பித்தார். பீட்டர் மனக்கண் வழியாகப் பார்த்து ரசித்தது எல்லாம் பெண்களைத்தான்.

"இந்தப் பால் மயக்கம் பெண்களுக்குச் சற்று தூக்கலாகவே இருக்கும்" என்றார் பட்டேல். "அவர்கள் நினைக்கும் வரை இந்த மயக்கத்தை நீட்டித்துக்கொள்வார்கள். இது எல்லை தாண்டி நீடிக்கின்றபோது, அதை நிறுத்திக்கொள்ள அவர்கள் வழி தெரிந்து வைத்திருக்கிறார்கள். அதுதான் நம்மைச் செயல்பட வைக்கிற மோக சுகம்."

"நான் ஆண்களைப் பற்றித்தான் பேசிக்கொண்டிருந்தேன். ஆண்களை, அதாவது பாலியல் தொழில் ஆண்களைத்தான் நான் நினைத்தேன்."

"அப்படியா?" என்றார் பட்டேல் ஒரு மெல்லிய புன்னகையுடன். "நாங்கள் முதலில் புரிந்துகொள்வது என்னவென்றால் ஆண்களுக்கான இந்தத் தொழிலுக்கு ஒருசில பெண்களே ஒத்துவரக்கூடிய வாடிக்கையாளர்களாக இருப்பார்கள். எனவே முக்கியமாக இது ஆ.செ.ஆ. செக்ஸ்."

"ஆம்" என்றார் பீட்டர். ஆ.செ.ஆ என்பதன் பொருளை கேட்காமலே புரிந்து கொண்டார். அதாவது, 'ஆண்களோடு செக்ஸ் வைத்துக்கொள்ளும் ஆண்கள்.' இதை சுனில் கூடச் சொல்லி இருக்கிறான். இந்த உரையாடலின் போக்கு பீட்டர் நினைத்தது போலக் கவலைப்பட வேண்டியதோ, குழப்பமடைய வேண்டியதோ அல்ல. பெருமிதம் கொள்ளக்கூடிய ஒரு வகையான ஆச்சரியம் - அதாவது ஒரு மகன் தன் தந்தைக்குச் சொல்லக்கூடிய ஆ.செ.ஆ. உறவு. அதாவது இது ஒரு கம்யூனிச அறிக்கை போலவும், பொருள்களின் காற்றின் ஊடான இயக்கம் பற்றிய அறிவியல் போலவும் காணப்படுகிறது.

"அதை நீங்கள் இப்போது மேற்கோள் காட்டக்கூடாது. அந்தப் பாடங்கள் இருப்பது போல எனக்குத் தெரியவில்லை. ஏதேனும் இருக்கிறதா என்றும் எனக்குப் புரியவில்லை. அந்தப் பாடங்கள் எப்படி நடத்தப்படுகின்றன என்பதும் புரியவில்லை" என்று பட்டேல் சொல்லிக்கொண்டே போனார்.

"எனக்குப் புரிகிறது" என்றார் பீட்டர்.

"மிகுந்த விபரமாகச் சொல்லாமல்விட்டால், நான் இங்கு கையாண்ட ஒரு சிலர்..."

"அப்படியானால், நீங்கள் யாரையேனும் அப்படிக் கையாண்டிருக்கிறீர்களா?"

"பொதுவாக, அவர்கள், "தாங்கள் முறைகேடாகப் பயன்படுத்தப்பட்டு விட்டோம்" என்ற பிரச்சினையைத்தான் முக்கியமாகக் கொண்டு வருவார்கள். எங்களுடைய மருத்துவமுறை மிகப் பழமையானது. ஒழுங்குபடுத்தப்படாதது. எனவே அவர்களை எல்லாம் மனோவியாதி வார்டுக்குத்தான் கொண்டு செல்வோம். தற்கொலையில் தோல்வியானவர்கள், உடல் பருமனாகிவிடும் என்ற பயத்தில், சரியாகச் சாப்பிடாமல் அதனால் நோய் கொண்ட பெண்கள், போதை மருந்துக்கு அடிமையான ஆண்கள், இப்படி எல்லோரையும் ஒரே வார்டில் திணித்துவிடுவோம்."

பீட்டர் அமைதியாக இருந்தார்.

"ஆனால் ஒருநாள் நிலைமை மாறும்" என்று சொல்லி பட்டேல் புன்னகைத்தார். இதைக் கேட்டு பீட்டர் சிரித்தார். "ஆனால் நாங்கள் நம்பிக்கை இழக்கமாட்டோம்."

பொறுமை இன்னும் அதிகமானது. ஆனால் அந்தப் பொறுமை பீட்டருக்குக் கை கொடுக்கவில்லை.

"ஆண் பாலுறவுத் தொழிலாளர்களா?"

"மனதில் பட்டதைச் சொல்கிறேன். நீ உன் உடலோடு எப்படித் தொடர்புகொள்கிறாய்? எவ்வளவு விலைக்குப் போவாய்? எவ்வளவுக்கு அழைக்கப்பட்டால் விலை போகமாட்டாய்? உன்னை, உன் உடலை மார்க்கெட்டில் பயன்படுத்தப் படுகிறபோது, அது ஆய்வு செய்யப்பட்டு மதிப்பிடப்படுகிறது. அதற்கு ஒரு விலை நிர்ணயிக்கப்படுகிறது. அந்த விலை நிர்ணயம் எவ்வாறு உன் தரத்தைக் குறைக்காமலிருக்கும்? இளைஞர்களில் ஒருவன் சொன்னான், அவனுடைய கன்னித் தன்மையை அவன் பாதுகாத்து வருகிறான் என்று"

"கன்னித்தன்மையா?"

"விபச்சாரம் செய்ய வரும் நபர்களில், 'உன்னை உடைபடாத உறை,' அதாவது புதுச் சரக்கு என்று சொல்லுவார்கள். இந்த விஷயத்தில் அவன் 'எருவாய்க் கன்னிமையை'க் குறிப்பிட்டுச் சொன்னான்.

பீட்டர் அதை ஆமோதித்தார்.

"அவன் அவனது கன்னித் தன்மையை ஒரு வீடு வாங்கும் நோக்கத்தில் பாதுகாத்து வந்ததாக என்னிடம் சொன்னான். அவனுக்கு யார் ஒரு வீடு வாங்கிக்கொடுப்பார்களோ, அந்த நபருக்கே தன் கன்னிமையை இழப்பதாகச் சொன்னான்."

பீட்டரின் புருவங்கள் உயர்ந்தன.

"ஆம். அது அளவுக்கு அதிகமான தொகை கேட்கப்படுவது போலத் தெரிந்தது. இது உண்மை நிலைக்குப் புறம்பாக உருவாகும் ஒரு கற்பனையாகத்தான் தோன்றுகிறது. அவனது எரு வாயில் ஒரு பெரும் பிளவு இருந்தது. எய்ட்ஸ் நோயும் இருந்தது. யார் தன்னைக் காதலித்து, எப்போதும் தன்னை வசதியாக வைத்துக் கொள்வார்களோ, அவர்களிடம் இருந்து பெறக்கூடிய ஒரு பெரிய திட்டத்திற்காகத் தன் கன்னித்தன்மையைப் பாதுகாத்து வருவதாக அந்த இளைஞன் கூறினான்."

"அந்தக் கற்பனை உருக்கள் போலத் தெரிகிற-" பீட்டரால் அவரது வாக்கியத்தை முடித்து வைக்க முடியவில்லை.

"கற்பனை உருக்கள் எப்போதும் அத்தியாவசியமாக இருந்து வருகின்றன. அது உயிர்த்துடிப்புள்ள ஒன்று. அநேகத் திருமணங்களில் அது பாலுறவை உயிரோட்டமாக வைத்திருக்கிறது. நீங்கள் பாலியல் வைத்தியரிடம் சென்றால், அவர் உங்கள் கற்பனை உருக்களைச் செயல்படுத்துமாறு சொல்லுவார். ஆனால் நிகழ்வுகளை உன்னால் கட்டுப்படுத்திக்கொள்ள முடிகிறபோது தான் செயல்படுத்த வேண்டும் என்கிறார். ஓர் இளைஞன் தன்னை விலையாக்கும் அந்த முடிவை எடுக்கிறபோது, எவ்வளவு தவறான முடிவென்று வெகு விரைவில் அறிந்துகொள்கிறான். வாடிக்கையாளர்களால் அவன் எப்படி மிருகத்தனமாகக் கையாளப்படுவான்? காவல் துறையால் எப்படிச் சுரண்டப்படுவான்? அவனுடைய சரக்கை விளம்பரப்படுத்தும், அத்துடன் அவனது செயல் என்ன என்பதையும் விளம்பரப்படுத்தும், இந்த இரண்டிற்கும் இடையிலான கடினமான பாதையில் அவன் பயணிக்க வேண்டும் என்பதை உணர்கிறான். அவன் 'காமக் கலவி'யின் இலக்காக இருக்கலாம்; அதற்கு அவன் சாலையில் செல்வோர் மத்தியிலும் கவனம்பெற வேண்டியிருக்கலாம். ஐந்து நட்சத்திர விடுதியிலும் கவனம்பெற வேண்டியிருக்கலாம். அதிகபட்ச வெளி உலகிற்கு அவன் அறியப்படாமலும் இருக்கலாம். இந்தச் சமன்பாட்டிற்குள் பணம் வருகிறபோது ஒரு மாற்றம் ஏற்படுகிறது. இப்போது அவன் ஆண் விபச்சாரி. அவன் பணம் பெறும் இலக்குடன் அவனுக்குச் சொல்லப்படுவதையெல்லாம் அவன் செயல்படுத்த வேண்டும். அவன் முறைகெட்டுப் பயன்படுத்தப்படுகிறான். அவனது சுயம் பறிபோகிறது. ஆனாலும் அவனுக்கு எது சொல்லப்படுகிறதோ, அதை நிறைவேற்றிக் கொடுக்கிறான். அவன் பணம் பெற்றுக் கொள்கிறான். அவனது கோபம் கட்டுக்குள் அடங்கிவிடுகிறது."

கோபம். அது பெருவாரியாகப் பரவும் ஒரு கொள்ளை நோய். நாம் அனைவரும் இப்போது கோபப்படத்தான் செய்கிறோம் என்று பீட்டர் எண்ணினார்.

"நான் ஒரு நிபுணத்துவம் இல்லாத நபர் என்பதை உங்களுக்கு நினைவுபடுத்த வேண்டும். ஒரு ஏழெட்டு ஆண் பாலியல் தொழிலாளர்களுடன் இதுபற்றிப் பேசியிருக்கிறேன். அவர்கள் எல்லோரும் தானாகவே இத்தொழிலைத் தொடங்கியிருக்கிறார்கள். அந்த ஆண்கள் கவர்ச்சியாக இருப்பதாகவும், பெண்களும் அவர்களுக்கு விலை கொடுப்பார்கள் என்றும், எளிமையாகப் பணம் ஈட்டலாம் என்றும் யாரோ அவர்களிடம் சொல்லியிருக்கிறார்கள். அதன்பிறகு, அவர்கள் ஆண்களே அவர்களுக்கு விலை

கொடுப்பார்கள் என்று தெரிந்துகொண்டார்கள். ஏற்கெனவே அவர்களுக்கு நெருக்கடி தொடங்கிவிட்டது. ஏனென்றால், அவர்களுக்குத் திருநங்கையர்களுடன் நேரடிப் போட்டி ஏற்பட்டு விட்டது. காரணம், திருநங்கையர் என்பவர்கள், எப்போதுமே வாய்வழி உறவுகொள்ளும் ஆண்களுக்கு உதவுபவர்களாக இருப்பார்கள். திருநங்கையர்களோடு படுக்கும் ஆண்கள், அடிப்படையில் தன்பாலினச் சேர்க்கையாளர்களாக இருக்க மாட்டார்கள். அத்துடன் அது கொஞ்சம் சிக்கல் பிடித்தது. வித, விதமான பாலியல் உறவு பற்றிச் சொல்லக்கூடியது. குறிப்பாக, உங்களுக்கு ஒரு திருநங்கையைப் பிடித்திருக்கலாம். அல்லது திருநங்கையாகச் செயல்படக்கூடிய ஒரு நபரை நீங்கள் காதலிக்கக் கூடச் செய்யலாம். ஆனால் அது அவ்வளவு சுலபம் அல்ல. நீங்கள் இன்னொரு ஆணுக்கு உங்கள் உடலை விலை போகச் செய்யக்கூடிய ஓர் இளைஞனாக இருந்தால், நீங்களும் ஒரு திருநங்கையைப் போலத்தான். தன்னை ஒரு திருநங்கை என்று சொல்லப்படுவதை அவமானகரமாகக் கருதாத அந்த ஆணை நான் சந்திக்க வேண்டும்."

"அப்படிப்பட்டவர்கள் கண்டிப்பாகத் தன்பாலினச் சேர்க்கையாளராகத்தானே இருக்க வேண்டும்."

பட்டேல் அதை ஆமோதிக்கவில்லை.

"அவர்கள் எல்லாம் ஓர் அடையாளம். அவர்கள் பயன்பாட்டில் உள்ளவர்கள் அல்ல. அவர்களில் சிலர் தன்பாலினச் சேர்க்கையாளர்கள். ஆனால் அவர்களது ஆத்திரம் பாலியல் தொழில் பற்றியது அல்ல. அவர்களுக்குக் கொடுக்கப்படும் கூலி பற்றித்தான் அவர்களுக்குக் கோபம். பணம் சார்ந்த விஷயத்தில் நான் அதிக அக்கறை எடுத்துக்கொள்வேன். இங்கு வழங்கப்படும் சம்பளத்தில் அவர்களுக்கு நிறைவு இல்லை. தங்களது மாதச் சம்பளம் பற்றி என்னோடு பணிபுரியும் டாக்டர்கள் முறையீடு செய்வது உண்டு. முதன்மை அதிகாரிகளும் ஊதியம் போதவில்லை என்று குறைபட்டுக் கொண்டதாகக் கேள்விப்பட்டேன். நாங்கள் வெளி உலகிற்கு ஒன்றை வெளியிட்டோம். அதற்கு "இந்தப்" பலன் கிடைத்தது. உங்கள் உடலைக்கொண்டு நீங்கள் அதைச் செய்து கொண்டிருக்கிற போது, அதனால், நீங்கள் மிகவும் கேவலமாக மதிக்கப்பட்டு, அதை மிகவும் கொடுமையாக உணர்வது போல இருக்கும். திடீரென்று நீங்கள் ஓர் அரசனைப் போல நடத்தப்படாமல், ஒரு காமுகனைப் போல நடத்தப்பட்டால்,

ஆண் பாலியல் தொழிலில் அந்த வார்த்தை எத்தனை முறை பயன்படுத்தப்பட்டிருக்கிறது என்று குழப்பமடைந்திருப்பீர்கள்."

"இதிலிருந்து, தப்பித்து ஒருவனும் விலகிப் போகவில்லையா?"

"சிலர் அதைச் செய்கிறார்கள். ஆனால் பலரால் அதைச் செய்யமுடியவில்லை. பணம் வேண்டியிருக்கிறதே. பணத்திற்கு எல்லையே இல்லையே. முன்னுக்குப் பின் முரண்பட்டதாக இருந்தாலும், ஒரு கட்டுப்பாட்டில் இருக்க வேண்டியதை உணர்கிறார்கள். எப்போது வேண்டுமானாலும் வெளியே போகலாம். அடுத்த அரை மணி நேரமோ அல்லது ஒரு மணி நேரமோ முடிந்தபின் அவர்களுக்குப் பணம் கிடைக்கிறது. அது ஆயிரமோ அல்லது நூறோ. ஒருவன் எவ்வளவு காலம் இத்தொழிலில் இருக்கிறானோ, அவ்வளவு கடினம் அவன் அதிலிருந்து வெளியேறுவது. அதுபோல் அவன் அவ்வளவு கேவலமாகக் கருதப்படுவான். சில முறிவுகளும் நிகழ்வதுண்டு. அவரவர்கள் நடத்தப்படுவதற்கேற்ப அவர்களுக்கு ஆத்திரம் வருவதுண்டு. இது இயல்புதானே? ஒரு நிறுவன இயக்குநர் அலுவலக அறையோ, அல்லது ஒரு படுக்கையறையோ அல்லது இரயில் நிலையக் கழிப்பறையோ, இங்கெல்லாம் தங்கள் சக்தியை இழந்ததாகக் கருதும் மனிதர்கள் ஆத்திரப்பட ஆரம்பிக்கிறார்கள். அவர்கள் அதிலிருந்து வெளியே வர முயற்சித்தால், அது நீண்ட காலமாகலாம்."

பட்டேலை விட்டுத் திரும்பி வரும் வழியில், இரயில் நிலையம் நெருங்கி வந்துவிட்டதைக் கண்டார். அவசரமாக ஓடி இரயிலில் ஏறினார். அது அந்தேரி செல்லும் வழி. ஒருவேளை அங்கு கடைசியாகத் தடயம் ஏதேனும் கிடைக்கலாம்.

அந்த மரத்தடியை விட்டு நகராதவர்கள் போல மூன்று நபர்கள் அங்கே அமர்ந்திருந்தார்கள்.

"ஹலோ" என்று சொன்னார்.

"ஹலோ" அந்த மூவரில் ஒருவர் சொன்னார்.

"முன்பொருமுறை வந்திருக்கிறீர்கள்", என்று இன்னொருவர் சொன்னார். "அந்த உருப்படாத நிருபரின் நண்பர் நீங்கள். அந்த நாடோடி மின்சாரத்தைத் திருடுகிறான். அந்த விஷயத்தைப் பத்திரிகையில் எழுதுங்கள் என்றேன். ஆனால் இந்தப் பத்திரிகையாளர்கள் முதுகெலும்பு இல்லாதவர்கள். அது ஒரு

காலம். பத்திரிகைச் சுதந்திரம் இருந்தது. அரசாங்கத்தை எதிர்த்து எழுதுவார்கள். இப்பொழுது அவர்கள் எல்லோரும் சோரம் போய் விட்டார்கள்."

பீட்டர் அங்கே அமர்ந்தார்.

"ஆமாம். இப்பொழுது அவர்கள் கொலைகளையும், தற்கொலைகளையும் பற்றித்தான் எழுதுகிறார்கள்" என்றார்.

"தற்கொலை பற்றிய தகவல்களில் உங்களுக்கு அதிக ஆர்வம் உண்டு அல்லவா?" என்றார் அந்த இரண்டாவது நபர். "போனமுறைகூட அது பற்றி விசாரித்துக்கொண்டிருந்தீர்கள்."

"அந்தப் பெண் வெளியே போகப் போகிறாளாம், தெரியுமா உங்களுக்கு? ரஹினா சாகப் மறுபடியும் வாடகைக்கு இன்னொரு நபரைத் தேடுகிறாராம்."

"இந்தச் சந்தையில் எங்கே போய் ஒரு ஆளைப் பிடிக்கப் போகிறார்? அந்த வீட்டிற்கு என்ன கேட்கிறார் என்று உங்களுக்குத் தெரியுமா?"

பீட்டர் குறுக்கிட்டுக் கேட்டார்.

"உங்களுக்கு அவனைத் தெரியுமா? இறந்து போனானே அவனைத் தெரியுமா?"

"சூரஜ் பட்டேலை, லிஃப்டில் ஒருமுறை சந்தித்தேன்."

"நாங்கள் எல்லாம் கௌரவமான குடும்பத்தைச் சேர்ந்தவர்கள். நீங்கள் இங்கு தங்க வேண்டுமென்றால் ஒழுக்கத்துடன் நடந்து கொள்ள வேண்டும். அல்லது உங்களைப் பிடித்து வெளியே தள்ளி விடுவோம். நான் குடியிருப்போர்களிடம் பேசி விடுவேன் என்று சூரஜ் பட்டேலிடம் சொன்னேன்" என்றான்.

"அவன் அப்படி என்ன செய்தான்?"

"ஒவ்வொரு இரவிலும் நேரம் கழித்து வீட்டிற்கு வருவான். அவன் எங்கே செல்வான், என்ன செய்வான் என்று கடவுளுக்குத்தான் தெரியும். அவனுக்கு இன்னொரு வாழ்க்கை இருந்தது போலத் தெரிந்தது. மோசமான பயல்.!"

குடியிருப்பின் சட்ட திட்டங்களை மீறும் நபர்களைப் பற்றி அவர்கள் பேச ஆரம்பித்துவிட்டார்கள். இடத்திற்கு உரியவர்கள்

வெளியே சென்றிருந்தால் அந்த இடத்தில் தனது காரை நிறுத்திக் கொள்ளும் கரம்பெல்கர் பற்றிப் பேசினார்கள். இரவு முழுவதும் தூங்கவிடாமல் கத்தும் தெரு நாய்களுக்கு டி சௌ சா உணவு அளிப்பது பற்றிப் பேசினார்கள். பீட்டர் புறப்பட்டுச் செல்ல எழுந்தபோது ஹிமலியைச் சந்திக்க நேர்ந்தது.

"இங்கே என்ன செய்துகொண்டிருக்கிறீர்கள்?" என்று அவரைப் பார்த்து வெடுக்கென்று ஹிமலி கேட்டாள்.

"அதாவது நான்..."

"இது என்ன பாதுகாப்பு கொடுக்கிறீர்கள் திரு. "ஷியோரே, அவர்களே?" என்று முதியவர்களில் ஒருவரைப் பார்த்துக் கேட்டாள். "யார் வேண்டுமானாலும் வந்து இளம் பெண்களைத் தொந்தரவு செய்யலாம் போலிருக்கிறது!"

"இங்கே என்ன நடக்கிறது?" என்று இன்னொரு குரல் கேட்டது. "என்னுடைய சகோதரிக்கு யார் தொந்தரவுகொடுத்துக் கொண்டிருப்பது?"

அவளுக்குப் பின்னால் ஹிமல் நிற்பது தெரிந்தது.

ஹிமலும், ஹிமலியும்.

இதனால்தான் அன்று காலை பந்த்ராவில் அந்த இளைஞன் பரிச்சயம் ஆனவன் போல இருந்தான்.

ஹிமலி பட்டேல் ஒரு சமயம் ஹிமலி ஷா வாக இருந்திருக்க வேண்டும். அவள் தனது பெயரை மாற்றிக்கொண்டிருக்கிறாள். எல்லாப் பெண்களும் இப்படித்தான் தங்கள் பெயரை மாற்றிக் கொண்டு வருகிறார்கள். ஆனால் அவன் அதுபற்றிச் சிந்தித்துப் பார்த்ததில்லை.

ஹிமலியும் ஹிமலும்

ஹிமலும் லெஸ்லியும்.

அந்த இடத்தில் ஏதோ ஒன்று விழத் தொடங்கியது.

ஆனால் அவருக்கு அதைப் பற்றிச் சிந்திக்க நேரம் தேவைப்பட்டது.

ஹிமல் அவரையே பார்த்துக்கொண்டிருந்தான். அவன் பீட்டரை அடையாளம் கண்டு கொண்டபின், அவனது குரல் மாறியது. "அங்கிள், இங்கே என்ன செய்கிறீர்கள்?"

ஹிமலி, "அவர் ஒரு பத்திரிகையாளர் என்று சொல்லுகிறார்" என்றாள். "என்னைப் பேட்டி எடுக்க விரும்புகிறாராம்."

"அவர் பத்திரிகையாளர்தான். லெஸ்லி அங்கிள் என்னிடம் சொன்னார். ஒரு பிரபல பத்திரிகைக்காக வேலை செய்கிறார்" என்றான் ஹிமல்.

ஹிமலியின் முகபாவம் மாறியது.

"சாரி, அங்கிள். நீங்கள் என்னைக் கேலி செய்கிறீர்கள் என்று எண்ணிக்கொண்டிருந்தேன். இப்போது வாருங்கள். வந்து அமருங்கள்."

"இல்லை, இல்லை. இப்போது நேரம் இல்லை. இன்னொரு சந்தர்ப்பத்தில் பார்த்துக்கொள்ளலாம்."

பீட்டர் அருமையாகச் சமாளித்தார். அங்கு எங்கோ ஒரு தொடர்பு இருப்பது போலப் பட்டது. ஆனால் அது எது நோக்கிச் செல்கிறது என்று அவரால் புரிந்துகொள்ள முடியவில்லை.

மீண்டும் இரயிலைப் பிடித்து, காவல் நிலையத்திற்குச் சென்றார்.

"லெஸ்லியோடு பேச வேண்டுமே, முடியுமா?" என்று கேட்டார்.

"வேண்டுமென்றால், சிறைக்குச் செய்தி அனுப்புகிறேன்" என்றார் ஜெண்டே.

"அவரிடம் போய்த்தான் பேச வேண்டும் என்பது இல்லையே. ஒரே ஒரு கேள்வி மட்டும் கேட்க வேண்டும்."

"என்ன கேள்வி."

"அவர் வீட்டில் தங்க வைக்கப்பட்டிருக்கும் நபர் எங்கே வேலை செய்தார்?"

"அந்த விபரம் குறிக்கப்பட்டிருக்கவில்லை. நாளைக்கு வந்தால், அவசியம் ஃபோனில் பேசலாம்."

***

அடுத்த நாள் காலையில் பீட்டரையும், ஜெண்டேயையும் லெஸ்லி பார்க்க விரும்பினார். போனில் அவரது குரல் கோபமாகவும், 'வெடு'க்கென்றும் இருந்தது. அத்துடன் உறுதியாகவும், தெளிவாகவும் இருந்தது.

"பீட்டர், என்னை இங்கிருந்து வெளியே விடுங்கள்" என்றார் லெஸ்லி. "அந்த இளைஞனை நான் கொலை செய்யவில்லை. அந்தக் குழந்தையையும் நான் கொலை செய்யவில்லை. அது உங்களுக்குத் தெரியும். ஏன் அது எல்லாருக்குமே தெரியும். இந்தச் சிறையில் உள்ள அந்த வகையைச் சார்ந்த அத்தனை ஆண்களுக்கும் தெரியும். அவர்கள்தான் அவர்களது ஃபோனைக் கொடுத்து இப்போது என்னைப் பேசச் சொன்னார்கள். தயவுசெய்து வாருங்கள்."

"வக்கீல் ஃபோன் நம்பர் ஏதாவது வேண்டும் என்று கேட்டாரா?" என்று சுனில் கேட்டான்.

"ஜெண்டே மட்டும் போனாலே போதும் என்று நினைக்கிறேன்" என்றார் பீட்டர்.

அவர்கள் ஆர்தர் சாலை சிறையை அடைந்தபோது லெஸ்லி ஆத்திரமாகத் துப்பிக்கொண்டிருந்தார்.

"அங்கே. உங்களால் நம்ப முடிகிறதா? எனக்கு எய்ட்ஸ் நோய் இல்லை. அதாவது, சாகப் போகிற பயம் எதுவும் எனக்கு இல்லை. அந்தப் பரிசோதனையை இங்கே செய்கிறார்கள். நான் சிந்தித்துப் பார்த்தேன். ஏன் கவலைப்பட வேண்டும்? எனக்கு ஏற்கெனவே தெரியும். எனக்கு மகிழ்ச்சி என்னவென்றால், அதிகாரத் தோரணையில் வலியுறுத்தி மீண்டும் பரிசோதனை செய்யச் சொன்னார்கள். அந்தக் கொடிய நோய் எனக்கு இல்லை." அவரது கடைசி வார்த்தைகள், மகிழ்ச்சியில் ஒலிப்பது போல இருந்தன.

"பரிசோதனை செய்ததை நிச்சயமாகச் சொல்கிறீர்களா" என்று பீட்டர் கேட்டார்.

"ஆமா, நிச்சயமாகச் சொல்கிறேன். உங்களால் கற்பனை பண்ணிப் பார்க்க முடிகிறதா? அந்த மிருகம் ஹிமல்தான் இதற்குக் காரணம்."

இப்பொழுது எல்லாம் தெளிவு பெற்றது.

"நான் பரிசோதனை செய்து பார்த்துக்கொள்ள வேண்டும் என்று அவன் என்னிடம் கேட்டுக்கொண்டே இருந்தான். ஆனால் அதற்கான எந்த அடையாளமோ, அறிகுறியோ என்னிடம் இல்லை. ஆனால் அந்த மிருகம்தான் தொடர்ந்து சொல்லிக் கொண்டே வந்தான். பரிசோதனை முடிவை அவன்தான் கொண்டு வந்தான். அவனுக்கும் நான் அதைப் பரப்பியிருப்பேன்

என்று அவன் கூறினான். ஆகையால் குறைந்தபட்சம் என்னால் முடிந்தது என்னவென்றால்..."

"அந்த மனிதனோடு உங்களுக்கு நெருக்கமான உறவு இருந்திருக்கிறதா?" என்று ஜெண்டே இயல்பான குரலில் கேட்டார்.

"ஓ...! என்னை மீண்டும் கொண்டு போய் அந்தச் சிறையில் தள்ளுங்கள். இயற்கைக்கு முரணான கலவியை ஒத்துக்கொண்டதற்காகக் கொண்டு போய்த் தள்ளுங்கள். தள்ள மாட்டீர்களா? ஆனால் அது உண்மை. அவனோடு நெருக்கம் கொண்டிருந்தது உண்மை. உலகில் இழிவான ஒரு செயல் இருக்கிறதென்றால், அது இதுதான் - இயற்கைக்கு மாறான உறவு. இதனால் நான் என்ன சொல்லுகிறேன் என்றால், அவனை முத்தமிடக்கூட என்னை அனுமதிக்க மாட்டான். நடு இரவில் இதற்கு வரும் பெண்கள்தான் இந்த மாதிரி செயலை அனுமதிக்கமாட்டார்கள் என்று நான் அவனிடம் சொன்னபோதுகூட, அவன் அதைக் கேட்கமாட்டான். எது எப்படி இருந்தாலும், என்ன உடம்பு அது!"

ஜெண்டே எதுவும் சொல்லவில்லை. ஆனால் பீட்டர் லெஸ்லியிடம் இன்ஸ்பெக்டரின் கோபத்தைக் கண்டுகொள்ள வேண்டாம் என்று கண்ணைக் காட்டினார்.

"என் பலவீனமான நிலை எனக்குப் புரிகிறது. அந்நிலைமையை நான் சமாளிக்க வேண்டும். அந்த வீட்டில் அரைக்கால் சட்டையோடு அலைந்துகொண்டிருந்த அந்த நயவஞ்சகம், இன்னொரு பழம் பெருச்சாளியை எய்ட்ஸ் பரிசோதனை செய்து, அதன்மூலம் அவனுக்கு எய்ட்ஸ் இல்லை என்று தெரிந்து கொண்டால்தான், தான் அவனோடு தொடர்ந்து உறவு வைத்துக்கொள்வதாகச் சொன்னான். அவன் ஒரு பரிசோதனை நிலையத்தில் வேலை செய்வதாகவும், எனக்காகப் பரிசோதனையைச் செய்து, அதன் முடிவை இரகசியமாக வைத்துக்கொள்வதாகவும் சொன்னான். அதனால்தான் நான் அதற்கு ஒத்துக்கொண்டேன். ஏனென்றால், எப்போதும் நான் கவனமாகவே இருப்பேன். பாவம், அந்த மனிதர் ராய் என் நினைவுக்கு வருகிறார்: ஹோமியோபதியைத் தவிர வேறு எதையும் எடுத்துக்கொள்ள மாட்டார். வாய்விட்டுச் சிரித்தால் நோய் விட்டுப் போகுமென்று சொல்லிக்கொள்வார். அதுபோல 'மேக்' என்பவர் ஒரு பக்திமான். மீண்டும் மீண்டும் தாய்த் திருச்சபையின் பாதங்களில் தஞ்சம் அடைந்துகொள்வார். ஆனால், ஒருவரும் உங்களோடு செக்ஸ் வைத்துக்கொள்ள

விரும்பவில்லையென்றால், அது நல்லதுதானா என்று நான் அடிக்கடி சொல்லுவேன்."

ஜெண்டே ஏதோ சொல்ல வந்தார். அவரை பீட்டர் அமைதிப்படுத்தினார். "ஆகவே, நீங்கள் எய்ட்ஸ் பரிசோதனைக்குச் சம்மதம் தெரிவித்தீர்கள்?"

"ஆம். உண்மைதான். அதை எப்படியாவது செய்து முடிக்க வேண்டும் என்று நினைத்தேன். ஏன் சொல்லுகிறேன் என்றால், அது உங்களை ஆச்சரியத்தில் ஆழ்த்திவிடும். நான் தொடர்ந்து முயற்சிகளை எடுத்துக்கொண்டிருந்தேன். ஆனால் அந்தத் தொடர் முயற்சி ஒரு முடிவின் தொடக்கமாக மாறிவிட்டது இது முடிவின் தொடக்கமா? எப்போது அந்த எய்ட்ஸ் நோயால் உண்டாகும் புற்றுநோய் வரும்? இப்பொழுது எய்ட்ஸ் நோயுற்ற அவர்கள் வண்டி வண்டியாக மாத்திரைகளைச் சாப்பிட்டுக் கொண்டிருக்கிறார்கள். கிட்டத்தட்ட எல்லாம் சரி ஆகும் நிலையில் உள்ளது. ஆனால் சமூக வாழ்க்கையில் இது ஒருவனுக்கு அவமானம்தானே? என்னுடைய கருத்து என்னவென்றால், இவர்கள் எய்ட்ஸ் நோய் உள்ளவர்களோடுதான் பழக்கம் வைத்துக்கொள்ள வேண்டும். அவர்கள் அனைவரும் சமூகத்தில் மறுக்கப்பட்டவர்கள்; மற்றவர்களால் மறுக்கப்பட்டுக் காலமெல்லாம் ஒரு கோழைத்தனமான மறைவு வாழ்க்கை வாழ வேண்டும். அதை என்னால் தாங்கிக்கொள்ள முடியவில்லை. அதன்பிறகு நடந்ததுதான் இது: எனக்கு எய்ட்ஸ் நோய் உறுதி செய்யப்பட்டது. ஆனால், இருந்தும் அவன் தன் கைகளால் என்னை அணைத்துக்கொண்டு, ஆறுதல் மொழி கூறினான்..." அப்போது இன்ஸ்பெக்டர் முகம் சிவந்து காணப்பட்டது.

பீட்டரால் ஜெண்டேயைப் பார்க்க முடியவில்லை. தான் ஏதோ ஒரு குழப்பத்தில் இருப்பதாகச் சொன்னார்.

"அடுத்த நாள் காலையில் எனக்குப் பால் கொண்டு வந்து கொடுத்தான். அவனது வேலையை விட்டுவிடப் போவதாகவும், என்னைக் கவனித்துக்கொள்ளப் போவதாகவும், காரணம், என் நோயின் தாக்கம் கூடிக்கொண்டே போவதாகவும் சொன்னான். எப்போதும் இதை அலட்சியப்படுத்திவிடக் கூடாது என்றும், நான் எவ்வளவு மெலிந்துவிட்டேன் என்றும், நான் இறந்து கொண்டிருக்கிறேன் என்றும் வருத்தமுற்றுச் சொன்னான். பிறகு அவனுடைய சகோதரி ஹிமலி மற்றும் அவளது கணவன் சூரஜ் பற்றிய சோகமான கதையைக் கூறினான். என்ன விசித்திரமான

ஜோடிப் பெயர்கள். இல்லையா? அதாவது, சூரிய வெப்பத்தில் எல்லாப் பனிக்கட்டிகளும் உருகிவிடுமென்று நினைப்பீர்கள்."

"என்ன?"

கொஞ்ச நேரத்திற்கு ஜெண்டே பேசினார். "அவன் கெட்டிக்காரன் பீட்டர். ஹிமலி, பனிக்கட்டி, சூரஜ், ஒரு சூரியன்" ஜெண்டே கோபப்பட்டுவிட்டுப் பிறகு அமைதியானார்.

"யார் கெட்டிக்காரனென்று காலம் பிறகு சொல்லும், லெஸ்லி. இப்பொழுது சொல்லுங்கள் ஹிமல் உங்களிடம் என்ன சொன்னான்?"

"ஓர் இளைஞனை ஆண் தெய்வம் பழிவாங்குவது போல, இது ஒரு கிரேக்கத் துன்பியல் நாடகம். பாருங்கள். ஹிமல் வெளிநாடு போவதற்காகப் பணம் ஈட்டிக் கொண்டிருந்தான். அளவுக்கதிகமாகப் பணம் ஈட்டிவிட்டான். எப்படியாவது வெளி நாட்டிற்குப் போய் விட வேண்டுமென்று விரும்பினான். அதன்பிறகு அவன் அம்மா நோய்வாய்ப்பட்டுப் படுக்கையில் வீழ்ந்துவிட்டாள். அவளுக்கு ஏதோ சிறுநீரகக் கோளாறு என்று நினைக்கிறேன். அவனைப் போன்ற இளைஞன் அங்கிருந்து நழுவி இருக்கக்கூடும் என்றுதான் நான் நினைத்தேன். ஆனால் அவன், தன் தாயிடம் அதிக ஈடுபாடு கொண்டிருந்திருந்தான். ஆகவே தன்னுடைய எல்லாப் பணத்தையும் எடுத்து, தனது மைத்துனனோடு சேர்ந்து, அவர்களது கூட்டுச் சேமிப்பில் பணத்தைப் போட்டுவிட்டான். அந்த மைத்துனன், அவனது மாமியார் மீது அக்கறை உள்ளவன். எனவே அவனும் தன்னால் இயன்றதை மாமியாருக்காகக் கொடுக்க முன் வந்தான். அத்துடன் அவனது மைத்துனன் மீதும் ஈடுபாடு கொண்டிருந்தான். அதில் எனக்கு ஆச்சரியமில்லை. எனவே அவர்கள் இருவரும் அவளுக்கு ஒரு சிறுநீரகம் பெறுவதற்காக முயற்சித்துக் கொண்டிருந்தார்கள். நியாயப்படி அது தவறு என்று எனக்குத் தெரியும். ஆனால் எல்லாரும் இதைச் செய்துகொண்டுதான் இருக்கிறார்கள். சிறுநீரகம் தானம் கொடுப்பவர்கள் ஒற்றைச் சிறுநீரகத்துடன் உயிர் வாழலாம் என்றும் சொல்லிக்கொள்கிறார்கள். எல்லா ஏற்பாடுகளும் ஆகிவிட்டது. இலங்கையிலிருந்து வந்த ஒரு கைராசிக்கார மருத்துவர் தயாராக இருந்தார். அறுவைச் சிகிச்சை அறை பதிவு செய்யப்பட்டது. சிறுநீரகம் தானம் கொடுப்பவர் தனது சட்டைகளைக் கழற்றிவிட்டார். அவரது முதுகில் சிகப்பு நிற அடையாளம் குறிக்கப்பட்டதோ, அல்லது

அந்த அம்மாவின் அம்மையாரின் முதுகில் குறிக்கப்பட்டதோ எனக்கு நினைவில் இல்லை. அம்மாவின் சிகிச்சைக்குத் தேவையான பணம் பறிக்கப்பட்டுவிட்டது. எந்தப் பணமும் விட்டு வைக்கப்படாமல் எல்லாப் பணமும் பறிபோய்விட்டது. அந்தப் பையன், பிராக்ஸி, அதுதானே அவன் பெயர்? ஆமா. பிராக்ஸி. அவனுடைய தந்திர வலையில் இந்த சூரஜ் மாட்டிக்கொண்டான். அது மட்டுமல்லாமல் போலீஸ்காரர்களிடமும் மாட்டிக் கொண்டான். அந்தப் போலீஸ்காரர்கள் அவனை மிரட்டி, அவனிடமிருந்த பணத்தையெல்லாம் பிடுங்கிக்கொண்டார்கள். எனவே அவர்களைப் பழி வாங்க வேண்டுமென்று ஹிமல் முடிவெடுத்தான். அந்தப் பையன் பிராக்ஸி, அதை நடத்திய போலீஸ்காரர்கள், மற்றும் அனைவரையும் பிடித்துப் பழிவாங்க விரும்பினான். அவ்வாறே செய்தும் முடித்தான். எப்படி அங்கு போய் அந்தக் குழந்தையைக் கொன்றான் என்று என்னிடம் சொன்னான். எப்படியென்றால், எப்படித் தெளிவாகவும், சத்தமில்லாமலும் செய்வது என்று அவனுக்குத் தெரியும் என்றான். அத்துடன், எப்படி அந்தக் குழந்தையின் தந்தைக்குப் பைத்தியம் பிடித்து, அடுத்த போலீஸ்காரனைக் கொன்றான் என்றான். அவன் அந்த போலீஸ்காரர்களைக்கூடக் கொல்ல வேண்டிய அவசியம் ஏற்படவில்லை. அவர்கள் அவர்களுக்குள்ளேயே தங்களை அழித்துக்கொண்டார்கள். 'தவறுகளும் அதனால் ஏற்பட்ட கோபமும்' ஒரு சக்தி வாய்ந்த கூட்டுக் கலவையாக அமைந்தது என்று நான் நினைக்கிறேன்."

"அப்புறம் அந்த கிளார்க் கதை என்ன ஆச்சு?"

"அது உண்மைதான். மனதார நேசித்த என்னுடைய கிளார்கை நான் இழந்துவிட்டேன். அதுபற்றி என்னால் எதுவும் செய்ய முடியவில்லை. இந்த மனிதர்கள் வருடக் கணக்காக அதிலே குறியாக இருந்தார்கள். அதாவது அடுத்தவர்களின் தேவைகளை நிவர்த்தி செய்து அதன்மூலம் பயன்பெறுவது. என்னுடைய இனிய 'ஷ்வாஸ்' - அதுதான் அவன் பெயர் - ஷ்வாஸ்க்காக என்னால் எதுவும் செய்ய முடியவில்லை. அவனுக்கு என்ன நேரிட்டதென்று அவன் என்னிடம் சொன்னபோது, அவர்கள் வாயை அடைக்க அவனுக்குத் தேவையான பணத்தைக் கொடுத்து உதவி செய்ய முன்வந்தேன். ஆனால் அவனோ அதை வேண்டாம் என்று சொல்லிவிட்டுத் தானே சமாளித்துக்கொள்வதாகச் சொல்லிவிட்டான். அதன்பிறகு அவன் இறந்துவிட்டான். அவன் குடும்பத்திற்காகச் சேமித்து வைத்திருந்த பணத்தையெல்லாம்

அவர்களிடம் கொடுத்துவிட்டான் என்றுதான் நினைக்கிறேன். அந்த அவமானம் அவனுக்கு அதிகபட்சம். அந்தச் செய்தி என் காதில் விழுந்தபோது என்னால் அழ மட்டுமே முடிந்தது. அவனது அடக்கத்திற்குக் கூட என்னால் செல்ல முடியவில்லை. அவனது கல்லறையைக் கூடச் சென்று பார்க்க முடியவில்லை. காரணம் அவனது உடலை எரித்துவிட்டுச் சாம்பலைக் கங்கையில் கரைத்து விட்டார்கள். நான் அஞ்சலி செலுத்துவதற்கு எதையும் எனக்கு விட்டு வைக்கவில்லை."

லெஸ்லி பேசுவதை நிறுத்திவிட்டுக் குடிக்கக் கொஞ்சம் தண்ணீர் கேட்டார். ஆனால் ஒரு போலீஸ்காரர் ஒரு குவளையில் தண்ணீர் கொண்டு வந்தபோது, அவர் அதை வேண்டாமென்று தள்ளி விட்டார். சில நொடிப் பொழுதில் மீண்டும் அவர் பேசத் தொடங்கினார்.

"ஹிமல் என்ன செய்தான் என்று அவன் என்னிடம் கூறியபோது, அதை நான் செய்திருக்க வேண்டும் என்று என் மனதில் தோன்றியது. நான் வெளியேறிச் சென்று என் காதலுக்காகப் பழி வாங்கியிருக்க வேண்டும். ஆட்டு மந்தையில் இறங்கிய ஓநாய் போல் நான் அழித்திருக்க வேண்டும். அதற்கு மாறாக அவர்களைச் சுற்றி அமர்ந்துகொண்டு, சிலேடையாகப் பேசிக்கொண்டு, கிரீம் சாப்பிட்டுக்கொண்டு இருந்துவிட்டேன். ஹிமல், அவனுடைய அம்மாவுக்காகவும், அவனுடைய மைத்துனனுக்காகவும் ஒரு மாபெரும் சண்டை செய்யும் யுத்த வீரன் போலக் காணப்பட்டான். 'கண்ணுக்குக் கண் பல்லுக்குப் பல்' என்று பழிவாங்கும் ஹமுராபி மன்னன் பாணியில் ஒரு உயிருக்கு இன்னொரு உயிர் என்று பழி வாங்கிவிட்டான்." அவர் கொடுத்த வாக்குமூலம் அவ்வளவு இரக்கத்ததைத் தூண்டுவதாக இல்லை என்பதை உணர்ந்த லெஸ்லி மீண்டும் முயற்சித்தார். "இல்லை. அதை அவன் எப்படி என்னிடம் சொன்னான் என்பது உங்களுக்கு விளங்காது. பழிவாங்கும் படலத்திற்கு என்னென்ன செய்தான் என்பதுவும் உங்களுக்கு விளங்காது. முதலில் எந்தெந்த நாள்களில் சூரஜ் பணம் எடுத்தான் என்பதை ஹிமல் தெரிந்துகொண்டான். பிறகு அவன் சூரஜின் மொபைல் ஃபோனைப் பயன்படுத்தி, சூரஜ் பணம் கொடுத்த தருணத்தில் யார்யாரெல்லாம் அவனோடு தொடர்புகொண்டு பேசினார்கள் என்பதை வரையறுத்துக்கொண்டான். அதில் இந்த இரண்டு போலீஸ்காரர்களும் வரக் கண்டான். அதன்பிறகு அந்த இளைஞன் பிராக்ஸியும் இருந்தான். முதலில் பிராக்ஸியுடன் பேசி, எப்படி அந்தத் தவறைச் செய்தான் என்று சொல்லவைக்க

விரும்பியதாக ஹிமல் சொன்னான். ஆனால் அவனைக் கழிப்பறையில் பார்த்தபோது, அவன் இன்னும் அந்தக் கேவலமான தந்திரத்தினைக் கையாண்டு கொண்டுதான் இருக்கிறான் என்பதை உணர்ந்துகொண்டு, இதற்கு மேலும் பொறுத்துக்கொள்ள முடியாமல் அவனைக் கொன்றுவிட்டதாகச் சொன்னான்."

"அவன் ஒரு கத்தியைக் கையில் எடுத்துச் செல்ல நேரிட்டிருக்கிறது அப்படித்தானே?"

கொஞ்ச நேரம் அமைதி நிலவியது.

"அதுபற்றி எனக்குத் தெரியவில்லை" என்றார் லெஸ்லி.

"அது பற்றி நீங்கள் சிந்திக்க விரும்பவில்லை" என்று ஜெண்டே கேட்டார்.

"இருக்கலாம். நான் கண்களை மூடிக்கொண்டு இருந்திருக்கலாம். கண்டுகொள்ள விருப்பம் இல்லாமல் இருந்திருக்கலாம். ஆனால் என்னிடமிருந்து அவன் அதை எதிர்பார்த்திருந்தது போல் தெரிந்தது. அந்தப் பழியை அவனுக்காக நான் ஏற்றுக்கொள்ள வேண்டுமென்று எதிர்பார்த்தான். அதன்பிறகு அவன் என்னிடம் கூறியபோது எனக்குக் கொஞ்ச நேர அவகாசம்தான் இருந்தது. நியாயமானதைச் செய்து முடிக்க வேண்டுமென்றும், பழியை ஏற்றுக்கொள்ள வேண்டுமென்றும் முடிவெடுத்தேன்."

"நியாயமானதா" என்று ஜெண்டே கர்ஜித்தார். "இது எவ்வளவு முட்டாள்தனமானது என்று உங்களுக்குத் தெரியாதா? பொய் சொல்லுவதுதான் நியாயமான காரியமா? அப்போது நாங்கள் உங்களை நம்பியிருந்தால் என்ன ஆகியிருக்கும், தெரியுமா? நீங்கள் சொன்னதையெல்லாம் இப்போது நாங்கள் நம்பாமல் இருந்தால், என்ன ஆகும்?"

லெஸ்லியின் முகம் சுருங்கியது.

"அன்பரே, நீங்கள் சொல்லுவது சரி. நான் ஒரு அடிமுட்டாள். என் தீர்மானத்தில் கூட எனக்குத் தைரியம் இல்லை. அதாவது எனக்கு எய்ட்ஸ் நோய் இருக்கிறது என்று எண்ணியபோது, அந்தப் பழியை ஏற்றுக்கொள்வது சரியென்று எண்ணினேன். எனக்கு எய்ட்ஸ் இல்லையென்று தெரிந்தபோது, அந்தப் பழியை ஏற்றுக்கொள்வது சரியில்லை என்று ஏன் எனக்கு எண்ணத் தோன்றவில்லை?"

ஜெண்டே அவரை நம்பிக்கையில்லாமல் பார்த்தார். "நீங்கள் என்ன சொல்கிறீர்கள் என்பது எனக்குப் புரியவில்லை. ஆனால் நான் என்ன செய்ய வேண்டும் என்பதை நான் பார்த்துக் கொள்கிறேன்."

"மிக்க நன்றி" என்றார் லெஸ்லி. "நடந்ததை என்னால் விளக்கிச் சொல்லத் தெரியவில்லை. நான் காதலில் மூழ்கியிருந்தேன் என்பதைக் கூட நினைத்துப் பார்க்கத் தெரியவில்லை. அதைவிடக் காமத்தில் இருந்தேன் என்றுதான் சொல்ல வேண்டும். ஆனால் அதை எப்படிச் செயல்படுத்த வேண்டும் என்பது எனக்குத் தெரியும். அவனுக்காக ஒருவன் எதையெல்லாம் சிறப்பாகச் செய்து கொடுக்க முடியுமோ, அதையெல்லாம் செய்து கொடுக்க வேண்டுமென்ற எதிர்பார்ப்பில் அவன் இருந்தான். அதாவது அந்த எதிர்பார்ப்புக்கு அவனுக்கு உரிமை இருந்தது போல உங்களுக்கு அது சரியென்று பட்டிருக்கும். அவனுக்கு அதைச் செய்யாமல் விட்டு, அது எப்படி இருக்கும் என்றால் ஒருவனது அழகையே சிதைப்பது போலிருக்கும். அழகான மக்கள் அப்படித்தான் இருப்பார்கள். உங்களுக்கு விளங்காதா?"

லெஸ்லி தனது தடத்தை மாற்றிக்கொண்டதால், ஒரு தெளிவில்லாத குழப்பத்துடன் ஜெண்டே அவரைப் பார்த்தார். "நான் வக்கீலை ஏற்பாடு செய்துகொள்ளலாமா?" என்று லெஸ்லி கேட்டார்.

"வேண்டாம்" என்றார் ஜெண்டே. "தேவைப்பட்டால் அப்போது நான் சொல்லுகிறேன். தற்சமயத்திற்கு நாங்கள் உங்கள் மீது சுமத்தப்பட்ட குற்றங்களைக் கைவிட்டுவிடுகிறோம். நீங்கள் போகலாம்."

15

அவர்கள் அந்தேரிக்குத் திரும்பிச் சென்றார்கள். அந்த வீடு பூட்டப்பட்டிருக்கும், வீட்டுக்காரர்கள் வெளியேறியிருப்பார்கள் என்ற எதிர்பார்ப்புடன் சென்றார்கள். ஆனால் ஹிமல் வந்து கதவைத் திறந்தான். அவன் லுங்கி மட்டும் அணிந்திருந்தான். பலம் பொருந்திய ஆணழகனாகக் காட்சியளித்தான்.

தனக்கு ஏற்பட்ட ஆச்சரியத்தை ஜெண்டே மறைத்துக் கொண்டார். வந்த வேலையை ஆரம்பிக்கத் தொடங்கினார்கள். "பிராக்ஸி என்ற பெயரில் இருந்த எல்.எஸ். பார்துஸ்டாவின் கொலை விஷயமாக விசாரணை செய்ய வந்துள்ளோம்."

"சரி" என்று ஹிமல் குழப்பமும் ஆச்சரியமும் மேலோங்கச் சொன்னான்.

"இது தொடர்பான விபரங்கள் உங்களுக்குத் தெரியும் என்று நம்புவதற்கு எங்களிடம் நிறைய காரணங்கள் இருக்கின்றன. அந்த விபரங்களை நீங்கள் எங்களோடு பகிர்ந்துகொள்ள வேண்டும்."

"நீங்கள் ஏற்கெனவே திரு. லெஸ்லியைக் கைது செய்துவிட்டீர்கள் என்று நினைத்தேன்."

"இன்று மாலை அவர் விடுதலை செய்யப்படுவார்."

ஹிமல் இதை மிக இலகுவாகக் கையாளப்போகிறான் என்று தெளிவாகத் தெரிந்தது. ஒரே வார்த்தையில் சொல்வதற்காகத் தன்னுடைய பதில்களை அவன் நுனி நாக்கில் வைத்திருந்தான்.

"இறந்தவனைத் தெரியுமா?"

"தெரியாது."

"சப் இன்ஸ்பெக்டர் பி.கே. துர்ரா அல்லது சப் இன்ஸ்பெக்டர் ஜி.ஜி.பக்மத் ஆகியோர்களோடு உனக்கு ஏதாவது தொடர்பு இருந்ததா?"

"இல்லை" அவனது கண்களில் ஏதோ ஒன்று தோன்றி மறைந்தது.

"ஞாயிறு இரவு எங்கே இருந்தாய்?"

"என் சகோதரியின் வீட்டில்"

"நீதிமன்றத்தில் இதை அவள் சொல்லுவாளா?"

ஹிமல் புன்னகைத்தபடி, "ஏன் சொல்ல மாட்டாள். இதுதான் உண்மை."

"உண்மை எது என்பது நீதிமன்றத்தில் தீர்மானம் செய்யப்படும்."

"அது எனக்கு நன்றாகத் தெரியும்."

கொஞ்ச நேரம் அமைதி நிலவியது. பிறகு ஜெண்டே தொடர்ந்தார்.

"எங்கே வேலை செய்கிறாய்?"

"இப்போது நான் எந்த வேலையும் செய்யவில்லை"

"கடைசியாக என்ன வேலை செய்தாய்? இரத்தப் பரிசோதனை நிலையத்தில் வேலை செய்தாய் என்று தெரிகிறது."

"பந்த்ராவில் உள்ள நோயியல் பரிசோதனை நிலையத்தில்."

"அதில் என்ன வேலை பார்த்தாய்?"

"ஆய்வக ஆய்வாளர்"

"அதில் உன் பணி என்ன?"

"மாதிரிகள் எடுத்து, வீடுகளுக்குச் சென்று ஊசி போடுவேன்."

"இன்சுலின் ஊசி போட்டுவிடுவாயா?"

"பலருக்கும் போட்டுவிடுவேன். நீரிழிவு நோய் பொதுவாக எல்லோருக்கும் உள்ளது."

"ஏன் தொடர்ந்து அங்கு வேலை செய்யவில்லை?"

"சமீபத்தில் அம்மா இறந்துவிட்டார்கள்"

"எப்படி இறந்தார்கள்?"

"மூப்பெய்தி இறந்தார்கள்."

"உன் அம்மா மருத்துவமனையில் இறந்ததாக எங்களுக்குக் கிடைத்த தகவல்கள் சொல்கின்றன."

"ஆம்."

"அவர்களுக்கு எங்கே சிறுநீரக மாற்று ஏற்பாடு செய்தாய்?"

"பதாமா மருத்துவமனைக்கு அழைத்துச் சென்றோம். அங்குள்ள மருத்துவர்கள் சிகிச்சை அளித்தார்கள்."

"உனக்கும், உனது மைத்துனன் சூரஜ் பட்டேலுக்கும் உள்ள கூட்டு வங்கிக் கணக்கில் ஒரு கணிசமான தொகை இருந்ததே. அது என்ன ஆனது?"

சிறிது நேர மௌனத்திற்குப் பிறகு, "அதை அவரிடம்தான் கேட்க வேண்டும்" என்றான்.

"உன் மைத்துனன் இறந்துவிட்டான்."

"அதற்கான பதில் அவனோடு போய்விட்டது. அதுபோலத்தான் என்னுடைய பணமும். இதற்கு நான் எங்கே போய் முறையிடுவது?"

"உன் மைத்துனனுக்கு மிரட்டல் ஏதும் வந்துகொண்டிருந்ததா?"

"அது எனக்குத் தெரியாது. ஒருநாள் அவன் தற்கொலை செய்து கொண்டான். அது மட்டும் எனக்குத் தெரியும். நாங்கள் சேமித்து வைத்திருந்த பணம் எல்லாமும் போய்விட்டது என்று பிறகு தெரிந்து கொண்டோம்."

"அந்த சேமிப்பில் எவ்வளவு பணம் போட்டிருந்தீர்கள்?"

"உங்களுக்குத் தெரிந்திருக்கும் போலிருக்கிறதே. அது ஒரு கணிசமான தொகை."

"நீ பணியாற்றிய வேலையில் எவ்வளவு சம்பாதித்தாய்?"

"அதை உங்களுக்குச் சொல்ல வேண்டுமென்று எனக்குத் தோன்றவில்லை."

"அதை எங்களால் கண்டுபிடிக்க முடியாது என்று நினைக்கிறாயா?"

"அப்படியே செய்துகொள்ளுங்கள்."

இந்த விசாரணை எந்த இலக்கும் இல்லாமல் சென்று கொண்டிருப்பது தெளிவாகத் தெரிந்தது.

"ஊரை விட்டு வேறு எங்கேயும் செல்லக்கூடாது. அப்படிச் சென்றால், நீ எங்கே சென்றிருக்கிறாய் என்று எங்களுக்குத் தகவல் தெரிவிக்க வேண்டும்."

மீண்டும் அந்தக் கலங்கிய கண்களில் ஒரு மின்னல் வெட்டு தோன்றி மறைந்தது.

"அப்படியே செய்கிறேன்."

லிஃப்ட் கீழே இறங்கிக்கொண்டிருந்தபோது ஜெண்டே கூறினார். "நன்று. இப்போது தெரிகிறது. இவன்தான். அந்த நபர், இவனேதான். என்னால் சொல்ல முடியும்."

"உள்ளுணர்வா?"

"அதை நீங்கள் எப்படி வேண்டுமானாலும் எடுத்துக்கொள்ளுங்கள். கொலை செய்வதற்கென்று சில நபர்கள் இருக்கின்றார்கள். கொலை செய்வது கூடாது என்றும் சில மனிதர்கள் இருக்கிறார்கள். இதில் உங்களது நண்பன்? அவர் கொலை செய்பவர் அல்ல. இந்த மனிதன்? கொலைக்கு அஞ்சாதவன்."

"அதாவது...."

"ஆமா. அதைச் சொல்ல வேண்டாம். என் உணர்வுகளை நீதிமன்றத்திற்கு எடுத்துச் செல்ல முடியாது. நமக்கு இப்போது சரியான சாட்சியங்கள் தேவைப்படுகின்றன. அது ஒன்றும் பெரிய விஷயம் இல்லை. ஒரு தடயம் கிடைத்துவிட்டால் போதும்."

பாத்வேய்ஸ்-இல் உள்ள நோயியல் ஆய்வுக் கூடத்திலிருந்து புலனாய்வு வேலை தொடங்கியது. அதிலிருந்து ஹிமல் எவ்வளவு மாத ஊதியம் பெற்று வந்தான் என்பதைத் தெரிந்துகொள்வதில் எந்தச் சிரமமும் இருக்கவில்லை. அந்நிறுவனத்தின் மேலாளர் இழுத்துப் பிடித்துப் பார்க்க முயற்சித்தார். இது ஒரு கொலை வழக்கு சார்ந்த விசாரணை. உங்களது ஒத்துழைப்பு இருந்தால், உங்களது செய்தி நாளைக்கு ஊடகங்களில் வராது என்று மட்டும்தான் ஜெண்டே சொன்னார். எல்லாத் தகவல்களும் கிடைக்கப் பெற்றன. அவனுடைய சம்பளம் வாய்க்கும் கைக்குமே போதுமானதாக இருந்தது. தங்கும் இடத்திற்குப் பணம் செலுத்துவதற்கோ, தாயின் சிகிச்சைக்கு இரண்டு லட்சம் செலுத்துவதற்கோ அவனது சம்பளம் அவ்வளவு பெரிய தொகை அல்ல. அது மிகவும் சிறிய தொகையே. ஆனால் அவனுக்கென்று

வெளியிலிருந்து போதுமான பணம் கிடைத்தது என்று தெளிவாகத் தெரிந்தது.

அவனுடைய பணிசார்ந்த பதிவேடுகள் ஆய்வு செய்யப்பட்டன. அதில் ஒரு புகைப்படம் காணப்பட்டது. ஜெண்டேக்கு ஏற்பட்ட திருப்தியில் உள்ளுக்குள் உறுமினார். ஏனென்றால், அந்தப் புகைப்படத்தில் காணப்பட்ட மனிதன் இரத்தப் பரிசோதனை நிறுவனச் சீருடையில் இருந்தான். இந்தப் புகைப்படத்தை மக்களால் அடையாளம் காட்ட முடியும்.

“சீருடையில் இல்லாமல் வழக்கமான உடையில் இருந்திருந்தால் இன்னும் எளிதாக இருந்திருக்கும்” என்றார் பீட்டர்.

“போதும்” என்று பொறுமையில்லாமல் ஜெண்டே பேசினார். “இது ஒன்றும் குற்றவாளிகளை அடையாளம் காட்டும் அணிவகுப்பு இல்லை. இது மும்பை. நாம் மும்பை போலீஸ். இப்படித்தான் இது நடந்துகொண்டிருக்கிறது இதை நீங்கள் ஒரு புகைப்படம் எடுத்து அதை அங்குள்ள மக்களிடம் காட்டுங்கள். பிறகு ‘நீங்கள் பார்த்த மனிதன் இவன்தானா?’ என்று கேளுங்கள். அவர்கள் பார்த்த மனிதன் இவன்தான் என்றால், ‘ஆம்’ என்று சொல்லுவார்கள். நீங்கள் இந்த உண்மையை நீதிமன்றத்தில் வந்து சொல்வீர்களா? என்று அவர்களைக் கேட்டால், ‘கோர்ட் - கச்சேரி எல்லாம் வேண்டாம் பாபா, நாங்கள் அங்கெல்லாம் வரமாட்டோம். ஏனென்றால், நாங்கள் எல்லாம் கௌரவமானவர்கள்’ என்று சொல்லுவார்கள். ஒருநாள் இந்தக் கௌரவமானவர்களில் யாரேனும் ஒருவனுக்குச் சாட்சி சொல்ல ஓர் ஆள் தேவைப்படும். அந்தக் கௌரவமான மனிதர்கள் ஒருவர்கூட சாட்சி சொல்ல அப்போதும் நீதிமன்றம் வரமாட்டார்கள். அப்போதுதான் அது புரிய வரும்.”

ஜெண்டேக்கு இது ஒரு இராட்டினக் குதிரை என பீட்டர் நினைத்துக்கொண்டார். ஜெண்டே சூரிய அஸ்த்தமனத்தில் இதில் பயணம் செய்வார் போலிருந்தது.

“இப்பொழுது என்ன?”

“இப்பொழுது உங்கள் நண்பர் ஹிமல் ஜுகல் கிஷோர் ஷாவைப் பார்க்கப் போகலாம்.”

ஹிமல் எதையும் காட்டிக் கொள்ளாமல் அவர்களை வரவேற்றான்.

"அந்த ஆய்வு நிலையத்தில் நீ எவ்வளவு சம்பளம் வாங்கினாய் என்று எங்களுக்குத் தெரிந்துவிட்டது."

"அப்படியா!"

"எப்படி இவ்வளவு பணத்தைச் சேமிக்க முடிந்தது? அந்த ஒரு கணக்கில் மட்டும் நான்கு இலட்சங்கள் சேமிக்கப்பட்டிருந்திருக்கிறது. அதில் பாதி உன்னுடையதென்றாலும், ஒருசில மாதங்களில் இவ்வளவு பணத்தை எப்படிச் சேமித்திருக்க முடியும்?"

"அத்துடன் வேறு வேலைகளும் செய்தேன்."

"என்ன மாதிரி வேறு வேலைகள்?"

"நோயாளிகளுக்கு ஊசி போட்டுவிடுவேன்."

"இதை நீ சொல்லியிருக்கிறாய். அதற்கு எவ்வளவு பணம் பெறுவாய்?"

"நூறு ரூபாய். சில சமயங்களில் நூற்று ஐம்பது ரூபாய். அவர்களால் என்ன கொடுக்க முடியுமோ, அதையும் கூட சில நேரங்களில் வாங்கிக் கொள்வேன்."

"உனக்கு ஒன்பது மணி நேர வேலை. அதற்குப் பிறகு வெளியில் சென்று இவ்வளவு ஊசி போட உனக்கு நேரம் கிடைக்குமா?"

"என் அம்மா நோய்வாய்ப்பட்டு படுக்கையில் கிடந்தார்கள். அதற்காக அதிக நேரம் உழைக்க வேண்டியிருந்தது."

"இந்தப் பணத்தை மிகவும் சிரமப்பட்டு உழைத்துச் சம்பாதித்திருக்கிறாய். இந்த பணம் காணாமல் போய்விட்டது என்று தெரிந்ததும், நீ எப்படி உணர்ந்தாய்?"

"ஏமாற்றம் அடைந்தேன்."

"ஏமாற்றமடைந்தாயா?"

"ஆமா. அதிகம் ஏமாற்றம் ஏற்பட்டது."

"அது என்னுடைய அம்மாவாக இருந்திருந்தால், ஏமாற்றம் அடைந்தது மட்டுமல்ல. கோபமும் அடைந்திருப்பேன்" என்றார் பீட்டர்.

ஹிமல் அவர்கள் இருவரையும் முறைத்துப் பார்த்தான். பிறகு நீர் நிறைந்த அணைக்கட்டு உடைந்தது போலப் பேசினான்.

"கோபமா? இந்த வார்த்தைக்கு என்ன அர்த்தம் தெரியுமா? எனக்குக் கோபம் இருந்தது. ஆமா. வேதனை. இதெல்லாம் வெறும் வார்த்தைகள், இன்ஸ்பெக்டர். உங்கள் அம்மா மரணத்திற்காகப் போராடிக்கொண்டிருந்தபோது, உங்கள் உயிரைப் பணயம் வைத்து உங்கள் அம்மாவைக் காப்பாற்ற முயற்சித்துக் கொண்டிருந்தபோது, உங்கள் பணமெல்லாம் காணாமல் போய்விட்டது என்று தெரியவந்தால் உங்கள் உணர்வுகள் எப்படி இருக்கும்? அப்போது உங்கள் அம்மாவுக்கு என்ன பதில் சொல்லுவீர்கள்? மருத்துவமனைத் தள்ளுவண்டியில் இருந்து அம்மா உங்களைப் பார்க்கிறார்கள். நீங்கள் எப்படியும் அவர்களைக் காப்பாற்றிவிடுவீர்கள் என்று அம்மா நம்புகிறார்கள். அந்தத் தருணத்தில் நீங்களும் காப்பாற்றிவிடுவீர்கள் என்று நம்புகிறீர்கள். மருத்துவமனை தயாராக இருக்கிறது. மருத்துவர் தயாராக இருக்கிறார். பணம் மட்டும் இல்லை. எல்லாம் பறி போய்விட்டது.

சிலர் நினைப்பார்கள்: நான் பழி வாங்க வேண்டும். நான் அவர்களைக் கொல்ல வேண்டும். என் அம்மாவைக் கொன்ற அந்த மனிதர்களைக் கொல்ல வேண்டும். என் அம்மாவிடமிருந்து எது பறிக்கப்பட்டதோ அதை நான் அவர்களிடமிருந்து பறிக்க வேண்டும். கண்ணுக்குக் கண், பல்லுக்குப் பல். கிட்னிக்குக் கிட்னி. சில மனிதர்கள் அப்படித்தான் நினைக்கக் கூடும். சிலர் இப்படியும் நினைப்பார்கள்: நான் அவர்களை எல்லாம் கதற விட வேண்டும். ஆனால் வாழ்க்கை என்பது அப்படி இல்லை, இன்ஸ்பெக்டர். வாழ்க்கை என்பது இந்த மாதிரி சொல்லும் மனிதர்களைக் கொண்டது: நீ வாங்கியிருக்கும் பட்டம் என்ன? நீ ஏன் எம்.பி.ஏ. படிக்கவில்லை. அவர்களோடு இரவு விருந்து உண்ணக் கூட விடுதிக்கு அழைப்பார்கள். அடுத்தநாள் காலை அவர்களது உதவியாளர்கள் சொல்லுவார்கள், "அவர்கள் எல்லாம் வெளிநாடுகள் சென்றுவிட்டார்கள் என்று" அவரவர்கள் நல்ல வேலைகளுக்குச் சென்றிருப்பார்கள். ஆனால் நீ இந்த இரத்தப் பரிசோதனை நிலையத்தைக் கட்டிக்கொண்டு அழ வேண்டும். அதனால் நீங்கள் சொல்லுவீர்கள்: இதுதான் என்னுடைய தலையெழுத்து; போகட்டும், வேலையைப் பார் என்று நீங்களே சொல்வீர்கள். பிறகு என்ன நடக்கும்? போலீஸ் வரும். உங்களை விசாரணைக்கு உட்படுத்தும். இதுதான் நடக்கும். என்னுடைய அடுத்த வீட்டுக்காரரை உங்களுக்குத் தெரியும், இல்லையா, அவர் பெயர் ஜோட்டின் பெரி. அவர் பத்திரிகையாளர். நான்

போய் அவரிடம் 'நீங்கள் எனக்கு டார்ச்சர் கொடுக்கிறீர்கள் என்று சொல்லப்போகிறேன். இதை அப்படியே பத்திரிகையில் எழுதச் சொல்லப்போகிறேன். உங்களால் செயல்படுத்த முடியாத உங்களின் வேலையை, உங்கள் நண்பரை அனுப்பி, ஆடை அலங்காரம் என்ற பெயரில் நிழற்படம் எடுத்து, பேட்டி என்று பொய் சொல்லி, கணவரை இழந்த கைம் பெண்ணைத் துன்புறுத்தச் செய்து, தாயை இழந்த ஒரு நேர்மையான மகனை மனதளவில் துன்புறுத்தினீர்கள் என்று அதைப் பத்திரிகைகளில் போடச் செய்வேன். எனவே நீங்கள் வந்ததற்காக இப்போது நன்றி சொல்கிறேன். இதோ, உங்களுக்கான கதவைத் திறந்துவிடுகிறேன். நீங்கள் போகலாம்."

வெளியில் சென்று ஜெண்டே புன்னகை புரிந்தார்.

"ஒத்துக்கொண்டான். பாருங்கள். அவர்கள் செய்ததையெல்லாம் வெளியில் சொல்ல வேண்டியதாகிவிடுகிறது."

"இல்லை. அவன் அப்படி... இல்லை."

"அவன் எதைச் சொன்னான், எதைச் சொல்லவில்லை என்பது எனக்குத் தெரிகிறது. 'நான்தான் அந்தக் குழந்தையைக் கொன்றேன். அந்த மனிதனை நான்தான் வெட்டிப் பிளந்தேன்' என்று அவன் சொன்னால் கூட நான் அதைப் பயன்படுத்தியிருக்க முடியாது. போலீஸ் முன்னால் ஒத்துக்கொண்டதை கோர்ட்டில் ஏற்றுக்கொள்ள வேண்டிய அவசியம் இருக்காது. ஆனால் அவன்தான் கொலையாளி என்பதில் எள்ளளவும் சந்தேகம் இல்லை. ஆனால் அதற்கான தடயங்களைத்தான் நாம் தேடிக் கண்டுபிடிக்க வேண்டும். யார்தான் இதைச் செய்தது என்று கண்டுபிடிப்பதில் சிரமம் இல்லை. எப்படி நடந்தது என்று கண்டுபிடிப்பதில்தான் சிரமமே இருக்கிறது. உங்களுக்குத்தான் தெரியுமே, பீட்டர். எனவே, நீங்கள் போய் உங்கள் நண்பரிடம் கேளுங்கள். அவன் எவ்வளவு வாடகை கொடுக்கிறான்? இந்தப் பணம் அவனுக்கு எப்படி வருகிறது என்று கேளுங்கள்."

கெட்ட நேரம், லெஸ்லியால் அவர்களுக்கு எதுவும் செய்ய முடியவில்லை. வாடகை கொடுப்பதாக ஹிமல் ஒத்துக் கொண்டான். அது நிச்சயம் இல்லை. வாடகைப் பணம் எப்பொழுதுமே அவனால் தரப்பட மாட்டாது என்று தெரிந்தே லெஸ்லி அவனை ஏற்றுக்கொண்டார்.

"வாடகைப் பணத்தை நான் தயார் செய்து தருகிறேன் என்று எப்போதும் சொல்லுவான். அதற்கு இன்னும் கொஞ்சம் கால அவகாசம் கேட்டுக்கொண்டே இருப்பான்" என்றார் லெஸ்லி. "இப்படிக் கேட்டுக்கேட்டு அலுத்துப் போய்விட்டதால், கேட்பதையே நிறுத்திவிட்டேன்."

பீட்டர் சந்தேகத்துடன் பார்க்கும் பார்வையைத் தவிர்த்தார்.

"விண்ணக வாயிலின் காவலாக இருக்கும் பீட்டர் அவர்களே, நீங்கள் என்ன நினைக்கிறீர்கள் என்று எனக்குத் தெரிகிறது. வயது ஆகிறபோது ஒருவனுக்கு எப்படிப் பார்வை குறைகிறது என்பது உங்களுக்குத் தெரியாது. ஆனால் எனக்கு அவன் பார்வை கொடுத்து விட்டான்."

இதற்கு என்ன சொல்வதென்று புரியாமல் பீட்டர் விழித்தார்.

"ஆம். அவனுக்குப் பணமும் கொடுத்தேன். அது பொழுதுபோக்கு மட்டுமல்ல... நான் அதை எப்படி உங்களுக்குச் சொல்வேன். அதாவது, தடுத்து ஆட்கொள்ள முடியாத, ஆளை மயக்கும் ஒரு ஈர்ப்பு அவனிடமிருந்தது. இல்லை, அதை அப்படிக் கூடச் சொல்ல முடியாது. அடுத்த நொடியே வெடிக்கத் தயாராக இருக்கும் எரிமலை போல இருந்தான். ஆனால் என்னால் மட்டுமே அவனைச் சாந்தப்படுத்த முடிந்தது. அதுதான் அவனுக்கான புகழாரம். நெருப்பிலிட்ட வெண்ணெய் போல் அவனுக்குள் ஏதோ எரிந்துகொண்டேயிருந்தது."

கோபத்துக்கான காரணம் பற்றி பட்டேல் கூறிய வார்த்தைகள் நினைவுக்கு வந்தன. லெஸ்லி தலையணையால் தன் முகத்தை மூடிக்கொண்டார்.

"மீண்டும் வந்தது எனக்கு மகிழ்ச்சி பீட்டர், உங்களுக்குத் தெரியாது."

"தலைவர் ஆவதற்கான தகுதிகள் உங்களுக்கு வந்துவிட்டது."

"நீங்கள் எனக்குச் சொல்கிறீர்கள்! சிறைச்சாலை இவ்வளவு மோசமான இடம் என்று நான் எதிர்பார்க்கவில்லை. நாற்றத்தால் சலித்துப் போயிருந்த அந்தச் சிறைச்சாலையில், தொலைக்காட்சித் தொடர் நாடக நட்சத்திரங்களை நான் அங்கே சற்றும் எதிர்பார்க்கவில்லை. அவர்களுக்கு ஆங்கிலம் கற்றுக்கொடுக்கலாமா என்று யோசித்தேன். ஆனால் நான் ஆசிரியர் என்று என்னால் நினைக்க முடியவில்லை. என்னை

ஒரு குற்றவாளியாகவும் கருத முடியாது. இறப்பதைத் தவிர வேறு எதற்கும் தகுதியானவனாகக் கருதமுடியவில்லை. நாம் எல்லோரும் மரணிக்கத்தான் போகிறோம். எனக்குத் தெரியும் நாமெல்லாம் ஒருநாள் சாகத்தான் போகிறோம். ஆனால் அது நம்மை நெருங்கி வருகிறபோதும், நீ சுக்கு நூறாக நொறுங்கப் போகிறாய் என்று யாரோ உனக்குச் சொல்லிக்கொண்டிருக்கிற போதும், நான் திடகாத்திரமாக இருப்பதாக எனக்குதெரிந்தாலும், நான் சாகத்தான் போகிறேன். இது எப்படியென்று உங்களுக்குப் புரியாது."

அங்கே அமர்ந்துகொண்டு, லெஸ்லியோடு பேசுவது, விசாரணைக்கு அனுகூலமாக இருக்கும் என்று பீட்டர் யோசித்தார். ஒரு வழியில் தன்பாலினச் சேர்க்கையாளர்களைப் பின்பற்றி ஆய்வுசெய்து பார்க்கின்றபோது, அவர்கள் கழிப்பறைகளில் சந்திப்பதற்கு வற்புறுத்தப்பட்டிருக்கிறார்கள். ஏதோ ஒரு நடைமுறையில் இல்லாத சட்டத்தின் கீழ் மிரட்டப்பட்டிருக்கிறார்கள். அநேகமாக அவர் இந்த உலகைப் புரிந்துகொள்வதுபோல இருந்தால்...

"லெஸ்லி, இந்த விசாரணையில் உங்களுக்கும் ஒரு பங்கு உண்டு என்பதாகக் கருதுகிறீர்களா?" என்று பீட்டர் கேட்டார்.

"எனக்குத் தெரிந்த எல்லாவற்றையும் உங்கள் அனைவருக்கும் சொல்லியிருக்கிறேனே" என்று உடனடியாக லெஸ்லி பதில் சொன்னார்.

"எனக்கு அதெல்லாம் தெரியும். ஆனால் இந்த வழக்கைப் பொருத்தவரை இந்த முரண்பாடுமிக்கத் தொழிலை விசாரிக்க இன்னும் பல முயற்சிகள் செய்ய வேண்டியுள்ளன" என்றார் பீட்டர்.

"நீதிநெறி நாடகங்களைப் போல, நான் உங்களோடு ஒத்துழைக்கிறேன். இந்தக் குற்றக் கும்பல் நிறைந்த உலகில் நான் உங்களுக்கு ஒரு வழிகாட்டியாக இருக்கிறேன்" என்றார் லெஸ்லி. அதை அவர் முழு மகிழ்ச்சியோடு கூறியதாகத் தோன்றியது. "அன்பு நண்பர் பீட்டர், இது இரவில் நடைபெறும் ஒரு தொழில் என்பதை நான் உங்களுக்குச் சொல்ல வேண்டும். சூரியன் மறைந்தால்தான் நாங்கள் எழுந்து பார்ப்போம். ஆகவே உங்கள் தூக்கத்தை எல்லாம் நீங்கள் துறக்கப்போகிறீர்கள்."

பீட்டர் மனம் வருந்தினார். தூக்கத்தைத் துறப்பது அவருக்குப் பிடிக்காது. எப்போது தூங்க வேண்டும், எவ்வளவு நேரம் தூங்க

வேண்டும் என்று முடிவெடுப்பதில் அவர் வல்லவர். தூக்கம் எப்போது தொடங்கும், எப்போது முடியும், எங்கு போய் அதைப் பெறுவது என்பதும் அவருக்குத் தெரியும். அவருக்கு அது மிகவும் பிடித்தமான விஷயம் என்பது போலக் காட்டிக்கொள்ள முயற்சித்து புன்னகை புரிந்தார்.

"எப்போது ஆரம்பிக்கப்போகிறீர்கள்?" என்று பீட்டர் கேட்டார்.

"இப்போது இருப்பது போல எப்போதும் நேரம் கிடைப்பதில்லை. நீங்கள் வீட்டிற்குப் போய் நேர்த்தியாக உடையை அணிந்துகொண்டு மாலை 8.00 மணி அளவில் சர்ச் ரோட்டில் வந்து என்னைச் சந்திக்க முடியுமா?" என்று லெஸ்லி கேட்டார்.

"நேர்த்தியான உடை என்று எதைச் சொல்கிறீர்கள்?"

"அப்படி ஒன்றுமில்லை. நீங்கள் எதை அணிந்துகொண்டாலும் பெரிய வேறுபாடு ஒன்றும் தெரியாது. சட்டையை 'இன்' பண்ணிக்கொண்டு, தலையை நன்கு வாரிக்கொள்ளுங்கள். டார்க் கலர் சட்டையைப் போட்டுக்கொள்ளுங்கள்.

"ஏன் டார்க் கலர்?"

"சமமான நிறம், அன்பரே. அத்துடன் இந்தியாவில் இப்போது கருப்பு நிறம் என்பது இளஞ்சிவப்பு நிறமாக ஆகிவிட்டது."

அவர் சொல்லுவது எதைக் குறிக்கிறது? பீட்டரால் புரிந்துகொள்ள முடியவில்லை. அது ஏதோ ஒரு மாதிரியான 'ஜோக்' ஆக இருக்கலாம் என்று பீட்டர் சிரித்து வைத்தார்.

வீட்டில், தான் சென்று வந்த விபரத்தை பீட்டர், மில்லியிடம் தெரிவித்தார். இந்த முறை மில்லி மகிழ்ச்சியில் மிதந்தது போல் தெரிந்தது.

"உன் அப்பா என்ன செய்திருக்கிறார் என்று உனக்குத் தெரியுமா?" என்று மில்லி மகனைப் பார்த்துக் கேட்டாள்.

"மும்பையில் நிகழ்வுறும் தன்பாலினச் சேர்க்கையாளர்களின் உலகம் பற்றி இன்னும் அதிகமாகத் தெரிந்துகொள்ளப் போகிறேன்" என்று பீட்டர் தன் மகனை ஓரக் கண்ணால் பார்த்தவாறு சொன்னார். ஆனால் சுனில் வேறெங்கோ பார்த்தபடி சிரித்துக்கொண்டிருந்தான்.

"நல்ல வேடிக்கை அப்பா."

“வேடிக்கையைப் பார், மகனே!” என்று அவன் எதிரே விரலை ஆட்டிக் காண்பித்தார். “உன்னுடைய சட்டை ஒன்று எனக்கு வேண்டும். அங்கிள் சிவாவைக் கூப்பிட்டு, எனக்கு ஹிமல் ஷா வுடைய புகைப்படம் ஒன்று வேண்டும் என அவரிடம் சொல். இன்னும் 20 நிமிடத்தில் அதை வந்து பெற்றுக் கொள்கிறேன் என்றும் சொல்.”

***

“என்ன, பீட்டர், ‘ஜம்’ என்று இருக்கிறீர்கள்” என அந்தக் கடையில் நின்றபடி லெஸ்லி கேட்டார். அந்தக் கடையில் செய்தித்தாள், வாரப் பத்திரிகை, புத்தகங்கள் ஆகியவைகளுடன் இரயில் உதிரிப் பாகங்களும் விற்பனை செய்யப்பட்டன.

“சுனிலுடைய கருப்பு நிற டி-ஷர்ட் ஒன்றைக் கேட்டு வாங்கிக் கொண்டேன்” என்று சொன்ன பீட்டர், “ஆமாம், அது எதற்கு கருப்பு கலர் சட்டை?”

“திறந்த வெளியான இடங்களுக்கே நாம் செல்ல வேண்டியுள்ளது. நான் சொல்லுவது உங்களுக்குப் புரியும் என்று நினைக்கிறேன்” வடகோடியில் அமைந்துள்ள சுரங்கப் பாதை நடைமேடையின் மீது நடந்துகொண்டே அவர் சொன்னார். ஆகவே கருப்புநிறம்தான் சரியாக இருக்கும். தூரத்தில் இருந்து பார்த்தால், நீங்கள் விரும்புவது போல உங்களைக் கண்டுபிடிக்க முடியாது.”

“அப்படி எங்கே போகிறோம்?”

“தலைமையிடமான உங்கள் டுடோரியல் தனிப் பயிற்சிக் கூடத்திலிருந்து தொடங்குவோம். தன்பாலினச் சேர்க்கையாளர்கள் உலகிற்கான பயணத்தை இங்கிருந்துதான் நாங்கள் அனைவரும் தொடங்கினோம். மாலைநேரம் வரை காத்திருந்து அதன்பிறகு கிளம்பலாம்.”

ஓர் இறுக்கமான இரவு நேரத்தில் வியர்வை ததும்ப, பீட்டர் பின்தொடர லெஸ்லி காலியாகக் காட்சியளிக்கும் ஓவல் மெய்டனைக் கடந்து சென்றார்.

“இதுவும் அதற்கான இடம்தான். அப்படி ஒரு இன்பமயமான நேரங்களை இங்கு கழித்திருக்கிறேன். என்னுடைய முதல் கடல் உணவு இங்குதான்.”

“வீட்டில் மீன் சாப்பிட்டதில்லையா?”

"ஓ, என்னருமை அப்பாவி பீட்டரே, நான் உங்களுக்கு விளக்கமாகச் சொல்லுகிறேன். கடல் உணவு என்பது தன்பாலினச் சேர்க்கையாளர்கள் சொல்லிக்கொள்ளும் கடலோடி என்பதன் வழக்கு. அதிகபட்ச மக்கள் சிகப்பு விளக்கு இடத்திற்குச் செல்வதற்கு (ரெட் லைட் ஏரியா) துறைமுக வழியைத்தான் பயன்படுத்துகிறார்கள். ஆனால் அதில் சிலர் எங்களிடம் வருகிறார்கள். முதல் கட்டத்தில் அவர்கள் தன்பாலினச் சேர்க்கையாளர்களாகத்தான் இருப்பார்கள். அலைகளின் வாழ்க்கையிலிருந்துதான் அவர்கள் இதற்கான ருசியை வளர்த்துக் கொண்டிருக்க வேண்டும். ஆனால் எனக்கு எதுவும் தெரியாது. அதைத்தான் நாங்கள் 'கடல் உணவு' என்கிறோம்."

பீட்டர் ஓவல் மெய்டனின் பரந்த பகுதியைப் பார்த்தார்.

"இதையெல்லாம் எங்கே செய்தீர்கள்?"

"தம்பி, இங்குள்ள எல்லா இடங்களுக்கும் சென்றிருக்கிறோம் என்றுதானே நினைக்கிறீர்கள். இல்லை. அவர்களை இங்கே காணலாம். பிறகு அவர்களை எங்கு வேண்டுமானாலும் அழைத்துச் செல்லலாம்."

"நீங்கள் அதற்குக் கட்டணம் செலுத்த வேண்டுமா?"

"இல்லை. இது கட்டணம் பற்றிய விஷயமே இல்லை. அத்துடன் நிச்சயமாக இது காதல் விஷயமும் இல்லை. இது காமம் சார்ந்தது. அந்த வகையில் பார்த்தால், அது அப்பட்டமான காம வெறி. உங்களுக்குப் பிடித்தமான விஷயத்தைத் தேடுவது சார்ந்தது இது. அதற்கு உங்களைப் பிடித்துவிட்டால், அதை நீங்கள் வீட்டிற்கு அழைத்துச் செல்வீர்கள். அந்தச் சுகத்தில் மூழ்குவீர்கள். பிறகு அது மீண்டும் உங்களை விட்டுப் போய்விடும். இது கீழ்த்தரமானதல்ல. சொல்லப் போனால், வெளிப்படையானது. தீங்கு விளைவிக்காத சின்னச் சின்னச் சமாச்சாரங்கள். நான் பெரும்பாலும் ஒருவனோடு ஒருமுறை படுத்துவிட்டு அடுத்தமுறை படுத்ததில்லை."

பீட்டர் பத்திரிகைத்துறையில் இருந்தபோதே இதையெல்லாம் வாசித்துவிட்டு, எய்ட்ஸ் நோய் என்ற தலைப்பில் பதிப்பித்து விட்டார். குறிப்பிடத்தக்க இந்த விஷயத்தைச் செய்த, அந்தக் குறிப்பிடத்தக்க மனிதனால் அவருக்கு இது சொல்லப்பட்ட போது, அது இப்போது அவருக்கு முற்றிலும் மாறுபட்ட விஷயமாக இருந்தது.

“இதற்குப் பணம் கொடுப்பவர்களும் இருக்கிறார்கள். அப்படித்தானே?”

“ஆம். தவறாமல் பணம் கொடுக்கிற நபர்களும் இருக்கத்தான் செய்கிறார்கள். தன்னலம் கருதுபவர்களைக் குறைசொல்லும் மனிதர்கள் இதற்கான பணத்தைக் கொடுத்துவிடும்படி சொல்லுகிறார்கள். இப்படியோ அப்படியோ அது நடந்து விடுகிறது. ஆனால் இந்த மாதிரி பணப்பட்டுவாடாவில் இரண்டு வகைகள் உண்டு. அதில் ஒன்று என்னவென்றால், ‘அந்த விஷயம்’ தொடங்குவதற்கு முன்பே திடீரெனத் தடைபடுவது. அதாவது, ஒருவர் பணம் பற்றிப் பேசத் தொடங்கிவிடுவார். அதன்பிறகு சம்மந்தப்பட்ட நபர் அதற்கு ஒத்துக்கொண்டால், அடுத்து வரும் நிகழ்வு தங்கு தடையின்றிப் போய்க் கொண்டிருக்கும். இவர்களை நாங்கள் தொழில் திறன் உள்ளவர் என்கிறோம். இதில் இன்னொரு வகை என்னவென்றால், விஷயம் தொடங்குகிற போதோ, அல்லது விஷயம் நடந்துகொண்டிருக்கும் போதோ, அல்லது நடந்து முடிந்தபோதோ பணம் பற்றிய பேச்சைத் தொடங்குவார்கள். இவர்களை நாங்கள் மோசதாரி என்கிறோம்.”

பீட்டரும் லெஸ்லியும் ரீகலைச் சுற்றி ரவுண்ட் அடித்துவிட்டுத் தாஜ்ஜை நோக்கி விரைந்தார்கள். அந்த உலகம் பயணிகளோடும், பயண வாகனங்களோடும் மும்முரமாக இருந்தது. இளைஞர்கள் இராட்சதப் பலூன்களைப் பறக்கவிட்டு மகிழ்ந்தார்கள். சற்றுத் தொலைவில் சிலர் நில வரைபடங்களையும், இசைக் கருவிகளையும் வியாபாரம் செய்துகொண்டிருந்தனர். 29/11 தாக்குதலுக்குப் பிறகு தாஜ்மஹால் தடுப்புகளோடும், தற்காலிகத் தடுப்பு அரண்களோடும், ஒலி எழுப்புவதற்குத் தடையும் பெற்று, பாதுகாக்கப்பட்டிருந்தது. பிறகு அவர்கள் திடீரென்று ஒரு தெருவுக்குள் நுழைந்தார்கள். பீட்டர் இந்தத் தெருவுக்குள் பல தடவை நடந்து சென்றிருக்கிறார். ஆனால், இரவில் இது எவ்வளவோ மாற்றம் பெற்றிருக்கிறது. அது ஒரு சுற்றுலா மையமாக இருந்ததால் வழக்கமாக மக்கள் எதையாவது வாங்கிக்கொண்டும், விற்பனை செய்துகொண்டும் இருந்தார்கள். இளம் ஜோடிகள் கடல் சுவர் மீது சாய்ந்து நின்று பேசிக்கொண்டிருந்தார்கள். அவர்கள் முகங்களுக்கிடையே ஒரு அங்குல இடைவெளிகூட இருக்காது. தங்கள் கவலைகளை மறந்து அவர்கள் தங்களது சூடான சுவாசக் காற்றைப் பரிமாறிக் கொண்டார்கள். நம் ஊர் நிறம் கொண்ட நம் மக்கள் மத்தியில் கருப்பு நிறத்தவர்களும் வெள்ளை நிறத்தவர்களும் கலந்து காணப்பட்டார்கள்.

ஆனால் அது ஒரு விஷயமல்ல.

அந்த இரவில், அந்த மின் விளக்குகள் விநோதமான வெளிச்சத்தை உமிழ்ந்துகொண்டிருந்தன. "இல்லை, அப்படி ஒன்றும் இல்லை" என்று அவர் சொல்லிக்கொண்டார். அது இருட்டு. அது அடர்ந்த இருட்டு. கடலின் இருட்டு. விளக்குகளின் வெளிச்சமும் தெருக்களின் ஆரவாரமும் சேர்ந்து இருட்டுடன் மோதினால், அது தோற்றுவிடும். ஆம். கடல் இருட்டுதான்: இருப்பினும் அதுதான் வெல்லும். கடலில் தோன்றும் ஓர் அலை, உயரமாக எழுந்து பின் விழும். அப்போது ஒரு வெளிச்சத்தின் விளிம்பு அந்த அலையில் தெரியும். அமைதியாகக் காணப்பட்ட ஓர் இடத்தில் லெஸ்லி நின்று, எதிரே காணப்பட்ட தெருவைச் சுட்டிக்காட்டினார்.

"ஏன் இந்த இடம் என்று உங்களுக்குக் கேட்கத் தோன்றும். ஏனென்றால், கொலாபா என்னும் இடத்திற்கு மிக அருகில் உள்ளதால்தான் என்று நினைக்கிறேன். அந்தக் காலங்களில் இந்த இடத்தில்தான் எல்லாச் செயல்பாடுகளும் நடந்தேறின. சில பழங்கால இராணிகள், அரபு நாட்டினர் இங்கு வந்து செயல்பட்டதாகச் சொல்லுவார்கள்."

"அப்படியென்றால்...?" கேட்கப் பிடிக்காத ஒரு விஷயத்துக்கு பீட்டர் தன்னையே தயார் படுத்திக்கொண்டார்.

"அந்தக் காலத்தில், அதாவது பெட்ரோல் டாலர் புழக்கத்தில் இருந்த காலத்தில், அரபிகள் மழையைப் பார்ப்பதற்காக மும்பைக்கு வருவார்கள். தாஜ்மஹால், மேகங்களை ரசித்துப் பார்க்க வரும் இவர்களால் நிரம்பப்பட்டிருக்கும். எனக்குத் தெரிந்த இங்குள்ள நண்பன் ஒருவன், "ஏ.சி. காற்றால் அலுத்துப் போய் வந்திருக்கும் இவர்கள், மழையை ரசிப்பதற்காக ஜன்னல்களை எப்போதும் திறந்தே போட்டுவிடுவார்கள்" என்பான். அவர்களில் சிலர் சாலை ஓரங்களை ரசித்துப் பார்க்கின்ற போது, அங்குள்ள சிலர் கீழிருந்து மேல் நோக்கிக் கைகளை ஆட்டிச் சத்தமாகக் கூப்பிடுவார்கள்."

பீட்டர் சுற்றும்முற்றும் பார்த்து அது எப்படி இருந்திருக்கும் என்று கற்பனை செய்து பார்த்தார்.

"போலீஸ் வந்து அவர்களை அப்புறப்படுத்துவதில்லையா?"

"அதெல்லாம் எனக்குத் தெரியாது. நான் அங்கு இருந்ததும் இல்லை. கேள்விப்பட்டதைச் சொல்லுகிறேன். (இதனால்தான்) வூடூவும், கோகுலும் இந்த இடத்திற்கு வந்து போனதால்தான் அவர்கள்

தன்பாலினச் சேர்க்கையாளர்களாக ஆகி இருக்கக் கூடும். ஆனால் எனக்கு இதல்லாம் அவ்வளவு நிச்சயமாகத் தெரியாது. நான் பந்த்ராவின் பேரரசி மாதிரி. என் காதல் நிகழ்வுகள் எல்லாம் இங்குதான் அரங்கேறின."

அங்கு சிறிது நேரம் அமைதி நிலவியது.

"இப்போது சொல்லுங்கள். நாம் எதைத் தேடி வந்திருக்கிறோம்?"

"ஹிமலைத் தேடித்தான்.?"

"நான் உங்களுக்குச் சில விஷயங்களைச் சொல்கிறேன்.

"சொல்லுங்கள்" என்றார் பீட்டர்.

"அது அப்படியல்ல பீட்டர். கேள்வியைக் குறிப்பிட்டுக் கேளுங்கள்" என்றார் லெஸ்லி.

"அவன் தன்பாலினச் சேர்க்கையாளனா?"

"இதுதான் அந்தக் கேள்வியா? நீங்கள் எப்படி எதிர்பார்த்து வந்தீர்களோ, அப்படியே நானும் நினைக்கிறேன்."

"இது ஒரு பதிலா?"

"ஓ.கே. பீட்டர். சில ஆண்கள் இருக்கிறார்கள். தங்கள் வழியைத் தேடிக்கொள்ளும் ஆண்கள். ஆண் பெக்கி ஷார்ப்கள். (பெக்கி "ஷார்ப் என்னும் பெண், ஆண்களை வசீகரிக்கவும், மயக்கவும் தன் கவர்ச்சியைப் பயன்படுத்துகிறாள்) நாம் அனைவரும் இப்போது சில சமரசங்களைச் செய்துகொள்கிறோம். இல்லையா? நான் ஓர் எழுத்தாளன் ஆகத்தான் விரும்பினேன். ஆனால் ஒரு நகல் எடுக்கும் நபராக ஆகிவிட்டேன். சில ஆண்கள் இங்கே ஒரு கோடு வரைந்து கொள்கிறார்கள்; நான் ஆதாயத்திற்காக அண்டிப் பிழைப்பவனாக இருக்கமாட்டேன். சிலர் அங்கே ஒரு கோடு வரைகிறார்கள்: என் உடம்பை உபயோகப்படுத்த மாட்டேன். எதை விரும்புகிறோமோ அதைச் செய்ய வேண்டும்: அது எங்கே இட்டுச் செல்கிறதோ அங்கே செல்ல வேண்டும் என்பதில் உறுதியோடு இருக்கிறார்கள். இவர்களில் ஒருவன்தான் ஹிமல். அவனுக்கு ஓர் உடம்பு உண்டு. அதை அவன் பயன்படுத்துகிறான். ஏனென்றால் புத்தியைப் பயன்படுத்துவதை விட இதைப் பயன்படுத்துவது எளிதாகவும் விரைவாகவும் உள்ளது. அவனுடைய அறிவு சாதாரண அறிவு அல்ல. ஆனால், அவன் அவசரக்காரன்."

“என்ன சொல்லுகிறீர்கள்? இதுதான் ஹிமல் விருப்பமா?”

“அவனுடைய வகையறாவுக்கே இதுதான் விருப்பம். அவர்கள் வாழும் விதமே இதுதான். இப்படித்தான் வாழ விரும்புகிறார்கள். அதாவது, ஒரு காலத்தில், இந்த வகையைச் சார்ந்த இளைஞன் பெனிட்டன் சட்டையை விரும்பினான். இப்போது அவர்கள் தங்கள் உடையை சிங்கப்பூரில் வாங்க விரும்புகிறார்கள். அங்கும் அவர்கள் கால்வின் கிளெய்ன் சூடீஸ் வாங்கிக்கொள்ள விரும்புகிறார்கள். அது வெறும் ஆடைகள் மட்டும்தான். தேவைகளை விரிவாக்கிக்கொள்கிறார்கள்: அதாவது, நகரின் மையப் பகுதியில் உயர் ரக வீடுகள், கார்கள் அல்லது விளையாட்டுச் சாதனங்கள் அல்லது விளையாட்டுச் சாதனங்களுடன் கூடிய கார்கள், அத்துடன் ஸ்மார்ட் ஃபோன்கள். இப்பொழுது புரிகிறதா அவர்கள் செய்யும் தொழிலின் மதிப்பு? அந்தக் காலத்தில் கல்வி ஒருவரின் வாழ்க்கையில் மேம்பாட்டைக் கொடுத்தது. ஆனால் கல்வி என்பது எல்லோராலும் கற்றுக்கொள்ள இயலாதது. அப்படி நீங்கள் கற்காவிட்டால் என்ன? உங்கள் அறிவு உங்களை ஏமாற்றினால் என்ன? அல்லது உங்கள் இளம் வயதில் போதுமான பொட்டாசியச் சத்து இல்லையென்றால் என்ன? உங்களுக்கு அற்புதமான உடல் அமைப்பு கிடைத்தால் என்ன ஆகும்? உலகின் எல்லா இடங்களுக்கும் சென்றுவர அந்த உடலை உபயோகப்படுத்தினால் என்ன ஆகிவிடப்போகிறது? அப்படி ஏன் அதைப் பயன்படுத்தக் கூடாது?”

கலைந்து கிடந்த தலைமுடியுடன், குறிப்பிட்ட வயது மதிக்கத்தகுந்த ஒருவன் அங்கு வந்த, “லெஸ்லி இங்கே என்ன செய்துகொண்டிருக்கிறீர்கள்? உங்களுடைய அன்புக் காதலனைக் கண்டுகொண்டீர்கள் என நினைத்தேன்.”

“வெட்கக் கேடு.”

“இதற்கு மேல் சொல்ல ஒன்றுமில்லையா? நடந்ததைச் சொல்லுங்கள்.”

“அது ஒரு பெருங்கதை.”

“எவ்வளவு நெடுங்கதையாக இருந்தாலும் சரி. இந்த நண்பர் யார்?”

“ஹாய், நான் பீட்டர் ஃபெர்னாண்ட்” என்றார் பீட்டர்.

“என் பெயர் ஃபான்ஸ்” என்று அறிமுகப்படுத்திக்கொண்ட அந்த மனிதன், லெஸ்லியைப் பார்த்து “இவருக்கு விர்ஜீனியாவைத் தெரியுமா?” என்று கேட்டான்!

"ஓ, அது இன்னும் பயன்பாட்டில் இருக்கிறதா? இல்லை. இவருக்கு விர்ஜீனியாவைத் தெரியாது."

இப்பொழுதெல்லாம் விர்ஜீனியா பற்றிய பேச்சு எதுவும் இல்லை. ஃபான்ஸ் இப்படிச் சொன்னவுடன் அவரது உற்சாகம் கரைந்து காணாமல் போனது.

"விர்ஜீனியா என்பது யார்?" என்று பீட்டர் கேட்டார்.

"அது ஒரு இரகசிய வார்த்தை" என்றார் லெஸ்லி, "ஃபான்ஸ்க்கு உங்களை யார் என்று தெரியாது. நீங்கள் ஒரு தன்பாலினச் சேர்க்கையாளராக இருப்பீர்களோ என்று தெரிந்துகொள்ள அப்படிக் கேட்டான். உங்கள் முன்னிலையில் வெளிப்படையாகக் கேட்க முடியாததால், "விர்ஜீனியாவை இவருக்குத் தெரியுமா?" என்று கேட்கிறான். அது நீங்கள் ஒரு தன்பாலினச் சேர்க்கையாளர் இல்லையென்றால் "அவருக்கு விர்ஜீனியாவைத் தெரியாது" என்று சொல்ல வேண்டும். என்னுடைய காலத்தில் இவருக்கு "ஏர்னஸ்ட் என்பவரைத் தெரியுமா" என்று அடையாளக் குறியாகக் கேட்டுக்கொள்வோம். எப்படியென்றால், புகழ்பெற்ற எழுத்தாளரான ஆஸ்கார் வொய்ல்டுதான் காரணம். இந்த அடையாளக் குறியில்தான் அவரது தலைசிறந்த நாடகங்களை முடித்து வைப்பார். ஏர்னஸ்டைப் பற்றி அறிந்துகொள்வது எவ்வளவு முக்கியம் என்பதை வலியுறுத்துவார்."

கற்றுக்கொள்ள வேண்டியது உலகளவு உள்ளது என்று தெரிகிறது. பீட்டர் பணியாற்றிய பத்திரிகைத் துறை மேஜையில் ஒரு பெயர்ப் பலகை இருந்தது. அந்தப் பலகையில் கிண்டலாகச் சொல்லப்பட்டிருந்த வாசகத்தைச் சுற்றி நிருபர்கள் நின்று கொண்டிருந்தார்கள். அவர்கள் அந்த வாசகத்தைப் பார்த்து 'நமக்கு ஒன்றும் புரியாத ஒரு மாற்றுக் கலாச்சாரம்' என்று சொல்லிக்கொண்டார்கள். அந்த வாசகத்தினால் பெருமையும், புனிதமான இறையுணர்வும் அந்த மேஜை பெற்றிருந்தபோது, அங்கிருந்த நிருபர்கள் தங்கள் அறியாமையில் ஆழ்ந்திருந்தார்கள். இங்கே 'இது' ஒரு மாற்றுக் கலாச்சாரம். இந்த மாற்றுக் கலாச்சாரம் பற்றி பீட்டருக்கு எதுவும் தெரியாது.

"இப்பொழுது என்ன ஆச்சு?" என்று பீட்டர் லெஸ்லியிடம் கேட்டார்.

"இப்பொழுது நாம் காத்திருக்கிறோம். எனக்குத் தெரிந்து தன்பாலினச் சேர்க்கையாளர்களின் பிழைப்பு காத்திருப்பதுதான்.

முதலில் நீங்கள் சூரியன் மறைந்து இருள் தொடங்குவதற்காகக் காத்திருக்க வேண்டும்; பிறகு சில கீரிப் பிள்ளைகள் வலையை விட்டு வெளியே வந்து மோப்பம் பிடித்து முடிக்கும் வரை காத்திருக்க வேண்டும்; அதன்பிறகு அந்தக் கீரிப்பிள்ளை உங்களைக் கண்டுபிடிக்கும் வரை காத்திருக்க வேண்டும்; பிறகு அந்த மனிதர்கள் முதற்கட்ட நகர்வை மேற்கொள்ளும் வரை காத்திருக்க வேண்டும். காத்திருந்துதான் இணைய முடியும்."

"நீங்கள் முதற்கட்ட நகர்வை எப்போதாவது மேற்கொண்டிருக் கிறீர்களா?"

"தேவை ஏற்படும் ஒரு இக்கட்டான சூழலில், அன்பரே, இக்கட்டான சூழலில் மட்டும்."

பீட்டர் பிறகு எதையும் கேட்கவில்லை.

நேரம் நத்தை போல் நகர்ந்துகொண்டிருந்தது. லெஸ்லி சொல்ல வேண்டிய விஷயங்களில் மிக முக்கியமானதைச் சொன்னார்: "படம் பிடிப்பவர் - அதை அப்படித்தான் சொல்ல வேண்டும். ஏனென்றால், 'அதைக்' கவனிக்க வந்தவன், அவன் கண்களால் அனைத்தையும் படம் எடுத்துக்கொண்டான். இக்கி - இவன் தலையில் வட்டமாக நரைமுடி இருக்கும். அதனால் அவன் அவ்வாறு அழைக்கப்பட்டான். ராக்கெட். இவன் கிராண்ட் சாலையிலுள்ள ஓர் அறைக்கு மக்களை அழைத்துச் செல்வான். அவர்கள் அங்கே நிர்வாணமடைந்தபோது அவர்களது சட்டைகளில் ஓர் ஓட்டை போடுவான். அவன் கேட்ட பணத்தை அவர்கள் கொடுக்கவில்லையென்றால், அவர்களது காற்சட்டைகளிலும் இதுபோல ஓட்டையைப் போட்டுவிடுவேன் என்று பயமுறுத்துவான்."

"அவனிடம் நாம் பேசலாமா?"

"அன்பரே, நீங்கள் முயற்சித்துப் பாருங்கள். ஆனால் நான் எதுவும் பேசப் போவதில்லை."

"என்னை யாராவது அறிமுகம் செய்து வைக்க வேண்டுமே" என்றார் பீட்டர்.

ஃபான்ஸ் மீண்டும் அங்கே வந்தான்.

"ஃபான்ஸி, என் நண்பர் ராக்கெட்டைச் சந்திக்க வேண்டுமாம்."

"எதற்கு."

"அவனிடம் இவருக்கு ஒரு பரிசோதனை இருக்கிறது."

"அதை இப்பொழுது இப்படித்தான் சொல்கிறார்களா?"

"முடியுமா? முடியாதா? சொல்."

"சரி. அவசியம் என்றால் போகிறேன். வாங்க. ஆனால் நானாகப் பேச மாட்டேன். உங்களுக்கு அறிமுகம் செய்துவிட்டு வந்து விடுவேன். உங்களுக்கு ஏதாவது மாற்றுப் பெயர் உண்டா?"

"இல்லை, அவருக்கு அப்படி மாற்றுப் பெயர் எதுவும் தேவையில்லை."

"ஏன்? மாற்றுப் பெயர் எதற்கு?" என்று பீட்டர் கேட்டார்.

"பொதுவாக இந்த விளையாட்டில் ஒவ்வொருவரும் ஒரு மாற்றுப் பெயரைச் சூட்டிக்கொள்வார்கள்" என்றான் ஃபான்ஸ். அந்தப் பெயரில் அழைக்கப்படும் போது, அது எல்லா வகையிலும் வசதியாக இருக்கும்.

"ஃபான்ஸ் மாதிரியா?"

"இல்லை, இல்லை" என்று இடைமறித்தான் ஃபான்ஸ். அதுதான் என் உண்மையான பெயர்.

ராக்கெட் ஓர் இருண்ட இடத்தில் படுத்து ஓய்வெடுத்துக் கொண்டிருந்தான். அந்த இடம் கடற்கரை ஓரத்தில், ரேடியோ கிளப்பை அடுத்து, வளைந்து நெளிந்து ஓடிக்கொண்டிருந்த அந்தச் சாலை இப்போது தன்பாலினச் சேர்க்கையாளர்களுக்குரிய கடைகளாகவும், தங்கும் விடுதிகளாகவும், உணவு விடுதிகளாகவும் காணப்பட்டது.

"ராக்கெட், இவர்தான் பீட்டர்" என்று ஃபான்ஸ் சொன்னான். "இவர்தான் ராக்கெட்" என்று பீட்டரிடம் அறிமுகப்படுத்தினான்.

"அழகான பெயர் பீட்டர்" என்று சொல்லிய ராக்கெட் தன் ஃபோனை அழுத்தினான். அதிலிருந்து வந்த ஒளி வெள்ளம் பீட்டரின் முகத்தில் குவிந்தது.

"வேண்டாம். அப்போதே சொன்னான் அல்லவா. இந்த வெளிச்சம்தான் உன் முகத்தைப் பேய் போலக் காட்டுகிறது."

அந்த வெளிச்சம் உண்மையில் அவனை அப்படித்தான் காட்டியது. தர்ம சங்கடமான ராக்கெட், அந்த வெளிச்சத்தை நிறுத்தினான்.

"இவர் வாடிக்கையாக வரும் ஆள் இல்லை" என்றார் ஃபான்ஸ்.

ராக்கெட்டுக்கு இருந்த ஆர்வம் எல்லாம் அப்படியே குறைந்து விட்டது.

"எனக்கு வேலை இருக்கிறது. என் வேலையை நான் பார்க்க வேண்டும். எரிச்சல்படுத்தி என் மனநிலையை மாற்ற வேண்டாம். எனக்கு நேரம்தான் பணம்."

"அந்தப் பணத்தை நான் தருகிறேன்" என்றார் பீட்டர். ஆனால் அந்தப் பணம் எவ்வளவாக இருக்கக்கூடும் என்று அறியாமல் குழம்பினார். இதைத் தெரிந்துகொள்வதற்காக ஃபான்ஸ் உதவியை நாடி அவன் பக்கம் திரும்பினார். ஆனால் ஃபான்ஸ் மெதுவாக இடத்தைக் காலி செய்துவிட்டான்.

"எதற்காக நீங்கள் பணம் கொடுக்கிறீர்கள்?" என்று ராக்கெட் இந்த முறை ஆங்கிலத்தில் கேட்டான். அந்த ஆங்கிலத்தை அமெரிக்கனோ அல்லது இங்கிலாந்துக்காரனோ அல்லது கற்றறிந்த இந்தியனோ எளிதில் புரிந்துகொள்ள முடியாது.

"தகவல் கொடுப்பதற்காக."

"என்ன தகவல்? எதற்காகக் கொடுக்க வேண்டும்?"

"மாதுங்கா சாலையிலுள்ள ஒரு கழிப்பறையில் ஒரு கொலை நடந்திருக்கிறது."

"பிராக்ஸிதானே? அவன் ஒரு முட்டாள். காவல்துறையின் கட்டுப்பாட்டிலும் கண்காணிப்பிலும் இருப்பவன். ஒருநாள் ஒருவன் அவனை நாடிச் சென்றான். முதல் தடவை மட்டும் அவனை எச்சரித்தேன். இந்த மாதிரியெல்லாம் செய்யாதே. அவர்களோடு செல்; அல்லது செல்லாதே. ஆனால் ஆபத்தான சமயங்களில் போலீஸ்காரர்கள் உன்னைக் காப்பாற்றமாட்டார்கள்."

"ஆனால் நீயும்தானே அவர்களைத் தனியாக ஓர் அறைக்கு அழைத்துச் சென்று, அவர்களது சட்டையைக் கிழிக்கிறாய்?"

"உங்களுக்கு யார் இதைச் சொன்னது? அது அப்பட்டமான பொய்" ராக்கெட் ஆத்திரம் அடைந்தான். பின், "அதனால்தான் நீங்கள் பயப்படுகிறீர்கள், அங்கிள். அதனால்தானே? கவலைப்பட வேண்டாம். நான் உங்களுக்கு அந்தச் சுகம் தருகிறேன்! முழு சுகம்" என்றான் அவன். அவனது குரலில் அவ்வளவு குழைவு தெரிந்தது.

பீட்டர் "நான் அந்த மாதிரி ஆள் இல்லை" என்று சொல்ல விரும்பினார். ஆனால் யூனிட்டிடமிருந்து வந்த பண்பற்ற பதிலை, நினைத்துக்கொண்டார். அதனால், "உனக்கு பிராக்ஸியைத் தெரியுமா?" என்று கேட்டார்.

"அடிமட்டத் தொண்டனிலிருந்து மந்திரிவரை உள்ள ஒவ்வொருவரையும் எனக்குத் தெரியும். ஆமாம். எனக்கு அவனை நன்றாகத் தெரியும். அவன் ஒரு முட்டாள். இன்னொரு நபரும் ஒரு கரடுமுரடான ஆள். அவன்தான் யூனிட் என்பவன். எனக்கு அவனை நன்றாகத் தெரியும்."

"யூனிட்டா?"

"இவர்கள் ஒவ்வொருவரையும் எனக்குத் தெரியும். வெளி உலகில் அவர்கள் நடந்துகொள்வதுபோல, தனிமனித வாழ்க்கையில் ஒழுக்கமாக அவர்கள் நடந்துகொள்வார்கள் என்று எதிர்பார்க்க வேண்டாம். சிலர் ஆகிருதியான உடம்போடு, இறுக்கமான டீ-ஷர்ட் அணிந்துகொண்டு, இடுப்பைச் சுற்றி மட்டும் துணி அணிந்து வரும் மாவீரன் டார்ஜான் போல நடந்து வருவார்கள். ஆனால், இரண்டு நாய்கள் சண்டையிட்டுக் கொண்டிருக்கிறபோது, அவர்கள் சாலையைக் கடந்து ஓடி விடுவார்கள். யூனிட் என்பவன்? அவன் இப்படி இல்லை. ஒரு நாள், இந்த பந்தா பிராக்ஸி, அவனே தனியாக அந்த வேலையைச் செய்து முடித்து விடலாம் என்று எண்ணினான். அவனே கழிப்பறைக்குச் சென்று, அவனே ஒரு இளைஞனைப் பிடித்து, போலீசிடம் கொடுக்காமல் அவனிடமிருந்த அனைத்தையும் பிடுங்கிக்கொள்ள வேண்டும் என்று எண்ணினான். எனவே அவன் செல்கிறான், சென்று அங்கே நிற்கிறான், 'அது' மேல்நோக்கி எழும் வரை 'அதை' ஆட்டுகிறான்; ஆட்டு ஆட்டு என்று ஆட்டுகிறான். அடுத்து மாநிறமுடைய அமெரிக்கப் பாணியில் ஜீன்ஸ், டீ-ஷர்ட் அணிந்த, மெல்லிய தேகம் கொண்ட ஒருவன் வருகிறான். இந்த பந்தா வருகின்றபோது, பிராக்ஸி அவன் கையைப் பிடித்துக்கொண்டு, "நட... போலீஸ் ஸ்டேஷனுக்கு" என்றான். ஆனால் அந்த இளைஞன் தற்காப்புக் கலையைத் தெரிந்தவன். அவன் பிராக்ஸிக்கு இப்படி ஒரு உதையும், அப்படி ஒரு அடியும் கொடுக்கிறான். பாலிவுட் தெருச் சண்டை பாணியில், ராக்கெட்டும் திருப்பி அடி கொடுக்கிறான். "பிராக்ஸி தலை தெறிக்க ஓடுகிறான். அவனைத் துரத்திக்கொண்டு தற்காப்புக் கலையும் ஓடிக்கொண்டிருக்கிறது. இது வட-கிழக்கைச் சார்ந்த அடி. அந்த வட-கிழக்கு இளைஞர்கள், இந்த இளைஞர்களை

மோசமாக அடித்துப் போட முடியும். சும்மா இரும்புக்கம்பி போல அவர்கள் இருப்பார்கள். அங்கேயே அவன் பிராக்ஸியை முடித்திருப்பான். ஆனால் வெளியே நடைமேடையில் யூனிட் நிற்கிறான். அவனுக்கு சண்டையிட வராது. ஆனால் அவன் குறுக்கே வந்துவிடுகிறான். அவனோடு நேருக்கு நேர் மோதுகிறான். அவர்கள் ஆத்திரத்துடன் மோதிக் கொண்டார்கள். யூனிட்டின் மண்டை உடைந்த பிறகுதான் அந்தச் சண்டை நிறுத்தப்பட்டது. அவனது நெற்றியில் இருக்கும் அந்தத் தழும்பு, அது அப்படித்தான் வந்தது."

அவனுக்கிருந்த அந்தத் தழும்பு பீட்டருக்கு நினைவுக்கு வந்தது. ஆனால் குழந்தைப் பருவத்தில் ஏற்பட்ட தழும்புபோல அவருக்குத் தோன்றிது.

"யூனிட்டுக்குப் பெரிய துணிவு இருக்கும். ஆனால் பிராக்ஸிக்கு? அவன் என்ன செய்தான் தெரியுமா? அவனது நண்பனை அப்படியே விட்டுவிட்டு ஓடிவிட்டான். அந்த மாதிரி ஆள் அவன். அவன் இறந்தால், அது எல்லோருக்கும் நல்லதாக இருக்கும். யூனிட்டுக்கும் நல்ல விஷயமாக இருக்கும். இப்பொழுது கிளம்புகிறேன். நேரம்தான் எனக்குப் பணம்."

"ஆமா. நிச்சயமாக. இன்னொரு சின்ன விஷயம்" என்று சொல்லி பீட்டர் ஹிமலின் புகைப்படத்தை வெளியே எடுத்து "இவனை உனக்குத் தெரியுமா?" என்று கேட்டார்.

ராக்கெட் அதை வெடுக்கென்று பிடிக்கிப் பார்த்தான். "அரே, அப்பா நீங்கள் பெரிய ஆள்தான். இது கொஞ்சம் செலவு கூட ஆகுமே.!"

"அந்தக் கொலையைப் பற்றி இவனுக்குக் கொஞ்சம் தெரிந்திருக்கலாம். அதன் பின்புலம் எனக்குத் தேவைப்படுகிறது. பந்த்ராவில் உள்ள பரிசோதனை நிலையத்தில் வேலை செய்தவன். அவனுக்கு எல்லாம் தெரியும்."

"செலவு கொஞ்சம் அதிகப்படியாக இருக்கும். இரண்டாயிரம். என்ன சரியா? எம் தொழிலில் இடையூறு இருக்கக் கூடாது என்பதற்காகவே இதைச் செய்துகொண்டிருக்கிறேன். பிராக்ஸி முட்டாள்தான். ஆனால் அவன் கொல்லப்பட்டதை ஏற்றுக்கொள்ள முடியவில்லை."

"இரண்டாயிரம் என்றால் பரவாயில்லை." இதனால் பலன் ஒன்றும் இல்லாமல் போனாலும் ஜெண்டே தன் மீது எரிந்து விழ மாட்டார் என்ற நம்பிக்கையில் பீட்டர் இவ்வாறு சொன்னார்.

"இவன் பழக்கமானவன் போலத் தெரிகிறது. ஆனால் நிச்சயமாகச் சொல்ல முடியவில்லை. அந்தப் படத்தைக் கொடுங்கள் நான் விசாரிக்கிறேன். நாளைக்கு வாங்க. இன்றைக்கு 500 ரூபாய் கொடுங்கள்."

பீட்டர் 500 ரூபாயைக் கொடுத்துவிட்டு அங்கிருந்து நகர்ந்தார்.

16

ஹிமல் மும்பை வருவதற்கு முன்னாள் அவன் வாழ்க்கை எப்படி இருந்தது என ஜெண்டே துப்பு துலக்க முயற்சித்தார். ஆனால் அந்த அதிர்ஷ்டம் அவருக்கு அமையவில்லை.

"சூரத்தில் இருந்தபோது அவன் பெரியதாய் எதையும் செய்துவிடவில்லை. கல்லூரிக்குப் போனான். மாணவர் அரசியலில் கூட அவன் கலந்துகொண்டதாகத் தெரியவில்லை. அப்படி அவன் கலந்துகொண்டிருந்தால், அவனைப் பற்றிய விபரம் அலுவலகக் கோப்புகளில் கிடைத்திருக்கும்."

"ஏன்?"

"ஏனென்றால், அலுவலகக் கோப்புகள் எப்போதும் இருக்கும். அப்போதெல்லாம் மாணவர்கள் அமைப்பு பெரிய தலைவலியாக இருந்திருக்கிறது. பிரிவு 363, பிரிவு 503 என்று விஷயங்கள் எல்லாம் நடைமுறையில் இருக்கும்" என்று ஜெண்டே கூறினார்.

"அப்படியென்றால்,?"

"பிரிவு 363 என்பது ஆட்கடத்தல். 503 என்பது விஷமத்தனமான வதந்திகளைப் பரப்புவது. பெரும் நகரங்களில் இப்போது இது சற்றுக் குறைந்திருக்கிறது. சிறு நகரங்களில் அது அப்படியேதான் இருக்கிறது. இதுபோன்ற அமைதியைச் சீர்குலைக்க அரசியல் கட்சிகள் பண உதவியளித்து வருகிறது. ஆனால் அவன் அதுமாதிரி எதிலும் ஈடுபடவில்லை. போலீஸ் வழக்கு எதுவும் இல்லை."

பூங்காவைச் சுற்றி அவர்கள் இருவரும் 'வாக்' போய்க் கொண்டிருந்தார்கள்.

"அப்புறம், அடுத்து, என்ன செய்யப் போவதாக உத்தேசம்?"

"அடுத்து, ஆள் காட்டுதல்தான்."

"மறுபடியுமா?"

"மறுபடியும்தான். நீங்களும் வருகிறீர்கள்."

அன்றைய தினம் பீட்டருக்கு எந்த வேலையும் இல்லை. எனவே அவர்கள் இருவரும் ஹிமலைச் சந்திக்கச் சென்றார்கள். அவர்கள் அங்கு சேர்ந்தபோது ஹிமல் தூங்கச் செல்வது போலத் தெரிந்தது.

"வாங்க இன்ஸ்பெக்டர்" என்றான்.

"நாங்கள், உன் சகோதரியைப் பார்க்க வந்தோம்."

"அவள் வீட்டில் இல்லையே."

"வரும் வரை காத்திருக்கிறோம்."

ஹிமலி அவனது முதுகுக்குப் பின்னால் தோன்றினாள்.

"அவர்கள் இங்கே என்ன செய்கிறார்கள்?" என்று ஹிமலி குழப்பத்துடன் கேட்டாள்.

ஹிமல் அவள் பக்கம் திரும்பி குஜராத்தி மொழியில் எரிந்து விழுந்தான்.

"முட்டாள். அவர்களை உள்ளே வரச்சொல். போலீஸ் வந்து வாசலில் நிற்பது அக்கம் பக்கத்தார் அத்தனை பேருக்கும் தெரிய வேண்டுமா? உள்ளே வாங்க, இன்ஸ்பெக்டர். டீ சாப்பிடுகிறீர்களா?" என்றாள் ஹிமலி.

"இல்லை. வேண்டாம்."

"எனக்குத் தூக்கம் வருகிறது" என்றான் ஹிமல்.

"இரவெல்லாம் ஊர் சுற்று. பகல் முழுவதும் படுத்துத் தூங்கு" என்றாள் ஹிமலி.

"வாயை மூடு" என்று அதட்டிவிட்டு ஹிமல் படுக்கையில் சாய்ந்தான்.

"உங்கள் சகோதரன் இரவெல்லாம் ஊர் சுற்றுவானா?"

"அவனது வயது அப்படி. கலியாணம் ஆகாதவன். அவனுக்கென்று ஒரு சமூக வாழ்க்கை உண்டு" என்றாள் ஹிமலி.

"அவனுக்கு வேலை இல்லைதானே?"

"நான் ஒரு அதிர்ஷ்டம் கெட்டவள். மற்ற பெண்களுக்கெல்லாம் திருமணம் ஆகி, பணம் பற்றிய நினைப்பே இல்லாமல்

வாழ்கிறார்கள். என் வீட்டுக்காரர் இறந்துவிட்டார். என் சகோதரனுக்கு வேலை இல்லை."

"ஆனால், இப்போதும் நன்றாகத்தானே வாழ்ந்து வருகிறான்."

"நானும் அவனிடம் இது பற்றிக் கேட்பதில்லை. அவனும் என்னிடம் கேட்பதில்லை" என்றாள்.

"உங்களுக்கும் வேலை இல்லை; அவனுக்கும் வேலை இல்லை. ஆனால் இன்னும் இந்த அடுக்கு மாடிக் கட்டடத்தில் குடி இருக்கிறீர்கள். வாடகை கொடுக்கிறீர்கள். டி.வி. வைத்திருக்கிறீர்கள். மின்சாரத்திற்குப் பணம் செலுத்துகிறீர்கள். இன்னும் எவ்வளவோ செய்கிறீர்கள். இதெல்லாம் எப்படி?"

"எனக்குத் தெரியாது" என்று சொன்ன அவள் குரல் கனத்தது. "எனக்குத் தெரியாது. அவனைக் கேளுங்கள். அவனிடம் பணம் இருக்கிறது. அவனிடம் எப்போதும் பணம் இருக்கும்."

பிறகு அவள் துப்பட்டாவால் முக்காடிட்டுக் கொண்டு அழுதாள். ஜெண்டே பீட்டரிடம் கண் ஜாடை காட்டினார். இருவரும் அமைதியாக அங்கிருந்து வெளியேறினர்.

"எப்படியோ இவன் சம்பாதிக்கிறான்" என்றார் ஜெண்டே. "எங்கிருந்தோ இவனுக்குப் பணம் வருகிறது. இவனுக்குப் பணம் எங்கிருந்து வருகிறதோ, அந்த இடம் சரியான இடம் இல்லை என்று அவள் நினைக்கிறாள்."

"அவனது வங்கி வரவு செலவுக் கணக்குகளை வாங்கிப் பார்த்தீர்களா?"

"வாங்கிப் பார்த்தேன். வங்கியில் வரவு செலவு எதுவும் இல்லை. தவறான வழியில் வரும் பணம் எல்லாம் வங்கிக்கா வருகிறது? கருப்புப் பணம் எல்லாம் வீட்டிலேதான் பதுக்கி வைக்கப்படும். வங்கிக்கு வராது. ஏன், இது ஒரு குழந்தைக்குக் கூடத் தெரியுமே."

பீட்டர் கொட்டாவிவிட்டார். அவருக்குத் தூக்கம் வந்தது. தாமதமாகத் தூங்கச் செல்வதெல்லாம் இப்போது அவருக்குச் சரிப்பட்டு வரவில்லை. சென்ற இரவு லெஸ்லியோடு பேசியதால் தூங்க இயலவில்லை.

"நன்று. ஹிமலின் புகைப்படம் இன்னொன்று எனக்கு வேண்டுமே" என்றார் பீட்டர்.

மாஹிம் நகர் மர்மம் ○ 253

"நீங்கள் அவனுடைய படங்களைக் கொண்டு ஆல்பம் தயாரிக்கப் போகிறீர்களா, என்ன? சுரலே மூலம் உங்களுக்கு கிடைக்குமாறு ஏற்பாடு செய்கிறேன்."

"நீங்கள் ஹிமலைத் தொடர்ந்து பார்க்க சுரலேயை ஏன் பயன்படுத்திக்கொள்ளக் கூடாது?"

"நீங்கள் நிறைய மர்ம நாவல் படிப்பது போலத் தெரிகிறது" என்றார் ஜெண்டே. பணியில் இருக்கும் இரண்டு பேரை வேவு பார்க்க வெளியே அனுப்புவது ஒன்றும் சிரமம் இல்லை என்று தானே நீங்கள் நினைக்கிறீர்கள்? அவர்கள் மீண்டும் அலுவலகம் வந்து அலுவலகப் பணி செய்வது அவர்களுக்கு அது 'ஓவர் டைம்' வேலை. அதற்கு நான் பதில் சொல்ல வேண்டும்.

பீட்டரை அவர் சந்தேகத்தோடு பார்த்தார்.

"அவனை வேவு பார்க்கும் விஷயத்தில் நீங்களாகவே எதையும் செய்துவிடாதீர்கள். பிறகு மில்லி வந்து என் வீட்டுக் கதவைத் தட்டிவிடுவார்கள்."

பீட்டர் கொஞ்சம் எரிச்சல் பட்டவாறு மதிய உணவுக்கு வீடு சென்றார். சற்றுத் தூங்கினால் நல்லது என்று அவருக்குப் பட்டது. ஆனால், மில்லி அந்த மாதிரி எல்லாம் தூங்குவது கிடையாது.

சாப்பிடுவதும் தூங்குவதுமாக அல்லது தூங்குவதும் சாப்பிடுவதுமாக ஒருபோதும் அவள் இருந்ததில்லை. மெத்தையை மாற்றிப் போட்டு, அதன் விரிப்பை ஒழுங்குபடுத்தித் தருமாறு பீட்டருக்கு வேலை கொடுத்தாள். அவரது கணிசமான நேரம் இப்படிக் கழிந்து விட்டதே என்று எண்ணிக்கொண்ட மில்லி அவரைத் தூங்க விட்டாள். பீட்டர் உடனே தூங்க வேண்டுமென்று நினைத்தார். அவரது உள்ளத்தில் ஏற்பட்ட மன அழுத்தம் காரணமாக உடல் சோர்வுற்றிருந்தால், கண்கள் என்னவோ விழித்துக்கொண்டுதான் இருந்தன.

மில்லி அவருகில் படுத்தாள்.

"அந்த இழவெடுத்த கொலை பற்றிய எண்ணம்தான் இன்னும் உங்கள் மண்டைக்குள் ஓடிக்கொண்டிருக்கிறதா?" என்று கேட்டாள்.

"அதுதான் என் மண்டையைக் குடைந்துகொண்டிருக்கிறது. இப்போது அது ஒரு கொலை அல்ல பல கொலைகள்!"

அவரது முகத்திற்கு நேராகத் திரும்பிப் படுத்துக்கொண்டு, அவர் சொல்லுவதைக் கவனமாகக் கேட்கும் ஆவலோடு "சொல்லுங்கள்" என்றாள். இதுவரை நடந்தது எல்லாவற்றையும் அவளிடம் பீட்டர் ஒப்புவித்தார். ஹிமல் எப்படித் தனது செயல்பாடுகளுக்கு முட்டுக்கட்டை போட்டான் என்று பீட்டர் சொன்னபோது, மில்லிக்குத் தீர்வு ஒன்று தோன்றியது.

"செல்லுங்கள். சென்று, அவனோடு பணியாற்றிய மனிதர்களோடு கலந்து பேசிப்பாருங்கள். அவர்கள் உங்களுக்கு ஒரு தீர்வை வழங்குவார்கள்."

***

இதற்கு ஜெண்டே ஒரு ஃபோன் போட்டுப் பேச வேண்டும். அவர் இரத்தப் பரிசோதனை நிலையத்தில் பணியாற்றும் மேலாளருக்குப் பேசி, அதன்மூலம் அந்த மேலாளர் கண்காணிப்பில் உள்ள இரண்டு ஆண்கள் மற்றும் ஒரு பெண் ஆகியோரிடம் பீட்டர் பேசுவதற்கு வழிவகுத்துக் கொடுக்க வேண்டும். நிர்வாகமும் அதன் ஊழியர்களும் என்ன பணி ஆற்றினார்கள் என்பதை அவர்கள் மிகைப்படுத்திக் கூறினாலும், பரிசோதனைக்கு வர இயலாதவர்களின், மற்றும் தீராத நோயாளிகளின் மாதிரிகளைத்தான் இவர்கள் பரிசோதனைக்குக் கொண்டு வந்து காட்டுவார்கள் என்பதைப் பீட்டர் வெகு விரைவில் உணர்ந்து கொண்டார். ஒருவேளை மருத்துவம் சார்ந்த பரிசோதனைகளை எப்பொழுதாவது அவர்கள் செய்தாலும், அது மருத்துவ வல்லுநர்கள் மற்றும் மருத்துவப் பணியாளர்கள் ஆகியோரின் முடிவுக்கே விடப்படும். அந்த இளைஞர்கள் ஜேவந்த் மற்றும் இராதாகிருஷ்ணன். அந்தப் பெண் சுருச்சி. இந்தப் பெண் ஹிமலுக்குப் பதிலாக வாடகைக்கு அமர்த்தப்பட்டவள். எனவே அவனைப் பற்றிச் சொல்லுவதற்கு இவளிடம் எதுவும் இருக்காது.

"ஹிமல் அங்கிருந்து நீக்கப்படும் நிலையில் இருந்தான். குறித்த நேரத்திற்கு அவன் வருவதில்லை. எப்போதும் தூங்கிக்கொண்டே இருப்பான். இரவு முழுவதும் விழித்திருந்தவனைப் போல, அவன் எப்போதும் தூங்கிக்கொண்டேயிருப்பான்" என்றான் ஜேவந்த்.

"அவன் இரவில் வெளியே போய்விடுவான்" என்று இராதாகிருஷ்ணன் சொன்னான். "ஒரு சமயம், நான் நடு இரவில் பந்த்ரா சென்றேன். அங்கு அவன் ஸ்டேஷனில் யாருக்காகவோ காத்துக்கொண்டிருப்பதுபோல இருந்தான்."

"முதல் பிளாட்பாரத்திலா?" என்று ஜேவந்த் கேட்டான்.

இராதாகிருஷ்ணன் அசட்டுத்தனமாகச் சிரித்தான்.

"அங்கே தொடர்ந்து காத்துக்கொண்டிருப்பான்" என்றான் ஜேவந்த்.

"அவன் அங்கே வேறு மாதிரியான வேலையைச் செய்து கொண்டிருந்தானா? அதாவது நைட் வொர்க்?" என்று பீட்டர் கேட்டார்.

ஏதோ ஒன்றை உணர்த்தக்கூடியதாக பீட்டரின் குரல் தோன்றியது. ஆனாலும் அவரை அறியாமல் அது பயமுறுத்தும் குரலாகத் தோன்றியது. அந்த இரண்டு இளைஞர்களும் ஒருவரை ஒருவர் பார்த்துக்கொண்டனர். ஏதோ ஒரு சமிக்ஞையினால், மனதை மாற்றிக்கொண்டு எதையும் வெளியிட மறுக்கத் தொடங்கினர். எனவே பீட்டர் இன்னொரு உத்தியைக் கையாளத் தொடங்கினார்.

"எக்கச்சக்கமான ஊசிகளைப் போட்டுவிட்டதாக ஹிமல் சொன்னான். இன்சுலின் ஊசியைப் பல நோயாளிகளுக்குப் போட்டு விட்டதாகவும் சொன்னான்" என்றார் அவர்.

மீண்டும் அவசரமான பார்வை. குற்ற உணர்வு, அச்சம்.

"சரி. அது பற்றி எல்லாவற்றையும் தெரிந்துகொண்டேன்" என்று பீட்டர் அடுத்தகட்ட வாய்ப்பைப் பயன்படுத்திச் சொன்னார்.

"இங்கே பாருங்கள்... சார் ஜி. ஒரு நர்ஸ் உங்கள் வீட்டிற்கு வந்து உங்களுக்கு ஊசி போட்டுவிட்டால், அவர்கள் அதற்குரிய வழக்கமான தொகையைக் கோருவார்கள். ஒரு சிலருக்கு அந்தத் தொகையைக் கொடுக்க இயலாது" என்று ஜேவந்த் விளக்கினான்.

இராதாகிருஷ்ணன் குறுக்கிட்டான். "அவர்களால் அந்தத் தொகையைக் கொடுக்க இயலாது என்பது இல்லை. ஆனால் அதைக் கொடுக்க மனம் இருக்காது. உடல் நலம் என்று பார்க்கிற போது, இயலுவது என்ன - இயலாதது என்ன? மக்கள் அப்படி இருக்கிறார்கள். அவர் ஒரு கப் தேநீருக்குப் பணம் கொடுப்பார்கள். ஒரு நர்ஸ்க்குக் கொடுக்கமாட்டார்கள்."

"அவன் குறிப்பிடுவது ஒரு நர்ஸ் என்பதால், அவன் அவளுக்குச் சாதகமாகப் பேசுகிறான் சார், ஒருவன் சர்க்கரை நோயாளி என்றால் அதுவும் அதிக அளவு உள்ள சர்க்கரை நோயாளி என்றால், இன்சுலின் ஊசி போட வேண்டுமென்று டாக்டர்

சொல்லுவார். சில நோயாளிகளால் தினமும் பரிசோதனை நிலையம் வந்து ஊசி போட்டுக்கொள்ள அவர்களுக்குப் பண வசதி இருக்காது. தினமும் டாக்டரிடமும் வர இயலாது. அது மாதிரி ஒரு நர்ஸை வீட்டிற்கு வரவழைத்துப் பணம் கொடுக்கவும் முடியாது. எனவே நாங்கள் குறைவான தொகைக்கு அங்கு சென்று செய்கிறோம். ஊசி போடுகிறோம். ஹிமலும் இப்படித்தான்."

"இன்சுலினை நீங்கள் விலைக்கு வாங்கிப் போட்டுவிடுகிறீர்களா?"

"இப்போது எல்லாமே மருந்து சீட்டுதான். மருந்து சீட்டு இல்லாமல் ஒரு தலைவலிக்குக்கூட மாத்திரை வாங்க முடியாது. எங்கே போய் நாங்கள் மருந்து சீட்டு வாங்குவது? நோயாளிகள் இன்சுலினை வாங்கி வீட்டில் வைத்துக்கொள்கிறார்கள். நாங்கள் வீட்டிற்குச் சென்று ஊசி போட்டுவிட்டு வருகிறோம்."

"அது எப்படிச் செயல்படுகிறது? உங்களுக்கென்று குறிப்பிட்ட வாடிக்கையாளர்கள் உண்டா?"

"அப்படியெல்லாம் ஒன்றும் கிடையாது. எங்கள் மூன்று பேருக்கும் பத்து வடிக்கையாளர்கள் உண்டு. சரியாகச் சொன்னால் இரண்டரை பேர்தான். ஏனென்றால் ஹிமல் அடிக்கடி போகமாட்டான். இப்போது வந்திருக்கிற சுருச்சி புதிதாகத் திருமணம் ஆனவள்."

பீட்டர் பார்த்ததாகச் சொன்னார்.

"ஆகவே, எங்களில் யாருக்கு முடியுமோ அவர்கள் செய்வோம். அது எப்படி என்று யாருக்கும் தெரியாது. ஏனென்றால், இந்த மருத்துவப் பணியாளர்கள், மருத்துவ நிபுணர்கள், மருத்துவர்கள் எல்லோருமே ஒருங்கிணைந்து செயல்படுபவர்கள். யாரையும் நீங்கள் வீடுகளுக்கு வரச் சொல்ல வேண்டாம் என்று மருத்துவர்கள் நோயாளிகளிடம் சொல்லிவிடுவார்கள். நாங்கள் மருத்துவத்துறையில் இல்லாத வேறு யாராகவோவா இருக்கிறோம்? அவர்கள் மக்களிடமிருந்து வசூல் வேட்டை நடத்தி, அனைத்தையும் அவர்களே வைத்துக் கொள்வார்கள். ஏகபோக மிச்சம். ஏகபோகச் சுரண்டல்."

பீட்டர் புரிந்துகொண்டு தலையை ஆட்டினார்.

"இந்த ஆட்கள் வேறு யாரும் வளர்ந்து வருவதை விரும்புவதில்லை" ஜேவந்த் மேலும் விவரித்தான். "நாங்கள் நல்ல சேவைகளைச் செய்து வருகிறோம். வாடிக்கையாளர்கள் வீட்டில் இன்சுலின்

இல்லையென்றால் கூட, நாங்கள் வாங்கிக் கொடுக்கிறோம். ஏனென்றால், நாங்கள் அணிந்திருக்கும் சட்டை ஓர் அடையாள அட்டை மாதிரி" என்று தனது சட்டைப் பையில் அணிந்திருந்த அட்டையைச் சுட்டிக் காண்பித்துச் சொன்னான். "குட் ஹெல்த் கெமிஸ்ட்" என்னும் இடத்திற்குச் சென்றால், எந்தக் கேள்வியும் கேட்காமல், நாங்கள் கேட்கும் மருந்துகளைக் கொடுப்பார்கள். ஏனென்றால், நாங்கள் பணிபுரியும் இடம் அவர்களுக்குத் தெரியும். அந்த மருந்துகளை வாங்கிக் கொண்டுபோய் தேவையானவர்களுக்கு விற்பனை செய்கிறோம். வேறு என்ன செய்வது?"

ஹிமல் அங்கு சென்று ஏதாவது இன்சுலின் மருந்து வாங்கியிருப்பானா என்று பீட்டருக்கு யோசனை தோன்றியது. ஏனென்றால், துர்ரா வீட்டில் உள்ள ஃபிரிட்ஜில் என்ன மருந்து இருந்ததோ, அதை எடுத்துத்தான் கொடுத்திருக்கிறான். ஆனால் ஒரு குழந்தையைக் கொல்லும் அளவுக்கு அந்த மருந்து இருந்திருக்குமா என்பது பீட்டருக்கு நிச்சயமாகத் தெரிந்து கொள்ள முடியவில்லை.

குட் ஹெல்த் கெமிஸ்ட்க்குச் சென்று பீட்டர் ஹிமலின் புகைப்படத்தைக் காண்பித்தார். அங்கு கவுண்டரில் ஒரு கனமான பெண்மணி அமர்ந்துகொண்டிருந்தாள். ஹிமல் அங்குவந்து இன்சுலின் வாங்குவது அவளுக்கு நினைவுக்கு வந்தது.

"நீங்கள் ஏன் அதைத் தெரிந்துகொள்ள விரும்புகிறீர்கள்?"

"நான் காவல் துறையோடு பணியாற்றிக்கொண்டிருக்கிறேன். அவர்கள் துப்புத் துலக்கிக்கொண்டிருக்கும் கொலை வழக்கோடு இது சம்பந்தப்பட்டிருக்கிறது."

அந்தப் பெண் முகத்தில் ஒரு சலனம் தெரிந்தது. பீட்டர் ஃபோன் மூலம் ஜெண்டேயுடன் தொடர்புகொண்டு நிலைமையை விளக்கினார்.

"ஃபோனை அவளிடம் கொடுங்கள்" என்றார் ஜெண்டே. பீட்டர் அவளிடம் ஃபோனை நீட்டினார் அவள் கவனமாகக் கேட்டுக் கொண்டிருந்த இரண்டாவது நிமிடத்தில் சிக்கலுக்குத் தீர்வு கிடைத்தது.

"எப்போதாவது அவர் வருவார்" என்று ஃபோனை பீட்டரிடம் திருப்பிக் கொடுத்தவாறு சொன்னாள். "மற்ற இருவரும் தவறாமல்

வருவார்கள். ஒரு நாள் அவர் வந்து ஆறு இன்சுலின் மருந்துகள் கேட்டார். நான் அந்த மருந்துகளை அவரிடம் கொடுத்தேன். ஏனென்றால், அந்தப் பரிசோதனை நிலையத்திலிருந்து எப்போதும் இந்த மருந்து வேண்டும், அந்த மருந்து வேண்டும் என்று இந்த இளைஞர்களைத்தான் அனுப்புவார்கள். மருந்துச் சீட்டுகளைப் பிறகு அனுப்பி வைப்பார்கள். ஆகவே கேட்கும் மருந்துகளை அவரிடம் கொடுப்பேன் - ஒரு... ஒரு நிமிடம் இருங்கள். சொல்லுகிறேன்."

மேஜையை இழுத்து ஏதோ ஒன்றைத் துலாவி எடுத்தாள். அது அடிக்கட்டை உள்ள ஒரு பழைய ரசீதுப் புத்தகம்.

"இதோ இருக்கிறதே."

அதில் காணப்பட்ட தேதிகள் சரியாகப் பொருந்தி இருந்தன. குழந்தை கொல்லப்பட்ட அதே நாள் காலையில்தான் அந்த இன்சுலின் வாங்கப்பட்டிருந்தது.

"எப்படி, இது விற்பனை ஆனதை இவ்வளவு தெளிவாக நினைவில் வைத்திருக்கிறீர்கள்?" என்று பீட்டர் கேட்டார்;.

"எப்படியென்றால், அன்று மாலையே அவர் திரும்பி வந்து அந்த மருந்துகளைத் திருப்பிக் கொடுத்தார். எனவே நானும் அந்த விற்பனையை இரத்து செய்து பணத்தைத் திருப்பிக் கொடுக்க வேண்டியதாகிவிட்டது."

"ஒருமுறை விற்ற பொருள்கள்...?"

"இந்த வியாபாரத்தை மற்ற கடைகளில் மேற்கொள்ளலாம். ஆனால் மருந்துக்கடைக்காரர்களைப் பொருத்தவரை அரசாங்கம் சில விதிகளை மேற்கொள்கிறது. நீங்கள் ஒரு ஜவுளிக்கடையில் இருந்தால் "இந்தச் சட்டைகள் ஒரு அட்டைப்பெட்டியில் மூன்று மூன்றாக அடைக்கப்பட்டு வரும். அப்படியே மூன்றும் அடங்கிய சட்டையை வாங்கிக்கொள்ளுங்கள் அல்லது வேறு கடைகளில் சென்று வாங்கிக்கொள்ளுங்கள். பிரித்துக் கொடுப்பது இயலாது என்பார்கள் ஆனால் ஒரு மருந்துக் கடையில் அவ்வாறு பேச முடியாது. வாடிக்கையாளர்கள் ஒரு மருந்தையோ, மாத்திரையையோ கேட்டால், நாங்கள் ஒன்றுதான் கொடுக்க வேண்டும். இரண்டு கேட்டால், இரண்டுதான் கொடுக்க வேண்டும். மருந்துகள் வேண்டாமென்று திருப்பித் தரப்படும்பொழுது எதுவும் நிச்சயமில்லை. சில மருந்துக்கடைக்காரர்கள் திரும்பப்

பெற்றுக்கொள்ள முடியாது என்பார்கள். சிலர், இதை ஒரு பிரச்சினையாக உருவாகவிடாமல் மருந்துகளை அப்படியே திரும்பப் பெற்றுக்கொள்வார்கள். ஏனென்றால், சில நேரங்களில் டாக்டர்களின் கையெழுத்தைத் தெளிவாகப் புரிந்துகொள்ள முடியாதபோது, நாங்களே அவர்களிடம் "இது தலைவலிக்கா அல்லது வயிற்று வலிக்கா? என்று கேட்போம். இந்தச் சந்தர்ப்பங்களில் ஒரு யூகத்தின் அடிப்படையில்தான் மருந்தைக் கொடுப்போம். அது ஒரு தவறான மருந்தாக இருந்துவிட்டால், நாங்கள் அதைத் திரும்பப் பெற்றுக்கொள்வதுதான் எங்களுக்கு நல்லது. அவர் அந்த மருந்தைக் கொண்டுவந்து கொடுத்துவிட்டுத் "தேவையில்லை" என்று சொல்லிவிட்டார். "அடுத்தமுறை வந்து கேட்டால் நானும் தர மாட்டேன்" என்று சொன்னேன். "அடுத்த தடவை வருகிறபோது பார்த்துக்கொள்ளலாம், ஆண்டி" என்று சொல்லிப் பணத்தைப் பெற்றுக்கொண்டு சென்றுவிட்டார்.

பீட்டர் நிம்மதி அடைந்தார்.

17

"ஹிமலிக்குச் சர்க்கரை நோய் இருக்கிறதா என்று சும்மா கேட்டுப் பாருங்களேன்" என்று பீட்டர் ஜெண்டேயிடம் கூறினார்.

"நான் ஓர் அப்பாவி விதவை. எனக்கு எப்படி இதெல்லாம் வரும் என்று அவள் கூறுவாள்" என்று ஜெண்டே துக்கத்துடன் கூறினார்.

பீட்டர் சிரித்தார். "எனக்குத் தெரிகிறது, சார். ஆனால், குழந்தை இறந்த அதே நாளில் அவன் மருந்துக் கடையில் இருந்திருக்கிறான் என்று தெரிகிறது. கடையிலிருந்து மருந்து வாங்கி, அதைத் திருப்பிக் கொடுத்திருக்கிறான் என்றும் தெரிகிறது. அந்தக் கடையில் இருந்த பெண்மணியும் அவனை நினைவில் வைத்திருக்கிறாள். அத்துடன் அவன் குழந்தையின் வீட்டிற்கும் சென்றிருக்கிறான். அவன் அணிந்திருந்த சீருடை ஒன்றே போதுமான சாட்சியம் இல்லையா? இப்போது அந்தக் குழந்தையின் அம்மாவுக்கும் அவனை நினைவு இருக்கும். அத்துடன் நமக்கு அவன் மீது சந்தேகமும் அதற்கான வாய்ப்பும் உள்ளது."

"இது ஓர் அகச்சான்றாக அமையாமல் புறச் சான்றாகவும், சந்தேகப்படும் ஹிமல் குற்றம் நடந்த இடத்தில் இல்லாமல் வேறோர் இடத்தில் இருந்திருக்கிறான் எனவும், ஆகவே அவன் குற்றத்திற்குப் பொறுப்பேற்க மாட்டாள் எனவும் அமைந்திருக்கிறது."

"அவனது சகோதரி?"

"எதைச் சொன்னால் அவர்களுக்குச் சாதகமாக அமையுமோ, அதை அவள் சொல்லுவாள். அவன் தன் சகோதரிக்கு: "நான் வீட்டில் இருந்தேன்" என்று சொல்லச் சொல்லி இருக்கிறான். அதுபோல அவள், "அவன் வீட்டில் இருந்தான்" என்று சொல்லுவாள். இதுதான் குடும்பங்களில் ஏற்படும் பிரச்சினை. நீங்கள் என்ன சொல்ல வேண்டுமென்று நினைக்கிறீர்களோ, அதை அவர்கள் சொல்லுவார்கள்."

"ஆனால் எல்லோருக்கும் அது தெரியும். நீதிபதிக்குக் கூட அது தெரியும்."

"அப்படியானால் இது நீதிபதியைப் பொருத்து இருக்கிறது. நான் நீதிபதியை நம்பி இருப்பதில்லை. இதை ஒத்துக்கொள்ளும் ஒரு நீதிபதியைத் தேடிப் போக எப்போதும் எனக்கு விருப்பம் இருக்காது. எனக்கு ஆதாரம் வேண்டும். ஆனால் அப்படி ஏதும் இல்லை."

இந்த விவகாரத்திற்குத் தானே பொறுப்பு என்று வருத்தப்படக் கூடாது என பீட்டர் முயற்சித்தார். இன்னும் சில ஆதாரங்களைத் தேடி பீட்டரால் சந்திக்க முடியாத நபர் ஒருவர் இருக்கிறார். இறந்தவர்களில் ஒருவரையாவது தெரிந்திருக்கக் கூடியவர் அவர். ஒருவேளை மூவரையும் கூடத் தெரிந்திருக்கலாம்: அவர்தான் சீனியர் பக்மத். ஆகவே பீட்டர் அவர் வீட்டிற்கும் போனார். வழக்கமாக முதியவர்களுக்குக் குடும்பத்தினரின் உதவி கிடைக்காதது போல, இவருக்கும் அவ்வுதவி இல்லாதிருந்தது.

"என்ன விஷயமாக வந்திருக்கிறீர்கள்?" என்று அந்த வயோதிகர் கேட்டார். "அவர்கள் எல்லோரும் இறந்து விட்டார்கள். இதுதான் உலக நியதி. நல்லதோர் வீணை செய்தே அதை நலங்கெடப் புழுதியில் எரிவதுண்டோ. ஏரி, சாக்கடையானால் என்ன? அல்லது உன் வீட்டில் சாக்கடை தொடங்கினால் என்ன?"

இதற்குப் பதில் இல்லை. அதற்குப் பதிலாக, "எப்படி இருக்கிறீர்கள்?" என்று கேட்டார்.

"எப்படி இருப்பேன்? 88 வயது ஆகிறது. நான் கற்றுக்கொடுத்த இளைஞர்கள் சொல்கிறார்கள்: பக்மத் சார் உயிரோடு இருக்கிறாரா? என்னுடைய 80-வது பிறந்த நாள் அன்று அவர்கள் வந்தார்கள். ஒரு பத்து இருபது பேர் இருக்கும். கேக் வகையில் அமைந்த திண்பண்டங்களும், குடிக்க ஃபேண்டாவும் கொண்டு வந்து கொடுத்தார்கள். எனக்கு ஃபேண்டா பிடிக்கும் என்று அவர்களுக்குத் தெரியும்."

"ஃபேண்டா - ஷாண்டாவெல்லாம் பெரியவருக்குப் பிடிக்கும்" என்று கையில் துடைப்பமும் குப்பைக் கூடையும் வைத்துக் கொண்டிருந்த அவ்வீட்டு வேலையாள் சொன்னான்.

"சாட்டு" என்று அவனைப் பெரியவர் அதட்டினார்.

"குடித்துவிட்டுச் செத்துப் போய்விடுங்கள்" என்றான் சாட்டு.

பெரியவர் பக்மத் பீட்டரைப் பார்த்துப் பேசினார். "என்னைப் புகைப்படமாக எடுத்துத் தள்ளினார்கள். எப்படியும் 100 அடித்து விடுவேன் என்ற நம்பிக்கை இருக்கிறது என்று சொன்னேன்.

நான் அப்படிக் கூறும்போது, அப்படியே உண்மையாகவே கூறினேன். அப்போது என்னால் 12 சூரிய நமஸ்காரம் போட முடியும். இப்பொழுதெல்லாம் பள்ளிக்கூடங்களில் யோகா என்ற பெயரில் ஏதோ வேடிக்கை காட்டுகிறார்களே, அப்படியெல்லாம் செய்வதில்லை. முறையாகச் செய்வேன். சிவாஜி பூங்காவைச் சுற்றி நடந்து வருவேன். எங்கேயும் உட்கார்வதில்லை. யாருடனும் பேசுவதுமில்லை. நல்ல நடை, வேகமான நடை. பிறகு வீட்டிற்கு வந்து அளவான காலை உணவு. எதையும் விடுவதில்லை. இப்பொழுதெல்லாம் 'வாக்' இல்லை. எதுவும் இல்லை."

"சொந்தக்காரர்களும் யாருமில்லை" என்றான் வேலைக்காரன் சாட்டு.

இந்த முறை சாட்டு சொன்னதைப் பெரியவர் கண்டுகொள்ளவில்லை.

"என்னுடைய சகோதரியின் மகன் தீய பழக்கங்களில் ஈடுபட்டிருப்பதாகச் சொல்லுகிறார்கள். அவன் சிறுவர்களை அழைத்துக்கொண்டு போய் வைத்துத் தகாத காரியங்களைச் செய்யச் சொல்லுவதாகச் சொல்கிறார்கள். மக்களிடம் எதையாவது கேட்டு மிரட்டுவதாகவும் சொல்லுகிறார்கள். இதை நாங்கள் அவனுக்குச் சொல்லிக் கொடுக்கவில்லையே. இதை அவன் வேறு எங்கிருந்தோ கற்றுக்கொண்டிருக்கிறான். இதையெல்லாம் எங்கிருந்து கற்றான்?"

பீட்டர் அமைதியாக இருந்தார்.

"பல இளைஞர்கள் இங்கே குளிப்பதற்காக வருவார்கள். பள்ளியில் நான் அவர்களை வெளியே அழைத்துச் செல்வேன். அவர்கள் மிகவும் சுத்தமாக இருந்தார்கள். காரணம் அவர்கள் இங்கே குளிப்பதற்காக வருகிறார்கள். அவர்கள் பல் விளக்க வில்லையென்றால், நான் பல் தேய்த்துவிடுவேன். சோப்பு, தண்ணீர், பற்பசை எல்லாம் கொடுத்து வசதி செய்துகொடுக்கிறேன்."

"உங்களுக்குப் பிராக்ஸியை நினைவிருக்கிறதா?"

"லட்சுமண்தானே?"

"ஆமா, லட்சுமண் பர்துஸ்டா."

"ஒவ்வொருவரையும் நினைவில் வைத்திருக்கிறேன். அவன் கொலை செய்யப்பட்டு விட்டான். அவனைப் பற்றி விசாரிக்க நீங்கள் ஏற்கெனவே வந்திருக்கிறீர்கள். எல்லாம் நினைவில் இருக்கிறது. என் நினைவாற்றலில் எந்தக் குறைபாடும் இல்லை. இந்த உடம்புதான்... அந்த லட்சுமணுக்குப் பந்து வீசத்தான்

தெரியும். அடிக்கத் தெரியாது. அதுவும் வேகப் பந்து வீச்சாளரை அவனால் சமாளிக்கவே முடியாது. டென்னிஸ் பந்து, ரப்பர் பந்து ஆகிய ஆட்டங்களில் சுமாராக ஆடுவான். அவனுக்கு அதிகமாக வியர்க்கும். வியர்வை கண்ணில் பட்டு கண்கள் எரிய ஆரம்பித்துவிடும். ஆனால் கபடி நன்றாக விளையாடுவான்."

உடற்கல்வி ஆசிரியர் பணியின் நினைவுகளைத் தாண்டி வேறு எதையும் சொல்லுவாரா என்று பீட்டர் எதிர்பார்த்தார்.

"யூனிட் என்ற பெயர் கொண்ட இன்னொருவன் இருந்தான்."

"அவனுடைய அப்பன் ஒரு குடிகாரன். அவன் அடிக்கடி வந்து மகனைப் பள்ளியை விட்டுக் கூட்டிக் கொண்டுபோய், ஒரு சாராயம் காய்ச்சும் வேலைக்கு விடப் போவதாகச் சொல்லிக் கொண்டிருப்பான். அவனே அதில்தான் வேலை செய்து வந்தான். அவனுடைய ஒரு அத்தைக்காக அவன் சாராயம் காய்ச்சினான்."

சொடக்குப் போடும் நேரத்தில் பீட்டர் ஒரு கணக்குப் போட்டார்.

"மதுவிலக்கு பல வருடங்களுக்கு முன்பே ரத்து செய்யப்பட்டிருக்க வேண்டும். இல்லையா?"

"இது பற்றியெல்லாம் எனக்கு எப்படித் தெரியும்? ஒருமுறை கள்ளச் சாராயத்தை ருசி கண்டுகொண்டால், அப்புறம் அதிலிருந்து நீங்கள் மீளவே முடியாது என்று எனக்கு அவர்கள் சொல்லியிருக்கிறார்கள்."

"யூனிட் நல்ல விளையாட்டு வீரனா?"

"இல்லை. கட்டுப்பாடு அற்றவன். யாருக்காகவும் எதையும் செய்யக் கூடியவன். கபடி ஆட்டத்தை எடுத்துக்கொள்ளுங்கள். மூச்சு விடாமல் கபடி, கபடி என்று விளையாட வேண்டும். மூச்சு விட்டு விடாமல் திரும்பி விட வேண்டும். ஆனால் கபடி ஆட்ட எதிர் அணியில் உள்ள ஒருவன், "ஏய், பயந்தாங்கொள்ளி என்று சொன்னாலோ அல்லது எப்படி வாலைச் சுருட்டிக்கொண்டு ஓடுகிறான் பாருங்கள்" என்று சொன்னாலே போதும். அப்படியே திரும்பிவிடுவான். அப்பொழுதே எதிரணியினரால் பிடிபட்டு விடுவான். ஒரு அவமானம் போதும். பொறுமை இழந்துவிடுவான். யாரையாவது அடித்துவிடுவான். பெரிய ஆளா, சின்ன ஆளா என்று எதையும் பார்க்கமாட்டான். அடிதான்."

சாட்டு தேநீர் கொண்டு வந்தான்.

"ஒவ்வொருவராக இறந்துகொண்டிருக்கிறார்கள்" என்று அவன் வேதனையுடன் கூறினான்.

"நான் மட்டும்தான் இருக்கிறேன்" என்றார் பெரியவர் பக்மத். பிறகு "தேநீரில் எந்த ருசியும் இல்லை" என்றார்.

"உங்கள் நாக்கில் ருசி இல்லை."

"நாக்கு நன்றாகத்தான் இருக்கிறது. இங்கே பார்" என்று தன் நாக்கை நீட்டிக் காட்டினார்.

சூடு குறைவாக இருந்த அந்தத் தேநீரை பீட்டர் குடித்துப் பார்த்தார். பெரியவர் சொன்னது சரிதான். அதில் எந்த ருசியும் இல்லை. பீட்டர் விடை பெற்றார். அவர் விடைபெற்று வெளியேறும் போது, வேலைக்காரனுக்குக் கொஞ்சம் அன்பளிப்பு கொடுத்து அவனைத் தன் கைக்குள் போட்டுக்கொண்டார்.

"வேறு ஏதாவது தெரிந்துகொள்ள வேண்டுமா? கேளுங்கள்" என்றான் சாட்டு.

"இன்ஸ்பெக்டர் பக்மத் இங்கே எதையாவது மறந்துவிட்டுப் போனாரா?"

சாட்டு புன்னகை புரிந்தான். இங்கிதமாகப் புன்னகை புரிந்தான். பிறகு தன் பனியனுக்குள் கையை விட்டு ஒரு சாவியை வெளியே எடுத்தான். "இதுதான்" என்று பீட்டரிடம் கொடுத்தான்.

ஜெண்டே இந்தச் சாவியைப் பெற்றுக்கொண்டு, அதை ஒரு ஆதாரமாகச் செயல்படுத்த வந்தபோது, அந்த அறையின் சூழல் ஓர் இறுக்கமாக மாறியது. அந்த இடத்தின் இயல்பு நிலை குறைந்திருந்தது.

லாக்கர் நிரம்பப் பணம் அடங்கிய அந்தப் பொக்கிஷ அறைக்குள் தன்னையும் அனுமதிப்பார்கள் என்று சாட்டு எதிர்பார்த்தான். "இப்பொழுது எல்லாம் போய்விட்டது" என்றான்.

"போலீஸ் எல்லாவற்றையும் எடுத்துக்கொள்ளும்" என்று ஜெண்டே கூறினார்.

"அதன் அர்த்தம் அனைவரும் அறிந்ததே."

"அப்படியானால் என்ன அர்த்தம்?"

"அர்ரே, அதைவிடு, நான் ஏன் அதைச் சொல்ல வேண்டும்? அதனால் எனக்கு லத்தியடிதான் கிடைக்கும்."

"பாருங்கள், எப்படியான உலகத்தில் நாம் வாழ்ந்து கொண்டிருக்கிறோம் பாருங்கள்" என்று பெரியவர் பக்மத் வில்லன் மாதிரி சிரித்தார்.

"தகாத செயல்களால்தான் மருமகன் இந்தப் பணத்தைச் சம்பாதித்தான். இந்தப் பணம் இப்போது போலீசுக்குப் போகப் போகிறது. போலீஸ் இந்தப் பணத்தை ஏப்பம் விட்டுவிடும் என்று சாட்டு கவலைப்படுகிறான். யாரை மொட்டை அடிப்பது? யார் மொட்டை அடிக்கப்படுவது?"

ஜெண்டே வலிந்து ஒரு புன்னகையைச் சிந்தினார்.

"நீங்களும் வரலாம், அங்கிள். நாங்கள் லாக்கரைத் திறக்கிறபோது நீங்களும் எங்களோடு வரவேண்டும்" என்றார்.

"அது லாக்கரா? பேங்க் லாக்கரா? அவனும் அந்த அறைக்குள் நுழைய சாட்டு துடித்துக்கொண்டு நின்றான்.

"ஆமா. நீங்களும் வரவேண்டும்."

"நான் வருவதாக இருந்தால், சாட்டும் வரவேண்டும். அவன்தான் என்னைத் தூக்கிச் செல்வான்" என்றார் பக்மத்.

"இது நான் அன்றாடம் சுமக்க வேண்டிய சுமை" என்றான் சாட்டு. பல வருடங்களாக அவன் மண்டைக்குள் ஓடிக்கொண்டிருந்த இந்த வரியை, உரக்கச் சொல்ல சந்தர்ப்பம் வரும் என்று காத்துக் கொண்டிருந்தவன் போலச் சத்தமிட்டுக் கூறினான். அடுத்த அறையிலிருந்த ஒரு சக்கர நாற்காலியைச் சாட்டு தள்ளிக்கொண்டு வந்து, அதில் பெரியவரைத் தூக்கி அமர்த்தினான். உதவிக்கு வந்த ஜெண்டேயையும், பீட்டரையும் மறுத்துவிட்டான்.

பலம் வாய்ந்த வங்கிப் பாதுகாப்பு அறையில் உள்ள லாக்கரைச் சுற்றி அறிமுகம் இல்லாத ஆட்களை நிற்க வைத்தார்கள்.

அதற்கு இரண்டு சாவிகள் இருந்தன. ஒரு சாவி வங்கி நிர்வாகத்திடமும், இன்னொரு சாவி அதன் உரிமையாளரிடமும் இருந்தன. அதற்கு ஒரு பாஸ்வேர்டு இருந்தது. ஆனால் ரசீது புத்தகத்துடன், ஜெண்டே அங்கு நின்றிருந்ததால், பாஸ்வேர்டு பற்றிக் கண்டு கொள்ளாமல் விட்டுவிட்டார்கள். அடுத்தக்கட்ட வேலைகள் அனுமதிக்கப்பட்டன.

அந்த லாக்கரில் இரண்டு பைகள் இருந்தன. அவைகள் ஆயிரம் ரூபாய் நோட்டுகளால் நிரப்பப்பட்டிருந்தன. சாட்டு அந்தப்

பைகளைப் பார்த்தான். அவனுடைய கண்கள் பேராசையாலும் பயத்தாலும் நிரம்பியிருந்தன.

"எனக்கு ஆங்கிலம் மட்டும் தெரிந்திருந்தால், இந்தப் பணம் எல்லாம் என்னுடையதுதான்" என்றான் சாட்டு.

அதற்குப் பெரியவர் பக்மத் "ஏன்? நீ அவனுடைய மகனா?" என்று கேட்டார்.

"நான்தானே சாவியை வைத்திருந்தேன்."

"இது குழந்தைகள் பணம் போட்டு வைக்கும் உண்டியல் போன்ற சிறிய வங்கி. அந்த வங்கி இந்தப் பணம் எங்களது சொந்தம் என்று சொல்கிறது."

"இப்போது இது போலீஸ் பொறுப்பெடுத்துக்கொள்ள வேண்டியுள்ள பணம்" என்று ஜெண்டே சொன்னார். ஒரு வங்கி ஊழியர் அழைக்கப்பட்டு, பணத்தை எடுத்து அதை எண்ணுவதற்கு அந்த ஊழியர் பணிக்கப்பட்டார். பீட்டர் இந்நிகழ்வை ஃபோன் மூலம் வீடியோ எடுத்துக்கொண்டார். அது மொத்தம் நான்கரை இலட்சம் ரூபாய் இருந்தது.

***

பீட்டர் வீட்டிற்கு வந்தபோது சுனில் வீட்டில் இருந்தான்.

"ஓ! யூனிட் கூப்பிட்டான். உங்களிடம் ஏதோ சொல்ல விரும்புகிறான்" என்றான் சுனில்.

"அவனைப் பிறகு கூப்பிட்டுப் பேசிக்கொள்கிறேன். இப்போது எனக்குத் தூக்கம் வருகிறது" என்று பீட்டர் சொன்னார். "இன்று இரவு லெஸ்லியோடு மீண்டும் வெளியே செல்ல வேண்டும்."

சுனில் லேப்டாப்பிலிருந்து நிமிர்ந்து பார்த்து ஏதோ சொல்ல வாயெடுத்தான். ஏனோ எதுவும் சொல்லாமல் மீண்டும் லேப்டாப் வேலைக்குத் திரும்பிவிட்டான்.

பீட்டர் படுக்கை அறைக்குச் சென்று கதவைச் சாத்தினார். வயது முதிர்வாலும், கடினமான வேலையால் ஏற்பட்ட அசதியாலும் உடம்பு கனமாகத் தெரிந்தது. பீட்டர் ஆடை மாற்றிவிட்டுக் கட்டிலில் சுருண்டு படுத்தபோது திரை இடுக்கின் வழியாகச் சூரியக் கதிர்கள் உள்ளே வந்தன. உள்ளே வந்த சூரியக் கதிர்மீது தனது கையை வைத்துச் சிறிது நேரம் அந்த

வெதுவெதுப்பை உணர்ந்தார். சிறிது நேரம் கட்டை போலக் கிடந்து தூங்கத் தொடங்கினார். மதிய உணவுக்குப் பிறகு ஒரு குட்டித் தூக்கம் போடுவதும், அதனால் குற்ற உணர்வு ஏதும் இல்லாமலிருப்பதும்தான், பணி ஓய்வினால் உண்டாகும் பலன் என்று எண்ணிக்கொண்டார் பீட்டர்.

பல மணி நேரம் தூங்கினார். தூங்கி எழுந்தபோது வாயெல்லாம் பூத்துப் போய், தலையணையில் உமிழ்நீர் ஒழுகியிருந்தது. இதுதான் வயது முதிர்வின் பலன் என்று எண்ணினார். ஒரு இரவு வெளியே சென்றதன் விளைவு இது. இதிலிருந்து மீளப் பல நாள்கள் ஆகும். இன்னும் ஒரு இரவும் வெளியே செல்ல வேண்டியுள்ளது.

லெஸ்லிக்கு ஃபோன் செய்து அடுத்த இரவு பயணத்தை ரத்து செய்யலாமா என்று யோசித்தார். ஆனால் அவரது மனக்கண் முன் மாதுங்கா சாலை நிலையக் கழிப்பறையில் இறந்து கிடந்த பாவப்பட்ட உடல்தான் தோன்றியது. ஜெண்டேயின் கரங்களில் துவண்டு கிடந்த குழந்தையின் உடல்தான் மனக் கண்ணில் தோன்றியது. துர்ராவின் உடல், எலும்பும் சதையுமாகச் சிதறிக் கிடந்ததையும் நினைத்துப் பார்த்தார். இந்த வழக்கு பற்றியும், அந்தக் கழிவறைகள் பற்றியும், ஹிமலின் விதியை உறுதிப்படுத்தவிருக்கின்ற சில விஷயங்கள் பற்றியும் தெரிந்து கொள்ள நிறைய வாய்ப்புகள் கிடைக்கும் என்பதால், அவர் அவசியம் லெஸ்லியுடன் போகவேண்டும். சுனில் தேர்ந்தெடுத்திருக்கிற வாழ்க்கைப் போக்கு பற்றி ஒருவேளை ஏதேனும் தெரிந்து கொள்ளலாம் என்று பீட்டர் எண்ணினார். இல்லையென்றால் எப்பொழுதுமே தெரிந்துகொள்ள முடியாது.

பீட்டர் வலிந்து குளியலறைக்குள் நுழைந்து ஒரு வாளி தண்ணீர் கொண்டு குளித்து முடித்தார். அவர் தண்ணீரை வீணாக்கக் கூடாது என்பதில் கவனமாக இருப்பதால், ஒரு வாளித் தண்ணீருக்கு மேல் பயன்படுத்துவது இல்லை. ஆனால் இன்று, தான் கொண்டிருந்த பெரும் சோர்விலிருந்து தன்னை மீட்டெடுக்க அரை வாளி நீர் போதுமென்று, அரை வாளித் தண்ணீரைத் தலையில் ஊற்றிக் கொண்டு குளித்து முடித்தார்.

***

அவர்கள் இருவரும் பந்தராவில் சந்திக்க வேண்டுமென்றும், அங்கே ஒட்டுக் கேட்பதில் கெட்டிக்காரர்கள் இருப்பார்கள் என்றும் லெஸ்லி சொல்லி இருந்தார். பீட்டர் இதைப் பல்லைக் கடித்துப் பொறுத்துக்கொண்டார். லெஸ்லியின் பல தந்திரங்களில் ஒன்று சிலேடையாகப் பேசுவது, அத்துடன் செம்மொழியில் பேசுவது,

"என்னைப் பார்" என்பது போல உடைகளை அணிந்து கொள்வது, உடல் மொழி போன்ற பல தந்திரங்களைக் கையாள்வது. சில நேரங்களில் இந்தத் தந்திரங்களே அவரது அடையாளம் ஆகிவிட்டன என்று பீட்டர் நினைப்பார். லெஸ்லி என்பவர் ஓர் அறையைச் சுற்றி மாட்டப்பட்டிருக்கும் கண்ணாடிகள் மாதிரி. எப்போதும் பிரதிபலித்துக்கொண்டும், எதிரொலித்துக்கொண்டும் அவரது நிஜத்துக்கும் அவருக்கும் தொடர்பு இல்லாமல் இருக்கும். "இது லெஸ்லியின் தளர்ச்சி" என்று தனக்குள்ளே சொல்லிக் கொள்வார். "எனக்கு லெஸ்லியின் தளர்ச்சி வந்துவிட்டது."

மக்கள் கூட்டத்தால் ஸ்டேஷன் சுறுசுறுப்பாக இருந்தது. ஒவ்வொருவரும் தனக்கென்று உள்ள பணியில் சுறுசுறுப்பாக இயங்கிக்கொண்டிருப்பது போல் தெரிந்தது. இது மும்பை பகுதியின் ஒரு காட்சி. அவரைப் பார்க்க கோவாவிலிருந்து வந்த அத்தை மும்பை நகரைப் பற்றிச் சொன்னது பீட்டரின் நினைவுக்கு வந்தது. "ஒவ்வொருவரும் போகும் அவசரத்தில் ஒருவரை ஒருவர் மோதிக் கொள்ளப்போவது போலவும், கடைசி நிமிடத்தில் விலகிக் கொள்வது போலவும் தெரியும். அப்படி இருக்கும் போது, இங்கே எப்படி செக்ஸ் தொழில் இருக்க முடியும்?"

"அசட்டுத்தனமாகப் பேசக்கூடாது, அன்பரே" என்று லெஸ்லி சொன்னார். "இதை நீங்கள் தவறாகப் புரிந்துகொண்டுள்ளீர்கள். ஏமாற்றுப் பேர்வழிகளும், வாடகைச் சிறுவர்களும், தந்திர வலைகளும் உங்கள் மூளையை ஆக்கிரமித்துள்ளன. ஒருவரை ஒருவர் சந்தித்துக் குடித்து மகிழும் இடம் போன்ற சந்தை இது இல்லை. பெரும்பாலான ஆண்கள் சாதாரணமாக இங்கே பாலுறவு வைத்துக்கொள்ளத்தான் வருகிறார்கள்."

"ஆனால் எங்கே?"

"ஆம். அருமையான கேள்வி. பம்பாய் நகரில் மட்டும் பத்து மில்லியன் மக்கள் வாழ்கிறார்கள். பத்து பேருக்குப் படுக்கை அறை வசதிகள் உள்ளன. மீதமுள்ளவர்களுக்குச் சந்து பொந்து கூட இல்லை. எங்களுக்கென்று ஏதோ ஒரு சந்து பொந்து போல ஒன்று உண்டு. ஆனால் நான் சொல்லுவது போல, சிருங்கார ரசத்திற்கென்று நகரில் ஓர் அறை இல்லை. முறையான 'ஆண் பெண்' உறவு கொள்பவர்களுக்குக் கூடத் தனி இடம் இல்லை. ஆகவே நாங்கள் எங்கே போவது? அதனால்தான் நாங்கள் அதைக் கழிப்பறைகளில் செய்கிறோம். அடுத்தவர்களுக்கு அருகில் நின்றுகொண்டே இதைச் செய்கிறோம். அதனால்தான் போலீஸ் எங்களைப்

பிடித்துக்கொள்கிறது. ஏமாற்றுப் பேர்வழிகளும் எங்களைப் பிடிக்கிறார்கள். அது மட்டுமல்லாது இப்பொழுதெல்லாம் சில வெறியர்கள் கத்தியைக் காட்டி மிரட்டுகிறார்கள். இப்படித்தான் இந்நகரிலுள்ள நூற்றுக் கணக்கான, ஆயிரக் கணக்கான ஆண்கள், இதைப் பெண்கள் இல்லாமல் செய்கிறார்கள்."

"அப்படியானால் இதைச் சந்தர்ப்பச் சூழ்நிலை என்று சொல்லுகிறீர்களா?"

"ஒரு ஆண் இன்னொரு ஆணோடு விரும்பியே பாலுறவு வைத்துக் கொள்கிறான். நம்பத்தான் வேண்டும். ஆனால் இதெல்லாம் நான் மனக்கண்ணால் பார்த்து ரசித்துக்கொள்வதுதான். மற்றபடி வேறு மாதிரி சொல்வதென்றால்: நாம் எல்லோரும் பாலுறவின் அடிப்படையில் பலவீனப்பட்ட ஜென்மங்கள். இந்த வகையிலோ அல்லது அந்த வகையிலோ ஏதோ ஒரு வகையில் அந்த சுகம் நமக்கு அடிப்படையிலேயே தேவைப்படுகிறது. இங்கு வரும் ஒரு சிலர் ஆண்கள்தான் அதற்கு வேண்டுமென்ற அவசியத்தில் வருவதில்லை. ஒரு பொந்தின் வழி கிடைக்கும் கதகதப்பும், மனமொத்த இணக்கமும் அவர்களுக்கு அங்கே தேவைப்படுகிறது. அதைத்தான் உங்களுக்குச் சொல்லுகிறார்கள்."

"எல்லாருமே நான் அப்படி இல்லையென்று சொல்லுவார்கள்" என்று யூனிட் சொன்னான்.

"அப்படித்தான் சொல்லுகிறார்கள். ஆனால், அவர்கள் என்ன சொல்ல வருகிறார்கள்? கழிப்பறைக்கு வரும் ஆண்களை அந்த எண்ணத்தோடு தொடும் வகையைச் சார்ந்தவன் நான் இல்லையென்று சொல்ல வருகிறார்களா? அதுவும் பணத்துக்காகத் தொழில் செய்ய வரும் ஆண்களை அந்த எண்ணத்தோடு தொட்டுப் பார்க்கும் ஆள் நான் இல்லை என்று சொல்ல வருகிறார்களா? அவர்கள் எதைச் சொல்ல வருகிறார்கள் என்று புரியவில்லையே. தன்பாலினச் சேர்க்கையாளன் என்பதையே அவர்கள் ஏற்றுக்கொள்ள மறுக்கிறார்கள் என்று நினைக்கிறேன். அந்த வகையான கூட்டத்தையே அவர்கள் வெறுக்கிறார்கள், ஏனென்றால், அவர்கள் தன்பாலினச் சேர்க்கையாளர்களாக இருப்பதற்கான அடையாளமே அந்தக் கூட்டம்தான் என்று நினைக்கிறேன். வெளி ஆட்களின் சமூக உயர்வு நிலையை அவர்கள் நிராகரிக்கிறார்கள். பாதுகாப்பான இருபால் உறவுள்ள உலக வாழ்க்கையைத் தொடர, ஒரு அடி எடுத்து வைக்கக்கூட அவர்கள் நம்பிக்கை இழந்தவர்களாக இருக்கிறார்கள்."

இது பீட்டருக்கு ஆழ்ந்த வருத்தத்தை ஏற்படுத்தியது.

"உங்களுக்கும் இப்படித்தானா?"

"இல்லை" என்று மறுத்தார் லெஸ்லி. "எனக்குத் தெரியும். எட்டுவயதோ, எதுவோ இருக்கிறபோது எனக்குத் தெரியும். ஆண்களை அப்படியே வெற்றுடலாகப் பார்க்க விரும்பினேன் என்பது எனக்குத் தெரியும். அந்த நேரத்தில் அது 'அதற்குத்தான்' என்று தெரியும். பாவம், என் அப்பா என் மீது அபார நம்பிக்கை கொண்டிருந்தார். உடற்பயிற்சி சார்ந்த பத்திரிகைகளை வாங்கித் தருமாறு அப்பாவிடம் கேட்டு வாங்கிக்கொள்வேன். அந்தப் பத்திரிகைகள் கட்டுமஸ்தான உடல் அமைப்பைக் கொண்ட ஆண்களின் படங்களைக் கொண்டிருக்கும். அதில் வரும் ஆண்களின் உடலமைப்பைக் கண்டு நான் ஏங்கியதுண்டு. நான் இப்போது தன்பாலினச் சேர்க்கையில் உள்ள ஆண் அழகன் அல்ல. ஆனால் அந்த நேரத்தில், மற்ற ஆண்களிடம் என்ன இருக்கிறது என்று தெரிந்துகொள்ள நான் வேறு என்ன செய்வது?"

"உங்களையே நீங்கள் பார்த்துத் தெரிந்துகொள்ள வேண்டியதுதானே?"

"ஓ, ரப்பிஷ். ஒரு தற்காதல் உணர்வு; தன்னையே காதலித்துக் கொள்ளும் தன்மை. அப்படி ஒரு வியாதி எனக்கிருந்ததில்லை. அங்கே, அந்த இளைஞனைப் பாருங்கள். ஐந்து நிமிடங்களாக அங்கும் இங்கும் நடந்துகொண்டிருக்கிறான். அவன் தன்பாலினச்சேர்க்கைக் குழுவைச் சார்ந்தவன். அவனை அப்படி வெறித்துப் பார்க்காதீர்கள். உங்களுக்கு அவனைப் பிடித்து விட்டது என்று முடிவெடுத்துவிடுவான்."

"அது உங்களுக்கு எப்படித் தெரியும்?"

"அவனிடம் ஒரு ஈர்ப்பு இருக்கிறது, பாருங்கள்."

"அப்படியென்றால்?"

"அவன் நடை ஒரு விஷயத்தைப் புலப்படுத்துகிறது. அவன் எப்படி நடந்து செல்கிறான்; எங்கே நிற்கிறான்; எதைப் பார்க்கிறான் என்பதெல்லாம் ஒன்றைப் புலப்படுத்துகிறது. இதையெல்லாம் ஒருவனுடைய கண்களில் கண்டுகொள்ளலாம். உங்கள் முகத்தையும், உடம்பையும் அவன் பார்க்கும் பாய்ச்சல் பார்வை - உங்கள் அந்தரங்க உறுப்புகளைக் குறிப்பிட்டுப் பார்க்கும் கூர்மையான பார்வை - இதெல்லாம் ஒரு சமிக்ஞை. பிறகு நீங்கள் அவனைக் கவனிக்கிறீர்களா என்று உங்கள் கண்களைப் பார்க்கிறான். உங்கள்

பார்வையில் ஒரு அர்த்தமும் இல்லையென்றால், அவன் அந்த இடத்தைக் காலி செய்துவிடுவான். உங்களுக்கு ஆர்வம் மேலிட்டு, உங்கள் கண்கள் அவன் மீது வட்டமடிக்கத் தொடங்கினால், உங்கள் இருவரின் நோக்கமும் ஒரே நேர்க்கோட்டில் செல்கிறது என்று அர்த்தம். அதற்கெல்லாம் இந்தக் கழிப்பறைதான் வசதியான ஒன்று.

"அது எதனால்?"

"எதனால் என்றால், எங்களின் நாற்றமெடுத்த கழிப்பறைகளில்தான் அவர்களின் தொழில் அரங்கேறி வருகிறது. ஆண்கள் வந்து கொண்டும், போய்க் கொண்டும் இருக்கிறபோது, நீங்கள் அங்கு நிற்க விரும்பினால் நீங்கள் ஒரு மைக்கல் ஆஞ்சலோவைப் போலத் தன்பாலினச் சேர்க்கையாளன் என்பதில் ஐயமில்லை. இது அவர்கள் வாழ்க்கையின் உயர் படிநிலை : அதாவது பத்தடி தூரத்திலிருந்தே ஒரு தன்பாலினச் சேர்க்கையாளனை எந்த உதவியும் இல்லாமல் அடையாளம் காண்பதுதான்."

மெதுவாக, லெஸ்லி கொடுத்த விபரங்களின்படி, பொறுமையுடன் காத்திருந்து, அடுத்தவர்களை நோக்கி கவர்ச்சியுடன் முன்னேறிச் சென்று, சிறிய பரிமாற்றங்களைச் செய்யும் ஆண்களை பீட்டர் கண்டறிந்துகொள்ளத் தொடங்கினார். லெஸ்லி கூறியது மிகவும் சரி. ஒரு வங்கி ஊழியர் போல, காப்பீட்டுத் தரகர் போல, வாகனங்களை வாங்கிக் கொடுக்கும் தொழில் செய்பவர்போல - எல்லாருமே நடுத்தர வர்க்கத்தினர்தான். இளைஞர்கள் எல்லாம் கல்லூரி மாணவர்கள் போலவும் அல்லது கல்லூரி மாணவர்கள்போல உடை அணிந்துகொண்டவர்கள் போலவும் காணப்பட்டார்கள்.

"இராணி மா" என்று சொல்லிக்கொண்டு, வெள்ளை ஜீன்ஸ், நேவி தொப்பியுடன் நாடகத்தில் வரும் குதிரை வீரன் போல உடையணிந்துகொண்டு லெஸ்லியின் முன்பு வந்து குனிந்து வணங்கி நின்றான் ஒருவன். "என்ன விஷயமாக இங்கு வந்தீர்கள்?" என்று கேட்டான்.

"கடமை அழைத்தது. ஒரு கண்டிப்பான அழைப்பு. அதை மீற முடியாமல் வந்தேன்."

"ஓ! கவிதை. நான் கவிதையை நேசிக்கிறவன். நான் ஏன் ஆங்கில இலக்கியப் பாடத்திலிருந்து கணக்குப் பாடத்திற்கு மாறினேன் என்று உங்களுக்குத் தெரியுமா?"

பீட்டர் ஆச்சரியப்பட்டுப் பார்த்தார்.

அப்போது அவர்களைக் கடந்து சென்ற ஒரு மனிதன் மிகவும் நிதானமாக "போலீஸ்" என்று சொல்லிவிட்டுக் கடந்தான்.

"நாம் இங்கே நின்றுகொண்டிருப்பதால் போலீஸ் நமக்கு தொல்லை தருவது போல அவன் நினைக்கிறான்" என்று அந்த இளைஞன் சொன்னான்.

"இது ராகுல். இவர்களுக்கெல்லாம் ராகுல் என்று பெயர்" என்றார் லெஸ்லி.

"ஏன்" என்று கேட்டார் பீட்டர்.

"விர்ஜினியாவை இவருக்குத் தெரியாதா?" என்று அந்த இளைஞன் கேட்டான்.

"அவரைப் பார்த்தால் விர்ஜீனியாவைத் தெரிந்துகொள்பவர் போலவா தெரிகிறது?"

"ஓ. சுற்றுலா வந்தவர். ஏன் அவர் இங்கு வந்து தங்கி கிளப்பில் சேர்ந்துகொள்ளக் கூடாது? நாம் ஒரு மைனாரிட்டி என்று சொல்லிச் சொல்லி அலுத்துப் போய்விட்டது."

தன்பாலினச் சேர்க்கையாளர்களை ஏன் 'ராகுல்' என்ற புனை பெயரைத் தேர்ந்தெடுக்கிறார்கள் என்ற விபரத்தினை யாரும் பீட்டருக்குச் சொல்லப் போவதில்லை என்பது பீட்டருக்குத் தெளிவாகத் தெரிந்தது.

"போலீஸ்" என்று சொல்லிக்கொண்டே இன்னொரு ஆளும் கடந்து சென்றான்.

"எச்சரிக்கை என்ற பெயரில் வரும் பெரிய நோய் இது. நான் போய்ப் பார்க்கிறேன்" என்றான் ராகுல்.

சிறிது நேரத்தில் திரும்பிய அவனுடைய முகம் வாடியிருந்தது.

"மக்களை வளைத்து வைத்துக் கேள்வி கேட்கிறார்கள். குற்றம் இழைப்பவர்கள் என்கிறார்கள். வாடகைக்குக் குடியிருப்பவர்கள், கோழி விற்பவர்கள் போன்று யாரையும் விடவில்லை. போய் விடுங்கள் ராணி மா, வீட்டிற்குப் போய் விடுங்கள் நானும் வந்து விடுகிறேன்."

18

இந்தச் செய்தி பரவியது. ஆனால் ஒன்றும் நடக்கவில்லை. விஷயம் (செய்தி) நிதானமாகக் கசிந்துகொண்டிருந்தது. பீட்டர் தெற்கு நோக்கிச் செல்லும் ஒரு இரயிலைப் பிடித்தார். இந்த ஒட்டுமொத்த நிகழ்வுகளில் இவரும் ஒரு அங்கமோ என்று யாரேனும் நினைக்கக் கூடும் என்று பீட்டர் நினைத்தார். கடைசியாக அவர் லெஸ்லியிடமும் 'ராகுலிடமும்' பேசிக் கொண்டிருந்தார். நம்மைப் பற்றி மற்றவர்கள் என்ன நினைப்பார்கள் என்று நாம் எவ்வளவு கவலைப்படுகிறோம் என்று பீட்டர் நினைத்தார்.

பீட்டரின் சட்டைப் பையில் கிடந்த ஃபோனிலிருந்து செய்தி வந்துள்ள சத்தம் கேட்டது. அந்தச் செய்தியை ஜெண்டே அனுப்பி இருந்தார்.

"சிஎம்2 - மாதுங்கா சாலை ஸ்டேஷன் - மேலும் ஒன்று."

இல்லை. யூனிட் இல்லை. பீட்டர் வேண்டிக்கொண்டார். யூனிட் இருக்கக் கூடாது. ஜெண்டேயை ஃபோனில் கூப்பிட்டுத் தெரிந்துகொள்வதை விட பீட்டருக்குக் கூடுதலாகத் தெரியும். ஒவ்வொரு இறந்த செய்தி வரும் பொழுதெல்லாம் இவருக்குப் பிரச்சினையின் அழுத்தம் கூடிக்கொண்டே போகும்.

இரயிலில் அவருக்குள்ளே உருவான பயத்தோடு போராட்டம் நடத்திக்கொண்டு வந்தார். "அது ஏன் யூனிட் ஆக இருப்பானோ? என்று நினைக்கிறாய்" என்று பீட்டர் தனக்குள்ளே கேட்டுக் கொண்டார். "அவனுக்கும் (யூனிட்) அந்த மிரட்டுதலுக்கும் எந்தத் தொடர்பும் இல்லை. சூரஜ் அவனது ஃபோனில் இவனது (யூனிட்) ஃபோன் நம்பரை வைத்திருக்கமாட்டான். இல்லை, அது அவனாக இருக்கக்கூடாது." ஆனால் பயம் போகவில்லை. கடைசியாக பிராக்ஸியோடு தொடர்பில் இருந்த இவன் மட்டும் மிச்சமிருக்கிறான். பிராக்ஸியின் பணத்தை இவன்தான் வைத்திருந்தான்.

மாதுங்கா சாலை இரயில் நிலையத்தில் இறங்கி நடை மேடையின் வடக்கு எல்லைக்குச் சென்றார். அதே வகையைச் சார்ந்த

மக்கள் அங்கே காணப்பட்டனர். அதே வெறித்த பார்வை கொண்ட ஆண்கள்; அதே கேள்வி: அதே ஊகம். ஒரு நாளில் ஒன்றுக்கும் மேற்பட்ட நபர்கள். இரயிலிலிருந்து விழுந்து இறக்கிறார்கள். இறங்கித் தண்டவாளத்தைக் கடந்து செல்கின்ற போது மரணமடையும் செய்தி நிறைய உண்டு. அவர்களில் 'இந்த' மக்களில் ஒருவர் என்று யூகித்துக்கொள்ளலாம். அதில் சிலர் முக்கியமான நபர்களாகக் கூட இருந்துவிடுகிறார்கள்.

ஒருவேளை, இறந்த உடலைப் பிணவறைக்குச் சுமந்து செல்ல ஸ்ரெட்சரையும், உடலை மூடப் பயன்படும் துணியையும் அவசரமாகக் கொண்டு வந்த மருத்துவமனைப் பணியாளர்களாக அவர்கள் இருக்கலாம்.

ஜெண்டே அமைதியாகவும் அதே சமயம் ஆத்திரத்துடனும் அங்கே நின்றுகொண்டிருந்தார்.

அவர் கழிப்பறையைச் சுட்டிக்காட்டினார். பீட்டர் உள்ளே நுழைந்தார்.

அங்கே அந்தக் கழிப்பறைத் தரையில் மல்லாந்து செத்துக் கிடந்தவன் யூனிட் இல்லை. ஹிமல்தான் அப்படிப் படுத்துக் கிடந்தான். அதிகக் கவனத்துடன் பேணிப் பாதுகாக்கப்பட்டிருந்த அந்த அழகான (மிருக) உடல் சீரழிந்து கிடந்தது. பிராக்ஸி இறந்தது போல இவனும் கத்திக் குத்துப்பட்டு இறந்து கிடந்தான். வேறு ஏதோ ஒன்றும் அங்கு இருந்தது. அது பிராக்ஸியோடு இந்த இளைஞனைத் தொடர்புபடுத்தியது. ஆனால், அங்கே வழிந்து கொண்டிருந்த ரத்தம், மூத்திரம் இவைகளின் நடுவே அது என்னவென்று அவரால் சொல்ல முடியவில்லை.

இருளில் பீட்டர் தடுமாறினார்.

"என்ன ஆச்சு?"

ஜெண்டே குழம்பினார். ஆனால் அந்தக் குழப்பத்தில் மிகுந்த கவனமும் அக்கறையும் வெளிப்பட்டது. இந்தக் குழப்பமும், இருவரின் யூகங்களும் ஒரே மாதிரி இருந்தன என்பதை வெளிப்படுத்தியது. ஆனால் நம்முடைய யூகங்கள் முற்றிலும் பொருளற்றனவாயிற்று.

"உடலிலிருந்து ஏதாவது உறுப்பு எடுக்கப்பட்டிருக்கிறதா?" என்று பீட்டர் கேட்டார். அப்படி அவர் கூறியது கூட அர்த்தமற்றது என்று பீட்டர் எண்ணினார்.

"ஆம். கையை உள்ளே விட்டு என்ன இருக்கிறது, என்ன இல்லை என்று கண்டுபிடிக்க முயற்சித்தேன்."

"சாரி" என்றார் பீட்டர். ஒரு நிமிடம் கழித்து ஜெண்டே "சாரி உடல் உறுப்புகளெல்லாம் இருக்கிறதா என்று அந்தச் சடலத்தை சரிபார்க்கச் சொல்லி அவர்களிடம் சொல்கிறேன்."

"அவனது சகோதரியிடம் சொல்ல வேண்டாமா?"

"இரவு நேரங்களில் நம்மோடு ஒரு பெண் அதிகாரி வரவேண்டும். அந்தப் பெண் அதிகாரி வந்த பிறகு நாம் போகலாம். தேநீர் அருந்துவோமா?"

அருகிலிருந்த தேநீர்க் கடைக்கு இருவரும் நடந்து சென்றார்கள். வழக்கம் போலக் கடையில் பீட்டர் தேநீர் கேட்டு அதற்கான பணத்தையும் அவரே கொடுத்தார். இதை ஜெண்டே செய்திருந்தால், தேநீர்க் கடைக்காரர் ஜெண்டே பணம் கொடுக்க வேண்டாம் என்று சொல்லியிருப்பார். நான் தான் கொடுக்க வேண்டும் என்று ஜெண்டே சொல்லுவார். ஒருமுறை ஏன் இப்படிச் செய்தீர்கள் என்று பீட்டர் கேட்டபோது, "தேநீர் முக்கியமா, கொள்கை முக்கியமா? என்று கேட்டுவிட்டு ஜெண்டே சிரித்தார். "சவுலோட கடை ஞாபகம் இருக்கிறதா?" பீட்டர் அதை எப்படி மறக்க முடியும்? அது கடற்கரை ஓரத்தில் அமைந்திருந்த ஒரு சிறிய தேநீர்க்கடை. 1970களில் புனித பீட்டர் பள்ளியில் இருவரும் சேர்ந்தார்கள். அப்பள்ளி விளையாட்டு வீரனான சவுல், வாஷி பாலத்தைத் தாண்டுகிறேன் பேர் வழி என்று தாண்டிய போது காலை உடைத்துக்கொண்டான். அப்போது வகுப்புத் தோழர்கள் அத்தனை பேரும் தலைக்கு 100 வீதம் வசூலித்துக் கொடுத்தார்கள். "அப்போது நான் கடையின் பின்பக்கம் இருந்தபோது அக்கடைக்கு இரண்டு போலீஸ்காரர்கள் வந்தார்கள். நூடுல்ஸ், கோழி வறுவல், இன்னும் ஏதோ கொண்டு வருமாறு சொன்னார்கள்" என்றார் ஜெண்டே. அப்போது உள்ளிருந்த சமையல்காரன், "ஹா தூ" என்று பரிமாறவிருந்த சாப்பாட்டின் மீது காரித் துப்புவது போல சமிக்ஞை செய்தான். தொடர்ந்து உணவு கொண்டு வந்து பரிமாறுகிறவனும் "ஹா-தூ" என்றான். இருக்கலாம். ஒருவேளை அவர்கள் துப்பினாலும் துப்பலாம். யார் கண்டது? ஏனென்றால் போலீஸ்காரர்கள் பணம் கொடுப்பதில்லை. ஆகவே அதிலிருந்து நான் பணம் கொடுத்துவிடுவேன். இல்லையென்றால் அவர்கள் உங்கள் சாப்பாட்டின் மீது காரித் துப்பிவிடுவார்கள். உண்மையில் இல்லை. ஆனால் நினைப்பு இருக்கிறது."

அந்தேரி வரை செல்ல இவர்களின் பாதுகாப்புக்கு வர வேண்டிய பெண் போலீஸ் அதிகாரி வரும் வரை, இனிப்பு தூக்கலாகப் போடப்பட்டிருந்த தேநீரைக் கொஞ்சம் கொஞ்சமாகக் குடித்தார்கள். பெண் பக்தர்கள் வந்த கோயிலுக்குப் பாதுகாப்பு கொடுக்கச் சென்றுவந்ததால் களைப்படைந்திருந்த பெண் போலீஸ் சப்-இன்ஸ்பெக்டரான ஜெய்ஸ்ரீ பாட்டிலும் கொஞ்சம் தேநீர் குடிக்க விரும்பினாள்.

பீட்டர் தேநீர் வாங்கி வர முயன்றபோது, ஜெயஸ்ரீ தானே சென்று தேநீரைப் பெற்றுக்கொண்டார். ஆனால் அந்த அம்மையார் பணம் செலுத்துவது பற்றி அக்கறைப்படவில்லை. இதற்கிடையே நேரம் போய்க்கொண்டேயிருந்தது. ஜெண்டேயின் அவசரத்தைப் பீட்டர் புரிந்துகொண்டார். அதனால் பீட்டர் ஹிமலிக்கு ஃபோன் செய்து தங்கள் வருவதை அறிவித்துவிடலாமே என்று ஆலோசனை வழங்கினார்.

"அது நன்றாக இருக்குமா?" என்று ஜெண்டே கேட்டார்.

"நடு ராத்திரியில் போய் உன் சகோதரன் செத்துவிட்டான் என்று சொல்லுவதை விட இது நல்லதுதானே?"

"நான் என்ன சொல்லுகிறேன் என்றால், காலையில் செல்வதுதான் உசிதமாகப்படுகிறது" என்றாள் பாட்டில்.

"அவள் காலையில் போய் போலீஸ் ஸ்டேஷனில் நின்று என் சகோதரனைக் காணவில்லை என்று புகார் கொடுப்பாள். அப்போது நான் இறந்த உடலைக் கையில் வைத்துக்கொண்டு முறையாகத் தகவல் தெரிவிக்கவில்லையென்றால், அவள் நேராக ஊடகங்களிடம் போய் முறையிட்டு மும்பை போலீஸார் அப்படிச் செய்கிறார்கள் இப்படிச் செய்கிறார்கள் என்று சொல்லி விடுவாள்."

"அதுவும் சரிதான்" என்றாள் பாட்டில்.

அந்த வீட்டிற்குப் புறப்படும்போது சரியாக நள்ளிரவு ஆகிவிட்டது.

"அவள்தான் அவனைக் கொன்றாள் என்று நினைக்காதீர்கள். அப்படி ஏதும் நினைக்கிறீர்களா? ஆனால், அது ஆண்கள் கழிப்பறை என்று நான் கருதுகிறேன். ஆனால் அவள்தான் அவனைக் கொலை செய்திருக்க வேண்டும். இல்லையேல் எனக்குப் பைத்தியம் பிடித்துவிடும்" என்றார் பீட்டர்.

"என்ன சொல்லுவதென்றே விளங்கவில்லை" என்றார் ஜெண்டே. இவனைக் கொலையாளி என்று சந்தேகப்படுகிறோம். இப்போது இவன் கொலை செய்யப்பட்டிருக்கிறான். அப்படியானால் யாரோ இன்னொரு கொலையாளி இருக்கிறான். ஒரு வழக்கிற்கு எத்தனை கொலைகாரர்கள் வருவார்கள்?"

பீட்டர் தலையை ஆட்டினார். வன்முறை அப்படி இருக்கிறது. அதுதான் அடுத்தடுத்து செய்ய வைப்பது போலிருக்கிறது. ஹிமல் பழிவாங்குவதற்காகக் கொலை செய்தான். ஹிமலை யார் கொலை செய்திருப்பார்கள்?"

"ஆனால், அவள் தன் கூடப் பிறந்த சகோதரனையே கொலை செய்யமாட்டாள், இல்லையா?" என்று ஜெய்ஸ்ரீ கேட்டாள்.

கிரிமினல் புத்தி உள்ளவர்கள் இதுபோன்ற கொலை செய்ய மாட்டார்கள் என்று ஜெண்டே அடிக்கடி பீட்டரிடம் கூறியிருக்கிறார். சந்தர்ப்பம் கிடைக்கிறபோது விளைவுகளைப் பற்றிச் சிந்திக்காமல், திடீரென்று தோன்றும் உள்ளுணர்வால் அவ்வாறு செய்வார்கள். சந்தர்ப்பம் இல்லாதவர்கள் அவ்வாறு செய்ய மாட்டார்கள்.

ஹிமலி தூங்கவில்லை. பூப்போட்ட நைட்டி அணிந்து கொண்டிருந்தாள். இவர்களை அவள் பார்த்தமாத்திரத்தில், அவளுக்குள்ளே இருந்த ஒரு ஸ்விட்சை யாரோ தட்டிவிட்டு எரியத் தொடங்கியது போல ஆனாள்.

"இந்த நடு இரவிலா? நான் தனியாக இருக்கிறேன். என் சகோதரன் கூட..." என்றாள் ஹிமலி.

அவள் மீண்டும் இவர்களைப் பார்த்தாள்.

"மேடம். இது உங்கள் சகோதரனைப் பற்றிய செய்தி. அத்துடன் ஒரு பெண் போலீஸ் அதிகாரியும் எங்களோடு வந்திருக்கிறார்."

"உட்காருங்கள் இதோ வருகிறேன்" என்று சொல்லிவிட்டு உள்ளே சென்றாள்.

அவர்கள் நடு ஹாலுக்கு வந்தார்கள். அந்த ஹால் காலியாக இருந்தது. அங்கிருந்த இருக்கைகள் எல்லாம் அகற்றப்பட்டிருந்தன. அதற்குப் பதிலாக, அரசியல் கூட்டங்களுக்குப் போடப்பட்டிருப்பதுபோல ஆறு பிளாஸ்டிக் நாற்காலிகள் போடப்பட்டிருந்தன. அதில்

இரண்டு நாற்காலி சிகப்பு நிறத்திலும், இரண்டு நீல நிறத்திலும், இரண்டு வெள்ளையிலும் காணப்பட்டன.

மீண்டும் அவள் வந்தபோது சல்வார் கமீஸ் அணிந்து இரட்டைச் சடை போட்டிருந்தாள்.

“சொல்லுங்கள்” என்றாள்.

“சொல்லுவதற்கு வருத்தமாக இருக்கிறது. உங்கள் சகோதரனை யாரோ கொலை செய்துவிட்டார்கள்.”

விரிந்த கண்களுடன் அவர்களைப் பார்த்தாள். ஒரு வகையான அதிர்ச்சி அவள் உடல் எங்கும் பரவியது.

“ஐயோ, கடவுளே, கடவுளே. ஒரு நாள் அவனுக்கு இப்படி ஆகும் என்று நினைத்தேனே” என்று சொல்லிக்கொண்டே தன் துப்பட்டாவில் முகம் புதைத்து அழுதாள். ஜெய்ஸ்ரீ அவள் அருகே சென்று அமர்ந்தாள். இந்த இக்கட்டான தருணங்களில் ஏதாவது செய்து அவளை ஆற்றுப்படுத்த முடியுமா? உதாரணத்திற்கு, உடன் பிறந்தவனை இழந்து நிற்கும் அவளைக் கட்டிப் பிடித்து அணைத்து ஆறுதல் சொல்ல இங்கு அனுமதி உண்டா?

குடும்பத்தில் ஒருவனை இழந்து தவிக்கும் அவளைக் கட்டியணைத்து ஆறுதல் சொல்லலாமா என்று தன்னைத்தானே கேட்டுக் கொண்டாள். இந்நிலைமையை எப்படிச் சமாளிக்கலாம் என்று யோசித்த ஜெய்ஸ்ரீ பாட்டீல் நேராகச் சமையற்கட்டிற்குச் சென்று ஒரு குவளைத் தண்ணீர் கொண்டு வந்து ஹிமலியிடம் கொடுத்தாள். அதைக் கடமைக்கு வாங்கிக் குடித்த ஹிமலி, அந்தக் குவளையை இறுகப் பிடித்துக்கொண்டாள்.

“நான் என்ன செய்யப்போகிறேன்? நான் என்ன செய்யப் போகிறேன்” என்று ஹிமலி விக்கி விக்கி அழுதாள். “அம்மாவால் அவனைத் திருத்த முடியவில்லை. அவன் அம்மாவுடைய ஹிம்மு - ஹிம்மு - ஹிம்மு - எப்போதும் அம்மாவுக்கு அவன்தான். அவளுக்கு அவன் ஒரு கோஹினூர் வைரம் என்று சொல்லுவாள். அப்படியே அவனும் ஆகிவிட்டான். யாராலும் திருத்த முடியவில்லை. அப்பாவால் கூட முடியவில்லை. நாங்கள் யாரும் எதுவும் சொல்லவில்லை. எதுவும் செய்யவில்லை.”

மற்றவர்கள் எல்லோரும் அமைதியில் உறைந்து போய் நின்றனர். அவள் கையிலிருந்த தண்ணீர்க் குவளையை வெறித்துப் பார்த்து,

அதைக் கொஞ்சம் குடித்தாள். தண்ணீர்க் குவளையைக் கீழே வைத்துவிட்டு எழுந்தாள்.

"முகத்தைக் கழுவிக்கொள்கிறேன்" என்று உள்ளே சென்றவள், மீண்டும் வெளியே வந்தபோது, தன் உணர்ச்சிகளை அடக்கிக் கொண்டு அமைதியாக வந்தாள்.

"எப்படி இறந்தான்?"

ஜெண்டே அவள் கேட்டதைக் கண்டுகொள்ளவில்லை. தனது சட்டைப் பையிலிருந்து போலராய்டு புகைப்படக் கருவி மூலம் எடுத்த ஒரு புகைப்படத்தை அவளிடம் காட்டி, "இதில் உள்ளது யாரென்று சொல்லுங்கள்" என்று கேட்டார்.

"இது என் சகோதரன் ஹிமல் ஜுகல் கிஷோர் ஷா" என்றாள்.

"இந்தப் புகைப்படத்தை உங்களிடம் காட்டிக் கேட்க வேண்டியுள்ளதே என்பதை நினைக்கிறபோது வருத்தமாக உள்ளது. ஆனால் இது எங்களது பணி. உங்கள் சகோதரன் சில மணி நேரங்களுக்கு முன்னால் கொல்லப்பட்டிருக்கிறான். இன்றைக்கு அவன் வீட்டை விட்டுக் கிளம்புகிறபோது எங்கே போகிறேன் என்று உங்களிடம் சொல்லிவிட்டுச் சென்றானா?"

ஹிமலி அவரைக் கூர்ந்து பார்த்தாள்.

"இன்றைக்கு நீங்கள் உங்கள் மனைவியிடம் எங்கே போகிறீர்கள் என்று சொல்லிவிட்டுக் கிளம்பினீர்களா?" என்று பீட்டரிடம் திரும்பிக் கேட்டாள். "அல்லது நீங்கள்?" என்று ஜெண்டேயிடம் கேட்டாள். "நீங்களாவது, இன்ஸ்பெக்டர் மேடம், உங்களது கணவருக்குத் தெரியுமா?"

பாட்டில் இல்லை என்பது போலத் தலையாட்டினாள். "எங்கள் தொழிலில், எங்கே போகிறோம், என்ன செய்யப் போகிறோம் என்று எப்படிச் சொல்ல முடியும்?"

"உங்கள் கணவர் இதை ஒரு தடவைக்கு இரு தடவை கேட்டு, நீங்கள் பதில் சொல்ல முடியாமல் நிற்கிறீர்கள் என்று வைத்துக் கொள்வோம், அப்போது உங்கள் கணவர் என்ன சொல்வார், சரி, போ, போ. அதுபற்றி உனக்கு எதுவும் தெரியாத போது, நீ என்ன சொல்வாய்? என்றுதான் சொல்வார்."

இதைக் கேட்ட ஜெய்ஸ்ரீ பாட்டில் விழித்துக்கொண்டு ஜெண்டேயைப் பார்த்தாள்.

"அதைத்தான் நீங்கள் சொல்வீர்களா, திருமதி.பட்டேல்? உங்கள் சகோதரன் உங்களிடம் ஒன்றும் சொல்லவில்லையென்றால், அது அவனுக்கே தெரியாது என்றுதானே அர்த்தம்?"

ஹிமலி அதை யோசித்தாள்.

"இல்லை" என்றாள் அவள்.

"பிறகு, அது எப்படி உங்களுக்குத் தெரியாமல் போகும்?"

"எனது சகோதரன் மற்றவர்கள் மாதிரி இல்லை, இன்ஸ்பெக்டர். உங்களுக்கு அது தெரியும். நீங்கள் அவனைப் பார்த்திருக்கிறீர்கள். அவனைச் சந்தித்திருக்கிறீர்கள். அவனைச் சந்திக்கிற எல்லோரையும் அவன் கட்டிப் போட்டு வைத்திருப்பான். அவனுக்காக அவர்கள் என்ன வேண்டுமானாலும் செய்வார்கள். அவனை அக்கறையோடு கவனித்துக்கொள்வார்கள். அவர்கள் அவனிடம் சொல்லுவார்கள்: என்னோடு வந்து வேலை செய்யுங்கள். இங்கேயே வந்து தங்குங்கள். கட்டணம் செலுத்தும் விருந்தினராகத் தங்குங்கள். பலர் அவனிடமிருந்து பணம்கூடப் பெற்றுக்கொள்ள மாட்டார்கள். அவன் விரும்பிய எதையும் சாதித்துக்கொள்ளலாம். ஆனால், அவன் அந்த மாதிரி ஆள் இல்லை."

"எந்த மாதிரி ஆள் இல்லை?" என்று ஜெண்டே கேட்டார்.

"எல்லாருடைய நல்ல அபிப்ராயத்திலும் அவன் இருக்கமாட்டான். அந்த மாதிரியான நண்பர்களை வைத்துக்கொள்வான்" என்று சொல்லி விரலை நெட்டி முறித்துக்கொண்டாள். "நண்பர்களுக்குள் சண்டை வந்துவிடும். யாராவது 'நேரத்திற்கு வா. முடி வெட்டிக்கொள்' என்பது போல ஏதாவது சொன்னால், அவர்கள் மீது அவன் எரிந்து விழுவான். அவன் பள்ளியில் படிக்கிறபோது அப்பா அடிக்கடி சொல்வார்கள்: உன் கோபம் ஒருநாள் உன்னை அழித்துவிடும். ஆரம்பத்தில் அவ்வளவு மோசமாக இல்லை. மும்பை வந்ததிலிருந்து சில வருடங்களாகத்தான் நிலைமை மோசமாக இருந்தது. அவனிடம் கவனமாக இருக்க வேண்டும். அவன் எப்போது வேண்டுமானாலும் வெடிப்பான். அப்பா எச்சரித்தது உண்மை ஆகிவிட்டது. அவனை அது அழித்துவிட்டது. அதனால்தான் அவன் இறந்திருக்கிறான் என்று நினைக்கிறேன்."

"உங்கள் சகோதரன் கொலையுண்டிருக்கிறான்" என்று ஜெண்டே நினைவூட்டினார். "இறந்த மனிதனுக்காக அவர் அடங்காத கோபத்தில் இருப்பது தெரிகிறது. அதுதான் அவருக்கு அந்த

உந்துதலைக் கொடுத்திருக்கிறது. அதுதான் அவரை ஓர் அர்ப்பணிப்பு உள்ள போலீஸ்காரனாக ஆக்கியது என்று பீட்டர் நினைத்தார். அந்த அநீதி அவரை இன்னும் ஆழமாகப் பாதித்திருக்கிறது.

"எனக்கு அது தெரியும். அது எப்படி இருக்கிறது தெரியுமா, இன்ஸ்பெக்டர்? முதலில் என் அம்மா இறக்கிறாள். அடுத்து என் கணவர் கொல்லப்படுகிறார். பிறகு என் சகோதரன் போய்ச் சேர்ந்துவிடுகிறான்."

"உங்கள் கணவர் தற்கொலை செய்துகொண்டார், இல்லையா? என்று ஜெயஸ்ரீ கேட்டாள்.

"என் கணவர் தற்கொலை செய்து கொள்ளவில்லை. அவர் கொலை செய்யப்பட்டார். என் கண் முன்னாலேயே கொல்லப்பட்டார். என் சகோதரனால் கொல்லப்பட்டார். நான் இப்போது இதை நன்றாகச் சொல்லலாம்."

அந்த அறையில் ஒரு மயான அமைதி நிலவியது. இன்னொரு கொலை என்று பீட்டர் எண்ணினார். இன்னொரு கொலையும் செய்தவன் இப்போது இறந்துகிடக்கிறான்.

ஹிமலி இன்னும் கொஞ்சம் தண்ணீர் குடித்தாள். அவள் அப்படிப் பதில் கூறியதால் மிகுந்த மகிழ்ச்சி அடைந்தாள்.

"ஆரம்பத்திலிருந்து நடந்ததைச் சொல்லுங்கள்" என்று கேட்டாள் ஜெயஸ்ரீ.

"சொல்கிறேன், சிஸ்டர்! உங்களுக்கு இது நன்கு புரியும்" என்று பாட்டிலிடம் சொன்னாள் ஹமலி. "அல்லது நீங்கள் இதைப் புரிந்துகொள்ளாமலும் போகலாம். ஏனென்றால், உங்களுக்குத் திருமணம் ஆகிறபோது உங்களுக்கென்று சில எதிர்பார்ப்புகள் இருக்கும்தானே? உங்கள் கணவர் உங்களுக்கு இதைச் செய்வார்; அதைச் செய்வார் என்ற ஆவல் இருந்திருக்கும். ஆனால் உங்கள் கணவர் உங்களை 'அதற்காகத்' தொடக்கூடவில்லையென்றால் எப்படி இருந்திருக்கும்?"

ஜெயஸ்ரீ முதலில் குழம்பினாள். பிறகு புரிந்து கொண்டாள். "உங்கள் கணவர் சிக்ஸரா?"

சிக்ஸர். கிரிக்கெட் விளையாட்டில் வரும் வார்த்தை, எப்படித் 'திருநங்கை' என்பதாகப் பயன்படுத்தப்படுகிறது என்று பீட்டர் ஆரம்பத்தில் குழம்பினார். அலிகள், வாரத்தின் ஆறாம் நாள்

தங்கள் சுற்றுப் பயணத்தை மேற்கொள்வார்கள் என்ற பொது அறிவு அவருக்குப் புலப்படுத்தியது. இது குறிப்பிடத்தக்க அளவு உண்மையாக இருக்க வேண்டும் என்பதை பீட்டர் கவனிக்கத் தவறிவிட்டார். இப்போது எல்லா நேரமும் அவர்கள் அங்கே இருப்பது போல் தெரிந்தது. பீட்டர் இந்த வார்த்தையைப் பயன்படுத்தியதில்லை. ஆனால் அவரைச் சுற்றி இருக்கும் ஆண்கள் மற்ற ஆண்களின் அந்தஸ்த்தைக் குறைப்பதற்காக இந்தப் பதத்தைப் பயன்படுத்துவார்கள். இப்போது, இங்கே, இதை ஒரு பெண் செய்து கொண்டிருக்கிறாள்.

"இப்போது அவரிடம் யார் சொல்லுவார்கள்? அவர் தான் போய்விட்டாரே," என்று ஹிமலி சொர்க்கத்தைச் சுட்டிக் காட்டினாள். "என்னுடைய திருமணப் பேச்சு வந்தபோது, எங்கள் பிரார்த்தனை கேட்கப்பட்டுவிட்டது என்று எண்ணினோம். மாப்பிள்ளை மும்பையில் ஒரு வெளிநாட்டு வங்கியில் வேலை செய்கிறார், அவருக்கென்று சொந்த வீடு உள்ளது, கை நிறைய சம்பாதிக்கிறார், கார் வைத்திருக்கிறார், இப்படி எல்லாம் எங்களிடம் சொன்னார்கள். ஆனால் அவர்கள் கட்டாயமாக வரதட்சிணையை மறுத்துவிட்டார்கள். ஏனென்றால், மாப்பிள்ளையின் அப்பா ஒரு காந்தியவாதி. இறந்துபோன அம்மாவும் காந்தியவாதி. எனக்கு இலேசாகச் சந்தேகப் பொறி தட்டியது. இந்தக் காலகட்டத்தில் காந்தியத்தை யார் பின்பற்றுகிறார்கள். அப்போது என்னுடைய சகோதரனும் மும்பையில்தான் இருந்தான். அவன், மாப்பிள்ளை பையனைப் பார்த்துவிட்டதாகச் சொல்லி என்னை அந்த மாப்பிள்ளையையே கல்யாணம் செய்துகொள்ளச் சொன்னான். என் அம்மாவும் அவனையே திருமணம் செய்துகொள்ளுமாறு சொன்னாள். அது அப்படி இருக்க, பணத்திற்கு எங்கே போவது? சூரத்தில் உள்ள அவன் வீட்டிற்கு வந்த சமயத்தில் நான் மாப்பிள்ளையைச் சந்தித்தேன். அவரைப் பார்த்தபோது எல்லாம் சரியாகப்பட்டது. அவர் அழகாக, சிவப்பாக, அன்பாக இருந்தார். எனவே சரி என்று சம்மதம் தெரிவித்துவிட்டேன். எங்களுக்குத் திருமணம் நடந்தது. அப்போது எனக்கிருந்த கனவு என்ன தெரியுமா இன்ஸ்பெக்டர், அம்மா?"

பாலிவுட் சினிமா கதைபோல் உள்ளது என்று பீட்டர் நினைத்தார். அதனால் அவர் அதில் ஆர்வம் செலுத்தினார்.

"எனக்கென்று ஒரு குழந்தை வேண்டும். நல்ல குடும்ப வாழ்க்கை வேண்டும். அதற்காக எதையும் இழக்க நான் தயாராக இருந்தேன்.

ஆனால் இதில் எதுவுமே நிறைவேறவில்லை. முதல் நாள் அவர் மிகுந்த களைப்படைந்து இருந்தது போல் தெரிந்தது. நைனிடால் என்ற இடத்தில்தான் எங்கள் தேனிலவு நடந்தது. அங்கேயும் எதுவும் நடக்கவில்லை. அப்போது அவர் வெட்கப்பட்டது போல் தெரிந்தது. ஆனால் அதற்கான முயற்சிகள் எதுவும் அவர் எடுக்கவில்லை. அதற்கு அது, இது என்று ஏதோ ஒரு காரணம் சொன்னார். ஒரு நாள் ‘அது’ நடந்தது. அது என்னை மிகவும் சூடேற்றியது. இன்னொரு நாள் எனக்கு மன உலைச்சல் அதிகமாக இருப்பதாகவும், எல்லாவற்றையும் எளிதாக எடுத்துக் கொள்ள வேண்டும் என்றும் டாக்டர் சொன்னதாக அவர் என்னிடம் சொன்னார். இன்னொரு நாள் வேலைப்பளு அதிகம் என்றார். இதெல்லாம் உண்மையாகத்தான் இருக்கும் என்று எண்ணிக்கொண்டிருந்தேன். ஒவ்வொரு நாள் இரவும் வீட்டிற்குத் தாமதமாகத்தான் வந்தார். அத்துடன் எங்கள் எல்லாரையும் மிகுந்த அக்கறை எடுத்துக் கவனித்துக்கொண்டிருந்தார். அம்மாவுக்குப் பணம் அனுப்பி வந்தார். என் சகோதரன் நினைத்தபோதெல்லாம் எங்கள் வீட்டில் தங்கிவிட்டுச் செல்வான். அவர் எங்களுக்கு நிறைய அன்பளிப்புகள் வாங்கி வழங்குவார். கேட்டது எல்லாவற்றையும் வாங்கித் தருவார். ஹிமல் கேட்பதையும் வாங்கிக்கொடுப்பார். ஒருநாள் அம்மா படுக்கையில் நோய்வாய்ப்பட்டு விழுந்தபோது, சொந்த மகனைப் போலக் கலங்கிப் போனார். அம்மாவை டயாலிசிஸ்க்காக மும்பைக்குக் கொண்டு செல்ல வேண்டியிருந்தது. உங்கள் அம்மாவை, நீங்கள் உங்கள் வீட்டில் வைத்திருக்கிறபோது, அதற்கு உங்கள் கணவர் மறுப்பு தெரிவிக்காமல் இருக்கிறபோது, சில விஷயங்களை நீங்கள் ஏற்றுக்கொள்ளத்தான் வேண்டும். அதுபோல நானும் ஏற்றுக்கொண்டு எதையும் சொல்லவில்லை.

அந்த வகையில் அவர் மிக நல்லவராக இருந்தார். அவர் என் அம்மாவை மிகவும் நேசித்தார். ஏனென்றால், அவர் அம்மா அவரது சின்ன வயதிலேயே இறந்துவிட்டாள். என் அம்மாவின் சிறுநீரகம் செயல் இழந்துவிட்டதாகச் சொன்னார்கள். அதற்கு ஒரே வழி சிறு நீரக மாற்றுச் சிகிச்சைதான். அதையும் அவர்தான் சொன்னார். நாம் அதையும் செய்வோம். அதற்கு ஹிமல், அவருக்கு ஒரு யோசனை சொன்னான். என்னோடு சேர்ந்து ஒரு வங்கிக் கணக்கைத் தொடங்குங்கள். நாம் இருவரும் சேர்ந்து அதில் பணம் போட்டு வருவோம் என்றான். அவரும் ஒத்துக்கொண்டு, இருவரும் சேர்ந்து அதில் பணம் போட்டு வந்தார்கள். யார் எவ்வளவு போட்டார்கள் என்று எனக்குத் தெரியாது. என்னிடம்

இருந்த பணத்தையும் அதில் போட்டேன். இன்னும் இரண்டு மூன்று மாதங்கள் ஆகும் என்று மருத்துவமனையில் எங்களிடம் சொன்னார்கள்."

"வேறு யாரிடமிருந்தாவது சிறுநீரகம் வாங்குவதற்குத்தானே?" என்று ஜெண்டே கேட்டார்.

இந்த இடத்தில் ஒரு பொய்யைச் சொல்ல வேண்டுமே என்பது போலக் கண நேரம் யோசித்தாள். ஆனால் அந்த யோசனையை மாற்றிக் கொண்டாள்.

"உண்மையை மறைப்பதால் என்ன வந்துவிடப் போகிறது. சிறுநீரகம் தருவதாக ஒரு வறுமைப்பட்ட பெண் முன் வந்தாள். மருத்துவமனைதான் அந்தப் பெண்ணை ஏற்பாடு செய்துகொடுத்தது. ஆனால் அந்தப் பெண், நான் என்ன சொல்வது? இப்பொழுதெல்லாம் இந்த மனிதர்கள் மிகவும் நரித்தந்திரம் உள்ளவர்களாக இருக்கிறார்கள். அவர்கள் இது வேண்டும், அது வேண்டும் என்கிறார்கள்; நாங்கள் எல்லாவற்றையும் ஏற்றுக்கொண்டு பணத்தை எடுத்துக்கொடுத்துக் கொண்டிருந்தோம்."

மீதிக் கதையைப் புரிந்துகொள்வது எளிதாக இருந்தது. அறுவைச் சிகிச்சைக்குச் சில நாள்களுக்கு முன்பே சூரஜ் தந்திர வலையில் சிக்கிவிட்டான். அவனைக் காவல் நிலையத்திற்குக் கொண்டு சென்றபோது முற்றிலும் செயல் இழந்து நின்றான். அத்துடன் அவனது ஃபோனை நிறுத்தி வைக்கத் தவறிவிட்டான். அதுவே அவனை பிளாக்மெயில் செய்வதற்கு ஏதுவாக அமைந்துவிட்டது. இதில் ஹிமலிக்கு எவ்வளவு தெரிந்திருக்கக் கூடும் என்று பீட்டரால் உறுதி செய்துகொள்ள இயலவில்லை. எவ்வளவை வெளியிட்டாள் என்பதையும் உறுதி செய்துகொள்ள இயலவில்லை. எந்த உணர்ச்சியையும் வெளிக்காட்டிக் கொள்ளாமல் இறுக்கமாக இருந்த ஜெண்டேவின் முகத்தை பீட்டர் கவனிக்கத் தவறவில்லை. அவள் பேசுவது உண்மையோ, பொய்யோ? நடப்பது நடக்கட்டும் என்று அவளை ஜெண்டே பேச விட்டுவிட்டார்.

"அம்மாவின் சிறுநீரகச் சிகிச்சைக்காக, லட்சக்கணக்கில் சேமித்து வைத்திருந்தோம்" என்று ஹிமலி சொல்லிக்கொண்டே போனாள். "அன்று நானும் என் சகோதரனும் அம்மாவை மருத்துவமனைக்குக் கொண்டு சென்றோம். ஆனால் மருத்துவமனையில் என்ன அறுவைச் சிகிச்சை, எந்த அறுவைச் சிகிச்சை அறை, எந்தப்

பதிவு, எந்தப் படுக்கை? அப்படி எதுவும் இல்லை. நாங்கள் வீட்டிற்குத் திரும்பி வந்தோம். ஆனால் சூரஜ் அங்கே இல்லை. வேலைக்குச் சென்றிருப்பார் என்று எண்ணினோம். வங்கியில் அழைத்துக் கேட்டோம். ஆனால் சூரஜ் வங்கியில் இல்லை. நாங்கள் அவருடைய வருகைக்காகக் காத்திருந்தபோது அம்மாவின் உடல் நிலை திடீரென்று கவலைக்கிடமாக ஆகியது. மீண்டும் அம்மாவை அவசரமாக மருத்துவமனைக்குக் கொண்டு சென்றோம். அவர்களைக் கெஞ்சினோம். மன்றாடிக் கேட்டோம். ஆனால் அவர்கள் மிகச் சாதாரண ஒரு வார்டில், மிக மோசமான ஓர் அறையைக் கொடுத்தார்கள். அம்மா அங்கேயே இறந்து போனாள். மருத்துவமனையிலிருந்தே ஹிமல் அம்மாவை இடுகாட்டிற்கு எடுத்துச் சென்றான். ஈமக்கிரியைச் சடங்குகள் எல்லாவற்றையும் செய்து சிதைக்குத் தீயூட்டினான். சூரஜ் வந்தபோது நான் வீட்டில் இருந்தேன். நான் அவரிடம், “சொல்லுங்கள், எல்லாவற்றையும் சொல்லுங்கள். நீங்கள் எந்தப் பணத்தையும் வங்கியில் போடவில்லை. மருத்துவமனையில் இடம் கேட்கவில்லை. என்ன நடந்தது? உண்மையைச் சொல்லுங்கள். எதுவாக இருந்தாலும் சொல்லுங்கள். நான் உங்களைக் கோபித்துக்கொள்ள மாட்டேன்.” உண்மையை அப்படியே சொல்லச் சொன்னேன். இது பொய் இல்லை. உண்மையைத் தெரிந்துகொள்ள விரும்பினேன். அவ்வளவுதான்.

அதன்பிறகு ஹிமல் வீட்டிற்கு வந்தான். கடுங்கோபத்தில் இருந்தான். வங்கிக் கணக்கில் இருந்த பணத்தை இரண்டு நபர்களால் மட்டுமே எடுக்க முடியும். அது என் கணவரும், சகோதரனும் மட்டுமே. என் சகோதரன் பணம் எடுக்கவில்லை. சூரஜ் மட்டுமே எடுத்திருக்க முடியும். என் சகோதரன் சூரஜின் ஒரு பக்கக் கன்னத்தில் பளார் என்று ஓர் அறைவிட்டான். அவருக்குத் தலை சுற்றியது. மறுபக்கமும் ஓர் அறைவிட்டான். அவரது தலை அறுந்து, பறந்து போயிருக்குமோ என்று எண்ணினேன். சூரஜ் அழுதார். ஹிமலின் காலில் விழுந்து அழுதார். என்னை மன்னித்துவிடுங்கள். மன்னித்துவிடுங்கள் என்று கெஞ்சினார். நான் ஹிமலிடம் ‘நடந்தது நடந்துவிட்டது’ என்று சொன்னேன். நான் சொன்னதை ஹிமல் காது கொடுத்துக் கேட்டது போல் தெரிந்தது. என் சகோதரன் யாரையும் மன்னிக்கமாட்டான். நேரத்திற்கு அவனுக்குச் சாப்பாடு கொடுக்கவில்லை என்றால் கூட அவன் மன்னிக்கமாட்டான். பெரும் முயற்சி எடுத்த பிறகு அவன் கோபம் தணிந்தது போலத் தெரிந்தது. அப்போது அவன், “நாம் இப்போது என்ன செய்வது? பணம் போச்சு. அம்மாவின் உயிரும் போச்சு!”

என்றான். அவன் என் கணவரிடம் படுக்கை அறைக்கு வந்து எல்லாவற்றையும் விபரமாகச் சொல்லும்படி கேட்டான். மீண்டும் அவரை அடிப்பானோ என்று பயந்தேன். சூரஜ், "உன் முன்னால் என்னால் எதுவும் பேச இயலாது. அவனோடு தனியாகப் பேசினால் நன்றாக இருக்கும் என்று நினைக்கிறேன்" என்றார். நான் வெளியே வந்து இங்கே அமர்ந்து கொண்டேன். அவர்கள் என்ன பேசிக்கொள்கிறார்கள் என்பதைக் கேட்க முடியவில்லை. அவர்கள் பேசிக்கொள்வதைத் தெரிந்துகொண்டால் நல்லது என்று தோன்றியது. ஆகவே சமையற்கட்டிற்குத் தேநீர் தயாரிக்கப் போகலாம் என்று அங்கு சென்றேன். அங்கிருந்து ஏதோ கொஞ்சம் கேட்க முடிந்தது. என் கணவர் அவனிடம் ஏதோ சில போலீஸ்காரர்களைப் பற்றிச் சொல்லிக்கொண்டிருந்தார். பக்மத்... அப்புறம் இன்னும் ஒரு பெயர்..."

"துர்ரா?"

"இருக்கலாம். என்னால் நினைவு வைத்துக்கொள்ள முடியவில்லை. ஆனால் என் கணவர் பிராக்ஸியைப் பற்றியும், இன்னும் சில விஷயங்கள் சொன்னது பற்றியும் எனக்கு நினைவில் இருக்கிறது."

இப்படியாகத்தான், அவனது அம்மாவின் உயிரை எடுத்ததாகக் கருதப்பட்ட நபர்களை ஹிமல் தேடிக் கண்டறிந்தான். அவனுடைய மைத்துனனிடமிருந்து உண்மையை வெளிக்கொண்டு வந்தான்.

"தேநீரைக் கையில் எடுத்துக்கொண்டு அந்த அறைக்குச் சென்றேன். சூரஜ் தரையில் அமர்ந்திருந்தார். இப்போதும் அழுது கொண்டிருந்தார். அவரைப் பார்க்கப் பரிதாபமாக இருந்தது. என்ன செய்திருந்தாலும், அவர் என் கணவர், போனால் போகிறது விட்டு விடு ஹிமல் என்று அவனிடம் சொன்னேன். இப்போது அவர் என்ன செய்ய முடியும்? சொல்ல முடியும்? அப்போது என் சகோதரன், என் கூடப் பிறந்த சகோதரன், உங்களால் கற்பனை செய்துகூடப் பார்க்க முடியாது. என் முடியைப் பிடித்து இழுத்து அந்த அறையை விட்டு வெளியே தள்ளினான். நான் போய்ச் சமையற்கட்டில் விழுந்தேன். போதும். இதற்கு ஒரு நல்ல முடிவு கேட்டுப் பிரார்த்தித்தேன். நான் முறையாகப் பிரார்த்திக்க வில்லையோ என்னவோ? ஆனால் என்னால் கற்பனை செய்து கூடப் பார்க்க முடியாத அளவுக்கு இருந்தது அந்த முடிவு.

அவர்கள் இருவரும் அறையிலிருந்து வெளியே வந்தபோது ஹிமல் கோபம் குறைந்து அமைதியாகக் காணப்பட்டான். என் கணவர்

அவனிடம் மன்னிப்பு கேட்க வேண்டும் என்றான். மேஜையில் உட்கார்ந்து, எனக்கு ஒரு கடிதம் எழுதிக் கொடுக்கும்படி என் கணவரிடம் சொன்னான். "உட்கார்ந்து எழுதுங்கள்; ஐ யாம் சாரி. இது என் தவறு. தயவுசெய்து என்னை மன்னித்து விடு" என்று ஹிமல் எழுதச் சொன்னான். என் கணவர் கடிதம் எழுதத் தொடங்கினார். ஆனால் ஹிமல் அந்தப் பேப்பரை வாங்கிக் கிழித்துப் போட்டான். "நான் உங்களிடம் என்ன எழுதச் சொன்னேனோ, அதை எழுதுங்கள்" என்று சொல்லிவிட்டுக் கன்னத்தில் மாறி, மாறி அறைந்தான். பிடரியில் அடித்தான். "வேண்டாம். அடிக்க வேண்டாம். அவர் செத்துவிடுவார் என்றேன். ஆனால் இன்னும் பலமாக "நான் சொன்னது மாதிரி எழுதுங்கள். நாங்கள் உங்களை மன்னிக்கிறோம்" என்று சொல்லிக் கொண்டே அறைந்தான். என் கணவருக்குப் பிரக்ஞை இல்லை. அவர் ஒரு முட்டாள். அவர் எழுதினார். அந்தக் கடிதத்தை அவர் எழுதி முடித்தவுடன், என் சகோதரன் மீண்டும் வெறி பிடித்தது போல் ஆனான். ஒரு பொம்மையைத் தூக்குவது போல அவன் என் கணவரைச் சட்டையைப் பிடித்துத் தூக்கி, எதிரே இருந்த சுவரில் மோதினான். பிறகு அவரை அடித்தான். ஓங்கி ஓங்கி அடித்தான். வெறி பிடித்து அடித்தான். என் கணவரின் அழுகை குறைந்து விட்டது. அவருக்குக் குரல் எழுப்பச் சக்தி இல்லை. மூக்கிலிருந்தும், உதடுகளிலிருந்தும் இரத்தம் வழிந்தது. அங்கிருந்து தப்பித்து ஓட முயற்சித்த அவர் மாடிக்கு ஓடினார். துரத்திச் சென்ற என் சகோதரன் அவரை அப்படியே அலாக்காகத் தூக்கி மாடியிலிருந்து வீசி எறிந்தான். நான் அழ ஆரம்பித்தேன். அப்போது அவன், "நீ இதைப் பற்றி ஏதாவது பேசினால் உனக்கும் இந்தக் கதிதான்" என்றான். அப்போது அவன் என்னைப் படுக்கை அறைக்குப் போய் அக்கம் பக்கத்தார் வரும்வரை தூங்குவது போல நடிக்கச் சொன்னான். அவர்கள் வந்தபிறகு நான் அதிர்ச்சியடைந்தது போல் நடிக்கச் சொன்னான். நான் அப்படியே செய்தேன்."

அங்கே, எங்கும் நீண்ட நிசப்தம் நிலவியது.

"அவன் ஏன் லெஸ்லியின் வீட்டில் தங்கி இருந்தான்?"

"எனக்குத் திருமணம் ஆவதற்கு ஒரு வருடத்திற்கு முன்பே அவன் மும்பைக்கு வந்து விட்டான். நாங்கள் மும்பை வந்தபோது எங்களோடு வந்து தங்கிக்கொண்டால் வசதியாக இருக்கும்; பணமும் மிச்சமாகும் என்று என் சகோதரனிடம் சொன்னேன். ஆனால் அவன் பணிபுரியும் இடத்திற்கருகில் ஒரு நல்ல இடம்

இருப்பதாகச் சொன்னான். அங்குள்ள ஒரு மனிதர் தன்னைத் தத்து எடுத்துக்கொண்டதாகவும், தன்னை அவரது மகனைப் போல நடத்துவதாகவும் சொன்னான்."

பீட்டருக்கு இது குழப்பமாகப்பட்டது.

உண்மையிலேயே ஹிமலுக்கு லெஸ்லியின் வாரிசாக இருப்பதற்கு நம்பிக்கை இருந்திருக்குமா அல்லது குடும்பத்திற்கு ஒரு நல்ல கதையாகத் தயாரித்துச் சொல்லியிருப்பானா? அது முடிவு செய்ய முடியாத விஷயமாக இருந்தது.

"இதுதான் என்னுடைய சகோதரன், இன்ஸ்பெக்டர் அம்மா. நான் இதுவரை குறிப்பிட்டுப் பேசிய என்னுடைய சகோதரன் இவனே. அவனது கோபத்திற்கு அஞ்சி நடுங்கினேன். ஆனால் இப்படிச் செய்வான் என்று நான் நினைத்துக் கூடப் பார்க்கவில்லை. சூரஜின் சடலத்தை அப்புறப்படுத்தியபோது அவன் சூரஜ் ஃபோனில் இருந்த எண்களை எடுத்துக் குறித்துக்கொண்டிருந்தான். அந்த எண்களை அழைத்துப் பேசி, அவர்களது பெயர்களை எழுதிக் கொண்டான். என்ன செய்கிறாய் என்று அவனைக் கேட்டதற்கு அவனோ, "இப்படிக் கேள்விகளாகக் கேட்டுக்கொண்டே போனால், நீ என்ன ஆவாய் என்று உனக்கே தெரியும்" என்று சொல்லி மேலே மாடியை நோக்கிக் குறிப்பாகப் பார்த்தான். என் கணவரைக் கொன்ற மூன்று நான்கு நாள்களுக்கு பிறகு, சிலர் அவனைத் தொலைபேசியில் அழைத்து ஏதோ ஓர் இடத்திற்கு அவனை வரச் சொல்லிக் கூப்பிட்டார்கள். அப்போது என் கணவர் போல் அவன் நடித்துக்கொண்டிருப்பானோ என்று எண்ணினேன். ஏனென்றால், அவன், "அவ்வளவு பணத்திற்கு நான் எங்கே போவேன்? சரி, வருகிறேன். வருத்தப்பட வேண்டாம். எப்படியோ ஏற்பாடு செய்கிறேன்" என்றான்.

அவள் கொஞ்ச நேரம் அமைதியானாள். பிறகு அவள், "அந்த இளைஞனை அவன்தான் கொன்றிருக்க வேண்டும், இன்ஸ்பெக்டர் அம்மா. அப்படித்தான் நினைக்கிறேன். அந்த இளைஞனைக் கொன்று அவனது சிறுநீரகத்தை எடுத்திருக்கிறான். என் கணவனை அவன் மாடியிலிருந்து தூக்கி எறிந்ததை வைத்துப் பார்த்து, அவன்தான் அந்த இளைஞனைக் கொன்றிருக்க வேண்டும் என்று நம்புகிறேன்."

19

அடுத்த நாள் காலை யூனிட் பீட்டரை அழைத்தான்.

“அங்கிள், ஊரில் என்ன நடந்துகொண்டிருக்கிறது? ஒருவர் பின் ஒருவராகக் கொன்று போட்டுக்கொண்டிருக்கிறார்கள்.”

“எனக்குத் தெரியும்” யூனிட் மீது பீட்டர் கொண்டிருந்த பயம் நினைவுக்கு வந்தது. அவன் குரல் கேட்டதனால் ஆச்சரியமடைந்தார்.

“நான் எங்காவது வெளியூர் போய்விடலாமா என்று பார்க்கிறேன். இந்த இடம் மிகவும் ஆபத்தாகத் தெரிகிறது” என்றான் யூனிட்.

பீட்டருக்கு இது நல்ல விஷயமாகத் தெரிந்தது.

“யார் அது” என்று மில்லி கேட்டுக்கொண்டே கையில் இரண்டாவது தேநீர்க் கோப்பையைக் கொண்டு வந்து அவரிடம் கொடுத்து, தன்னோடு சேர்ந்து தேநீர் அருந்தச் சொன்னாள். அதுவரை நடந்த எல்லாவற்றையும் பீட்டர் அவளிடம் கூறினார். அதை அவள் கேட்டு எல்லாவற்றையும் உள்வாங்கிக்கொண்டாள்.

“உனக்குத் தெரியுமா? அகதா கிறிஸ்டி என்னும் நாவல் ஆசிரியை தன் நாவல் ஒன்றில், யாரோ ஒருவர் ஒரு கொலையைச் செய்ததாக உன்னை நம்ப வைப்பாள். அதன்பிறகு கொலை செய்ததாகச் சொல்லப்பட்ட அந்தப் பாத்திரமே கொலையுண்டதாக வரும். எனவே கொலையுண்ட பாத்திரத்தால் அந்தக் கொலையைச் செய்திருக்க முடியாது. அதனால் நீ முதலில் இருந்து மீண்டும் தொடங்க வேண்டும்.”

“அந்த வழியில் இது செயல்பட்டிருக்க வேண்டும்” என்றார் பீட்டர். ஹிமல்தான் பிராக்ஸியைக் கொலை செய்திருக்க வேண்டும் என்று ஒரு சிறிய சந்தேகத் தீப்பொறி தோன்றுகிறது. நாங்கள் நினைத்தது சரி என்றும் தோன்றுகிறது” என்றார் பீட்டர்.

மில்லி தேநீரை உறிஞ்சிக் குடித்தாள்.

“அதே கழிப்பறையில் இப்போதும் அவன் என்ன செய்து கொண்டிருந்தான்?”

அது நல்ல கேள்வியாகப் பட்டது. பீட்டர் தூக்கத்தைத் தவிர்த்து விட்டுக் காவல் நிலையத்திற்குச் சென்றார். அங்கு சுரலே, ஃபோனில் ஹிமல் யார் யாருக்குப் பேசினான் என்ற பட்டியலைத் தயாரித்துக் கொண்டிருந்தான்.

"இதுவரை அவள் சொன்ன கதை வேலை செய்துகொண்டிருக்கிறது" என்றார் ஜெண்டே. சூரஜ் இறந்த பிறகும் அந்த எண்கள் பயன்பாட்டில் இருந்து வந்துகொண்டிருக்கின்றன. எனவே ஹிமல் இந்த எண்களையெல்லாம் அழைத்துப் பேசியிருக்க வேண்டும். ஹிமல் தன்னை சூரஜ் என்று பதிவு செய்திருக்கிறான். ஆகவே அந்த எண்களுக்குரிய பெயர்களைத் தெரிந்துவைத்திருக்கிறான்."

"ஆகவே அவன் கொலை செய்திருக்கிறான். அப்படியானால் இரண்டு கொலைகாரர்கள் வருகிறார்கள்."

"ஆமா. உடற்கூறு வல்லுநர் அது ஒரே மாதிரியான கத்தி இல்லை என்கிறார்கள்."

"அவருக்கு எப்படி அது தெரியும்?"

"காயத்தின் ஓரங்களுக்கும் கத்திகளுக்கும் தொடர்பு இருக்கிறது. ஒரு நிமிடம் இருங்கள். இதோ, என்று ஜெண்டே அவசரம் அவசரமாகச் சில செய்தித் தாள்களைப் புரட்டினார். இதோ அதன் ஓரம் தோலுரிக்கப் பயன்படும் கத்தியைப் போல் தெரிகிறது."

"அப்படியென்றால் என்ன?"

"அது மிருகங்களின் தோல் உரிக்கப் பயன்படுகிறது. அதைக்கொண்டு அப்படிச் செய்ய முடியுமா? அப்படியானால் அவன் ஒரு கசாப்புக் கடைகாரன் போல் தெரிகிறது."

"அப்படிச் சொல்ல வேண்டாம்" என்று பீட்டர் சொன்னார். மாஹிம் என்பது மத நல்லிணக்கம் கொண்ட அற்புதமான மனிதர்களைக் கொண்ட நகரம். பழம்பெரும் கோயில்களில் ஒன்றான சீதாலதேவிக்குப் பூஜை செய்யும் வாய்ப்பு-ஒரு காலத்தில் சிட்டிலைட் சினிமா இருந்த இடத்திலிருந்து செல்லும் சாலையில் அமைந்துள்ள குருத்துவாரா ஒரு தர்ஹாவும் இரண்டு தேவாலயங்களும் - அப்படி ஓர் அற்புதமான இடம் அது. எவ்வளவு அற்புதங்கள் இருந்தாலும் போலீஸ் பார்வையில் ஒரு கலவரமான இடமாகவே அது இருந்தது.

"இன்னொரு விஷயம்" என்று ஜெண்டே சொன்னார்.

அதைக் கேட்க பீட்டர் கவனமாக இருந்தார்.

"தடயவியல் நிபுணர்களின் பார்வையில், இது, முதல்முறைக் கொலையாளியாகத் தெரியவில்லை. இதற்கு முன்னாலும் செய்திருக்கிறான்."

"இது ஆழ்ந்த வருத்தத்திற்குரியது."

"ஆமாம். ஆனால் அவர்கள் இதை ஒரு அனுமானம் என்று மட்டும்தான் சொல்கிறார்கள். இந்தத் தடவை அதற்கு அவர்கள் தயக்கம் காட்டியதாகவே தெரியவில்லை. அவர்கள் ஒரே முயற்சியில் முடித்துவிட்டதாக அந்தக் காயம் காட்டுகிறது."

எந்த முறையில் ஹிமல் கொலை செய்தானோ அதேமுறையில் அவனும் கொல்லப்பட்டிருக்கிறான். மீண்டும் ஒரு கிரேக்க சோக நாடகம். ஆனால், இந்தக் கிரேக்க நாடகம் ஒரு மும்பை பொதுக் கழிப்பறையில். அது இன்னும் அதிகம் நடைமுறைக்கு வரவில்லை.

"அந்த இரவில் அந்தக் கழிப்பறையில் ஹிமல் என்ன செய்து கொண்டிருந்தான்?"

"ஹலோ, இந்த மாதிரி கேள்வியை நீங்கள், உங்கள் நண்பர் லெஸ்லியைக் கேட்க வேண்டும்."

திடீரென்று பீட்டர் களைப்படைந்துவிட்டார். பந்தராவுக்கு இன்னொரு பயணம்.

லெஸ்லி மிகுந்த எதிர்பார்ப்புடன் கேட்கத் தயாரானார்.

"அவன் முகத்தை மூடுங்கள். என் கண்கள் கூசுகின்றன. இளம் வயதிலேயே இறந்துவிட்டான்" என்று சொன்னார். பாவப்பட்ட பயல். இப்படி அரையும் குறையுமாகப் போவதற்குத்தான் அவனிடம் அப்படி ஒரு மேன்மை இருந்திருக்கிறது. எவ்வளவு பிரமாண்டமாக வாழ வேண்டியவன். பாருங்கள். செய்தித் தாள்களின் முதல் பக்கங்களில் அவன் பேசப்படுகிறான்."

உண்மையில் அவன் முதல் பக்கங்களில் பேசப்படுகிறான் என்பதை லெஸ்லிக்கு பீட்டர் சொல்ல விரும்பினார். ஆனால் பத்திரிகைச் செய்தியின்படி லெஸ்லிக்கு இது ஓர் அரிய பெரும் விஷயம் ஆகிவிடுமென்று பீட்டர் எண்ணினார். மாறாக அவருக்குள்ளே தோன்றிய புரியாத உணர்வுகளைப் புறந்தள்ளிவிட்டு, அவரை உறுத்திக்கொண்டிருந்த ஒரு கேள்வியைக் கேட்டார். "அதே கழிப்பறையில் அவன் என்ன செய்திருக்கக் கூடும்?"

லெஸ்லி தோள்களை எதிர்மறையாகக் குலுக்கினார். “எனக்கு விநோதமாகப் படுகிறதுதான். இந்த இடங்கள் மூத்திரப் பையை காலி செய்வதற்காக மட்டுமே பயன்படுத்தப்படும் இடம்.”

பீட்டர் புன்னகைத்தார். அவர் பணியாற்றிய இடங்களை நினைத்துப் பார்க்கிறபோது, பொதுக் கழிப்பிடங்களைப் பயன்படுத்துவதை அவர் நிறுத்திக்கொண்டார். சுகாதாரமாக உள்ள அலுவலகக் கழிப்பறையோ அல்லது வீட்டுக் கழிப்பறையோ அருகாமையில் இல்லாதபோது மட்டுமே இதுபோன்ற கழிப்பறையைப் பயன்படுத்துவார். இப்படியிருக்கையில் ஹிமல் ஏன் அங்கே போகிறான்? அதுவும் அவன் அங்கு வேலை செய்யாதபோது, வீடு அருகில் இருக்கிறபோது ஏன் அங்கே போக வேண்டும்?

நிச்சயமாக அவன் ஏதாவது வேலையில்லாமல் போயிருக்க மாட்டான்.

“அவனுடைய நல்ல படம் ஒன்று கிடைக்குமா?” என்று லெஸ்லி கேட்டார்.

பீட்டர் சம்மதித்தார். இரண்டு ஆயிரம் கொடுத்தால் தகவல் கொடுப்பதாக வாக்குறுதியளித்த ராக்கெட் என்பவன் இப்போது பீட்டரின் நினைவுக்கு வந்தான்.

பீட்டர் இதை லெஸ்லிக்குச் சொன்னபோது கையை மேல் நோக்கி ஆட்டினார்.

“பீட்டர், அவனையா நம்பினீர்கள்? அவன் நிறைய தந்திர மந்திரங்கள் செய்வான். உங்களுக்கு அதிர்ஷ்டம் இருந்தால், அடுத்த கிறிஸ்துமஸ்க்கு அவனிடமிருந்து தகவல் வரும். சில விஷயங்கள் தெளிவாக ராணி மாவிடம் சொல்லப்பட்டிருக்கின்றன. மீண்டும் அந்தத் தெருக்களுக்குச் சென்று ராணி மா போன்றவர்களிடம் விசாரிப்போம்.”

பீட்டரின் இதயம் குளிர்ந்தது. இந்தப் பஞ்சாயத்தெல்லாம் முடிந்தபின் நீண்ட விடுமுறைக்கு மில்லியைக் கோவாவிற்கு அழைத்துச் செல்ல விரும்பினார். முன்பு ஒருமுறை சுத்தம் செய்துபோட்ட, மொய்ராவில் உள்ள அவரது பழைய வீட்டுத் தாழ்வாரத்தில் விழும் வெயிலில் உட்கார வேண்டும். இல்லை. அந்த வேலை பெரிய வேலையாக இருக்கும். மீண்டும் அவர் மனதுக்குள் மழை பொழிந்தது.

***

அன்று மாலை லெஸ்லி மிகுந்த உற்சாகத்தில் இருந்தார்.

"நானாகவே சில விவரங்களை விசாரித்து வைத்திருக்கிறேன். விசாரணை நடத்த வேண்டும்" என்று பூடகமாகச் சொன்னார். "நீங்கள் இருப்பது போல் நான் வெறுமனே இருந்ததில்லை."

"அந்த மாதிரியான சமுதாயத்திலா?"

"தன்பாலினச் சேர்க்கையாளர்கள் எப்போதுமே அவர்கள் பழக்கங்களை மட்டுமே பிடித்துத் தொங்கிக்கொண்டிருப்பதில்லை. நான் 'பாத் ஃபைண்டர்' பரிசோதனை நிலையத்திற்குச் சென்று இரத்தப் பரிசோதனை செய்தேன். ஒட்டு மொத்தக் காலவிரயம். ஆனால் இது ஓர் அரிய உதவியாக இருந்தது. ஹிமல் வேலையை இழந்துவிட்டான். அது உங்களுக்குத் தெரியுமா? அவன் வேலையில் இருந்தபோது கூட அவனோடு பணியாற்றும் அத்தனை பேரிடமும் கடன் வாங்குவான். அவன் என்ன பணப் பேயா? நான் அவனுக்குத் தங்கத்தால் சட்டை தைத்துப் போடவில்லை என்பது எனக்குத் தெரியும். ஆனாலும் அவ்வப்போது சில ஆயிரங்கள் அவனிடம் இருக்கும். கடந்த இரண்டொரு மாதங்களில் அவன் அடிக்கடி பணம் கேட்டு நச்சரித்தபோதும், இறுக்கமான உள்ளாடையுடன் அங்குமிங்கும் அவன் நடந்து சென்றதை நான் பார்த்ததை என்னால் மறுக்க முடியவில்லை. நேர்மையான முறையில் பணம் வரும் வழியை அவன் இழந்துவிட்டான் என்பது எனக்கு நன்கு தெரியும்."

பீட்டர் புருவங்களை உயர்த்திப் பார்த்தார்.

"என்னிடம் பொய் எதுவும் இல்லை, அன்பரே, மற்றவர்கள்தான் அவனைத் தங்கள் பிடியில் வைத்திருந்தார்கள். அவனை நன்றாகவும் வைத்திருந்தார்கள். என்னுடைய ஆடைகள் ஆடம்பரமாக இருந்தாலும் என்னுடைய பர்ஸ் மிகச் சிறியதுதான். அவனுக்குப் பணக்காரப் பழக்க வழக்கங்கள் இருந்தன. சக பணியாளர்களிடம் கேட்டு கேட்டுப் பணம் பெற்றுக்கொண்டு வந்ததால், கடைசியில் அவன் எதையும் செய்யக்கூடியவனாக ஆகி விட்டான். இப்போது அவன் ரயில்வே கழிப்பறைக்குச் சென்றால், அதில் ஆச்சரியம் இல்லை. நான் அதைத்தான் நினைக்கிறேன். அவர்களின் தன்பாலினச்சேர்க்கை உலகிற்குச் சென்று அவனது செயல்பாடுகளைக் கண்டறிந்து உறுதி செய்துகொள்ள வேண்டும்."

"நன்று" என்றார் பீட்டர். ஜெண்டேயும் பீட்டரும் வெளிப்படுத்த முடியாத ஒன்றை லெஸ்லி வெளிப்படுத்தினார்.

"இந்த ஒரு இளைஞனைப் பற்றிப் பேசுவதற்கு ஏற்கெனவே மூன்று நபர்கள் வந்திருக்கிறார்கள் என்பதை உங்களால் நம்ப முடிகிறதா?"

"நானும் ஜெண்டேயும் சென்றோம் அந்த மூன்றாவது நபர் யார்?"

லெஸ்லி எரிச்சல்பட்டார். "அது ஒரு பெரிய விஷயமாக எனக்குப் படவில்லை."

எதிர்காலப் பயன்பாட்டிற்காக அவர் அதை பத்திரப்படுத்தி வைத்தாலும், அது அவசியம் இல்லைதான் என்று லெஸ்லியிடம் பீட்டர் கூறினார்.

"இப்போது வாருங்கள். டாக்ஸி-டாக்ஸி என்பவனிடம் நாம் இப்போது பேசப் போகிறோம். நம்மை அழைத்துச் செல்ல அவன் வந்துகொண்டிருக்கிறான்" என்றார் லெஸ்லி.

"அது யார்?"

"நான் ஏற்கெனவே ஏன் அவனைப் பற்றி எண்ணிப் பார்க்கவில்லையென்று எனக்குப் புரியவில்லை. தன்பாலினச் சேர்க்கை சார்ந்த எல்லா விஷயங்களிலும் அவன் ஓர் நடமாடும் அகராதி" என்று லெஸ்லி சொன்னார்.

"இதுபற்றி உங்களை விட அதிகமாகத் தெரிந்தவனா, அவன்?" பீட்டரின் ஆச்சரியம் விரிந்தது.

"நீங்கள் ஆச்சரியப்படுவது சரிதான். ஒருமுறை நடைபெற்ற காட்சி பற்றி எனக்கு நிறையவே தெரியும். அந்தக் காட்சியே நான்தான் என்று சொல்லியிருக்க வேண்டும். என் சிருங்கார ரச நினைவுகளுக்கு முன்பாகவே நான் பணி ஓய்வு பெற்றுவிட்டேன்."

"இல்லை? அந்த இளம் வயது கிளார்க் உங்கள் இதயத்தை ஊடுறுவதற்கு முன்பா?"

"எப்போதோ சொன்ன அந்தக் கதையை விடுங்கள், பீட்டர்" என்று சொன்ன அவரது தொனியில் எந்த ஈடுபாடும் இல்லை என்பது தெரிந்தது. "நான் நேசித்தேன். நான் இழந்தேன். அதற்குமேல் எதுவும் வேண்டாம்."

லெஸ்லி தன்னுடைய பெருமையை எல்லாம் மூட்டை கட்டி வைத்துவிட்டு அவர் அவராகவே இருக்க வேண்டும் என்று பீட்டர் விரும்பினார். ஆனால் லெஸ்லியிடம் காணப்பட்ட அதே

பெருமை உணர்வு எப்போதும் இருக்க வேண்டும் என்றும் பீட்டர் இப்போது விரும்பினார். அது ஒன்றும் கடினமான விஷயமல்ல.

கருப்பு நிறமும், மஞ்சள் நிறமும் கலந்த ஒரு வாடகை கார் அவர்கள் வாசலுக்கு முன்னால் வந்து நின்று ஒலி எழும்பியது. பீட்டரும் லெஸ்லியும் வெளியே சென்றார்கள். லெஸ்லி முன் கதவு வழியாக உள்ளே சென்ற போது அவருக்கு அமோக வரவேற்பு அளிக்கப்பட்டது.

பீட்டர் நுழைந்தபோது, "வருக, வருக" என்ற குரல் பலமாக ஒலித்தது. வாகனத்தின் கண்ணாடி வழியாகக் காணப்பட்ட, கிட்டத்தட்ட வழுக்கை தட்டத் தொடங்கிய அந்த மனிதன் சிறு வியாபாரி போலக் காணப்பட்டான். இருப்பினும் அவனது கண்கள் தோழமையுணர்வுடன் தோன்றின.

"இவர்தான் டாக்ஸி-டாக்ஸி என்பவர். இவர் எனது நண்பர் பீட்டர்" என்று லெஸ்லி அறிமுகம் செய்து வைத்தார்.

"நான் இரண்டு டாக்ஸி வைத்திருப்பதால் எனக்கு இந்தப் பெயர் வந்தது. சில நேரங்களில் நான் ஒரு டாக்ஸியில் அதிவேகமாக உலா வருவேன்."

"இது எனக்குப் புரியவில்லையே" என்று லெஸ்லி கூறினார்.

"சிலர் இதை விரும்புகிறார்கள். யூனிஃபார்ம் காரணமாகக் கூட இருக்கலாம்" என்றார் டாக்ஸி-டாக்ஸி.

"இதற்கெல்லாம் யூனிபார்ம் உண்டா?"

"நீங்கள் சொந்தமாக டாக்ஸி வாங்கி வைத்து ஓட்டினால், நீங்கள் வெள்ளை நிற யூனிஃபார்ம் அணிய வேண்டும். வேறு யாருக்கேனும் வாடகைக்கு ஓட்டினால், காக்கி யூனிபார்ம் அணிய வேண்டும்."

"இது உங்கள் சொந்த டாக்ஸி இல்லையா?"

"சொந்த டாக்ஸிதான். ஆனால் என்னுடைய லைசென்ஸ் வேறு ஒரு நம்பருக்குரியது. அது மட்டுமல்லாது வெள்ளை யூனிஃபார்ம் அணிந்துள்ளவர்களைவிட காக்கி யூனிஃபார்மில்தான் அதிகமான தன்பாலினச் சேர்க்கை வாடிக்கையாளர்கள் வருவார்கள்."

"போலீஸ்காரர்கள் காரணமாக இருக்கலாம்" என்றார் லெஸ்லி.

“வாழ்வாதாரத்திற்காக இப்படிச் செய்கிறீர்களா?” என்று பீட்டர் கேட்டார்.

“அர்ரே, அப்படி இல்லை, பாபா. பிழைப்பிற்காக இல்லை. ஜாலிக்காக இப்படிச் செய்கிறேன்” என்றான் டாக்ஸி - டாக்ஸி.

அவர் எதிர்பார்த்த பதிலை அந்த மனிதர் சொன்னதால் பீட்டர் சிரித்தார். “பிழைப்பிற்காக இல்லை. அனுபவிப்பதற்காக” என்று அதே தொனியில் பீட்டர் திருப்பிச் சொல்லிச் சிரித்தார்.

“நான் ஜவுளித் தொழில் செய்கிறேன். மொத்த வியாபாரம்” என்று இந்தியும் இங்கிலீஷூம் கலந்த ஹிங்கிலீசில் சொன்னார். இப்படி அவர் அரைகுறை ஆங்கிலத்தில் பேசுவதால் அவருக்குப் பாதிப்பு உண்டாகிறது. இப்படிப் பேசுவதால் அவரது முறையான ஆங்கில அறிவு பாதிக்கப்படுகிறது.

“நாங்கள் உன்னுடைய வியாபாரத்தில் டிஸ்கவுண்ட் கேட்க மாட்டோம்” என்றார் லெஸ்லி.

அவர்கள் இப்பொது பந்தராவைச் சுற்றி மெதுவாக வந்து கொண்டிருந்தார்கள்.

“இப்போது யாராவது மறித்து இடம் கேட்டால், ஏற்றிக் கொள்வீர்களா?

“அப்படி முடியாது. இன்னும் கொஞ்ச நேரம் ஆக வேண்டும். அதுவரை காத்திருக்க வேண்டும். அப்பொழுதுதான் ஆண்கள் தனியாகப் பாதையில் வந்து நிற்பார்கள்.”

இது எப்படிச் சாத்தியம் என்று பீட்டருக்குப் புரியவில்லை. அவரது அனுபவத்தில் டாக்ஸி புகழப்படுவது அவருக்கு ஆச்சரியமாக இருக்கிறது.

“சமயங்களில், இளைஞர்கள் குஃபே பரேடிலிருந்தோ அல்லது கொலாபாவிலிருந்தோ தாமதமாக வீட்டிற்குத் திரும்புகிறபோது அவர்கள் சர்ச்கேட் நிலையத்திற்கு நடந்து சென்றுகொண்டிருப்பார்கள். அப்போது அவர்கள் அருகே கொண்டுபோய் வண்டியை நிறுத்தி, நான் அந்த வழியாகத்தான் போகிறேன். வாருங்கள் என்று அழைத்து என் சீட்டிலேயே ஒண்டிக் கொள்ளச் சொல்வேன். அப்போதுதான் அவர்களுக்கு ‘அந்த’ யோசனை தோன்றுகிறது. சில சந்தர்ப்பங்களில் அவர்கள் வீட்டிலேயே கொண்டுபோய் விட வேண்டி வரும். சில

சமயங்களில் ஸ்டேஷன் வரை மட்டும்தான் கொண்டுபோய் விட முடியும். அவர்களின் வசதிக்கேற்ப செய்துகொடுப்பேன்."

பீட்டருக்கு அதிர்ச்சி இன்னும் கூடிக்கொண்டே சென்றது.

"ஒரு டாக்ஸியில் இதெல்லாமா?"

"கார் கண்ணாடிக் கதவுகளுக்குக் கருப்பு ஃபிலிம் போட்டுக்கொண்ட காலம். கண்ணாடி ஜன்னலை ஏற்றிவிட்டுக் கொண்டு ஏ.சி. போட்டுக்கொண்டு, பாட்டு போட்டுக் கேட்கத் தொடங்கி விடுவேன். இசையில் அப்படி ஈடுபாடு எனக்கு. பழைய படப் பாடல்கள், படக் காட்சிகள் ஆகியவைகளை அந்தப் படம், இந்தப் படம் என்று எல்லாப் பழைய படங்களில் உள்ள காட்சிகளையும், பாடல்களையும் எடுத்துத் தொகுத்து வைத்துக்கொள்வேன். புதுப் பாடல்கள் தொல்லையாக இருக்கும். இந்தத் தொகுப்பு டாக்ஸியில் பயணிப்பவர்களுக்கு 'அந்த' உற்சாகத்தைத் தரும். இப்போது முட்டாள்தனமான ஒரு விதி வந்திருக்கிறது. கார் கண்ணாடிகளில் கருப்பு ஃபிலிம் ஒட்டக் கூடாதாம். இது பெரும் தொல்லை. உங்களுக்குக் கற்பனைத் திறன் இருந்தால் நீங்கள் சமாளித்துக் கொள்ளலாம்."

ஒரு காரில் இதெல்லாம் நடக்குமென்று பீட்டரால் உறுதிப்படுத்திக் கொள்ள முடியிவல்லை. அது பற்றி அவர் எதையும் கேட்கவும் விரும்பவில்லை. மாறாக, தன் கையிலிருந்த ஹிமலின் புகைப்படத்தை டாக்ஸியிடம் நீட்டினார்.

"இந்தப் படமா? இவனை நாங்கள் 'பதர் கே சனம்' என்று சொல்லுவோம்" என்றார் டாக்ஸி - டாக்ஸி. மோசமான செய்தி மிக மோசமான செய்தி. அவன் இந்த இடத்திற்கு ஒரு புதிய நபர். என்னுடைய தொழில் தோழர் ஒருவர், அவர் நண்பர்களுக்கு குஃபே பரேடு என்ற இடத்தில் கொடுக்கும் விருந்துக்கு அடிக்கடி இவனை அதற்காக அழைத்து வருவார். இவனை 'அதற்காக' அடுத்தவர்களுக்குக் கொடுத்து உதவுவார். இவனை எல்லா ஆண்களுக்கும் பிடித்துவிட்டது. அரிய சந்தர்ப்பங்களில் ஓர் இரவுக்குப் பத்தாயிரம். இன்னும் அதிக நேரம் இவனை வைத்துக் கொண்டால் இன்னும் அதிகப் பணம். பிறகு இவன் அவர்களுக்கு அலுத்துப் போய்விட்டான். அதனால் இவனுக்குக் கோபம் வந்துவிடும். அதிகப் பணம் கேட்க ஆரம்பித்துவிடுவான். இவன் இப்போது இளைஞர்களைப் பத்தர்வாடிக்கு அழைத்துச்சென்று கொண்டிருக்கிறான்."

"அது எங்கே இருக்கிறது" பீட்டர் கேட்டார்.

"மரைன் டிரைவ்" என்று சொல்லப்படும், மக்கள் நடந்து செல்லும் புகழ்பெற்ற நடைபாதை இருக்கிறதே, அதற்கு போடப்பட்ட கற்கள்.

"அலைத் தடுப்பான் கற்கள்தானே?"

"ஆம். அலை தணிந்திருக்கிறபோது நடப்பதற்கு ரம்மியமான இடம் அது. ஆகவே இவன் இரயிலில் உள்ள கழிப்பறைகளில் தன் மோசடி வேலைகளைத் தொடங்குகிறான். அவர்களைப் பத்தர்வாடிக்கு அழைத்துச் செல்கிறான். உணர்ச்சிகளைக் கட்டுப்படுத்த முடியாத அளவுக்கு அவர்களது கீழாடையை உருவுகிறான். அவர்களது கால்சட்டைகளைப் பிடித்துக் கொஞ்சம் கீழே இழுத்துக் கிழிக்கிறான். டர்ர்ர்... அதை நீங்கள் நினைத்துப் பார்த்தால், குலை நடுங்குவது போல இருக்கும். அப்போது என்ன ஆகும்" நீங்கள் உங்கள் பிட்டத்தைக் காண்பித்துக்கொண்டுதான் நடந்து செல்ல வேண்டும். இதை யார் விரும்புவார்கள்? அப்போது கிளுகிளுப்பூட்டிய அதே உடல் இப்போது அதிர்ச்சியடைய வைக்கிறது. பிறகு அவர்களிடமிருந்து பணம், அவர்களுடைய கடிகாரம் மற்றும் அவர் வைத்திருக்கும் அனைத்தையும் பிடுங்கிச் சென்றுவிடுகிறான்.

அந்தப் படத்தை பீட்டரிடம் திரும்பிக்கொடுத்தான்.

"மிகவும் மோசம். நான் எப்போதும் புதியதாக வரும் இளைஞர்களுக்குச் சொல்வேன்: கவர்ச்சியான உடல் உங்களிடம் இருந்தால், நீங்கள் அவர்களிடம் ஜாக்கிரதையாக இருக்க வேண்டும். கவர்ச்சியான உடல் என்பது விளம்பரம் மாதிரி. நீங்கள் காண்பதெல்லாம் உங்களுக்குக் கிட்டாது."

"ஹிமல் இப்படி இருப்பான் என்று எனக்குத் தெரியவில்லை" என்றார் லெஸ்லி எரிச்சலுடன். "ஒருவனை நம்புகிறபோது நமக்கு என்னவெல்லாம் நடக்கிறது, பாருங்கள்."

"எந்த விஷயத்தில் நீங்கள் அவனை நம்பினீர்கள்."

"உணவுக்கும், உறைவிடத்திற்கும் பணம் செலுத்த வேண்டும் என்று சொல்லித்தான் அவனை அழைத்துச் சென்றேன். ஆனால் அவன் முறையாகக் கொடுக்காமல் ஏமாற்றிவிட்டான்."

"அதற்குப் பெயர் நம்பிக்கை இல்லை. அது காமம்."

"அதற்கு ஒரு முக்கியமான விஷயம் இருக்க வேண்டுமே."

"அவன் ஆங்கிலத்தில் பேசுவான். அதுவே அவனுக்குப் பெரிய பலம்."

இருவரும் அதை விபரமாகச் சொல்ல அவசரப்படுவதைப் பார்த்து பீட்டர் ஆச்சரியப்பட்டு இருக்க வேண்டும்.

"ஏமாற்றுக்காரர்கள்? பொதுவாக அவர்கள் அடித்தட்டு மக்களிடமிருந்துதான் வருகிறார்கள். இதை யாரும் அப்படிச் சொல்லக்கூடாது. ஆனால் அது அப்படித்தான் இருக்கிறது. வகுப்பு பேதம் என்னிடம் எப்போதும் இருந்ததில்லை என்று லெஸ்லி உங்களுக்குச் சொல்வார்."

"நம்முடைய அழகான நகரிலுள்ள அனைவருக்கும் சமத்துவமான டாக்ஸி இது. வாடிக்கையாளர்கள் மட்டுமல்லாது, கார் துடைக்கும் சிறுவர்களும், மேஜை துடைக்கும் சிறுவர்களும் இந்த வாகனத்தின் முன் இருக்கையில் அமர்ந்து பயணம் செய்ததைப் பார்த்திருக்கிறேன்" என்றார் லெஸ்லி.

"அடித்தட்டு ஆண்களின் உடல்களைவிட இவர்களது உடல்கள் கவர்ச்சியாக இருக்கின்றன என்பதை நீங்கள் ஏற்றுக்கொள்ளத்தான் வேண்டும்" என்றான் டாக்ஸி - டாக்ஸி.

"நீங்கள்தான் இதைச் சொல்லிக்கொண்டே இருக்கிறீர்கள்" என்றார் பீட்டர்.

"அடித்தள வகுப்பிலிருந்து வரும் இந்த இளைஞர்கள் எல்லாம் ஏமாற்றுப் பேர்வழிகள். சிலர் ஆங்கிலத்தில் பேசினால் அவன் ஒரு ஏமாற்றுப் பேர்வழி இல்லை என்று நீங்கள் எடுத்துக் கொள்கிறீர்கள். அவன் உங்களோடு செக்ஸ் வைத்துக்கொள்ள விரும்புகிறான் என்று நீங்கள எண்ணிக்கொள்கிறீர்கள். உங்களுக்கு 58 வயது ஆகி, உடல் கனத்துப் போய் இருக்கிறீர்கள். அவனுக்கு 28 வயது ஆகி அழகான உடல் அமைப்பு கொண்டவனாக இருந்தால், என்ன ஆவது? அவன் உங்களை விரும்புகிறான் என்று நீங்களே பாவனை செய்துகொள்ள வேண்டியதுதான். ஆகவே வழக்கத்தை விடக் கூடுதலாக ஏதோ செய்கிறீர்கள். ஒரு மணி நேரம் ஹோட்டலுக்கு அழைத்துச் செல்வதற்குப் பதிலாக வீட்டிற்கு அழைத்துச் செல்கிறீர்கள். அவ்வளவுதான். முடிந்தது. அதுதான் சரி. ஒரு வைர வியாபாரி மும்பை நடைபாதையின் மேம்பாலத்திற்கு அடியிலுள்ள

கழிப்பறைக்கு வருவது பற்றி நானே கேள்விப்பட்டிருக்கிறேனே, உங்களுக்கு நினைவு இருக்கிறதா?"

லெஸ்லி ஆம் என்று தலையசைத்தார்.

"வெளியே அவருடைய காரை நிறுத்தினார். உள்ளே பணப் பெட்டியோடு வந்தார். ஒரு இளைஞனை, காய்-வாடி என்னும் இடத்தில் அவர்களுக்கு உள்ள ஒரு மணி நேர அறைக்கு அழைத்துச் சென்றார். அந்த இளைஞன் அந்தப் பெட்டியை எடுத்துக்கொண்டு வெளியேறினான். எங்கிருந்து வந்தானோ அங்கே சென்றுவிட்டான். பர்கன்பூரோ அல்லது வேறு எங்கோ? காமம் இதைத்தான் செய்யும்."

"இது உண்மையில் நடந்ததா?" என்று லெஸ்லி கேட்டார்.

"யாருக்குத் தெரியும்? இந்தக் கதையை அடிக்கடி கேள்விப் பட்டிருக்கிறேன். உண்மையாகத்தான் இருக்கும்" என்று சொல்லிவிட்டு தோடிசி பெவாஃபை என்ற பாடலை முணுமுணுக்கத் தொடங்கினான்.

"ஏமாற்றுப் பேர்வழிகள் எப்படித் தொடங்குவார்கள்?" என்று பீட்டர் கேட்டார்.

"என்ன நடந்ததென்றால், இந்த வகையைச் சார்ந்த இளைஞன் ஒருவன் ஒரு கடையில் வேலை செய்துகொண்டிருந்தான். அவன் துடைக்கிறவனோ அல்லது பியூனோ அல்லது வேறு ஏதோ வேலையோ? இந்த வகை மனிதர்களில் வயதான ஒரு சிலர், இரவு நேரங்களில் அங்கு வருவதில் உனக்கு ஆட்சேபனை இல்லையென்றால், நீ நிறைய பணம் பண்ணலாம் என்று சொல்லுவார்கள். பல சந்தர்ப்பங்களில், தன்பாலினச் சேர்க்கை என்ற வார்த்தையை நேரடியாகச் சொல்லமாட்டார்கள். அவர்கள் கீழ்க்கண்டவாறு, "ஒருவனை முட்டாள் ஆக்குவது, விருந்தளிப்பது, பணக்காரன் ஒருவனை வெளவால் ஆக்குவது" போன்ற பதங்களைப் பயன்படுத்துவார்கள். அப்படித்தான் ஏமாற்றுக்காரர்கள் ஆரம்பிப்பார்கள். யாரோ ஒருவர் கடந்து செல்கிறபோது, இரு இளைஞர்களும் அவனை மடக்குவார்கள். பிறகு அவனது பணத்தை அடித்துவிடுவார்கள். இதற்குப் பல வழிகளை அவர்கள் கையாளுவார்கள். சில இளைஞர்கள் வாடிக்கையாளர்களோடு அவர்கள் வீட்டிற்குச் செல்வார்கள். இந்த இளைஞர்கள் அவர்களோடு ஏதோ கொஞ்சம் விளையாடுவார்கள். பிறகு அந்த இளைஞர்கள் சொல்லுவார்கள், "நீ எனக்குப் பணம்

தராவிட்டால் கழற்றிய சட்டையை மீண்டும் போட்டுக்கொள்ள மாட்டேன்", அல்லது "நீங்கள் இப்போது பணம் தராவிட்டால், சத்தம் போட்டுப் பக்கத்து வீட்டுக்காரர்களைக் கூப்பிடுவேன்" என்பார்கள். இப்படி ஏதாவது செய்து மிரட்டுவார்கள். ஆனால் இது ஒரே ஒரு தடவைதான். இது மாதிரி பணம் கொடுக்கும் நபர்கள் ஏராளம். இன்னும் சிலர் பணம் கொடுத்துவிட்டு, "இன்னொரு தடவை வா. அடுத்த வாரம்" என்பார்கள். அது இருக்கட்டும். இந்த இளைஞனின் பெயர் என்ன?"

"ஹிமல்"

"ஹிமலா? சரி. என்னவோ இருக்கட்டும். நான் வேறு மாதிரி கேள்விப்பட்டேன். எப்படியோ அவன் இந்நகருக்கு வந்திருக்க வேண்டும். எவ்வளவு பணம் இங்கே இருக்கிறது என்று தெரிந்திருக்க வேண்டும். நீங்கள் செய்தித் தாள்களில் வாசித்திருப்பீர்கள்: யாரோ ஒருவர் ஓர் ஓவியத்திற்கு இவ்வளவு பணம் கொடுத்திருக்கிறார். ஒருவன் விமான நிலையத்தில் இவ்வளவு மதிப்புள்ள தங்கத்தோடு பிடிபட்டான் என்றெல்லாம் வாசித்திருப்பீர்கள். உங்களுக்கும் எனக்கும் இவை எல்லாம் வெறும் எண்ணிக்கைதான். இவனைப் போன்ற இளைஞர்களுக்கு அவைகள் சர்க்கரைப் பொங்கல் போல. அந்தப் பணம் அவர்களுக்கு வேண்டும். எந்த வகையில் பார்த்தாலும், அவர்களுக்கு இருக்கும் ஒரே ஒரு பொக்கிஷம், அவர்களது வெற்று உடல்தான். அவர்கள் இந்தித் திரைப்படங்களில் பார்த்தது போல ஆண் சுகபோகத்துக்கு அடிமையான ஆண்கள் புது 'சரக்கு' ஒன்று சந்தைக்கு வந்தால் அதற்கு எவ்வளவு பணம் வேண்டுமானாலும் கொடுப்பார்கள். அதனால் அவர்களது உடலைப் பொதுவில் சந்தைப்படுத்திவிடுவார்கள். இதுவும் ஒரு கதைதான் என்று அவர்கள் பின்னால் புரிந்துகொள்கிறார்கள். அந்த உடலும் மலிவாக ஆகிவிடுகிறது. அந்த அளவு அதற்கு மதிப்பு இல்லாமலும் போய்விடுகிறது. எதற்குமே மதிப்பு இல்லை. அப்படிப் பணம் கொடுக்கிற, அந்த அளவு பணம் கொடுக்கிற ஆண்கள் அந்த அளவு காதல் வயப்படுவதில்லை. வாய்ப்புக் கிட்டினால், தினமும் ஒரு புதிய சரக்கை எதிர்ப்பார்க்கிறார்கள். இப்படியாகத்தான் வறுமைப்பட்ட இந்த வகை இளைஞர்கள் நாளடைவில் சீரழிந்து போய்விடுகிறார்கள்."

"இந்தத் தொழிலில் அவன் எவ்வளவு நாள் இருந்தான்?"

"பத்தர்வாடியிலா? அப்படி ஒன்றும் நீண்ட காலம் அவன் இல்லை. பிழைப்பைத் தேடி இங்கு வந்த அவன் நீண்ட நாள்கள்

இருக்கவில்லை. ஆனால் ஏற்கெனவே அவனுக்குப் பெயரும் புகழும் இருந்து வந்தது. 'தன்பாலினச் சேர்க்கையாளர் மும்பை டாட் காம்' என்று ஒரு வலைதளம் தொடங்குமாறு விக்ரமிடம் சொல்லிக்கொண்டிருப்பேன். இதுபோன்ற ஆண்கள்தான் அவ்வளவு இழிவான விஷயங்களைச் செய்துகொண்டிருப்பவர்கள் என்று வெளியிடுமாறு கூறுவேன். எல்லாவற்றையும் அப்படியே புகைப்படம் எடுத்துத் தருகிறேன் என்று சொன்னேன். அவனுடைய வழக்கறிஞர் நண்பர் ஒருவர், அவர்கள் மீது மான நஷ்ட வழக்கு தொடர்ந்துவிடுவார்கள் என்று சொன்னார். கற்பனை செய்து பாருங்கள். அவனுடைய இன்னொரு படம் இருந்தால் கொடுங்கள். இந்த மாதிரி பொறுக்கிகள் பட்டியலில் இவன் படத்தையும் வைத்துக்கொள்கிறேன்.

காரிலிருந்து ஒரு ஃபோனை எடுத்து, அதை லெஸ்லியிடம் நீட்டினார். அதை வாங்கி அதிலுள்ள சில எண்களைத் தேவையற்றது என்று கடந்து சென்றார். "ஓ, இதைப் பாருங்கள். அவள் தன்னை யார் என்று நினைத்துக்கொண்டிருக்கிறாள்? இந்தக் கேவலமான நம்பருக்கெல்லாம் யார் ஃபோன் பண்ணப் போகிறார்கள்?"

லெஸ்லி பீட்டரிடம் ஃபோனைப் பார்க்கக் கொடுத்தார். அப்போது தெற்கிலுள்ள மாஹிம் நகருக்கு லேடி ஜாம்ஷெட்-ஜி என்னும் தரைப்பாலம் வழியாகப் போய்க்கொண்டிருந்தார்கள். பீட்டர் ஒவ்வொரு புகைப்படத்தையும் புரட்டிக்கொண்டிருந்தார். அதில் யூனிட்டின் புகைப்படம் வந்தவுடன் அப்படியே நிறுத்தினார்.

"இவனா? இவனை உங்களுக்குத் தெரியுமா?" என்று பீட்டர் டாக்ஸியிடம் கேட்டார்.

"ஓ! அவன் மிகவும் ஆபத்தானவன்" என்றான் டாக்ஸி-டாக்ஸி. அவனைக் கத்திக்குத்து கந்தசாமி என்று சொல்வோம். அவன் எப்போதும் கையில் ஒரு கத்தியோடுதான் வருவான். அந்தக் கத்தியால் உங்கள் சட்டையைக் கிழிப்பான். அப்படியே உங்கள் உடம்பில் கத்தியால் மென்மையாக ஒரு மெல்லிய கோடு ஒன்று போட்டுவிடுவான். உங்களுக்கு இரத்தம் வழியத் தொடங்கும். உங்களை அலற வைக்க இது ஒன்று போதும். மகாத்மா காந்தி நீச்சல் குளக்கரையில்தான் இந்த இழி செயலைச் செய்கிறான்!

"யூனிட்டா?"

“கத்தி வேலைகளில் அவன் கில்லாடி. அவனுக்கு இந்தப் பெயர் எப்படி வந்தது தெரியுமா?”

“தெரியாது.”

“பரேல்-லில் உள்ள கால்நடை மருத்துவமனை உடற்கூறு ஆய்வு நிலையத்தில் அவன் வேலை செய்தான். அங்கு இறந்த விலங்குகளின் தோலை உரிப்பதுதான் அவன் வேலை.”

20

உணர்ச்சிகளை வெளிக்காட்டிக் கொள்ளாமல் பீட்டர் கூறிய எல்லாவற்றையும் ஜெண்டே கவனித்துக் கேட்டுக்கொண்டிருந்தார். அவர் அதில் நிறைவடைந்ததாகத் தெரியவில்லை. ஆனால் தனது நண்பரைத் திருப்திப்படுத்த அவர் கூறியவை வலுவான சூழ்நிலை ஆதாரங்களாக இருக்கும் என்று எண்ணினார். எது எப்படி இருந்தாலும், கடைசிக் கட்டத்தில் விசாரணைக்காக யூனிட்டைக் கொணரும் பொருட்டு ஜெண்டே சுரலேவை அனுப்பினார்.

ஜெண்டே மென்மையாகத் தொடங்கினார்.

“சொல்லு. உன்னைப் பற்றிச் சொல்லு. பள்ளிப் படிப்பை எப்போது முடித்தாய்? அதன் பிறகு என்ன செய்தாய்?”

“இளங்கலை படிப்பிற்காக பரேல் கல்லூரிக்குச் சென்றேன்.”

“படிப்பை முடித்துவிட்டாயா?”

“இல்லை, சார். குடும்பப் பிரச்சினை இருந்ததால்...”

“வேறு என்ன செய்தாய்?”

“உடற்பயிற்சி படிப்பை எடுத்துப் படித்தேன்.”

“உடற்பயிற்சி கற்றுக் கொடுக்கும் பணி செய்தாயா?”

“இல்லை, சார். வேலை கிடைக்கவில்லை.”

“வேறு எங்கே வேலை செய்தாய்?”

“அங்கே, இங்கே கிடைத்த வேலையைச் செய்தேன்.”

“ம்ம்ம். குறிப்பாக ஏதாவது?”

“எந்த வேலையும் நீடிக்கவில்லை. சின்னச் சின்ன வேலைகள் மட்டும்தான்.”

“பரேலில் உள்ள கால்நடை மருத்துவக் கல்லூரியில் வேலை செய்தாயா?”

யூனிட் அதிர்ச்சியடைந்தான்.

"இல்லை, சார். அதாவது, ஆமாம், சார்."

"அங்கு உனக்கு என்ன வேலை கிடைத்தது?"

"அங்கு ஆய்வக உதவியாளர் வேலை."

"என்ன வேலை செய்தாய்?"

"எனக்கு அவர்கள் சொன்ன வேலையைச் செய்தேன்."

"மாட்டுத் தோல் உரிக்கும் பொறுப்பில் இருந்தாயா?"

"ஆம். சார்.!"

"அதில் என்ன முக்கியத்துவம் இருந்தது."

"நோய்வாய்ப்பட்டோ அல்லது வேறு ஏதோ காரணத்தாலே ஒரு விலங்கு இறந்தால், அது எங்களிடம் அனுப்பப்படும். ஒருவர் அதன் தோலை அறுத்து எடுப்பார். அது கெட்டுப் போகாமல் இருக்க அதற்கென்று ஓர் ஊசி இருக்கும். அந்த ஊசியைப் போட்டு அதன் தோலை கெட்டுப் போகாமல் பாதுகாப்போம். கால்நடை மருத்துவர் வந்து பரிசோதிக்கும் வரை அதைக் குளிர் சாதனப்படுத்தி வைத்திருப்போம்."

"இந்த வேலையை நீ சிறப்பாகச் செய்வாய். அப்படித்தானே?"

"சிறப்பாகச் செய்வது, மோசமாகச் செய்வது என்றெல்லாம் எதுவுமில்லை, சார். இது ஒரு வேலை."

"எவ்வளவு காலம் அந்த வேலையைச் செய்தாய்?"

"இரண்டு ஆண்டுகள்."

"அதன்பிறகு?"

"எனக்கு அலுத்துப் போய்விட்டது. அந்த வேலையை விட்டு விட்டேன்."

"அதன்பிறகு பிழைப்புக்கு என்ன செய்தாய்?"

பீட்டரைப் பார்த்தான் யூனிட். அதன்பிறகு பொய் சொல்ல வேண்டிய முடிவுக்கு வந்துவிட்டான். "இப்பொழுது நான் தனிப் பயிற்சி கொடுத்து வருகிறேன்."

"நேற்று இரவு எங்கே இருந்தாய்?"

"வீட்டில்தான் இருந்தேன். கடுமையான தலைவலியாக இருந்தது."

"உன்னோடு வேறு யாரும் இருக்கிறார்களா?"

"ஆமாம். சார், இன்னும் மூன்று இளைஞர்கள். எல்லாரும் ஒன்றாகத்தான் இருக்கிறோம். என் குடும்பத்தோடுதான் இருந்தேன். இப்போது வெளியே வந்துவிட்டேன். கூட்டமாக இருந்தது."

"உன்னோடு இருந்த இளைஞர்களும் தனிப்பயிற்சி கொடுப்பவர்களா?"

"இல்லை, சார். ஒருவன் பியூன். மற்ற இருவர்கள், கூரியர் வேலை செய்பவர்கள்."

"அவர்களின் ஃபோன் நம்பர்களைக் கொடு" என்றார் ஜெண்டே. அவனது ஃபோனை இயக்கி அந்த மூவரின் பெயர்களையும் அவர்களது நம்பர்களையும் யூனிட் அவரிடம் கொடுத்தான். அவைகளை ஜெண்டே கவனமாகக் குறித்துக்கொண்டு, சுரலேயிடம் கொடுத்தார்.

"இந்த ஆளை உனக்குத் தெரியுமா?"

ஜெண்டே மேஜை மீது ஹிமலின் புகைப்படத்தை எடுத்துப் போட்டார்.

"தெரியாது, சார்."

"நேற்று இரவு இவனும் கொலை செய்யப்பட்டிருக்கிறான்" என்றார் ஜெண்டே.

"அர்ரே! ஊர் என்ன இப்படிப் போய்க்கொண்டிருக்கிறது" என்றான் யூனிட்.

"அவனுடைய சிறுநீரகமும் வேண்டுமா?"

"சார், என்ன பேசுகிறீர்கள், சார். அவனது சிறுநீரகம் எடுக்கப் படவில்லை."

"உனக்கு யார் அதைச் சொன்னது?"

யூனிட் தயங்கினான்.

"செய்தித்தாள்களில் வந்தது!"

"அப்படியா? எந்தச் செய்தித்தாளில் வந்தது?"

"தொலைக்காட்சியில் வந்திருக்கலாம்."

"இருக்கலாம். எந்தச் சேனலில்?"

"எனக்குத் தெரியவில்லை. நிறைய சேனல்கள் பார்க்கிறேன். மராட்டி சேனல்கள் நிறைய வருகின்றன. உங்களுக்கே தெரியும்."

"நிறைய சேனல்கள் வருகின்றன. உண்மைதான். நாங்கள் எல்லா சேனல்களையும் சரிபார்க்க முடியும். நாம் தெரிந்துகொள்ள வேண்டியது - செய்தி வாசிப்பாளர் என்ன வாசிக்கிறாரோ அதைத் தெரிந்துகொள்ள வேண்டும். அவர்கள் ஒரு திரையிலிருந்து அதை வாசிக்கிறார்கள், இல்லையா? ஆகவே செய்தி வாசிப்பாளர் வாசிக்கும் செய்தியை நாம் தெரிந்துகொள்கிறோம். ஹிமல் ஷாவின் சிறுநீரகம் எடுக்கப்படவில்லை என்று எங்கே வாசித்தார்கள் என்று தெரிந்து கொள்ளலாம்!"

"சார், அதை அவர்கள் அப்படிச் சொல்லவில்லை. ஆனால் அவரது சிறுநீரகம் எடுக்கப்பட்டிருந்தால், அதை அவர்கள் செய்தியில் சொல்லி இருக்க வேண்டும். அவர்கள் அந்த மாதிரி செய்தியை எப்போதும் கொடுத்துக்கொண்டிருக்கிறார்கள்."

"நீ முதலில் அப்படிச் சொல்லவில்லை. சிறுநீரகம் எடுக்கப்படவில்லை என்று செய்தியில் கேட்டதாகச் சொன்னாய். இதைச் சொன்னது யார்? எங்கே சொன்னார்கள்?"

"சார், நீங்கள் ஏன் இப்படிச் செய்கிறீர்கள்?"

"நான் இதுவரை எதையும் செய்யவில்லை. நீ கத்தியை எப்போதும் கையில் வைத்துக்கொண்டு இருப்பாயா?"

"அப்படி இல்லை, சார்!"

"வீட்டில் கத்தி வைத்திருக்கிறாயா?"

"வீட்டிலும் இல்லை, சார்."

"சமையலுக்குக் கூட கத்தி இல்லையா?"

"அதற்கு வைத்திருக்கிறோம்!"

"நாங்கள் உன் வீட்டைச் சோதனையிடப் போகிறோம். அது தெரியுமா உனக்கு?"

"சார், நான் இந்த மூன்று இளைஞர்களோடு இருக்கிறேன். அவர்கள் ஒருவேளை கத்தி வைத்திருக்கலாம். அதற்காக என் மீது குற்றம் சுமத்துவீர்களா?"

"நீ இரவு முழுவதும் வீட்டில்தான் இருந்தாய் என்று அவர்களால் நிச்சயமாகச் சொல்ல முடியுமா என்று அவர்களையும் கேட்கப் போகிறோம்."

"சார், அவர்கள் உண்மையைத்தான் சொல்லுவார்கள் என்ற நம்பிக்கை எனக்கு இருக்கிறது. தயவுசெய்து கொஞ்சம் தண்ணீர் தருகிறீர்களா?"

"அவர்களில் யாரேனும் பொய் சொல்லுவார்கள் என்று நினைக்கிறாயா?"

"சார், யார் சொல்வார்கள்?"

"அல்லது உனக்காக அவர்கள் எல்லாரும் பொய் சொல்வார்களா?"

"இல்லை சார். அவர்கள் எல்லாரும் நல்ல குடும்பத்தைச் சார்ந்த நபர்கள். தயவுசெய்து, கொஞ்சம் தண்ணீர் வேண்டும், சார்."

"நீ அவர்களுக்காகப் பொய் சொல்வாயா?"

"இல்லை, சார். நானும் நல்ல குடும்பத்தைச் சேர்ந்தவன்தான்."

ஜெண்டே சரி என்று தலையாட்டினார். "எனக்குத் தெரியும்" என்றார்.

பீட்டர் தண்ணீர் கொண்டு வரச் சென்றார்.

"இது யாருக்கு" என்று சுரலே கேட்டான்.

"அது எனக்காக" என்று பீட்டர் பொய் சொன்னார். ஏனென்றால், போலீஸ்காரர்கள் அவனுக்குத் தண்ணீர் கொடுப்பார்கள் என்று அவரால் உறுதியாக நம்ப முடியவில்லை.

சுரலே தண்ணீர் பாட்டிலை எடுத்து ஒரு கண்ணாடி டம்ளரில் நிரப்பினான். பீட்டர் அந்த டம்ளரை எடுத்தார். ஜெண்டே அவரை முறைத்துப் பார்த்தார், ஆனால், யூனிட்டுக்கு முன்னால் அந்தத் தண்ணீர் டம்ளரை பீட்டர் வைத்தபொழுது ஜெண்டே எதுவும் கூறவில்லை.

"உனக்கு இந்த ஹிமல் ஷாவைத் தெரியுமா?"

"தெரியாது, சார்."

"நிச்சயமாக?"

"நிச்சயமாகத் தெரியாது, சார்."

"இந்த மனிதரையாவது தெரியுமா?"

அவர் பிராக்ஸியின் படத்தை அவன் முன்னே தள்ளிவிட்டார்.

"இவன் பெயர் பிராக்ஸி. இவன் என் நண்பன். இதை நான் ஏற்கெனவே உங்களுக்குச் சொல்லியிருக்கிறேன்."

"அவனுக்கு எந்த மாதிரி சாவு கிடைக்க வேண்டுமோ, அதே சாவு அவனுக்குக் கிடைத்திருக்கிறது."

"இல்லை, சார். இந்த மாதிரி செய்திகளையே ஏன், சார், சொல்லிக் கொண்டிருக்கிறீர்கள்.?"

"ஏனென்றால் இதெல்லாம் உண்மை. அவன் என்ன வேலை பார்த்தான் என்று உனக்குத் தெரியுமா?"

யூனிட் அமைதி காத்தான்.

"அவன் ஆண்களோடு செக்ஸ் வைத்துக்கொண்டான்."

யூனிட் அமைதியாக நின்றான். ஆனால் இது ஒரு முயற்சி.

"அவன் ஒரு காம வெறியன்."

"இல்லை, சார். அது அப்படி இல்லை. உங்களுக்கு நன்றாகத் தெரியும்."

"எனக்குத் தெரியுமா?"

"ஆமாம். உங்கள் ஆட்கள்தாம். போலீஸ்காரர்கள்தான். அவர்கள் தான் அவனைக் கெடுத்தது. அங்கே போ. போய் உன்னையே அவிழ்த்துக் காட்டு. அவர்கள் உன்னைத் தொட வருவார்கள். அப்போது நாங்கள் ஓடி வந்து அவர்களைப் பிடித்துக் கொள்வோம் என்று உங்கள் போலீஸ்காரர்கள் அவனை அப்படிச் செய்யச் சொல்லி இருக்கிறார்கள். உங்கள் போலீஸ் அவனை அப்படி ஆக்கிவிட்டது. உங்கள் போலீஸ் இந்த நிலைமைக்கு அவனை ஆளாக்காமல் இருந்திருந்தால், அவன் இறந்திருக்கமாட்டான். இன்று உயிரோடு இருப்பான்."

“அவன் அதற்கு உடன்படாது இருந்திருக்க வேண்டும்” என்று சொன்ன ஜெண்டேயின் குரல் தாழ்ந்தது. அதற்கு மாறாக யூனிட்டின் குரல் ஓங்கி ஒலித்தது.

“ஓ! அவ்வளவு சுலபமா? போலீஸ் உங்களிடம் ஏதோ ஒன்றைச் செய்யச் சொல்கிறது. நீங்கள் அதைச் செய்கிறீர்கள். அது உங்களுக்குத் தெரியும். அது பற்றி எனக்குத் தெரியும். பிராக்ஸிக்கும் தெரியும். சூரஜ் பணப் பெட்டியோடு வந்தபோது “என் மாமியார் சுகமில்லாமல் இருக்கிறார். எல்லாப் பணத்தையும் பறித்துக் கொண்டுவிடாதீர்கள் என்று போலீசிடம் கேட்டதாக சூரஜ் என்னிடம் சொன்னான். அவன் போலீஸ்காரர்களைக் கெஞ்சி இருக்கிறான். ஆனால் அவர்கள் “உன் மாமியார் சுகமில்லாமல் இருந்தால் நீ ஏன் கழிப்பறைக்கு ஆண்களின் சாமானை உருவி விட வருகிறாய்” என்று கேட்டார்கள். அவர்கள் அவனுடைய ஃபோனை அவனுக்குக் கொடுத்து, “உங்கள் எல்லாருடைய ஃபோன் நம்பர்களும் எங்களிடம் உள்ளன. உன் அலுவலக நம்பர் உள்ளது. உன் வீட்டு நம்பர் உள்ளது. நீ எங்கே வேலை செய்கிறாய் என்று தெரியும். நீ எங்கே இருக்கிறாய் என்றெல்லாம் தெரியும்” என்று மிரட்டியிருக்கிறார்கள். பிறகு அவர்கள் அவனைக் கூப்பிட்டுக்கொண்டே இருந்திருக்கிறார்கள். “நிறைய பணம் கொண்டு வா. இன்னும் கொண்டு வா” என்று உங்கள் போலீஸ் சொல்லிக் கொண்டே இருந்திருக்கிறார்கள். அவர்கள் எல்லாப் பணத்தையும் அவனிடமிருந்து பிடுங்கிக்கொண்டுவிட்டார்கள். அவன் தன்னைத் தானே மாய்த்துக்கொண்டான்.”

“அவனே தன்னை மாய்த்துக் கொள்ளவில்லை. இந்த ஹிமல்தான் அவனைக் கொலை செய்திருக்கிறான்” என்றார் ஜெண்டே.

“தன் சொந்த மைத்துனனையே அவன் கொலை செய்து விட்டானா? தன் கூடப் பிறந்த சகோதரியையே விதவை ஆக்கி விட்டானா? பிறகு எனக்கு மகிழ்ச்சி. ஏனென்றால்...”

“எதற்காக நீ மகிழ்ச்சி அடைகிறாய்?”

யூனிட் கொஞ்ச நேரம் திகைத்துப் போய் நின்றான். எதுவும் பேசவில்லை. அடுத்த, ஒரு கன நேரத்தில், யாரும் எதிர்பாராத ஒன்று நடந்தது. - அந்தக் கண்ணாடிக் குவளையைத் தன் நெற்றியில் ஓங்கி அடித்துக்கொண்டான். குவளை உடைந்தபின், உடைந்த கூர்மையான பகுதியால் தன் நெற்றியில் குத்திக்கொண்டான்.

இரத்தம் குபுகுபுவென்று வந்து முகத்தின் மீது வழிந்தோடியது. வலி தாங்க முடியாமல் பயங்கரமாக அலறினான்.

இந்தச் சத்தம் கேட்டு சுரலே அந்த அறைக்குள் பாய்ந்து வந்தான். "சார், பீட்டருக்காகத்தான் அந்தக் கண்ணாடி டம்ளரில் தண்ணீரை வைத்தேன்," என்று சொல்லிட்டு, பீட்டரை எரித்துவிடுவது போலப் பார்த்தான்.

"கவலைப்பட வேண்டாம். அவர் என் நண்பர். நாம் அவனுக்குத் தண்ணீர் கூடக் கொடுக்கமாட்டோம் என்று அவருக்குத் தெரியும். ஆனால் போலீஸ் அராஜகத்தால் அவர் ஒரு பாடம் கற்றுக் கொண்டார்" என்று ஜெண்டே கூறினார்.

"மிக, மிக வருத்தமாக இருக்கிறது" என்றார் பீட்டர்.

ஜெண்டே மிகுந்த மனவேதனையோடு வீட்டில் இருப்பார் என்று பீட்டர் நினைத்தார். ஆனால் காலை முழுவதும் அவர் 'வாக்' போய் இருந்தது போல் தெரிகிறது.

"இப்பொழுது நீங்கள் வீட்டிற்குச் செல்லுங்கள். இன்று மாலையில் போய் அவனது நண்பர்களைப் பார்ப்போம். அவன் தங்கியிருந்ததாகச் சொன்ன இடம் உண்மைதானா என்று கண்டுபிடிப்போம்" என்று பீட்டரிடம் ஜெண்டே கூறினார்.

"நான் சாட்சியங்கள் தருகிறேன். நீங்கள் கண்டுபிடிக்காத..." என்று பீட்டர் சொன்னார்.

அது கேட்டு ஜெண்டே அமைதியானார்.

"விசாரணை அறையில் கண்காணிப்புக் கருவியைப் பொருத்தி இருக்கிறோம். அவன் என்ன செய்தான் என்பதையும், நான் என்ன செய்யவில்லை என்பதையும் அது பதிவு செய்துகொள்ளும். ஆனால் அடுத்தமுறை யாருக்காகத் தண்ணீர் வேண்டும் என்று சுரலேயிடம் சொல்லுங்கள். அவன் உங்களுக்குப் பிளாஸ்டிக் குவளையில் தண்ணீர் கொடுப்பான்."

தன்மீது ஒரு நிம்மதி அலை பரவியது போல பீட்டர் உணர்ந்தார். பிறகு அவருக்கு ஒரு விஷயம் உதித்தது.

"கண்காணிப்புக் கருவி" என்றார்.

"ஆம்" என்று ஜெண்டே சொன்னார்.

“மாதுங்கா சாலையில் கண்காணிப்பு கேமரா பொருத்தப் பட்டுள்ளது. யூனிட் காவல் நிலையத்தினுள் நுழைவதை அவர்கள் கண்காணித்திருப்பார்கள். கழிப்பறையில் நுழைவதையும் கண்டுபிடித்திருப்பார்கள்” என்று பீட்டர் சொன்னார்.

“அல்லது, அதிலிருந்து வெளியேறுவதையாவது கண்டுபிடித்திருக்கலாம்.” என்றார் ஜெண்டே.

சுரலே கண்களை மேல் நோக்கிச் செலுத்தினான். அடுத்த தலைவலி வந்துகொண்டிருப்பதைப் பார்க்கிறானா?

பீட்டர் அந்தத் தருணத்தை நன்கு உள்வாங்கிக்கொண்டார்.

“நான் அவனிடம் பேசலாமா?” என்று பீட்டர் கேட்டார்.

“விரும்பினால் பேசலாம். ஆனால் அவன் தரும் தகவலினால் நமக்கு எந்தப் பலனும் இருக்காது. ஆகவே ஒத்துக்கொள்ளச் சொல்லச் சொல்லி எதையும் கேட்க வேண்டாம்” என்றார் ஜெண்டே.

ஒரு போலீஸ்காரர் யூனிட்டுக்குத் தலையில் கட்டுப் போட்டு விட்டுக்கொண்டிருந்த அறைக்குள் பீட்டர் நுழைந்தார். ஆய்வுக் கூட உதவியாளர் ஒருவர் இரத்தம் படிந்திருந்த யூனிட்டின் விரல் நகங்களை கவனமாகச் சுத்தம் செய்துகொண்டிருந்தார். அதை பீட்டர் அவ்வளவாகக் கவனிக்கவில்லை. ஆனால் அவர் தேடி வந்தது கிடைத்தது. அவன் விரல் நகங்களுக்கடியில் துருப்பிடித்த இரத்தக் கறையைக் கண்டுபிடித்தார். அது ஹிமலின் இரத்தம். ஹிமலின் இரத்தக்கறை போகும் அளவுக்கு அவன் அதைக் கழுவவில்லை. ஒருவேளை பக்மத்தின் குளியல் அறைக்குச் சென்று எப்படிக் கறை நீங்க சுத்தம் செய்ய வேண்டும் என்று யூனிட் தெரிந்துகொண்டிருக்க வேண்டும்.

“அங்கிள்.”

அவனது குரல் இப்போது வேறுபட்டிருந்தது. ஒரு நம்பிக்கையோடு இருந்தான்.

“நீ ஏன் அப்படிச் செய்தாய்?”

“நான் ஏன் அப்படிச் செய்யக்கூடாது?” என்று கேட்டுவிட்டு யூனிட் சிரித்தான். “‘அவர்கள் எல்லோரும் பாண்டு மகாராஜாக்கள். அவர்கள் எல்லாம் தங்களை மகா புருஷர்கள் என்று நினைத்துக்

கொள்வார்கள். அவர்கள் அவ்வப்போது அமிதாப்பச்சன் ஆகி விடுவார்கள்."

அவன் நாற்காலியில் சரிந்து விழுந்தான். கால்களைப் பரப்பி வைத்திருந்தான். ஆனால் விழுந்து கிடந்த அவனது உடல் தோற்றத்தில் ஓர் உறுதி தென்பட்டது.

"உன்னைப் பற்றி நான் ராக்கெட்டிடம் பேசினேன்" என்றார் பீட்டர்.

"ராக்கெட்டிடமா? அவன் ஒரு முட்டாள் பயல்" என்றான். பிறகு அவன் பேசுவதை நிறுத்திவிட்டு பீட்டரைப் பார்த்தான். "அவன் என்ன சொன்னான்?"

"நல்ல விஷயம்தான். அந்த சீனாக்காரப் பையனை அடித்த சம்பவத்தைப் பற்றிச் சொன்னான்."

யூனிட் தலை கவிழ்ந்தான்.

"என்ன அங்கிள், சிக்கிம் மாநிலத்தவனை அடித்ததற்கு சீனாக்காரனை அடித்ததுபோல, விவரம் தெரிந்த நீங்களே சொன்னால் நம் நாடு என்ன ஆகும்" என்று யூனிட் பீட்டரிடம் சொன்னான்.

அவனை யூனிட் அடித்தது சரி என்று பீட்டர் தலையாட்டினார்.

"ஆனால், பிராக்ஸி ஓடிவிட்டான். இல்லையா?"

"யார் உங்களுக்குச் சொன்னது?" யூனிட்டின் முகம் இறுக்கம் அடைந்தது.

"வேறு யார்? ராக்கெட்தான் சொன்னான்."

"அப்படி ஒன்றும் இல்லை. பிராக்ஸி நல்லவன். அவன் எங்கும் ஓடவில்லை."

"நீ அடிவாங்கிக் கொள்ளட்டும் என்று பிராக்ஸி ஓடிவிட்டதாக ராக்கெட் கூறினான்."

"ராக்கெட்டுக்கு எதுவும் தெரியாது?"

"அப்படியானால் அன்றிரவு என்ன நடந்தது?"

"ஒன்றும் நடக்கவில்லை. சிறு கைகலப்பு. அவன் அடித்தான். நான் அடித்தேன். அவ்வளவுதான். பிராக்ஸி எங்கும் ஓடவில்லை."

"நீங்கள் நல்ல நண்பர்கள்; நீயும் பிராக்ஸியும்."

"அப்படித்தான்" என்றான் யூனிட். அவன் குரல் கொஞ்சம் தடுமாறியது. கொஞ்ச நேரம் அமைதியானான். பீட்டர் காத்துக் கொண்டிருந்தார்.

"அப்படித்தான்." மீண்டும் யூனிட் பேசத் தொடங்கினான். "ஒட்டிப் பிறந்த சகோதரர்கள் போல நல்ல நண்பர்கள் நாங்கள்."

"அவன் அப்படி இறந்திருக்கக் கூடாது" என்று பீட்டர் சொன்னான்.

"கூடவே கூடாதுதான். அப்படி யாரும் சாகக்கூடாது. அதுவும் ஒரு கழிப்பறையில்" என்றான் யூனிட்.

பீட்டர் அந்த இளைஞன் செய்த கழிப்பறைக் காட்சியை மனக்கண்ணால் பார்த்துக்கொண்டார்.

"எனக்குத் தெரியும், அங்கிள். அவன் அசிங்கமான காரியங்களைத்தான் செய்துகொண்டிருந்தான்."

யூனிட் அணிந்திருந்த இறுக்கமான ஜீன்ஸ், டி-ஷர்ட் ஆகியவைகளைக் கவனித்தார்.

"நீங்கள் என்ன நினைக்கிறீர்கள் என்று எனக்குப் புரிகிறது. நானும் ஆண்களோடு உறவு வைத்துக்கொள்ளும் வேலையைத்தான் செய்து வருகிறேன்."

தனது நன்மைக்காக பீட்டர் எதையோ சொல்ல முயற்சித்தார்.

"சரி, அங்கிள். நான் ஒரு குழந்தைக்கு அப்பாவாகின்றபோது, என் மகன் முன் இதுபோல செய்ய விரும்பமாட்டேன். ஆனால் என்னுடைய இந்தத் தொழில் மிக எளிமையானது. நான் இழிவான காரியங்களைச் செய்கிறேன் என்று நீங்கள் சொல்வீர்கள். ஆனால் போலீஸ் செய்வது? போலீஸ் உங்கள் ஃபோனை பறித்துக்கொண்டு, "ஆயிரம் ரூபாய் பணம் கொண்டு வா. இல்லையேல் நாளைக்கு நீ நீதிமன்றத்தில் நிற்க வேண்டியிருக்கும். நீ யாரென்று நீதிமன்றத்தில் எல்லோருக்கும் தெரிய வரும். -அது ஒரு தண்டனைக் குற்றம். நான் பிராக்ஸியிடம் "அந்த மாதிரியெல்லாம் செய்யாதே. சில சமயங்களில் எனக்கு நிறைய வருமானம் வரும். அதை அப்படியே மிச்சப்படுத்தி, இருவரும் வேறு ஏதாவது நல்ல தொழில் செய்வோம் என்று சொன்னேன். ஆனால் அவன் என் பேச்சை ஏற்றுக்கொள்ளவில்லை. ஆனால் போலீஸ்காரர்கள் பிராக்ஸிக்குப்

பணத்தாசை காட்டிவிட்டார்கள். அதனால் அவன் எனக்கு போலீஸ் இருக்கிறது. அது என்னைப் பார்த்துக்கொள்ளும் என்று சொல்லிவிட்டான்" என்று யூனிட் சொன்னான்.

இதைச் சொல்லிவிட்டு யூனிட் சிரித்தான். அந்தச் சிரிப்பில் சிரிப்பு இல்லை. சோகம் இருந்தது.

"போலீஸ் எப்படி அவனைப் பாதுகாத்தது என்று கவனித்தீர்களா?"

பீட்டர் தலையாட்டினார். அவர் மனதில் தோன்றிய உட்சபட்சக் கேள்வியைக் கேட்பதற்கு முனைந்தார்.

"நீங்கள் என்ன தெரிந்துகொள்ள விரும்புகிறீர்கள் என்று எனக்குத் தெரியும் அங்கிள்."

"நான் தெரிந்துகொள்ள விரும்புவது என்ன?"

"பிராக்ஸியைக் கொன்றது யார் என்று நீங்கள் சொல்லியதிலிருந்து எனக்கு ஏதாவது துப்பு கிடைத்திருக்குமா என்று தெரிந்து கொள்ள விரும்புகிறீர்கள்."

அந்த இளைஞனின் கூர் மதிகண்டு பீட்டர் திகைத்துவிட்டார். அத்துடன் அவர் யூனிட்டுடன் நடத்திய விசாரணையில் ஏதாவது கோட்டை விட்டுவிட்டாரா, அல்லது வாய்தவறி ஏதாவது உளறி விட்டாரா, எப்படியோ ஹிமல்தான் பிராக்ஸியின் மரணத்திற்குக் காரணம் என்று எதையாவது கூறிவிட்டாரா என்று பீட்டர் குழம்பிக்கொண்டிருந்தார். அப்படி எதுவும் இல்லை. அப்படிச் சொன்னதாக நினைவும் இல்லை. இருப்பினும் ஏதோ ஒரு சந்தேகம் அவர் மனதில் தேங்கி நின்றது.

"இல்லை. அதுபோன்று எதையும் நீங்கள் சொல்லவில்லை. ஹிமல் ஷாவின் படத்தை நீங்கள் ராக்கெட்டிடம் காண்பித்தீர்கள். உங்களுக்கு நினைவிருக்கும். அவன் எங்கே வேலை செய்தான் என்றும் சொன்னீர்கள். ஒரு கமிஷன் தொகையை எனக்குக் கொடுத்து அதை விசாரிக்கும் வேலையை ராக்கெட் என்னிடம் கொடுத்தான். அவனது புகைப்படத்தைக் கண்டவுடன் நான் அவனை அடையாளம் கண்டுகொண்டேன். அந்த முகத்தையும் உடம்பையும் யாரால் மறக்க முடியும்? அவனைப் பல தடவை கழிப்பறையில் பார்த்திருக்கிறேன். ஒரு நண்பனாக அந்த ஆய்வகத்திற்குச் சென்றிருக்கிறேன். அவன் ஊசி மருந்து கொடுத்ததைக் கண்டுகொண்டேன். அதற்குப் பிறகு தெரிந்து

கொண்டேன், அவன்தான் அந்த இளைஞனைக் கொன்றான் - அவன்தான் பிராக்ஸியைக் கொன்றான் என்று."

ஆகவே, அந்த ஆய்வகத்துக்குச் சென்ற இன்னொரு நபர் யூனிட்தான். திடீரென்று பீட்டர் களைப்படைந்துவிட்டார். நாற்காலியில் சரிந்து அமர்ந்தார்.

"ஹிமல் ஏன் இதைச் செய்து வருகிறான் என்று நான் புரிந்து கொண்டேன். அதையே நானும் செய்ய விரும்பினேன். அவன் பழிவாங்க நினைத்தான். எல்லாரையும் தீர்த்துக்கட்டிவிட நினைத்தான். பிராக்ஸி அந்தப் பணத்தை அவனிடம் திருப்பிக் கொடுக்க நினைத்த விஷயம் அவனுக்குத் தெரியாது. எப்படித் தெரியும்? உங்களுக்குத் தெரியுமா அங்கிள்? அந்தப் பயலின் தற்கொலை பற்றி மிகுந்த வேதனைப்பட்டதாக பிராக்ஸி என்னிடம் சொல்லிக்கொண்டிருந்தான். பிராக்ஸி சொன்னான், 'யூனிட், நீ போய், ஹிமலைக் கண்டுபிடி. நீ போ. யாரும் என்னை நம்ப மாட்டார்கள்' என்றான். என்னையும் யாரும் நம்ப மாட்டார்கள் என்று நான் சொன்னேன். அதற்குப் பிறகுதான் எனக்கு ஒரு யோசனை உதித்தது. சுனில் பாயை அனுப்பலாம் என்று. உங்கள் பையனுக்கு ஃபோன் போட்டோம். ஆனால், அப்போது அவனது ஃபோன் செயல்பாட்டில் இல்லை. ஆனால், அது நடக்குமுன், இந்தப் பயல் பிராக்ஸியைக் கொன்றுவிட்டான். அது என்னுடைய தவறு. அவன் சொன்னான். 'யூனிட், என்னோடு வா. நாம் போய் இந்தப் பணத்தையாவது திருப்பிக் கொடுப்போம்' எனறு. ஆனால் நான் சொன்னேன்: 'இதில் என்ன அர்த்தம் இருக்கிறது? அந்தக் கிழவி மண்டையைப் போட்டுவிட்டாள். அதை விட்டுவிடு. இதற்குமேல் இதில் ஈடுபாடுகொள்ள வேண்டாம்' என்று சொல்லி அவனைத் தடுத்துவிட்டேன், அங்கிள். அதனால்தான் அவன் கொல்லப்பட்டான்."

"நீ அப்படி எண்ணி வருத்தப்பட வேண்டாம். அவனைக் கொன்றது ஹிமல்..."

"அங்கிள், உலகம் அப்படித்தான் நினைக்கும். என் அம்மா சொல்வார்கள் 'அது அவனுடைய தலையெழுத்து. அவனுக்கு விதித்தது. அதற்கு நீ என்ன செய்வாய்?' இந்தத் தத்துவமெல்லாம் எனக்குத் தெரியாது. ஒன்று மட்டும் எனக்குத் தெரியும். அவன் என் நண்பன். என்ன செய்ய வேண்டுமோ அதை என் நண்பனுக்குச் செய்தேன்."

இந்த இளைஞனுக்கு ஏற்பட்ட வேதனையின் ஆழம் பீட்டருக்குப் புரிந்தது. இது நீண்டநாள் கொண்டிருந்த ஒரு நட்பின் அடையாளம் மட்டும் அல்ல. இது ஓர் அர்ப்பணத்தின் அடையாளம். இதிலிருந்து யூனிட் மீண்டு வருவானா?

பீட்டர் எழுந்து நின்று, மேஜையின் மறுபக்கம் சென்று அவனது தோள் மீது கை போட்டார். "அவனை உயிரோடு இருக்க வைப்பது உன் வேலை அல்ல யூனிட்" என்றார்.

புரிதல் என்பதே இல்லாத அந்தப் பேச்சைக் கேட்டு யூனிட் குழம்பிப் போய் அவரை நிமிர்ந்து பார்த்தான். இதுபற்றி ஏதோ சொல்ல வாயெடுத்த அவன், வேண்டாம் என்று எதையும் சொல்லாமல் நிறுத்திக்கொண்டான்.

அங்கே ஒரு மயான அமைதி நிலவியது.

"ஆகவே, பல நாள்கள் நீ ஹிமலைப் பின்தொடர்ந்து சென்றிருக்கிறாய்?" என்று பீட்டர் கேட்டார்.

"இல்லை, அங்கிள்!" என்ற யூனிட்டின் பேச்சில் இப்போது ஒரு தந்திரத்தின் சாயல் தெரிந்தது. "ஒருநாள் நான் அவனைக் கழிப்பறையில் பார்த்தேன். அப்போதுதான் திடீரென்று அந்த முடிவை எடுத்தேன். ஹிமல் பிராக்ஸியைக் கொன்றது போல நானும் ஹிமலைக் கொல்ல முடிவு செய்தேன்."

"நீ கத்தி வைத்திருந்தாயா?"

"நான் எப்போதும் கத்தி வைத்திருப்பேன்."

அவன் எழுந்து நின்று நேராகப் பீட்டரின் கண்களைப் பார்த்துச் சொன்னான். "இது ஒரு வாக்குமூலம் இல்லை, அங்கிள்."

பீட்டர் தலையாட்டினார்.

"ஐ யாம் சாரி, அங்கிள். நீங்கள் எனக்கு உணவு அளித்தீர்கள், வீட்டிற்கு அழைத்தீர்கள், நன்றாக நடத்தினீர்கள். உங்கள் பையனும் நல்லவன். சாரி அங்கிள், நான் உங்களிடம் அனைத்தையும் கொட்டித் தீர்த்துவிட்டேன். என் சுமையை உங்களிடம் இறக்கி வைத்துவிட்டேன்."

பீட்டர் யூனிட்டின் உருவத்தைப் பார்த்தார். அவனது தலை பீட்டரின் தோள் அளவு இருந்தது. அவனது கண்களில் அவநம்பிக்கையும் எதிர்ப்பும் தெரிந்தன. அவனுக்கு உணவு

கொடுத்தபோது எந்தவித ரசனையும் இல்லாமல் அவசர அவசரமாக அவன் உணவு உண்டதையும், ஒருநாள் அவனுக்குத் திருமணம் நடக்கும் என்று அவன் நம்பியதையும், எந்தவிதத் தயக்கமும் இல்லாமல் அவனுடைய வாழ்வின் எல்லா நிலைகளிலும் பீட்டரை அனுமதித்ததையும், நம்பிக்கையுடன் பீட்டர் நினைத்துப்பார்த்து அனைத்தையும் தனக்குள்ளே மறைத்துக்கொண்டார்.

"அங்கிள், 377 என்ன செய்திருக்கிறது என்று பாருங்கள். இந்த உலகம், அங்கிள். பிராக்ஸியை ஒரு கிரிமினலாக ஆக்கி இருக்கிறது. ஒவ்வொருவருமே கிரிமினல்தான். அந்த மகா புருஷர்களைத் தவிர. பலர் மாண்டுவிட்டார்கள் அங்கிள். இலட்சக்கணக்கில் - கோடிக்கணக்கில். ஒருநாள் நானும் சாவேன். ஏன் ஒவ்வொருவரும் இப்படிச் சாகவேண்டும்? அங்கிள்? ஏன் என்னுயிர் பிராக்ஸியும்...?"

விரக்தியின் விளிம்பில் இருந்த அவன் பீட்டரின் மார்பில் தலை சாய்த்து அழுதான். இருவரும் சேர்ந்து அழுதார்கள். ஆணுக்கு ஆண். அங்கு அவமானம் எதுவுமில்லை.

21

ஜெண்டே பீட்டரை வீட்டில் இறக்கிவிட்டுச் சென்றார். பீட்டர் வீட்டின் வராந்தாவில் கிடந்த நாற்காலி மீது அமர்ந்தார். சுனில், அப்பாவின் அருகில் சென்று அமர்ந்து, சில நிமிடங்கள் அவரையே பார்த்துக்கொண்டிருந்தான். அங்கே வார்த்தைகளுக்கு இடம் இல்லை. சுனில் எழுந்து சென்று ஆர்.சி. என்னும் மதுபாட்டில் ஒன்றினையும், இரண்டு கண்ணாடிக் குவளைகளையும் கொண்டு வந்து அவர் முன்னால் வைத்தான்.

"கொஞ்சம் போதும்" என்றார் பீட்டர்.

"அம்மா, உங்களுக்கு?" என்று சுனில் அம்மாவைக் கூப்பிட்டுக் கேட்டான்.

"வேண்டாம். நான் ஃப்ரூட்டி சாப்பிட்டுக் கொள்கிறேன். எனக்கு மாம்பழச் சாறு போதும்" என்று சொல்லிக்கொண்டு மதுவில் ஊறிய மாம்பழச் சாற்றினைக் கையில் எடுத்துவந்தாள்.

சுனில் ஐஸ்கட்டியைக் கலந்தான். மில்லி அவர்களோடு வந்து அமர்ந்தாள். அந்நகரை இருள் கொஞ்சம் கொஞ்சமாக மூடத் தொடங்கியது.

சுனில் எதிர்பாராத வகையில் ஏதோ சொல்ல வந்தான். "நான் சிறு பிள்ளைத்தனமாக நடந்திருக்கிறேன் என்று தோன்றுகிறது. நான் உங்களுக்குக் கடமைப்பட்டிருக்கிறேன். உங்களோடு கொஞ்சம் விளக்கமாகப் பேச வேண்டியுள்ளது."

மில்லி உடனே "நீ ஒன்றும் கடமைப்படவில்லை. ஆனால் நீ ஏதோ எங்களிடம் சொல்ல நினைக்கிறாய் என்று தெரிகிறது. சொல். நாங்கள் கேட்கத் தயாராக இருக்கிறோம்."

பீட்டர் உடனடியாக நன்றிப் பெருக்கால் மனைவியை நோக்கினார். வாழ்க்கைக்குத் தேவையான விஷயங்களை பீட்டர் சுனிலுக்குச் சொல்ல முற்பட்டு, அவர் அவ்வாறு சொல்லியிருந்தால், கடைசியில் அது சித்தாந்தம் சார்ந்த விவாதமாக முடிவு பெற்றிருக்கும்.

"நான் உங்களுக்குச் சொல்ல விரும்புவது, ஒரு காலத்தில் நான் காதலித்தேன். அது தெரியாமலும் இருந்திருக்கிறேன்!" என்று சொல்லிவிட்டு சுனில் நிறுத்திக்கொண்டான்.

அதன் சாயல் அவன் முகத்தில் தெரியவில்லை என்று பீட்டர் நம்பிக்கைகொண்டார். அதே சமயம் அப்படி ஏதும் இருக்கக்கூடுமோ என்றும் அஞ்சினார்.

"நான் சொல்லப் போகிற விஷயத்தை நீங்கள் காது கொடுத்துக் கேட்பீர்களா?"

"நீ சொல்லுவதாக இருந்தால் நாங்கள் கேட்கிறோம்" மில்லியின் உணர்வுகளைப் பிரதிபலித்து, பீட்டர் இணக்கமில்லாமல் கூறினார்.

நிச்சயமாக இது சொல்லத்தகாத விஷயம் என்பதால், சுனில் கசப்பான உணர்வுகளோடு அப்பாவைப் பார்த்தான்.

"நான் உங்களிடம் சொல்லுவதற்கு எதுவும் இல்லை."

மில்லி தனக்குள் சிரித்துக்கொண்டாள். சுனில் இழுத்து மூச்சு விட்டான். "இது தவறு என்று எனக்குத் தெரிகிறது. தகவல் தொடர்பு அலை வரிசைகளை எந்த நேரமும் திறந்து வைத்து என்னைப் பற்றிய தகவல்களைப் பெற முயற்சித்தீர்கள் என்று எனக்குத் தெரியும். ஆனால் இது தனிப்பட்ட விஷயம். அநேகமாக, உங்கள் அனுபவங்களுக்கு அப்பாற்பட்டது. இது சுலபமானதும் இல்லை. இது பற்றி எப்படிப் பேசத் தொடங்குவது என்றும் எனக்குத் தெரியவில்லை."

சுனில் தொடர்ந்து சொல்லவரும் விஷயத்தில், இவர் எந்தக் கருத்தும் கூறாமல் அமைதியாக இருப்பதே நன்றாக இருக்கும் என்று பீட்டர் முடிவு செய்துவிட்டார்.

"உங்களுக்கு ரூஷ் நினைவு இருக்கிறதா?" என்று சுனில் கேட்டான்.

"ஆமாம். முதல் வகுப்பில் படித்தபோது உனது உற்ற நண்பனாக இருந்தானே, அவன்தானே" என்று மில்லி கேட்டாள். இதையெல்லாம் எப்படி மில்லி நினைவில் வைத்திருக்கிறாள் என்று பீட்டர் வியந்து போனார். ஒரு அம்மாவாக இருப்பதற்கும் இதற்கும் தொடர்பு இருக்குமோ? அவரது மகன் வாழ்க்கையில் ஏற்பட்ட ஒருசில முக்கியமான நிகழ்வுகளைத் தவிர வேறு எதுவும் அவர் நினைவில் இல்லை.

"ஆமாம். அவனேதான். அவனை மீண்டும் ஜூனியர் கல்லூரியில் சந்தித்தேன். அவனை நான் காதலித்தேன்" என்றான் சுனில்.

பீட்டர் சலனமற்று அமர்ந்திருந்தார். தன் மனைவி மில்லியின் முகத்தைப் பார்க்க எத்தனிக்கவில்லை. விடுதலை பெற்ற உணர்வோடு தன்னை பீட்டர் ஆசுவாசப்படுத்திக்கொண்டார். ஏழு ஆண்டுகளுக்கு முன்பு நடந்த ஒரு ஞாயிறு மாலை அவர் நினைவுக்கு வந்தது. கால் பந்தாட்டப் போட்டி முடிந்து வீடு திரும்பிய சுனில் ஓர் அறையின் உள்ளே போய் தன்னை வைத்துப் பூட்டிக்கொண்டான். அவனை ஆரம்பத்தில் அப்படியே விட்டு விட்டார்கள். ஒரு மணி நேரம் கடந்தது. அப்படியே இன்னொரு மணி நேரமும் கடந்தது. பொறுமை இழந்த அவர்கள் என்ன ஆச்சு என்று கேட்டபோது, தாழிட்ட அறையின் உள்ளிருந்து அமைதியான குரலில், எங்கோ தூரத்திலிருந்து ஒலித்தது போல, "தனிமையில் இருக்க வேண்டும்" என்று சொன்னான். அன்றிரவு மில்லியும் அவரும் வெளியே செல்வதாக இருந்தார்கள். காலை வந்த செய்தித்தாளை எடுத்து அந்த இரவு நேரத்தில் வாசித்தார்கள். நாளை அணிய வேண்டிய சட்டை சலவைப் பெட்டியால் சரிசெய்யப்பட்டது. உலையில் அரிசி போடப்பட்டது. ஆனால் அவர்களது உலகை ஒரு மாபெரும் இருள் கவ்வத் தொடங்கியது. கடைசியில் கதவு திறக்கப்பட்டு சுனில் வெளியே வந்தான். விளையாட்டுச் செய்திகள் அடங்கிய செய்தித்தாளைக் கேட்டான். இரவு உணவு அருந்தினான். அவன்மீது பட்ட மெல்லிய தென்றலை அனுபவித்தான். எல்லாம் இயல்பு நிலைக்குத் திரும்பியது.

"என்னால் அவனிடம் அதைச் சொல்லி இருக்க முடியுமென்று எனக்குத் தெரியவில்லை!" என்று இப்போது சுனில் சொன்னான். "ஆனால் அவனுக்கு அது தெரிந்தது. எங்கள் இருவருக்கும் சேர்த்து அதை அவனே சொன்னான். அதாவது..."

அவன் வார்த்தையைத் தேடிக்கொண்டிருந்ததால் அங்கு சிறிது நேரம் அமைதி நிலவியது.

"அதற்குள் ரூஷ் ஒரு பெண்ணாக மாற வேண்டுமென்று ஆசைப்பட்டுக் கொண்டிருந்தான்" என்றான் சுனில்.

சுனில் அவனுடைய மதுக் குவளையைப் பார்த்துக்கொண்டு அமைதியாக இருந்தான். இப்போது பீட்டர் மில்லியின் பக்கம் திரும்பி அவளைப் பார்த்தார். அவள் முகத்தில் அப்படி ஏதும்

காணப்படவில்லையென்றாலும், மகனுக்கான கவலையை அது காட்டிக்கொடுத்தது.

"என்ன நினைப்பதென்றே தெரியவில்லை. இனிமேல் உள்ள என் வாழ்க்கையை ஓர் ஆணுடன்தான் வாழப் போகிறேன் என்று எண்ணிக்கொண்டிருந்தேன். அந்தத் தருணத்தில் வேறெதுவும் எனக்குத் தேவையில்லை என்று தோன்றியது. வாழ்க்கை எனக்கு ஆனந்தமயமாக இருக்கும் என்று எண்ணினேன். ஆனால் அந்த ஆண் இப்போது 'நான் ஒரு பெண் ஆக வேண்டும்' என்று சொல்கிறான். என்ன செய்வதென்றே புரியவில்லை. குழம்பிப் போய்விட்டேன். ஆனால் நான் அதற்கு ஆதரவாக இருக்க விரும்பினேன். அல்லது வேறு ஏதாவது செய்ய வேண்டும் என்று விரும்பினேன். ரூஷ் அப்பா மட்டும் அவனை வெறுத்து, அவனை வீட்டை விட்டு விரட்டிவிட்டார்" என்று சுனில் விளக்கமாகச் சொன்னான்.

"அவனை நீ இங்கே அழைத்துக் கொண்டு வந்திருக்க வேண்டும்" என்று மில்லி சாதாரணமாகச் சொன்னாள். அப்படி நடந்திருந்தால், இவர்கள் என்ன செய்திருப்பார்கள் என்று பீட்டர் யோசித்தார். இப்போது அதை எளிதாகச் சொல்லலாம். அப்படி அவன் அழைத்து வந்திருந்தால் என்ன நடக்குமென்று அந்தக் காட்சியை அவர் கற்பனை செய்து பார்த்தார்: கதவு தட்டப்படும் சத்தம் கேட்கிறது; சுனிலோடு அந்த இளைஞன்; அதற்கான விளக்கம்... அல்லது அதற்கான விளக்கம்தான் இருந்திருக்குமா? வரும் வழியில் ஓர் ஈரானி விடுதி அவர்களைத் தடுத்து அழைத்திருக்க வேண்டும்; அத்துடன் ஒரு கதையை உருவாக்கியிருக்க வேண்டும். அதாவது இரயிலைப் பிடிக்க முடியவில்லை - பர்ஸ் பறிபோய்விட்டது - கொஞ்ச நாள்கள் மட்டும் இங்கே தங்கியிருப்பான்... இப்படி ஏதாவது ஒரு கதை.

"இன்னொரு நல்ல சந்தர்ப்பம் அவனுக்கு அமைந்தது. அவன் அமெரிக்கா போய்விட்டான். அவனது அம்மா அங்கே இருக்கிறாள். அவள் தனது மகன் பற்றிய கதையை நன்கு அறிந்திருந்தாள். அவனது அம்மா அமெரிக்கக்காரியாக இருக்கலாம் போலிருக்கிறது. ஆகவே அங்கேயே அவன் உருமாற்றம் அடைந்துவிட்டான். ஒரு பெண்ணாக அவன் திரும்பி வந்தான். யாரோ ஒருவனைச் சந்தித்தான் என்று என்னிடம் சொல்வதற்காக மட்டும் வந்திருக்கவேண்டும். பிவோட்டோ ரீகோ

என்னும் கரீபியன் தீவைச் சேர்ந்த ஒருவனைச் சந்தித்திருக்க வேண்டும். அப்படித்தான் இது முடிந்ததென்று சொன்னான்."

"ஓ, என் மகனே."

சுனில் புருவத்தை உயர்த்தி பீட்டரைப் பார்த்தான். அவர் மௌனமாக அந்த இடத்தை விட்டு நகர்ந்தார்.

"நீ மிகவும் மனம் உடைந்து போயிருக்க வேண்டும் மகனே," என்றாள் மில்லி.

"ஏதோ நான் மீண்டுவிட்டது போல் தோன்றுகிறது. ரூஷ் இங்கிருந்து செல்வதற்கு முன்பாகவே, சட்ட விரோதமான சில ஹார்மோன் மருந்துகளை எடுத்துக்கொள்ளத் தொடங்கிவிட்டான். அதனால் சில சிக்கல்களையும் சந்தித்தான். அப்போது 12-ஆம் வகுப்பு தேர்வு வந்துவிட்டது. எனக்கும் டாடா நிறுவன சமூக அறிவியல் நுழைவுத் தேர்வுக்குப் படிக்க வேண்டியதாகிவிட்டது. அவனும் எப்படியோ கிறுக்குப் பிடித்தவன் போல் ஆகிவிட்டான்."

கொஞ்ச நேரம் நிறுத்திவிட்டு சுனில் மீண்டும் தொடர்ந்தான். "ஒரு பெண்ணாக மாறிய ஆணோடுதான் என் காதல் வாழ்க்கையின் பெரும் பகுதிகளைக் கழித்தேன்!"

"ஆணாக இருந்த பெண்ணை நீ காதலித்தாய். அப்படித்தானே?" என்று பீட்டர் கேட்டார். அதற்காக அவர் அப்பொழுதே வருத்தப்பட்டுக்கொண்டார். மிகவும் கடுமையாகப் பேசியதாக அவர் உணர்ந்து வருத்தப்பட்டார்.

"என்னை அது குழப்பத்தில் தள்ளியது. அது என்னை என்னவாக ஆக்கியது? இந்த இடத்தில்தான் சமூக அறிவியல் நுழைவுத் தேர்வுக்கான படிப்பு என்னை அப்படியே மாற்றிப் போட்டது. எப்படியென்றால், அந்த வகுப்பு எங்கள் பாலுறவு பற்றியும் ஆண்-பெண் அந்தரங்க தொடர்பு பற்றியும் எங்களுக்குச் சொல்லிக் கொடுத்தது. இது பற்றி விளக்கம் கொடுக்க எங்களுக்கு ஒரு நல்ல ஆசிரியர் கிடைத்தார். அவர்தான், "இவர்கள் தன்பாலினச் சேர்க்கையாளர்கள், அவர்கள் அப்படிப்பட்டவர்கள், இவர்கள் இப்படிப்பட்டவர்கள் என்று மனிதர்களை வகைப்படுத்தி அவர்கள்மீது முத்திரை குத்திவிட வேண்டாம்" என்று தெளிவுபடுத்தினார்.

பீட்டர் அந்த ஆசிரியரை மானசீகமாக ஆசீர்வதித்தார்.

"நீ இதை எங்களுக்குச் சொல்லியிருக்க வேண்டும், பாபா" என்றாள் மில்லி.

"நான் உங்களுக்கு அதைச் சொல்லி இருக்க வேண்டும். இப்பொழுதுதான் அதை நான் அப்படி நினைத்துப் பார்க்கிறேன். ஆனால் என்னால் முடியவில்லை. அதற்கான தைரியம் என்னிடம் இல்லை" என்றான் சுனில்..

"தைரியம், என்ற பேச்சுக்கே இடமில்லை. அதைச் சொல்லுவதற்கு உனக்கு நாங்கள் இடமளித்திருக்க வேண்டும்."

"இதை ஒரு குற்றமாகவோ, குறைபாடாகவோ எடுத்துக்கொள்ள வேண்டாம், அம்மா" என்றான் சுனில். பீட்டர் அவரை அறியாமலேயே அந்த வார்த்தையை மனதில் இருத்திக் கொண்டார். "எனக்கு ஒரு நம்பிக்கை இருக்கிறது! எனக்கு ஒரு குழந்தை இருந்தால், அதை என்னிடம் சொல்வதற்கான திடமும் திராணியும் அந்தக் குழந்தைக்கு இருக்கும். அதைக் காது கொடுத்து கவனித்துக் கேட்கிற இயல்பும் எனக்கு இருக்கும்!"

"இப்போது ரூஷ் எங்கே இருக்கிறான்?" என்று மில்லி கேட்டாள்.

"அது ரூஷ் இல்லை, அம்மா. இப்போது ரினெல். நாங்கள் இப்போது முகநூலில் மட்டும் நண்பர்களாக இருக்கிறோம்."

"அவள் இப்போது அவருடைய பிவோட்டோ ரீகேனோடுதான் இருக்கிறாளா?"

"நான் அதைக் கேட்கவில்லை, அம்மா."

"நீ அதை விசாரித்திருக்க வேண்டும்" என்றாள் மில்லி.

சுனில் சிரித்தான்.

"நீங்கள் விசாரித்தால் நன்றாக இருக்கும்."

"முட்டாள்தனமாகப் பேசாதே" என்று வெடித்தாள் மில்லி.

அதன்பிறகு அந்த இரவில், "நன்றி" என்று பீட்டர் மில்லியிடம் சொன்னார்.

மில்லி முகத்தில் கிரீம் ஒன்றைப் பூசிக் கொண்டே பீட்டரைப் பார்த்தாள். "நீங்கள் அவ்வளவு ஆதரவாக இல்லை" என்றாள்

அவள். முகவாய்க்கட்டையைத் தடவிக் கொண்டே அதை அவர் யோசித்தார். மில்லி சொன்னது சரிதான்.

"அவன் நமக்குச் சொல்லத் தவறியது பற்றி நீ நன்றாகச் சொன்னாய். ஆனால் நாம் அதைக் கேட்கத் தயாராக இருந்தோம்? அதானே, சரி!" என்றார் அவர்.

"போதும்" என்று சொல்லியவாறு மில்லி கையில் சீப்பை எடுத்துக் கொண்டாள்.

"நான் அதைச் சரியாகச் சமாளித்திருக்க மாட்டேன்" என்றார்.

"இப்பொழுதெல்லாம் அதைப் பற்றியேதான் யோசித்துக் கொண்டிருந்தேன். நான் அதை நினைக்க விரும்பவில்லை. அவன் எப்படி இருக்கிறானோ அப்படியே அவனை ஏற்றுக்கொள்ள விரும்பினேன். ஆனால் அவ்வளவாக முடியவில்லை. ஆகவே நான் அதை ஏற்றுக்கொள்ளப் பயிற்சி எடுத்துக்கொண்டேன்" என்றாள் மில்லி.

அவர் மனைவியை ஒரு மரியாதையோடு பார்த்தார்.

"ஒரு நேர்காணலைப் போல இருக்கிறது" என்று மில்லி தொடர்ந்து சொன்னாள். "அவன் இதைச் சொன்னால் என்ன? அதைச் சொன்னால் என்ன? நான் என்ன சொல்லிவிடப் போகிறேன். அவன் இறுதியாக ஒன்று சொன்னானே, அப்படிச் சொல்வான் என்று நான் கிஞ்சித்தும் எதிர்பார்க்கவில்லை. அதைக் கற்பனை செய்துகூடப் பார்க்கவில்லை."

"ஆனால், அது நடந்துவிட்டதே."

சீப்பு அவள் தலையில் நகராமல் அப்படியே நின்றுவிட்டது. மில்லி திரும்பி அவரைப் பார்த்து, "உண்மையைச் சொல்லப்போனால், என்ன நினைப்பதென்றே இன்னும் எனக்குப் புரியவில்லை" என்றாள்.

பீட்டர் நிம்மதியாக மூச்சுவிட்டார். "அந்த ஆசிரியர் சொன்னது போல இருக்கலாம். யாரையும் நாம், இவர்கள் இப்படித்தான் என்று வகைப்படுத்தி முத்திரை குத்திவிடக்கூடாது."

"சொல்வது என்னவோ எளிதுதான்."

"இதனால்தான் பேரக் குழந்தைகள் வேண்டாம் என்கிறேன்" என்றார் பீட்டர். "அந்தப் பேரக் குழந்தைகளை முற்றும்

புரிந்துகொள்வதற்கு நாம் மேற்கொள்ளும் முயற்சியும், அவர்களை அப்படியே ஏற்றுக்கொள்ள நாம் மேற்கொள்ளும் முயற்சியும், அவர்களுக்கு இறுதிவரை பாதுகாப்பு கொடுக்க நாம் மேற்கொள்ளும் முயற்சியும், அவர்களுக்கான முடிவுகள் எடுப்பதற்கு நாம் மேற்கொள்ளும் முயற்சியும் நம்மால் இயலாத வேலை."

"முட்டாள்தனமாகப் பேசாதீர்கள்" என்று மில்லி வெடுக்கென்று சொன்னாள். "இதை ஒரு வேலையாகப் பார்க்கக்கூடாது. இது வேலை என்பதைவிட ஓர் உன்னதமான செயல்."

இதை அவர் ஆழ்ந்து சிந்தித்துப் பார்த்தார்.

"ஆமாம். எப்போதுமே அப்படித்தான்" என்றார் பீட்டர்.

சந்தேகத்துடன் மில்லி அவரைப் பார்த்தாள். பிறகு அவரை நம்பத் தொடங்கினாள்.

○○○